எட்டுத் திக்கும் மதயானை

நாஞ்சில் நாடன்

விஜயா பதிப்பகம்
20, ராஜ வீதி,
கோயம்புத்தூர் - 641 001.
www.vijayapathippagam.com

எட்டுத் திக்கும் மதயானை
Ettu Thikkum Madhayaanai
நாஞ்சில் நாடன்
ஐந்தாம்பதிப்பு : டிசம்பர் 2022

விஜயா பதிப்பகம்
20, ராஜ வீதி, கோயம்புத்தூர் - 641 001.
℃ 0422 - 2382614 / 90470 87058
vijayapathippagam2007@gmail.com

ஒளியச்சு / புத்தக வடிவமைப்பு : ஐரிஸ் கிராபிக்ஸ், கோவை.
அட்டை வடிவமைப்பு : மௌஸ் பாய்ண்ட், சென்னை.
அச்சாக்கம் : ஜோதி எண்டர்பிரைசஸ், சென்னை - 5.
ISBN - 81-8446-411-8 / பக்கங்கள் : 376 / விலை : ரூ.360/-

ஆ. மாதவனுக்கும்
நீல. பத்மநாபனுக்கும்

முதற்பதிப்பின் முன்னுரை

கள்ளத் தொண்டையில் பாடிக் கொண்டிருந்தாயிற்று கனகாலம்.

சற்றுத் திறந்து பாடலாம் என முக்கிப் பார்க்கையில் தொண்டை நெரிந்து போயிருப்பது புலப்படுகிறது. அல்லது வெளியிலிருந்து குரல்வளை நெரிக்கப்படுகிறது.

இந்தச் சுதந்திரம்கூட இல்லாமல், எல்லாம் எதற்கென்று தோன்றுகிறது.

நண்பர்களின் சற்று ஆறுதலான தோள்தட்டல், அபூர்வமான வாசக ரசனைப் பூச்சொரிதல்... கையைத் தூக்கிப் பிடித்து நாய்க்குக் காட்டும் பிஸ்கெட் போலச் சில பரிசுகள். நோக்கம் நாயின் பசியாற்றுதலா அல்லது துள்ளித் துள்ளி ஏமாந்து, பாய்ந்து சாடி விழுங்குவதைக் கண்கொள்ளாமல் கண்டு களித்தலா என்று தெரியவில்லை.

படைப்பாளி என்பவர் பங்களாவின் சொகுசு வளர்ப்பல்ல. போரிடும் திறனற்ற, கால்களுக்கிடையில் வால் நுழைத்துப் பல்லிளித்து ஓடும் நாட்டு நாய் போலும். பசித்தால் மனித மலமும் அதற்கு உணவு. கார்த்திகை மாதத்துக் கனவு என்பதோர் தோற்றுப் போகும் இனப்போர்.

இப்படித்தான் இருந்து வந்திருக்கிறது இந்த இருபத்தைந்தாண்டு எழுத்து வாழ்க்கை. படைப்பாளி என்பவன் வேலிக்கு வெளியே நிற்பவன், போற்றுதலும் கவனிப்பும் மறுக்கப் பெற்று.

படைப்பென்பது உள்ளாடையின் உள்ளறையில் வைத்துப் பாதுகாத்துத் திரியும் ஒன்றல்ல என்பதால் களவாடிக் கொள்கிறார் எந்த நாணமும் இன்றி.

பொதுச்சொத்து என்பதாலேயே அது மரியாதை இழந்தும் போனதாகிறது. எனவே அசலைத் தூக்கி அந்தரத்தில் வீசிவிட்டு நகலைக் கொண்டாடிக் கொண்டிருக்கிறார்கள். பல்லக்கு, பவள மணிப்பூண்கள், பரிவட்டம்...

என்றாலும் அலுத்துப் போகவில்லை எழுதுவது. உங்களுக்கும் அலுத்துப் போகாதவரைக்கும் எழுதலாம், தொடர்ந்து. அலுப்பின் வாசனையை எளிதாக முகர்ந்து கொள்பவன்தானே நல்ல வாசகன்!

எனது ஆறாவது நாவல் இது.

இதனை வெளியிட முன்வந்த விஜயா பதிப்பக திரு.மு.வேலாயுதம் அவர்களுக்கும் அச்சாக்கத்துக்கு உதவிய விடியல் பதிப்பக திரு.சிவஞானம் அவர்களுக்கும் முகப்போவியம் வரைந்த நண்பர் ஜீவாவுக்கும் ஒளியச்சுக் கோர்த்த, அச்சாக்கம் செய்த நிறுவனங்களுக்கும் நெஞ்சார்ந்த நன்றி.

1998, டிசம்பர் *9*,
கோவை - *641 009*

நட்புடன்
நாஞ்சில் நாடன்

ஐந்தாம் பதிப்பின் முன்னுரை

நாவலோ, சிறுகதை - கவிதை - கட்டுரைத் தொகுப்புக்களோ, முதற்படி எழுதி, இரண்டாம் படி எழுதி, நூலாக்கம் பெற அச்சுக்குப் போனதும், நூலின் இறுதி மெய்ப்பு நானே பார்ப்பேன். அப்படியேதான் 'எட்டுத் திக்கும் மதயானை' நாவலும். கோவை விஜயா பதிப்பக வெளியீடாக முதற்பதிப்பு 1998-ஆம் ஆண்டின் டிசம்பரில் வெளியாவதற்கு முன் இறுதியாக வாசித்தேன். தற்போது இந்த ஐந்தாம் பதிப்புக்கான மெய்ப்பு வாசிக்கிறபோது தோன்றியது, எழுதி இருபத்தைந்து ஆண்டு காலம் ஆனபிறகு மறுபடியும் வாசிக்கிறேன் என்பது. பெருமிதமாக இருந்தது.

நாவலைப் படைத்தவனாக இல்லாமல், வாசகனாக நின்று படிக்கும்போது, எழுத்தின் தீவிரமும் ஈர்ப்பும், யுத்தியும், கலைநயமும் மொழியும் என்னை வியக்க வைத்தன. மக்கட்பேறு அதிகாரத்துத் திருக்குறளே நினைவில் முந்நியது.

'தம்மின் தம்மக்கள் அறிவுடைமை மாநிலத்து
மன்னுயிர்க்கு எல்லாம் இனிது'

என்பதந்தக் குறள்.

இந்த நாவலை எழுதி 25 ஆண்டுகள் கடந்துவிட்டபோதிலும் இன்னுமென் ஏழாவது நாவலை எழுதக்கூடவில்லை. 'தலைகீழ் விகிதங்கள்' என்ற என் முதல் நாவல், 1977-ல் வெளியானது. 'சொல்ல மறந்த கதை' எனும் பெயரில் தங்கர் பச்சான் இயக்கத்தில் வெளியாகி வெற்றி பெற்றதைத் தொடர்ந்து, 'எட்டுத் திக்கும்

மதயானை' நாவலைப் படமாக்க புகழ்பெற்ற சினிமா இயக்குநர் சிலர் முன் வந்தனர். பெயர் குறிப்பிடுவது பண்பாகாது. எதுவும் விளங்காமற் போன பின்பு இதன் பல காட்சிகளையும் துவக்கத்தையும் முடிவையும் களவாடிக் கொண்டனர் சிலர், தம் திரைப்படங்களில். இதில் நட்பென்ன, பகையென்ன? எல்லாம் 'மக்களே போல்வர் கயவர்' கதையே!

திருமதி கீதா சுப்பிரமணியன் மொழி பெயர்ப்பில், New Horizon Media இந்த நாவலை ஆங்கிலத்தில் வெளியிட்டது. நாவலின் தலைப்பு 'Against All Odds' என்பது வெளியான ஆண்டு, 2009.

எனது இன்னொரு நாவல் 'மிதவை' விரைவில் ஆங்கிலத்தில் மொழியாக்கம் பெற்று வெளியாகும்.

இன்று, ஐந்தாவது பதிப்பாக, கோவை விஜயா பதிப்பகம் சார்பில் 'எட்டுத் திக்கும் மதயானை' வெளியிடுவதில் எனக்குக் கர்வம் உண்டு. பெருமகிழ்வும் நன்றியும் - திரு.மு. வேலாயுதம் அண்ணாச்சிக்கும், அவர் மைந்தன் திரு.வே. சிதம்பரம் அவர்களுக்கும் நூலைத் தட்டச்சு செய்து, வடிவமைத்து உதவிய ஐரிஸ் பதிப்பகத்தார்க்கு நன்றி. முகப்பு வடிவமைத்தவர்க்கு நன்றி. அச்சிட்டுக் கட்டி நூலாக்கிக் கொடுத்தவர்க்கு சொல்லில் அடங்காத நன்றிகள்.

கால் நூற்றாண்டுக்கு முன்பு எழுதிய இந்த நாவலை, தன்னாள் - வேற்றாள் வேறுபாடு பார்க்காமல் இன்று புதிதாய் வாசித்துப் பாருங்கள்.

'துய்ப்பேம் எனினே, தப்புந பலவே!'

கோயம்புத்தூர் - 641 042 — மிக்க அன்புடன்

27 நவம்பர் 2022 — நாஞ்சில் நாடன்

✧

ஒன்று

தீ சுருண்டு சுருண்டு எரிந்து கொண்டிருந்தது. ஊரே பற்றி எரிவது போல. ஈசான மூலையில் தெரிந்த தாடகைமலையின் இருண்ட பின்புலத்தில், தென்னந் தோப்புக்களின் கரும் படுதாக்களைவிட உயர்ந்து. அடி வயிற்றின் நெருப்புப் பந்து... அகன்று விரிந்து உயர்ந்து எழுந்து சுருண்டது புகை. பெரும் மூட்டமாகக் கவிந்து கொண்டிருந்தது. மூன்றாம் பிறைச் சந்திரன் வடிவில் கூட்டப்பட்ட சூளைத் தீ போலல்லாமல், பெரிய வைக்கோற் படப்பு எரிவதை இப்போதுதான் பார்க்கிறான். நெஞ்சின் படபடப்பு இன்னும் முற்றும் தணிந்து விடவில்லை. ஓட்டமும் நடையுமாக, யாரும் சந்தேகமாக எண்ணி விடாதபடி, குறுக்குப் பாதைகளைத் தேர்ந்து, குளத்தங்கரை மேட்டில் மரத்தின் இருட்டில் வந்து நின்று ஆசுவாசப் படுத்திக் கொண்டான்.

இருள் சன்னஞ்சன்னமாக அடர்ந்து வந்தது. மாசி மாதக் காற்றுக்கு ஈரம் கிடையாது, தணுப்புக் கிடையாது. வேகம் கிடையாது. அன்று செவ்வாய்க் கிழமை. முப்பிடாரி அம்மன் கோயிலில் வாரச் சிறப்பு. எட்டரை மணிக்கு மேல் தீபாராதனைக்கு மணி அடிப்பார்கள். ஏற்கனவே சிறுவர் சிறுமியர் கோயில் வாசலில்

கிளியாந்தட்டு மறித்துக் கொண்டோ, பாண்டி ஆடிக் கொண்டோ, சலம்பிக் கிடந்தனர். சேண்டை மணி கேட்டதும் பெண்டிரும் ஆடவரும் கோயிலுக்கு நகர்ந்தனர். மாசிச் செவ்வாய்க் கிழமை சிறப்புக்களில் கோயிலில் புட்டமுது, சுண்டல், வடை எல்லாம் உண்டு. நடக்க முடியாத கிழடுகளையும் சமைந்த குமரிகளையும் வீட்டு விலக்கம் வந்த பெண்களையும் தவிர கோயில் மண்டபத்தினுள் ஆண் பெண் தனி வரிசைகளாகக் குவிந்து கிடந்தனர்.

அந்த நேரத்தை முன் கூட்டியே முடிவு செய்து வைத்திருந்தான் பூலிங்கம். சின்ன வயதில் மூக்கன் என்பது வீட்டிலும் தெருவிலும் கூப்பிடும் பெயராக இருந்தது. சூல்கள் மூன்று முறிந்து போன துயரத்தில் நான்காவது சூல். மூக்கைக் கோறைப் படுத்திப் போட்டாலாவது தங்கிக் கிடப்பான் என மூக்குக் குத்தி விட்டிருந்தனர். எட்டாம் வகுப்புப் படிக்கும் வரைக்கும் மூக்கில் வளையம் கொருத்துத் திரிந்தான். பிறகு அடம் பிடித்து, ஆதாளி செய்து, வளையத்தை முறித்து எடுத்தார்கள்.

கோயிலில் எல்லோரும் திரண்டிருந்த நேரத்தில், யாரும் கவனிக்காத விதத்தில், அனக்கமில்லாமல் சுற்றுப் பாதையில் போய் நின்றான். அன்று பிற்பகலில் அதிகம் வெளியே நடமாடவில்லை. சாரம் உடுத்திருந்தான். தோளில் கிடந்தது குற்றாலம் துண்டு. மடியில் தீப்பெட்டி இருந்தது.

ஊரின் கிழக்குக் கோடியில் வடக்குப் பார்த்து தெய்வ நாயகம் பிள்ளையின் அறுத்தடிப்புக் களம். அறுவடை முடிந்து அதிக நாட்கள் ஆகி இருக்கவில்லை. நன்கு வாய்த்திருந்த தட்டார வெள்ளைப் பயிர். இரண்டு பெரும் வைக்கோற் படப்புகள். சாமி தேரும் அம்மன் தேரும் போல. ஆமைப்படப்பு போட்டு, மோட்டுப் படப்பு கூட்டி, காற்றில் முகடு சாய்ந்து விடாமல் இருக்க வைக்கோற் பிரி போட்டு முறுக்கி, இறுக்கி, படப்புக்களின் விலாப் பக்கத்தில் முடிந்து.... ஒரு படப்பில் மட்டும் மாடுகளுக்கு வைக்கோல் அறுப்பு வைத்துப் பிடுங்கப்பட்டிருந்தது.

கிழக்குப் பக்கம் குளத்தங்கரை ஓரம் வந்தவன் ஆளரவம் பார்த்து கட்டை மண் ஏறிக் குதித்து களத்தினுள் நுழைந்தான். மாடுகள் எல்லாம் சற்றுத் தள்ளி தொழுவில் கட்டப்பட்டிருந்தன. மாடு மேய்ப்பவன் விளக்கை அணைத்து விட்டு எப்போதோ போயிருந்தான். மாட்டு மூத்திரத்தின், சாணத்தின் கலந்த வாடை. காற்று வீசும் திசையைக் கவனித்தான். நல்ல காய்வு கொண்ட வைக்கோல். கூளமும் சண்டுமாகக் கொஞ்சம் சேகரித்தான். காற்றுக்கு அணை கொடுத்து, குனிந்து உட்கார்ந்து, தீக்குச்சியை உரசினான். கைகள் இலேசாக நடுங்கின. சுற்றிலும் ஒருமுறை பார்த்துக் கொண்டான். இரண்டாவது குச்சியை உரசி பதட்டத்துடன் வைக்கோல் கூளத்தின் அருகில் கொண்டு போனான். வெயிலில் பகலெல்லாம் உலர்ந்திருந்த கூளம் சடசடத்துப் பற்றிக் கொண்டது.

கட்டை மண் சுவருக்கும் படப்புக்கும் இடையில் ஆள் நடக்கும் விலாப்பகுதியில் காற்று ஒதுக்கம் இருந்தது. தீ, படப்பின் விலாவைக் குடைய ஆரம்பித்தது. இனி தன்னைப் போலப் பற்றிக் கொள்ளும். கட்டை மண்ணின் மேல் கையூன்றி, வெளியே குதித்து, யாரும் இல்லை என்பதை அனுமானித்து, மெல்லிய நடையும் ஓட்டமுமாக குளத்தங்கரையோரம் நகர்ந்து மாடன் தம்பிரான் கோயில் அருகில் வந்தான்.

முப்பிடாரி அம்மன் கோயிலில் தீபாராதனை நேரம். காண்டாமணியும் சேண்டையும் சேர்ந்து கதிக்க முழங்கிக் கொண்டிருந்தன. எல்லா சந்நிதிகளிலும் 'தீவார்ணை' ஆகி, தேவாரம் படித்து, திருநீறு, களபம் வழங்கி, பிரசாதங்கள் வழங்கி, ஆட்கள் நகர இன்னும் எப்படியும் அரைமணி நேரம் ஆகும். அதற்குள் தீ சுற்றி வளைத்துக் கொள்ளும்.

மாடன் தம்பிரான் சந்நிதியில் காற்றுக்கு மறைவான அகல் விளக்கு கூசிக்கூசி எரிந்தது. நெற்றியிலும் கழுத்திலும் அக்குள்களிலும் வடிந்த வியர்வையைத் துண்டு கொண்டு துடைத்தான். குளத்தில் இறங்கிக் குளித்தால் நன்றாக இருக்கும். இது என்ன மடத்தனம் என்றும் தோன்றியது.

கோயிலின் பின்புறம் கொடுக்கள்ளிப் புதருக்கு அப்பால், அழிசம் புதருக்குள் பாலிதீன் பைக்குள் சுற்றி வைத்திருந்த பேண்ட் சட்டையை எடுக்கப் போனான். புதருக்குள் மனதின் சலசலப்பு. உளுந்து வறுக்கும் வாசனை. அண்மையில் எங்கோ நல்ல பாம்பு கிடக்கிறது. பேண்ட், சட்டைக்கு மாறிக் கொண்டு, சாரத்தையும் துவர்த்தையும் பொதிந்து பைக்குள் திணித்து மறுபடியும் புதரினுள் ஒளித்தான்.

சற்று ஆசுவாசம் தோன்றியது. கொஞ்சம் நடந்தால் சாலை வந்துவிடும். குளத்தங்கரை மேட்டில் நின்று பார்க்கும் போது, வானை வளைக்கும் தீவிரத்துடன் தீ நாக்குகள் கொடி வீசிப் படர்வது தெரிந்தது. நல்ல காய்ந்த வைக்கோல். ஒரு படப்பு இருபந்தைந்தாயிரத்துக்குக் குறையாது. தீ வைத்த படப்பு சர்வ நாசம் ஆகிவிடும். 'தாயோளி சாகட்டும்' என்று மனதில் கறுவிக் கொண்டான்.

மணி ஒன்பதுக்குள் இருக்கும்.

இந்த நேரத்தில் கிழக்கே இருந்து குலசேகரம் போகும் பஸ் உண்டு, சீதப்பால், திட்டு விளை வழியாக. இப்போது பயணம் செய்வோர் அதிகம் இருக்க முடியாது. எனவே கூட்டம் இருக்க வாய்ப்பில்லை. மேலும், இது ஆரல்வாய் மொழியில் இருந்து செண்பகராமன் புதூர், ஔவையாரம்மன் கோயில், சந்தைவிளை வழியாக வரும் கடைசி பஸ். பூலிங்கத்தின் ஊர்க்காரர்களுக்கு இந்த வழியில் அதிகப் பயணங்கள் கிடையாது. அவர்களுக்கு நகரத்துக்குப் போக வர நேர் வழியில் வேறு பஸ்கள் இருந்தன.

சொல்லி வைத்தது போல் பஸ் வந்தது. கண்டக்டர் நூதனமாகப் பார்த்துவிட்டு, டிக்கட் தந்தார். தெரிந்த முகம் யாரும் உள்ளே இல்லை. காற்று சுகமாக வீசியது. பிச்சி வெள்ளை போல் வானெங்கும் பூத்துக் கிடந்தன மீன்கள்.

எரியும் படப்பு பார்வையில் இருந்து மறைந்து விட்டது. திட்டு விளையில் இறங்கி பஸ் மாறி நகரத்தை அடைந்த போது ஒன்பதரை மணி தாண்டிவிட்டது. ஊருக்கு கடைசி பஸ் பத்தே காலுக்குத்தான். நிறைய நேரம் இருந்தது. ஊருக்குள் 'கூ கூ' வென்று

சத்தமாக இருக்கும். வைக்கோல் சாம்பல் காற்றிலெங்கும் விரவிக் கிடந்து மணக்கும். தொழுவின் மாடுகளை அவிழ்த்து விட்டிருப்பார்கள். பக்கத்துப் படப்புக்குத் தீ தாவி விடாமல் இருக்க தண்ணீர் ஊற்றிக் கொண்டும் தீப்பிடிக்காத பகுதியைப் பறித்துக் கொண்டும் இருப்பார்கள்.

தெய்வநாயகம் பிள்ளை அடிவயிற்றில் தீப்பாய பதைத்து நின்று கொண்டிருப்பார். 'செறுக்கி வின்ளை அனுபவிக்கட்டும்' என்று மனதில் குரோதம் கொப்பளித்தது.

சினிமாத் தியேட்டர் எதிரில் இருந்த ஸ்டாலில் டீ வாங்கிக் குடித்தான். அடிமனதில் திகில் முனகிக் கொண்டிருந்தது. தன்னை அறியாமல் யாராவது தனது அசைவுகளைக் கவனித்துக் கொண்டிருப் பார்களோ? திட்டம் எல்லாம் நாசமாகிப் போய் சிக்கிக் கொண்டு விடுவோமோ?

ஒரு ஆங்கில வாரப் பத்திரிகை வாங்கி மனது ஒட்டாமல் புரட்டினான். ஊருக்குப் போகும் கடைசி பஸ் நிற்கும் இடத்தில் இரண்டு முறை உலாத்தினான். ஊர்க்காரர்கள் நாலைந்து பேர் கண்ணில் தென்பட்டனர். அன்றைய சம்பவத்துக்குப் பிறகு யாரிடமும் அவன் பேசிக் கொள்வதில்லை. எல்லோர் கண்களிலும் குரோதப் பாம்பு வளர்ந்து கொத்த வருவதாக அவனுள் ஒரு பாவனை. கண்ணுக்குத் தெரியாத அவமானக் கத்தி சுழன்று சுழன்று காயப்படுத்திக் கொண்டிருந்தது.

நின்று கொண்டிருந்த பூலிங்கத்தின் தோளைத்தட்டினான் மோசை. அவனுடன் பத்தாவது வரை படித்தவன்.

''என்னா? சினிமா பாத்துக்கிட்டு வாறையா?''

ஆம் என்றும் இல்லாமல் இல்லை என்றும் இல்லாமல் தலையசைத்தான்.

''அடிபட்ட புண்ணெல்லாம் நல்ல காஞ்சிற்றா?'' என்றான் மோசை.

''ம்'' என்று சொல்லிவிட்டு சுற்றிலும் பார்த்தான். மெதுவாகச் சொன்னான்.

''விதைக் கொட்டையிலே மாத்திரம் வீக்கம் சரியாக் குறையல்லே பாத்துக்கோ... வலி குறைஞ்சிற்று. ஆனா வீக்கம் இன்னும் இருக்கு...''

''யாழ்ப்பாணப் புகையிலை வாங்கி விரிச்சு வச்சு கெட்டிப் பாக்கப்பிடாதா?''

''எல்லாம் பாத்தாச்சு...''

''காட்டுக்கடை ஆசான் கிட்டகாட்டலாமா? நானும் கூட வாறேன். எனக்கு அவரைத் தெரியும். சனிக்கிழமை போலாம்...''

''ம்... பாப்போம்...''

''எல்லாம் உங்க தெருக்காரனுகளைச் சொல்லணும்டே! வாயிலே மண்ணைப் போட்டுக்கிட்டு பாத்துக்கிட்டு இருந்தானுவோ... எங்க பயலுவோ யாரையாவது தொட்டிருக்கணும், செறுக்கி விள்ளைகளைக் குத்திக் கொடலைச் சாச்சிருப்போம்...''

''யாரைச் சொல்லி என்ன பிரயோசனம் மோசை? ஒரு தெருக்காரனுக ஒரு ஊருகாரனுகளை எதுத்து நிக்க முடியுமா? எண்ணைக்கு எதுத்து நிண்ணுருக்கானுகோ? பத்துப்பேரு தட்டிக்கம்பை புடுங்கீட்டு வந்து சுள்ளைக்கரையிலே சுட்டு அடுக்கி வச்சிருக்க சட்டி பானைகளையெல்லாம் அடிச்சு நொறுக்கினா என்னத்துக்கு ஆகும் பாரு? பயந்து பயந்து சீவிக்க வேண்டிய திருக்கப்பா? சரியாப் புடிச்சு மோளத் தெரியாத பய கூட 'கொசப் பயலே'ண்ணு ஏசுகான். சிரிச்சுக்கிட்டே போக வேண்டியது இருக்கு.''

''என்னத்துக்கு சிரிச்சுக்கிட்டே போணும்? அதுதான் உங்க பேர்லே இருக்க தப்பு. நாலு பேரு துணிஞ்சு இறங்கணும்டே... காச்சிப் போடணும் காச்சி... செயிலுக்குப் போனாலும் குத்தமில்லேண்ணு வெளீல இறங்கணும். அப்பத்தான் ஒரு பயம் இருக்கும். உங்க ஊருலே மூக்கையாத் தேவரு ஒத்த வீட்டுக்காரரு தானடே? எந்த... மகனும் வாலாட்டுகானா? கருக்கரிவாளை எடுத்து சீவிப் போடுவாரு சீவி...''

14 எட்டுத் திக்கும் மதயானை

பூலிங்கத்துக்கு ஒன்றும் சொல்லத் தோன்றவில்லை. மோசை சொல்வதில் நியாயமுண்டு. இன்னொரு நாள் அவனிடம் தனியாகச் சொல்ல வேண்டும், இன்று செய்த நாசத்தைப் பற்றி. அவனுக்கும் சற்று சந்தோஷமாக இருக்கும்.

மோசை தணிந்த குரலில் கேட்டான்.

''பொறவு செம்பகத்தைப் பார்த்தையா?''

பூலிங்கம் கண்களில் நீர் முட்டியது.

''என்ன மோசை? எத்தனை மட்டம் சொல்லியாச்சு? எனக்கும் அவளுக்கும் ஒண்ணும் கெடையாது. நீயாவது என்னை நம்புவேண்ணு நெனைச்சேன்''

அவசரமில்லாமல் பஸ் வந்து திரும்பி நின்றது.

வழக்கமாகக்கடைசி வண்டிக்கு வீடு திரும்பும் களைத்த முகங்கள். பட்டறை வேலை முடிந்து, பசி பாவித்து, போன வருடம் ஒன்பதாம் வகுப்புத் தோற்ற சண்முகம். வீட்டில் இனி போய்க் குளித்தால் நகக்கண்களில், புறங்கழுத்தில் இருக்கும் கிரீஸ் வழுவழுப்பும் டீசல் கறுப்பும் போகுமோ என்னவோ? கையில் அவன் பள்ளிக்குப் போகும் போது கொண்டு நடந்த அதே பித்தளைத் தூக்குவாளி.

கோட்டாறு கம்போளத்தில் மயில்வாகனம் பணிக்கரின் பலவெஞ்சணக் கடையில் கணக்கெழுதும் ராமையாப்பிள்ளை. கணக்கெழுதவே பிறந்தது போல் நாணம் தொலைந்த முகம். மல்லி, மிளகாய், சீரகம், கருப்புக்கட்டி மணக்கும் தோள்த்துண்டு.

ஒரு வேலையும் இல்லாமல் நகருக்கு வந்து, சினிமா பார்த்து சாலைக் கடையில் புரோட்டா குருமா பிசைந்து அளைந்து தின்ற களைப்பில் சொக்கும் கண்களுடன் மதுசூதனன்.

இரணியலோ, ஈத்தாமொழியோ, மணவாளக்குறிச்சியோ சுற்றி நடந்து அவல் விற்று, வெற்றுக் கடவத்தை இருக்கைக்கு அடியில் தள்ளும் மாலையப்பனின் சில்லறை நிறைந்த சுருக்குப்பை.

பத்திரிகையில் ஒரு கண்ணும் சூழலில் ஒரு கண்ணுமாய் அடங்கிய படபடப்பில் இருந்தான் பூலிங்கம்.

பஸ் ஊரை நெருங்கிக் கொண்டிருந்தது. வளைவில் திரும்பி மேட்டில் ஏறியபோது, வடகிழக்குக் கோடியில், பின் நிலவில் புகை மண்டலங்கள் தெரிந்தன. தீச்சுவாலைகள் இல்லை. கடைசி நிறுத்தத்தில் பஸ் நின்ற போது, வெளியில் இருந்த பரபரப்பு, வந்தவர்களையும் தொற்றிக் கொண்டது. தெய்வநாயகம் பிள்ளையின் அறுத்தடிப்புக் களம் நோக்கி, அறியும் ஆவலில் எல்லோரும் நடந்தனர். மோசையுடன் சேர்ந்து பூலிங்கமும் போனான்.

சோழ நாட்டுக் கணிகையர் தெருக்களில் வழித்து எறிந்த செம்பஞ்சுக் குழம்புச் சேறு போல, தெருவெங்கும் வைக்கோல் கரியும் தண்ணீரும் குழைந்த சேறு. வெந்து தணிந்த வைக்கோற் படப்பு அரக்கனின் எரிந்து முடிந்த சிதை போலக்கிடந்தது. களம் எங்கும் பரவி இருந்த தண்ணீர்க் குட்டைகள். பெரிய படப்பு முழு நாசம் என்று காணத் திருப்தியாக இருந்தது பூலிங்கத்துக்கு. பக்கத்துப் படப்பில் தீ பரவாமல் இருக்க பறித்துப் போட்டும் தண்ணீர் விட்டும், பூனை மலம் செய்து மூடியது போலக் கிடந்தன வைக்கோற் குப்பங்கள்.

பின்புற மண் சுவரை இடித்து குளத்திலிருந்து எல்லோரும் குடம் குடமாய்த் தண்ணீர் கோரிய அடையாளங்கள். கிட்டத்தட்ட எரிந்து முடிந்த பிறகு தீயணைப்பு வண்டி வந்திருக்கும் போல. அதிகம் வேலை செய்த களைப்புத் தெரியாத சீருடைப் பணியாளர்கள்.

கும்பல் கும்பலாக நின்று பேசிக்கொண்டிருந்தனர். சிலர் வீடுகளுக்குப் போகத் தலைப்பட்டிருந்தனர். பெரும்பாலும் நனைந்திருந்த வேட்டிகள், சாரங்கள், கண்டாங்கிகள், சாரிகள்.... தெய்வநாயகம் பிள்ளை தளர்ந்த தோள்களுடன் காரண காரியமின்றி அங்குமிங்கும் நடந்து கொண்டிருந்தார்.

பெரிய படப்பு சர்வ நாசம். இன்னொரு படப்பை இனி மறுபடியும் காயப்போட்டு எடுத்துக் கூட்ட வேண்டும். இருபத்தைந் தாயிரத்துக்கு கேட்டும் கொடுக்காமல் போட்டிருந்த படப்பு

கரியாகிவிட்டது. படப்பை விற்று வண்டிக்காளை மாற்ற வேண்டும் என்றும் தொழுவின் ஒழுகும் கூரை ஓட்டைப் பிரித்து பனங்கை களையும் ஓடுகளையும் மாற்ற வேண்டும் என்றும் கருதி வைத்திருந்தார். பஸ்ஸில் இருந்து இறங்கி வந்தவர்களுக்காக, ஊரில் இருந்தவர்கள் உற்சாகத்துடன் தகவல் சொல்லிக் கொண்டும் வர்ணனை செய்து கொண்டும்......

''எப்படிப் புடிச்சுண்ணுதான் தெரியல்லே... தீவார்ணை முடிஞ்சு திரும்பச்சிலேதான் பாத்தது. அதுக்குள்ளே படப்பு பாதி எரிஞ்சாச்சு''

''யாரு கண்டா? வேணும்ணே யாரும் செய்வாளா?''

''தீ உள்ளுக்கு அமந்து நிண்ணு எரிஞ்சிருக்கணும். அதான் மொதல்லயே தெரியல்லே ...''

நகரில் இருந்து திரும்பிய கோலத்தில் நின்ற பூலிங்கத்தையும் மோசையையும் பல கண்கள் பார்த்துப் பெயர்ந்தன.

மோசை, தோளைத் தொட்டு, தணிந்த குரலில் சொன்னான். ''செறுக்கி விள்ளைக்கு வேணும்... நான் போறன்டே.... சனிக்கிழமை போலாம். மறந்திராதே!''

பூலிங்கம் மனதில் திகில் சற்றுக் குறைவது போல் இருந்தது. யாரும் ஐயப்பட்ட பாவனை இல்லை. திருப்தி பரவியது மனதில் குரூரமாய்.

வீட்டினுள் நுழைந்தபோது அம்மா அவனை விநோதமாகப் பார்த்தாள்.

''எலே! நீ எங்கே போயிட்டு வாற? வெளக்கு வக்கது வரைக்கும் இங்கிண தான கெடந்த? சூளைக்கரைக்கு ஒரு நடை போயிட்டு வாறதுக்குள்ளே எப்பம் பொறப்பிட்டு எங்க போன? அந்த சண்டாளனுக்கு படப்பு தீப்பிடிச்சுப் போச்சு. ஒன்னையும் ஆளைக் காணல்லே எனக்கு ஒரே வெப்ராளமால்லா இருந்து!''

பூலிங்கம் ஒன்றும் சொல்ல நிற்கவில்லை. அப்பாவைக் காணோம். யாரிடமாவது பேசிக் கொண்டு நிற்பார். வழக்கமாக

சாரம் கிடக்கும் இடத்துக்குக் கை போயிற்று. சாரமும் துவர்த்தும் அழிசம் புதருக்குள் இருப்பது பொறி தட்டியது. துவைத்து மடித்து வைத்திருந்த சாரத்தை எடுத்து உடுத்துக் கொண்டு துவர்த்தை எடுத்துத் தோளில் போட்டான்.

அம்மா மறுபடியும் கேட்டாள்.

''நீ சாயங்காலம் உடுத்திருந்த சாரத்தை எங்கலே? தொவச்சுக் காயப் போட்டிருக்கையா?''

அவன் அதற்கும் நேரிடையாகப் பதில் சொல்லாமல், ''கஞ்சி ஊத்து'' என்றான்.

மத்தியானம் பொங்கிய வாசறுமிண்டான் அரிசிச் சோற்றில் தண்ணீர் விட்டு வைத்திருந்தாள். தொட்டுக் கொள்ள சாளைப்புளி முளம். குழம்பைத் தொட்டுக் கொண்டு, ''துண்டு ஒண்ணும் இல்லையா?'' என்றான்.

''ஆமா! மூணு நேரத்துக்கும் வரும். சுண்டு வெரலு போல ரூவாய்க்கு ரெண்டு சாளை. அஞ்சு ரூவாய்க்கு வாங்கீட்டு, கூட ஒண்ணு கேட்டா தரமாட்டங்கான். அப்பாவும் மகனும் ஆளுக்கு நாலு துண்டு மத்தியானம் திண்ணாச்சு. இனி ராத்திரிக்கும் கொண்டாண்ணா நான் எங்க போக?''

''சரி, சரி.... அந்தால ஆரம்பிச்சிராத...''

கை கழுவி விட்டு வந்த போது, ''புற வாசல்லே கொடியிலே சாரத்தையும் காணோம், துவர்த்தையும் காணோம்! எங்கலே போச்சு?''

''நீ கொஞ்ச நேரம் புறுபுறுக்காம இருப்பியா? ஒறண்டையும் போகாது. கிடக்கும்''

''கிடக்கும்ணா எங்க? இந்த ராச கொட்டாரத்திலே தேடத்தேட தீராது பாரு!''

''நாளைக்குக் கொண்டாந்து தாறன். நீ சாமத்திலே ஊரைக் கூட்டாதே!''

வழக்கமாகப் பாய் விரிக்கும் இடத்தில் பாயை விரித்தான். அதன் மேல் அம்மாவின் பழைய கண்டாங்கியை நான்காக மடித்துத் தைத்த விரிப்பை விரித்தான். ஏலத்தில் பிடித்த சமுக்காளத்தை மடித்துத் தலையணை மீது போட்டான். கால் நீட்டிப் படுத்தான்.

மனம் அலைகளற்றுப் போய்விடவில்லை. கொந்தளிப்பு தற்காலிகமாய்த் தணிந்திருந்தது என்பது மாத்திரம். தெய்வநாயகத்துக்கு இது பொருள் நட்டம் மட்டுமே. அவமானம் அல்ல. ஊர் பார்த்துச் சிரிக்கும்படி ஏதாவது செய்ய வேண்டும். தனக்குச் செய்ததற்கு அப்படி சும்மா விட்டு விட்டால் ஆகாது. படப்புக்குத் தீவைக்க முடிவெடுக்குமுன் மேலும் சிலவற்றைப் பூலிங்கம் யோசித்திருந்தான். அவர் தோப்பில் நன்றாகக் காய்க்கும் பத்து மாமரங்களுக்காவது பாதரசம் வைப்பது. பத்து அடிமரங்களை ஆழமாகக் கொத்தி, பாதரசம் வைத்து, களிமண் கொண்டு மூட வேண்டும். நேரம் எடுக்கும். கொத்தும் சத்தம் கேட்கும்.

நள்ளிரவில் தொழுவத்துத் தொட்டித் தண்ணீரில் ஒரு குப்பி பாலிடால் கலக்கலாம். இரண்டு தொட்டிகளிலுமாகக் கலக்கி விட்டு விட்டால், மூன்று பசுக்கள், நான்கு வண்டிக் காளைகள், ஆறு எருமைக்கடாக்கள்... வாசனையை முகர்ந்து விட்டு நிச்சயம் குடிக்கும் என்று சொல்லிவிடமுடியாது. ஒரு குற்றமும் செய்யாத கால்நடைகள் கால்களைப் பரத்திக் கொண்டு, சாணம் கழித்து, கண்களை ஈக்கள் அரிக்க, செத்துக் கிடப்பது காணக் கோரமாக இருக்கும். தெய்வநாயகம் பிள்ளையின் மோசமான விரோதி கூட மன்னிக்க மாட்டான். பெரும் பாவ மூட்டையை ஆயுள் பூரா சுமக்க வேண்டியதிருக்கும். தென்னை மரத்தில் ஏறிக் குருத்துக்களைச் சிதைப்பது எல்லாம் நடக்கிற காரியங்கள் அல்ல. விஷம் வைத்து விரோதியைக் கொல்வதற்கு ஒருபுழக்க சுதந்திரம் வேண்டும். மிகவும் கதுக்கட்டி நீண்ட நாட்கள் இருந்தால் ஒருவேளைக்கூடலாம். ஆனால் தப்பிப்பதும் சிரமமாக இருக்கும். வைக்கோல் போர்தான் ஒரு விதம் சாத்தியமாயிற்று.

புரண்டு படுத்தான் பூலிங்கம். விதைக் கொட்டை அழுத்தப்படும் போது இலேசாக வலித்தது. அடி வாங்கிய அன்று நன்கு கனிந்த கப்பை மாம்பழம் போல வீங்கி, நொந்து கிடந்தது. வேட்டியை விலக்கிப் பார்த்த அம்மா அதன் வீக்கத்தையும், சிவப்பையும் பார்த்துக் கதறியது இன்னும் காதில் நின்றது. தப்பி ஓடக்கூட மார்க்கம் கிடைக்கவில்லை. அயலார் அறிய வாய்ப்பற்றும் போய்விட்டது, அடிகள் ஓயும் வரை.

என்றும் போல வழக்கமாகப் பிடிக்கும் ஐந்தரை பஸ்தான். ஒரே நெரிசலாகக் கிடந்தது. பெரும்பாலும் உயர் நிலைப்பள்ளி, கல்லூரி, பாலிடெக்னிக் மாணவர்கள். அந்த மாவட்டத்தில் மருத்துவக் கல்லூரி, பொறியியற் கல்லூரி எதுவும் கிடையாது. 1956-ல் தாய்த் தமிழகத்துடன் இணைந்த பிறகும், அரசியல் செய்தோர் அந்த மாவட்டத்தை கேரள மாநில மாவட்டமாகவே இன்னும் கருதினார்கள். ஒரு தமிழினத் தலைவர், நெல்லை எங்கள் எல்லை என்றார். பதிவு போல் ஒரே சளசளப்பு. புத்தகப் பைகள், கட்டுகள், தூக்கு வாளிகள், சம்புடங்கள். இவை தவிர அன்று சந்தை முறை வேறு. வாழைத் தடைகளில் சுற்றிய உறை போட்ட பேயன் பழக் குலைகள், பாளையங்கோட்டன் பழக்குலைகள், சேனை, தடியன்காய், பூசணிக்காய், வெள்ளரிக்காய் நிறைந்த குட்டிச் சாக்கு மூட்டைகள். ஆறு கிலோ மீட்டர் போய்ச் சேர முக்கால் மணி நேரம்.

வாங்கப் போகும் அடி பற்றிய எந்த முன்னுணர்வும் அற்று, மேலே கம்பியைப் பிடித்தபடி, பூலிங்கம் நின்றிருந்தான்.

நின்று, நிறுத்தி, இறக்கி, ஏற்றி, பஸ் நகர்ந்து கொண்டிருந்தது. ஊரில் முதல் நிறுத்தம் கிராமம் என்ற பிராம்மணக்குடி. இரண்டாவது நிறுத்தம் கடைத் தெரு. மூன்றாவது நிறுத்தம் கடைசி. சேரிக்குப் போகிறவர்கள் அதில் இறங்கி சற்று நடக்க வேண்டும். பெரும்பாலும் இரண்டாவது நிறுத்தத்தில் பஸ் காலியாகிவிடும். பூலிங்கமும் அதில் இறங்கித்தான், கிழக்கு நோக்கி, ஆற்றங்கரைப் பக்கம் நடக்க வேண்டும். ஜீவா வாசக சாலையைத் தாண்டி, வடக்கே திரும்பினால் குசக்குடி என்ற குலாலர் தெரு. நுழை வாசலிலேயே

தெரியும். விளிம்பு உடைந்த, கறுத்த, மூச்சு விட்ட, பரந்த சட்டிகள், தோண்டிகள், கலயங்கள், பானைகளின் அடுக்குகள். சூளைப்புகையில் கலந்த கதம்பை எரியும் வாசனை.

பூலிங்கத்தின் வீடு வடக்கு அற்றத்தில். வீடும் வீட்டின் வடபுறம் காலிப்புரையிடமும். இரண்டு தென்னை, ஒரு பப்பாளி, மருதோன்றிப் புதர், தவிட்டு முருங்கை, கருவேப்பிலை மூடுகள் கொண்ட களம். ஓரத்தில் பாண்டம் வனைவதற்கான பக்குவப்படுத்த வேண்டிய குருமண், களிமண், டோனாவூர் காவிமண். ஈரமாய்க் கிடந்த பக்குவம் செய்த மண் கொஞ்சம். சக்கரம் அல்லது திருவல். வனைந்த பச்சைப் பாண்டங்களின் காய்ந்த அடுக்குகள்.

வீட்டுக்குப் போனதும் அம்மா ஒரு தம்ளர் கருப்புக் கட்டிக் காப்பி தருவாள்: குடித்துவிட்டு முப்பிடாரி அம்மன் கோயில் திடலுக்குப் போனால் அங்கு வாலிபால் ஆடிக் கொண்டிருப்பார்கள். சற்று நேரம் வேடிக்கை பார்ப்பான். பின்பு வாசகசாலையில் சற்று நேரம். அல்லது ஆற்றங்கரையோரம் நடந்து, நெடுங்குளத்தின் கரையில் ஏறி, சாலை வரை போய்விட்டு, குளத்தில் மேல் கழுவி விட்டுத் திரும்பலாம். யாரேனும் கிடைப்பார்கள் பேசிக் கொண்டு வர.

பஸ்ஸை விட்டு இறங்கியதும் வடக்குத் தெரு சண்முகம் கூப்பிட்டான்.

"பூலிங்கம், இங்கிண கொஞ்சம் வந்திட்டுப் போ"

சண்முகம், ராமையாப்பிள்ளை காப்பிக்கடை வாசலில் நின்றிருந்தான். கடைக்குள் கூட்டிக் கொண்டு போனான். பூலிங்கத்தைக் கண்டதும் நாலைந்து பேர் எழுந்து நின்றனர். எல்லாம் அன்றாடம் பார்க்கும் உள்ளூர் முகங்கள். தெய்வநாயகம் பிள்ளை, அவர் மைத்துனர் ஆறுமுகம் பிள்ளை, அவர் சேக்காளி சுப்பையா, தெய்வநாயகம் பிள்ளையின் அண்ணன் மகன், பூலிங்கத்தின் கூடப் படித்த பத்தாவதில் தோற்ற தெற்றிப்பல் திரவியம்...

ராமையாபிள்ளை காப்பிக் கடையின் உரிமையாளர், சரக்கு மாஸ்டர், சர்வர், கிளீனர், டீ மேக்கர் எல்லாம் அவர்தான். புதிய தமிழ் சினிமா இயக்குநர்கள் போல. பரபரத்த ஒரு முகத்துடன் அவர் பாய்லர் பக்கம் நின்றிருந்தார். எதற்குக் கூப்பிட்டனர் என்று விளங்கவில்லை.

பூலிங்கம் உள்ளே நுழைந்ததும் சண்முகம் வாசலில் நின்று கொண்டான். திரவியம் அவன் கையில் இருந்த புத்தகத்தைப் பிடுங்கி வீசினான். ஆறுமுகம் பிள்ளை பளாரெனச் செவிட்டில் அறைந்தார். சுப்பையா சட்டையைப் பிடித்துக் குலுக்கி கால் முட்டை வைத்து அடிவயிற்றில் ஏற்றினான். எதற்கு அடிக்கிறார்கள் என்று தெரிந்து கொள்ள முடியவில்லை. எவரிடமிருந்து அடி எங்கு விழுகிறது என்றும் அனுமானிக்க முடியவில்லை. உதடு கிழிந்ததா பல் உடைந்ததா? வாயில் இரத்தத்தின் இளஞ்சூடும் உப்புக் கரிப்பும். கையை முறுக்கிப் பின்பக்கம் பிடித்துக் கொண்டு முதுகில் கை முட்டை மடக்கி இறுக்கினான் ஒருவன். கீழே விழுந்தவனை ஆளுக்கொரு பக்கமாய்ச் சமுண்டினார்கள். குறியும் கொட்டைகளும் இருக்கும் இடம் பார்த்து சமுண்டினான் தெய்வநாயகம் பிள்ளை. பிராணன் போகும் வலியாகத் துடித்தது குரல். அவன் அவயம் வெளியே கேட்காதபடிக்கு, 'செறுக்கி விள்ளைக்கு விலாவிலே சமுண்டுலே... சாமானத்திலே சமுண்டுலே...'' என்று சத்தங்கள் போர்வீரர் தாக்கும் கூச்சல் போலக் கேட்டன. தெய்வநாயகத்தின் குரல் போலத்தான் தோன்றியது. ''நாய்க்குப் பொறந்த பயலுக்கு வெள்ளாங்குட்டி கேக்காலே? எம் பிள்ளைதான் கெடைச்சாலே தாயோளி?''

அட்டை போலச் சுருண்டு, விழும் அடிகளை முதுகிலும் இடுப்பிலும் வாங்கிக் கொண்டிருந்தான். நல்ல காய்த்து உரமேறிய கை விரல்கள் பழுக்கப் பழுக்க விழுந்தன. ''அம்மா, அம்மா'' என்று கதறுவதைத் தவிர வேறு சொல் பெயரவில்லை. அதிர்ச்சியில் மூளை மரத்துக் கிடந்தது.

இம்சையைப் பார்க்கத் தாங்காமல் காப்பிக்கடைக்காரர் வந்து குறுக்கே விழுந்தார்.

"போரும், நிறுத்துங்கோ, இது என்னது? ஆட்டை மாட்டைப் போட்டு அடிக்க மாரி... வர்மத்திலே பட்டு வாயைப் பொளந்திட்டாம்ணா நானும்லா வந்து செயில்லே கெடக்கணும்? எல்லாத்துக்கும் ஒரு அளவு வேண்டாமா?''

ராமையா பிள்ளை அதட்டலுக்குப் பிறகு அடிகள் விழுவது நின்றன. கொத்தாகத் தூக்கி நிறுத்தினார்கள்.

"மேலால எங்க பிள்ளையோ இருக்க தெசைக்கு திரும்பிப் பாத்தா, வகுந்து போடுவோம் வகுந்து. போ கொண்டுக்கிட்டு..." என்று சொல்லி திரவியம் அடிவயிற்றில் குத்தினான்.

"போரும் போரும்" என்று சொல்லி, ராமயாபிள்ளை அவனை பெஞ்சில் உட்கார வைத்தார். தண்ணீர் கொண்டு வந்து கொடுத்தார். புறங்கையால் தள்ளினான்.

"கொசப்பயலுக்கு கொழுப்பு கொறஞ்சிருக்கா பாரேன்" என்றான் ஒருவன்.

கடைவாயில் ஒழுகிய ரத்தத்தை கைக்குட்டையை எடுத்துத் துடைத்தான். ஒரு கண் இடுங்கித் தெரிந்தது. சட்டைப் பொத்தான்கள் தெறித்து, முதுகுப்பக்கம் சட்டை கிழிந்து, ஆபாசமாகத் தொங்கியது. கன்னங்கள் தீப்பட்டது போலக் காந்தின. மெதுவாக எழுந்து நின்றான். இடுப்பு இற்றுப் போய் வலித்தது. அடி வாங்கிய விதைகள் காயடிக்கப்பட்ட காளையங்கன்றின் விதைகள் போல வீங்கித் தொடைகளில் உரசின. 'விண்'ணென்று தெறித்துக் கொண்டிருந்தது வலி. சரியாக எழுந்து நிற்க முடியவில்லை. மறுபடியும் உட்கார்ந்தான்.

அடித்தவர்கள் அவனை புழுப்போலப் பார்த்து விட்டு ஒவ்வொருவராக வெளியேறிக் கொண்டிருந்தனர். கதவு ஒருச்சாய்த்துக் கிடந்ததும், அவயம் கேட்டதும், வெளியே நின்றவர்களுக்கு எழுப்பிய சந்தேகத்தின் அடிப்படையில் ஒன்றிரண்டு பேர்கள் எட்டிப் பார்த்தனர். கூட்டம் குழுமத் துவங்கியது. கீழே கிடந்த புத்தகங்களை ஒருத்தன் பொறுக்கி அடுக்கி பூலிங்கம் பக்கம் வைத்தான்.

ராமையாபிள்ளை விளக்கிக் கொண்டிருந்தார்.

‘‘தெய்வநாயகத்துக்கு மக கிட்டே இவன் என்னவோ சொன்னானாம். கூப்பிட்டுக் கேக்கணும்ணு கூட்டீட்டு வந்தானுகோ! வந்தவனுகோ பேய்த்தனமா அடிக்க ஆரம்பிச்சானுகோ... நான் ஒத்தையிலே என்ன செய்ய முடியும்? குறுக்கே போயி விழுந்த பொறவுதான் அடி நிண்ணு... நம்ம கடையிலே வச்சு என்னத்துக்கு செய்யணும்? நாலு பேரும் வாற போற இடம். எல்லாத்துக்கும் ஒருமுறை வேண்டாமா?’’

அதற்குள் தெருவுக்குத் தகவல் போய்விட்டது போலும்.

நெஞ்சில் அடித்துக் கொண்டு அம்மா ஓடி வந்தாள். கண்களில் பெருக்கமும் நெஞ்சில் பதைப்பும் உடம்பில் பறத்தமும்.

‘‘இப்பிடி நீசத்தனமா செய்து போட்டேளே பாவியளே! நீங்க நல்லாருப்பேளா? கேக்கதுக்கு நாதி இல்லேண்ணுதானே இந்த அடி அடிச்சிருக்கியோ? ஒரு கூடுதல் கொறவுண்ணா எங்கள்ட்டே சொல்லப்பிடாதா? நாங்க தட்டி வெலக்க மாட்டமா? ஏன்யா? இவ்வளவு பேரு பாத்துக்கிட்டு நிண்ணுருக்கியோ, சின்னப் பயலை ஏழெட்டுப் பேரு சேந்து அடிக்கதை! நாங்க என்ன பாவம்யா உங்களுக்கு செஞ்சோம்? நீங்களும் பிள்ளையோ பெத்து வளத்தவோ தானே?’’

பூலிங்கத்தின் கண்கள் பெருகிக் கொண்டிருந்தன. அடிபட்ட இடங்களில் வலியும் அவமானத்தின் சவுக்குச் சொடுக்கும்.

அம்மா, ராமையா பிள்ளையைப் பார்த்துச் சொன்னாள், ‘‘நல்ல வேலை செய்து போட்டேரு, காப்பிக்கடைக்காரரே... சுள்ளைக்கரை மாடன் கூலி குடுப்பான்’’

ராமையாபிள்ளை ஏதோ சொல்ல யத்தனித்தார்.

‘‘நீரு ஒண்ணும் சமானம் சொல்லாண்டாம். அந்த முப்பிடாரி பாத்துக் கிட்டுத்தான் இருக்கா...’’

பூலிங்கத்தின் கிட்டே வந்து கண்டாங்கி முந்தியை எடுத்து கண்களைத் துடைத்தாள். முதுகு நெஞ்செல்லாம் தடவினாள். அவன் விசும்பல் கதறலாக வெளிப்பட்டது.

''அழாத மக்கா... எந்திரி... வீட்டுக்குப் போவோம்... எம் பிள்ளையை அடிச்சவனுக கையி புழுவச்சு நெளியும். நீக்கம்புலே போவானுகோ... நீ எந்திரி... பையப் பைய போவோம். எல்லாம் அந்த எடப்பாறை கண்ட சாத்தா கேப்பான்.''

புத்தகங்களை யாரோ எடுத்துக் கொண்டார்கள். ஒரு கால் பிசகி இருக்கும் போல. செருப்புப் போட முடியவில்லை. இலேசாகக் கிந்திக்கிந்தி நடந்தான். கடைத்தெருவே வேடிக்கை பார்த்தது. யாரோ சொல்வது கேட்டது.

''ஆமா... பின்னே சும்மா விடுவாளாக்கும்? ஆளும் தரமும் அறிஞ்சு வெளையாடணும். காலேஜுக்கு படிக்கப் போயிட்டா, பொண்ணைக் கெட்டி குடுத்திருவாளாக்கும்?''

அம்மா திருப்பிக் கத்தினாள்.

''எவளைத் தாயி எம்பிள்ளை கையைப் பிடிச்சு இழுத்தான்? இப்படி அபாண்டம் சொல்லப்பிடாது. அவுருக்கு மகளைக் கூட்டியாந்து கேளு, இவன் என்ன செய்தாம்ணு?''

யாரோ மிரட்டுவது போலச் சொன்னார்கள்.

''போரும், பேசாமக்கூட்டீட்டுப் போ... நூத்துக்கிட்டு நிக்காம...''

யார் முகத்தையும் ஏறிட்டுப் பார்க்கப் பிடிக்கவில்லை பூலிங்கத்துக்கு. யார் கேட்டாலும் பதில் சொல்லப் பிடிக்கவில்லை. அம்மா விரித்த படுக்கையில் விழுந்து கிடந்தான். வைத்தியனார் வந்து பார்த்தார். நல்ல ஊமை அடி. நீலம் பாரித்துக் கிடந்த இடங்களில் தவிடு வறுத்து ஒத்தடம் கொடுக்கச் சொன்னார். மேலுக்குத் தடவ எண்ணெயும் உள்ளே குடிக்க கஷாயமும் போட்டுத் தருவதாகச் சொன்னார். வேட்டியை விலக்கி விதைகளை விரல்களால் அழுத்திப் பார்த்தார். பற்றுப் போடுவதற்கு வெட்டு மருந்துக் கடையில் வாங்கி அரைக்க சிட்டை எழுதிக் கொடுத்தார்.

ஏழெட்டு நாட்கள் ஆயின, வீட்டை விட்டு வெளியே வந்து நடமாடுவதற்கு. குளிப்புக் கூட களத்தில்தான், வெந்நீர் வைத்து. ஆற்றுக்கு அல்லது குளத்துக்குப் போய் வருவது அதிகாலையில்

அல்லது விளக்கு வைத்த பிறகு. அப்போதும் யாரும் உடன் வந்தார்கள். துட்டி விசாரிப்புப் போல ஒவ்வொருவராக வந்து கேட்டுப் போனார்கள், தெருக்காரர்கள், ஒருவர் விடாமல். எல்லோருக்கும் எரிந்து தணிந்த சூளை போல் அடிமனதில் ஒரு ஆத்திரம் கனன்று கிடந்தது புலப்பட்டது. என்றாலும் ஏனென்று கேட்க எவர் குரலும் எழும்பாது. மிகவும் துடிப்பான சுடுகாட்டுச் சுடலைமாடனின் வாயை மலையாளத்துக் குறுப்பு கட்டிப் போட்டிருப்பதைப் போல.

போலீசில் புகார் கொடுக்கச் சொன்னார்கள். தெய்வநாயகம் பிள்ளைக்கு எதிராக அவன் சாதிக்காரன் எவன் வருவான் சாட்சிக்கு! தெருக்காரன் எவன் நின்று கொடுப்பான்கடைசிவரை? நகச்சுற்று வலி தாங்காமல் நல்ல பாம்புப் புற்றினுள் கைவிடுவது போலிருக்கும். மோசை வந்து புலம்பித் தீர்த்தான், தெருப்படிப்புரையில் உட்கார்ந்து. அவன் வேறென்ன செய்ய முடியும்? எவனும் செத்தால் எவளும் தாலி அறுப்பாளா?

ஊரடங்கி, கடைசாத்திய பிறகு, யாரும் அறியாமல், குளத்தங்கரை சுற்றிக் கொண்டு, ராமையா பிள்ளை வந்தார். அவரைப் பார்த்ததும் வைக்கோலில் கிடக்கும் நெல்மணிகள் தீப்பட்டுப் பொரிவதைப் போல அம்மா ஆரம்பித்தாள். அப்பா, ''சும்மா கெட சவமே'' என அதட்டி அடக்கினார். ராமையாபிள்ளை பதுங்கிய தொனியில் சொன்னார்.

''வேளாரு, என்னைத் தப்பா மனிசிலாக்கீரப்பிடாது. எம் பேர்லே ஒரு தப்புக் கிடையாது. நானும் இந்தக் கூதறப் பயக்களுக்கு கூட்டுண்ணு நெனைச்சிரப்பிடாது. ஒவ்வொருத்தனா வந்து உக்காரச்சிலே, சும்மாதான் வந்து இருக்கானுகோண்ணு நெனைச்சுப் போட்டேன். பொறவு சொன்னான், சும்மா கூப்பிட்டு உறுக்கி விடணும்ணு... இப்பிடிச் செய்வான்ணு யாரு கண்டா?''

''அவன் எதாம் தப்பு செய்திருந்தா, நம்மளைக் கூப்பிட்டுச் சொல்லி இருக்கலாம்லா? இப்பிடிப் படுபாதகம் செய்து போட்டானுகளே! இனி இந்தப் பய நாலு பேரு முகத்திலே எப்பிடி முழிப்பான்? கூடப் படிக்க பிள்ளையளுக்கு தெரிஞ்சா கொறைச்சலு. என்னலே செய்தே, இப்பிடிப் போட்டு அடிக்கதுக்குண்ணு கேட்டா

ஒண்ணுமே தெரியாதுங்கான்.. கூடப் படிக்க பிள்ளையளும் சொல்லுகு, இவன் அவுருக்கு மககூட பேசக்கூட மாட்டாம்ணு... அப்பிடியா நாம பிள்ளை வளத்து வச்சிருக்கோம்? என்ன எழவு கர்மமோ ?''

''போட்டும் போட்டும்... நாலு நாள்ளே தேறீருவான். இனியாவது பாத்துப் பருவுட்டு நடக்கச் சொல்லும். இன்னாம்மா! அண்ணைக்கு என்னை ஒருவாடு ஏசிப்போட்டே! நான் அப்பிடிக் கெடுமதிக்காரன் இல்லம்மா. எனக்கும் பிள்ளை குட்டியோ எல்லாம் இருக்கு.''

கையில் வைத்திருந்த பொதியை எடுத்து நீட்டினார்.

''இதுலே அஞ்சாறு நாட்டுக் கோழி முட்டை இருக்கு. எல்லாம் நம்ம கோழியோ விட்டதுதான். பால்லே அடிச்சு வெறும் வயத்திலே குடு, என்னா? நான் வாறன். நான் வந்தது யாருக்கும் தெரியாண்டாம். நாறப்பய ஊரு இது. நமக்கு என்னத்துக்கு பொல்லாப்பு?''

''அப்பாப்பா...'' என்று சொல்லி கால் முட்டில் கையூன்றி எழுந்து அக்கம் பக்கம் பார்த்துவிட்டு, இருளில் இறங்கி நடந்து போனார் ராமையா பிள்ளை.

தெரு நாய்கள் இரண்டு குரைப்பது கேட்டது. நாய்களுக்கும் அவருக்கும் அப்படியொரு ராசி. சில சமயம் சூழ நின்று கொண்டு, கோமரத்தாடியைச் சுற்றி வளைத்து முரசறையும் மேளக்காரர்களைப் போல, ஒவ்வொன்றும் தனித்தனி சுரத்தில் சஞ்சாரம் செய்யும்.

ஊரில் அப்படித்தான் சொல்லித் திரிந்தனர். தெய்வநாயகம் பிள்ளையின் மகளிடம் பூலிங்கம் ஏதோ 'வாலாட்டினான்' என்றும் 'வச்சு வீக்கீட்டானுகோ' என்றும். செண்பகத்துக்கும் தலைகுனிவாகத்தான் இருந்திருக்க வேண்டும். கோழி கூவி, குஞ்சு தலையில் விடிந்ததைப் போல.

சரியாக உறக்கம் வரவில்லை பூலிங்கத்துக்கு. புரண்டு கொண்டிருந்தான் இடமும் வலமுமாக. மூக்கில் வைக்கோல் கரிந்த

வாசம். ஊரைச்சுற்றிலும் காற்றில் கரைந்து கிடந்தது வாசனை இன்னும். அப்பா வந்துவிட்டார் போலும். அம்மா கிசுகிசுத்த குரலில் ஏதோ சொல்லிக் கொண்டிருந்தாள். அம்மாவுக்கு ஒரு சந்தேகப் பொறி தட்டுப்பட்டிருக்கும்.

''காலம்பற கேளுங்கோ! இவன் இப்பிடி ஆரம்பிச்சிட்டான்னா என்ன செய்யது? நடந்தது நடந்தாச்சு. அந்தால போட்டும்ணு விடாண்டாமா? அவுனுவோ அறிஞ்சா இவனை விட்டு வைப்பானா? நாலு பெத்து ஒண்ணு தங்கிச்சு. அதையும் இருவது வயசுவரை வளத்து கொலைக்குக் குடுக்கவா? நான் கேட்டா மழுப்பீருவான். நீங்க கொஞ்சம் கேளுங்கோ ...''

''சரி சரி.. அவன்தான் செய்தான்ணு நீ கண்டயா? நீயே சாதிச்சிருவே போலிருக்கே!''

''எனக்குத் தோணுகு. பெத்தவளுக்குத் தெரியாதா, பிள்ளை முழிக்க முழி? இல்லேண்ணா, சவம் படிச்சது போரும்ணு எங்கேயாம் அனுப்பி வைங்கோ... கண்ணுங் காணாத எடத்திலே உசிரோட கெடக்கட்டும்... இல்லாம இப்பிடி வாசிக்கி வாசி காட்டீட்டு திருஞ்சா நம்மளை ஊருலே இருந்து பொழைக்க விடுவானுகளா? இல்லே எழுபது வீட்டுக்காரனும்தான் இதுக்கு சம்மதிப்பானா?''

''காலம்பற கேக்கேன்... நீ சலம்பீட்டுத் திரியாத, வேற யாருகிட்டேயும்...''

உறக்கம் கலைந்து விட்டது. அம்மா சந்தேகப்படக் காரணங்கள் உண்டு. எங்காவது ஓடிவிடலாம். ஆனால் இன்னும் ஒரு காரியம் கூடச் செய்து விட்டு. யாருக்கும் தெரியக்கூடாது. அவன் தெருவில் இறங்கி நடமாடக் கூடாது மேலால்.

'பட்டப் பகலில் செண்பகத்தைப் பிடித்து அணைத்து ஒரு முத்தம் கொடுத்துவிட்டு ஓடிவிடலாம். சே! என்ன ஈனப்புத்தி. அந்தப் பிள்ளை என்ன செய்யும் பாவம்? கணிசமாக மலம் செய்து தெய்வநாயகம் பிள்ளையின் களத்தில் கன்னி மூலையில் இருக்கும் இசக்கியம்மனின் முகத்தில் பூசிவிடலாம். ஆனால் நான்கு நாட்கள்

யாரும் கவனிக்காமல் வெயிலில் காய்ந்துவிட்டால் களபம் என்று கருதி விடுவார்கள். மேலும் இசக்கியம்மன் என்ன செய்தாள்?'

'தப்பான காரணத்திற்கு இந்த அடி விழுந்திருக்கிறது. சரியான காரணத்தை விளம்பரம் போல், கரிக்கட்டையினால், படிப்பகச் சுவரில் கொட்டை எழுத்தில் எழுதி விடலாம். அதுவும் பெண்ணடி பாவம்தான். பிறகு அவளுக்கு என்ன வாழ்க்கை இருக்க முடியும்? உத்தரக் கட்டையோ, பாலிடால் பாட்டிலோ, பெரிய குளத்து வடக்குப் படித்துறையோ? அவச் சொல் வாங்கி, கெட்டியவனிடம் அடிபட்டுச் சாவதற்கு மாற்றான மானச்சாவுகள்....

ஏன் தன் புத்தி இப்படி போகிறது என்று தோன்றியது பூலிங்கத்துக்கு. தலையில் கூட அடிபடவில்லை. மெதுவாக விதைப்பையைத் தொட்டுப் பார்த்தான். அன்றெல்லாம் கனிந்த பழம் போலக் கை வைத்தால் 'நொதுநொது' வென்றிருந்தது. இன்று அழுத்தினால் மட்டும் லேசான வலி. அடிமனத்தில் அச்சம் கிளை வீசிப்படர ஆரம்பித்தது.

இடுக்கியால் நசுக்கப்பட்டு கட்டையால் அடித்துச் சதைக்கப் பட்ட காளையங்கன்றின் விதைக்காய். பிறகு புண்ணில், மஞ்சள் அரைத்து, வேப்பெண்ணெயில் குழைத்துப் பூசினால் வீக்கம் வடிந்து காய்ந்த புன்னங்கொட்டை போலச் சுருங்கும். பசுக்களின் அறையை வெறுமனே முகரவும் நக்கவும் அலந்து போய்க் கால் தூக்கிப் போடுவதும் அன்றி வேறென்ன செய்ய இயலும்?

பூலிங்கம் யாரிடமும் இதுபற்றிப் பேசிப் பார்க்கவில்லை. வைத்தியனாரிடம் வேண்டுமானால் கேட்கலாம் தனியாக. முதலில் விந்து வெளியாகிறதா என்று பார்க்க வேண்டும். நொந்திருந்த உறுப்பைப் போட்டு இம்சை செய்ய வேண்டும். விருப்பமில்லாத முடிவு என்றால், தெரிந்து கொள்வதையாவது தள்ளிப் போடலாம்.

பகை கிளர்ந்து மனதை வசமிழக்கச் செய்தவாறு இருந்தது. அப்பாவின் தளராத குறட்டைச் சத்தம். தாழ்த்தி வைக்கப்பட்டிருந்த சிம்னி வெளிச்சத்தில் அம்மாவின் அசைவற்ற உறக்கம். புதிய பாரத்தையும் சேர்த்து வைத்துக் கொண்டு எப்படி நிச்சலனமாக உறங்க முடிகிறதென்று தெரியவில்லை.

அலைகளின் மேல் மிதப்பது போன்று உயர்ந்தும் தாழ்ந்துமான ஞாபகச் சரடுகளில் கோர்த்த மயக்கமும் உணர்வும். முதல் கோழி கூவியது உணர்வில் தாக்க, இரண்டாவது கூவலில் விழிப்பும் வந்துவிட்டது. சற்று நேரம் அசையாமல் கிடந்தான். காற்றின் மெல்லிய கீற்று ஒன்று குளிரைத் தூவி விட்டுப் போயிற்று.

அனக்கமில்லாமல் எழுந்து உட்கார்ந்தான். கண்கள் லேசான எரிச்சலைக்காட்டின. களத்துப்பக்கம் போகலாம் என்று தோன்றியது. தெருவில் இருந்து, வீட்டை ஒட்டி, களத்துக்குப் போக ஒரு வாசல் உண்டு. வீட்டின் முற்றத்தில் இருந்தும் இடைவழிக் கதவைத் திறந்து கொண்டு போகலாம். புறவாசலின் பின்பக்கம்வரை நீளும் களமும் தோட்டமுமான காலிப் புரையிடம்.

இடைவழிக் கதவின் கொண்டியை நீக்கிக் களத்துக்கு வந்தான். அதிகாலைக் காற்றுக்கு ஒருவாசனை உண்டு போலும். அல்லது நிலவுப் பூந்துகளின் தணுப்பு வாசனையோ! மூச்சை இழுத்து வாங்க சுகமாக இருந்தது.

ஊர் அரவமற்றுத் துயின்று கொண்டிருந்தது, முன்னிரவின் பரபரப்புகளின் அலுப்பைச் சுமந்தபடி. பப்பாளி மரத்தின் மூட்டில் ஒன்றுக்குப் போனான். களத்தின் மேற்குப் பக்கம், கட்டை மண் சுவரைத்தாண்டினால் தெய்வ நாயகம் பிள்ளையின் தம்பியின் வீட்டுக் களம். அறுத்தடிக்கும் களம். ஓரத்தில் பனங்கைப் பணி செய்து நாட்டு ஓடுகள் அடுக்கிய மாட்டுத் தொழுவம். பூலிங்கத்தின் களத்தில் இருந்து பார்த்தால், மட்டுப்பா போட்ட வீடு வெகு தொலைவில் கிடப்பது போலிருந்தது. வீட்டின் முன் வாசல் கீழத் தெருவிலும், பின் வாசல், குசக்குடியின் பின்புறத்தைப் பார்த்துக் கொண்டும்.

எங்கோ ஒரு ஊரை இடையில் கிடந்து கெடுத்திருக்கிறது.

ஒருமுறை தாமதமாக நகரப் பேருந்து நிலையத்துக்கு, கல்லூரி விட்டு வந்த போது, வழக்கமாகக் காத்து நிற்கும் மாணவர் கூட்டம் இல்லை. செண்பகமும் கூடப் படிக்கும் புத்தேரிக்காரப் பிள்ளை ஒருத்தியுமாக நின்றிருந்தனர். பஸ் போய்விட்டதா என்று பொதுவாகக் கேட்டான்.

இன்னொரு முறை மறுகரையில் இருந்து ஆற்றில் இறங்கி, மடித்துக் கட்டிய வேட்டியைத் தூக்கிப் பிடித்துக் கொண்டு, ஆற்று நீரைக் கால்களால் துழாவி நடக்கையில், பெண்கள் படித்துறையில் குளித்துக் கொண்டிருந்த நாலைந்து பெண்களுடன் செண்பகம். நெஞ்சுக் கட்டிய பாவாடை நீரில் நனைந்து, உடம்பில் ஒட்டி, தெறித்துத் தெரிந்த முலைக்காய்கள், மாருக்கு மேல் பரந்து ஓடிய வெளுத்த தோள்பட்டைச் சரிவுகள். வெற்று மேலுடம்பில் சூரியக் கதிர்கள் முகம் பார்த்துத் திரும்பின போல்.... சற்றுக் கிறக்குவதாக இருந்தது. உலகத்து அழகை எல்லாம் கண்டு மகிழ முடியும் போல. கொண்டு மகிழ முடியாது. ஆனால், இரண்டு மூன்று முறை தற்செயல்போலவும், காரியமாகவும் பார்த்துக் கொண்டு ஆற்றைக் கடந்தான்.

ஆண்டின் இறுதியில், கல்லூரி நாளின் போது, கூட்டமாய்ப் புறப்பட்ட நாலைந்து மாணவிகளுடன் இருந்த செண்பகத்தைப் பார்த்து, "என்னா, பொறப்பிட்டாச்சா?" என்று கேட்டான்.

தவிர வேறெந்த நோக்கத்துடனும் பூலிங்கம் நடந்து கொண்ட தில்லை. நோக்கம் இருந்திருந்தால் காதல் கவிதை எழுதலாம். காவியக் கடிதங்கள் எழுதலாம். சூடான சூளையைப் பிரிப்பது போலிருந்தது வாழ்க்கை.

தனக்கு ஏதோ திட்டம் இருந்து செயல்பட்டதாக தெய்வநாயகம் பிள்ளையின் 'சிங்கிடி'களின் ஒருவன் சொல்லிக் கொடுத்திருக்க வேண்டும்.

எல்லாம் வேடிக்கையானதாக இருக்கிறது.

ஆனால் வாழ்க்கை வேடிக்கை ஆனது அல்ல. வினைகள் நிறைந்தது. நல்வினை, தீ வினை, செயப்படு வினை, செயப்பாட்டு வினை.....

இரண்டு

கடைசியில் ஊரை விட்டு ஓடும்படி ஆகிவிட்டது. திக்கும் திசையும் இல்லாமல். எதையும் எடுத்துக் கொள்ள முடியவில்லை. போட்டிருந்த பேன்ட், சட்டை, மாத்திரம்தான். பாக்கெட்டில், ஆயிரத்து முன்னூற்றுச் சில்லறை மட்டும்.

எங்கு போய் இறங்குவது, யாரிடம் என்ன வேலை கேட்பது என்றெல்லாம் யோசிக்க முடியவில்லை. யுத்தத்தில் எல்லாம் இழந்து, உயிரையும் உடுத்திருந்த உடையையும் மாத்திரம் பற்றிப் பிடித்துக் கொண்டு, இன்னொரு நாட்டுக்கு அகதியாகப் பயணம் செய்வதைப் போல. முதலில் தமிழ் நாட்டைத்தாண்டிப் போய்விட வேண்டும் என்று தோன்றியது பூலிங்கத்துக்கு. நாலைந்து ஆண்டுகள் சிரமப்பட்டாலும் பெரிய ஆளாகத் திரும்பி வர வேண்டும்.

பெரிய ஆளாவது என்பது என்ன?

சாயங்காலம்வரை தேட மாட்டார்கள். யாரிடமும் சொல்லிக் கொள்ளவில்லை. ஒரு துண்டுக் கடுதாசிகூட எழுதி வைக்கவில்லை.

வைக்கோற் படப்பை கொளுத்திய பிறகு இரண்டு மூன்று நாட்கள் வீட்டில் ஒரு கவலை மூட்டம். சூளைக்குத்

தீ மூட்ட யத்தனிக்கையில் வடக்கு மலையில் மேகம் திரண்டது போல. வெளிக்குக் கேட்காத அம்மாவின் புறுபுறுப்பு. விளக்கு வைத்த பின் ஒரு நாள் மோசை வந்தான்.

''அவன்மாருக்கு ஒம்மேலே ஒரு சம்சியம் இருக்கும் போலிருக்கு. என்னவோ கருதிக் கூட்டித்தான் அனக்கம் காட்டாம இருக்கானுகோ! நீ ஒத்த செத்தையா எங்கயாம் போகாத என்னா?''

அதைக் கேட்ட பிறகு அம்மாவின் புலம்பல் அதிகம் ஆகிவிட்டது. ஆற்றுக்கு குளிக்கப் போகக்கூடவிடாமல், பிரசவமாகித் தீட்டுக் கழியாத பெண் போல, களத்து மூலையில் குளிக்கச் சொன்னாள். துடுப்புக் குழி மட்டும் வெட்ட வில்லை. கல்லூரிக்குப் போய் வருவதே திட்டமில்லாத ஒன்றாக இருந்தது.

மோசை ரகசியமாகக் கூப்பிட்டு ஒரு கத்தி தந்தான். காதருகில் கிசுகிசுத்தான்.

''என்னவோ பிளான் போடுகான் பாத்துக்கோ. எதுக்கும் இது கையிலே இருக்கட்டும். எங்கயாம் வசக்கேடா ஆம்புட்டுக் கிட்டேண்ணா, ரெண்டு கூதிவிள்ளைகளையாவது வகுந்திரு. பொறவு வாறது போலப் பாத்துக்கிடலாம். வயத்துலே குறுக்கே வகுந்து கொடலைச் சாச்சிரு... ரெத்தம் கண்டா ஒரு தேவ்டியா மகனும் நிக்க மாட்டான்...''

வலது பேன்ட் பாக்கட்டில் கர்ச்சீப்பின் அடியில் கத்தி கிடக்கிறதா என்று தொட்டுப்பார்த்துக் கொண்டான் பூலிங்கம்.

இரயில் நிலையத்தில் பயணச்சீட்டு வாங்க நின்ற போது, ஏதாவது பெரு நகரக் கூட்டத்தில் போய்க் கரைந்து விடலாமா என்று தோன்றியது. முன்பின் தெரியாத ஊரில், அறிமுகமானவர் எவரும் அற்று, எங்கு போய் நிற்பது என்று சஞ்சலமாக இருந்தது.

பகல் பூராவும் தமிழ்நாட்டு வெயில் ரயில் பெட்டிகளின் தலையில் அறைந்து கொண்டிருந்தது. பெட்டிக்குள் வெப்பத்தின் கசிவு, புழுக்கம், காற்று பறத்திக் கொண்டு வந்து உள்ளே எறிந்த தூசுக் கூட்டம். புறப்படும் ஸ்டேஷனில் ஏறியதால், வரம் போல்

சித்தித்திருந்த சன்னலோர இருக்கை. வெளியில் பார்த்துக் கொண்டும், கண்களை மூடிக் கொண்டும் பின்னால் சாய்ந்து கொண்டும்...

''அங்கிண இங்கிண சுணங்காம சீக்கிரம் வீடு வந்து சேரு'' என்று பத்துத்தரமாவது அம்மா சொல்லி இருப்பாள். கையில் கொண்டு வந்த நோட்டுப் புத்தகங்கள் ரயில் நிலையப் பெஞ்சில் கொஞ்ச நேரம் கிடந்திருக்கும்.

நேற்று இரவுவரை ஓடிப் போகும் எண்ணம் அவனிடம் வலுவாக இல்லை. வருவது போலப் பார்த்துக் கொள்ளலாம் என்றதொரு ஊக்கம் இருந்தது. போலீசில் புகார் கொடுத்து வைக்கலாமா என்று கூடத் தோன்றியது.

முன்னிரவில் நாய் குரைப்பில் மனம் திடுக்கிட்டு விழித்தது. காலடிச் சத்தம் கேட்கிறதா எனக் காதுகள் கூர்மையுற்றன. ஊர் அடங்கிக் கிடந்தது. புங்கம் பூவின் மெல்லிய வாசம் கரைந்த காற்று. மணி பதினொன்றுதான் ஆகி இருந்தது. மாயக்கரங்கள் மறுபடியும் தன் விதைக் கொட்டைகளை நசுக்க வருவது போலப் பயந்து, ஒருக்களித்துக் குறுக்கி உறங்க முயன்றான்.

ஓட்டுக் கூரையின் மேல் சிறுகல் ஒன்று உருண்டு விழுந்தது. தோற்றமா என்று தெரியவில்லை. தென்னை மரத்திலிருந்து உதிர்ந்த கொச்சங்காயாக இருக்கலாம். மறுபடியும் நாய் குரைப்பு. பெருச்சாளியையோ, குளத்தங்கரைப் புதரில் இருந்து உலாவ வரும் சாரைப் பாம்பையோ மறுக்கும் குரைப்போ என்னவோ?

உறக்கம் வருவதாகக் காணோம். படிப்பு, எதிர்காலக் கனவுக் கீற்றுக்கள் எல்லாம் பொசுங்கிப் போய்விடும்போல. வசமாக வால் மாட்டிக் கொண்டுவிட்டது. நல்ல பாம்பின் மூச்சுக் காற்றுப் போல சீற்றம் உள்ளே ஒலித்துக் கொண்டிருந்தது.

தோற்றுக் கொண்டிருக்கும் ஒரு பந்தயம். தோற்ற ஆஸ்திரேலியக் காளையின் வெந்த கறியைத் தின்னக் காத்திருக்கும் பந்தயப் பார்வையாளர்கள்.

எழுந்து களத்துப் பக்கம் போனான் பூலிங்கம். அவன் வரவு பார்த்து நின்றது போல் புறவாசல் நடையில் இருந்து இறங்கி வந்த கருமை போர்த்திய உருவம். நடையின் சாடையில் தெரிந்தது, அவள்தான், சுசீலா. அக்கா என்று அழைத்தது எல்லாம் ஆறு மாதங்கள் முன்பு. ஒரு நாள் சொன்னாள், இவ்வளவும் ஆயாச்சு, இனி அக்கா என்ன அக்கா?"

சுசீலாவுக்குக் கல்யாணம் ஆகி வந்த போது பூலிங்கத்துக்கு ஏழு வயது. நிக்கர் கூடப் போடாமல், குஞ்சானை ஆட்டிக் கொண்டு, அம்மாவின் கண்டாங்கித்தும்பைப் பிடித்தபடி களத்தில் அலைவான். அடுத்த களத்தில் இருந்து பார்த்த சுசீலாக்கா கேட்டாள், "இன்னும் பாலு குடிப்பானா?" என்று.

அம்மா சொன்னாள், "குடுத்தாக் குடிப்பான், இன்னும் கொதி தீரல்லே..."

இரண்டு களங்களுக்கும் குறுக்கே மார்பு உயரத்துக்கு ஒரு கட்டை மண் மட்டும்தான். பால் குடித்த காளையங் கன்றுகள் சுசீலாக்காவின் களம் முழுவதும் துள்ளி மறிவதை இங்கிருந்தே பார்த்துக் கொண்டு நிற்பான். அதன் கழுத்துக் கயிற்றைப் பிடித்துக் கொண்டு ஓடலாம் என்று தோன்றும்.

தொழுவத்து ஓட்டின் நிழலாக இருட்டு விழும் இடத்தில் வந்து நின்ற சுசீலா, அவனைப் பார்த்துக் கையசைத்துக் கூப்பிட்டாள். பூலிங்கத்துக்குத் தயக்கமாக இருந்தது. ஒரு உடலுறவுக்கான மனநிலை வாய்க்கப் பெற்றிருக்கவில்லை. எல்லாம் குழம்பிக் கிடந்தன. ஆனால் போகாமல் இருக்க முடியவில்லை. சுற்று முற்றும் பார்த்தான். இரவும் துயின்று கொண்டிருப்பதைப் போன்ற அமைதி. காற்றின் சலசலப்பு மட்டும்.

கட்டை மண்ணில் கையூன்றி, எம்பிக் குதித்தான். மெதுவாய் நடந்து சுசீலா நின்ற இடத்துக்குப் போனான். அவனை மார்போடு இழுத்து அணைத்துக் கொண்டாள்.

''நான் இருக்கச்சிலே ஒனக்கு என்னத்துக்கு இந்த அலவலாதித்தனம். சமைஞ்ச பிள்ளை கிட்டே சொர்ணாவினா சும்மா விடுவாளா?''

அவள் முதுகை இறுக்கிப் பிடித்துக் கொண்டு சொன்னான்.

''நீ நினைக்க மாதிரி நான் ஒண்ணும் செய்யல்லே.... காலேஜ் டே அண்ணைக்கு, வீட்டுக்கு பொறப்பிட்டாச்சாண்ணு கேட்டேன். இது ஒரு தப்பா?''

விரிந்து முடிந்திருந்த பிச்சிப்பூவின் வாசம் மெல்ல வளைத்துக் கொண்டது. பலமுறை முகர்ந்து பார்த்த உடம்பின் பழக்கமான வாசனை. மனமும் உடலும் கிளர்ந்து கொண்டிருந்தது. மனதில் இருந்ததோர் அச்சம் மெல்ல விலகிக் கொண்டிருந்தது. ஒரு வகை மகிழ்ச்சி பூத்துப் பரவியது. நெருக்கமாக சுசீலாவை அணைத்துக் கொண்டு, கழுத்தில், கன்னத்தில், மார்பு முகடுகளில், உதட்டில் முத்தமிட்டான்.

பூலிங்கத்தை இலேசாகத் தள்ளி விலக்கினாள் சுசீலா.

''போரும் விடு. நான் இப்பம் அதுக்காச் சுட்டி வரல்லே. படப்புக்கு நீதான் தீ வச்சேண்ணு அவ்வோ எல்லோரும் பேசிட்டிருக்கா. உன்னை ஒரு கையையும் காலையும் முறிக்காம விடப் போறதில் லேண்ணு ஆங்காரமாப் பேசுகா. நான் இதையெல்லாம் பாத்துக்கிட்டு எப்பிடி இருப்பேன்? நீ அஞ்சாறு மாசம் எங்கயாம் ஓடிப்போயிரு.... எல்லாம் ஆறித் தணுத்ததுக்குப் பொறவு வா. படித்தம் போனாப் போட்டும். சாரமில்லே. கையும் காலும் உறுதியா இருந்தாப் போரும். பாடு பட்டுண்ணாலும் பொழச்சுக்கிடலாம்.''

''அம்மையையும் அப்பாவையும் விட்டுக்கிட்டு நான் எங்க ஓடுகது?''

''எங்கயாம் போ! ஒரு வேலை தேடீட்டு அஞ்சாறு மாசம் யாரு கண்ணுலயும் படாம இரி... வேலம்மாக்காளுக்கு நான் சமானம் சொல்லிக்கிடுகேன்.''

ஜெம்பருக்குள் கைவிட்டு, சுருட்டி வைத்திருந்த நோட்டுக்களை அவன் கையில் திணித்தாள்.

''இதை வச்சுக்கோ ... ஆயிரம் ரூபா இருக்கு... எங்கிட்ட இப்பம் இவ்வளவுதான் இருந்து. இன்னா, வாங்கிக்கோ, இதுலே கூச்சப் படதுக்கு என்ன இருக்கு? நீ போறது யாருக்கும் தெரியாண்டாம். அவ்வோ பேசிக்கிடுகதைப் பாத்தா, ரெண்டு நாளைலே உன்னை கதுக்கட்டி வளைச்சிருவா போலிருக்கு... நீ லேசா நெனைச்சிராதே! இண்ணைக்கு ராத்திரி ஒன்னை எப்பிடியும் பாத்திரணுமேண்ணு நான் வெப்ராளப் பட்டுக்கிட்டு இருந்தேன். நீ ஒண்ணும் யோசிக்காண்டாம். அம்மைக்கும் அப்பாக்கும் ஒண்ணும் ஆகாது. நான் உனக்கு கெடுதலா சொல்லுவேன்...''

அவனை இறுக்கி அணைத்து நெஞ்சில் முத்தமிட்டாள்.

''ஒனக்கு இண்ணைக்கு வேணுமா?'' எனக் கேட்டாள்.

அவனோர் கலங்கிய மனநிலையில் இருந்தான். அனிச்சையாக அவன் கை அவள் அடிவயிற்றில் அலைந்தது.

''எனக்கு வெலக்கம் வாற நாளு தப்பி இருவது நாளாச்சு.... முப்பிடாரி அம்மன் கண்ணைத் தொறந்து பாத்திருக்கா, பந்திரெண்டு வருசத்துக்குப் பொறவு. ஆணாலும் பெண்ணாலும் இது ஒனக்க பிள்ளை... ஓர்மையிலே வச்சுக்கோ... இப்பம் நான் சொல்லுகது போலக் கேளு. என்னை கண்ணீரு குடிக்க வைக்காதே... தைரியமாப் போயிட்டு வா'' என்று சொல்லிக் கொண்டே அவனைச் சேர்த்தணைத்து முத்தமிட்டாள். ஒழுகிய கண்ணீர் கரைந்த முத்தம். 'வெள்ளூர் குயவன் புறமடை அடைத்த' குதூகலம் கலந்த முத்தம்.

வெடுக்கென விடுபட்டு, வீட்டுப் புறக்கடை வாசலை நோக்கி நடந்தாள். வாசலில் ஏறித் திரும்பிப் பார்த்து விட்டு வீட்டுக்குள் போனாள். கதவைத் தாளிடும் ஓசை கேட்டது. சற்று நேரம் அனக்கமில்லாமல் நின்றான் பூலிங்கம். கிளர்ச்சியும் குழப்பமும் மண்டிக் கிடந்தது மனதில். கையில் ரூபாய் நோட்டுச் சுருள் கசங்கியது. நீண்டதொரு பெருமூச்செறிந்து, திரும்பி நடந்து, கட்டை மண் தாவி, களத்துக்குப் போனான்.

பழுத்த இலை விழுந்தால் கேட்கும் அமைதி. மனம் கொந்தளித்துக் கிடந்தது. ஆறேழு மாதங்களோ, ஓராண்டோ, எங்கே போவது?

சீரற்றும் சீராகவும் ஓடிக் கொண்டிருந்தது ரயில். மக்கள் ஏறினார்கள், இறங்கினார்கள். எல்லோருக்கும் அவரவர் வேலை இருந்தது. குறுகிய பயணம் போனவர்கள், நெடும் பயணம் மேற்கொண்டவர். குப்பை கூளமாகக் கிடந்தது பெட்டி. முதற் பகலிலேயே இந்த அலங்கோலம். பீடி, சிகரெட் புகைத்து விட்டுக் கீழே போட்டுக் காலால் மிதித்தவர்கள். உரித்துப் போட்ட நிலக்கடலைத் தோடுகள், ஆரஞ்சுத் தோல்கள், வீடும் வெளியும் எல்லாம் ஒன்றுதான்.

பகல் சரிந்து மாலை கவிந்து கொண்டிருந்தது. வெக்கை சற்று ஆறியது போல. காலையில் குளித்ததுதான் என்றாலும் துளிர்க்கும் வியர்வையில் ஒட்டிய தூசுகள் கசகசத்தன.

மத்தியானம் இரண்டு பருப்பு வடையும் பச்சைப் பழங்களும் தின்றான். வாயில் சுவையில்லை. வயிற்றில் பசி இல்லை. மூளை போல் மந்தித்துக் கிடந்தன பிறவும்.

இரயில் பெட்டியில் அதிகக் கூட்டமில்லை. உட்காரத் தாராளம் இடம் இருந்தது. என்றாலும் இரவில் படுக்க முடியுமோ என்னவோ? தலைக்கு மேல் சாமான்கள் வைக்கும் இடத்தில் இரு பக்கங்களிலும் தூங்கிக் கொண்டிருந்தனர். எவராவது இறங்கினால் ஓரிடம் சடாரெனப் பிடித்துக் கொள்ள வேண்டும்.

சூரியன் சாய்ந்து விட்டாலும் இருள் சூழ்ந்து விடவில்லை. அம்மா தேட ஆரம்பித்திருப்பாள்.

''இந்த நாய்க்கு காலாகாலத்திலே வீடு வந்து சேந்தா என்னா? என்ன சொன்னாலும் மனசிலாகாது. எல்லாம் அவன் இட்டம் போலத்தான்'' என்று தனக்குள் பேசிக் கொண்டிருப்பாள். இன்னும் சற்று நேரம் போனால் வாசலுக்கும் அடுக்களைக்குமான நடை இருக்கும். ஈரக்குலை பதைபதைக்கத் துவங்கும்.

ஒன்பது மணிக்குச் சாமான்கள் வைக்கும் பலகையில் ஏறிப்படுத்தபோது வீட்டு ஞாபகமாகவே இருந்தது. இந்தத் துயரத்தை அவர்களுக்குத் தந்திருக்க வேண்டியதில்லை. நான்கு பெற்றும் மூன்று தங்கவில்லை. தங்கியதும் ஓடிப் போய்விட்டது. அழுகையும் ஆதாளியுமாக இருக்கும். எங்கென்று போய்த் தேடுவார்கள். மோசையிடம் சூசகமாகச் சொல்லிவிட்டு வந்திருக்கலாம். சுசீலாவுக்குத் தெரியும், ஆனால் அவள் போய்ச் சொல்ல முடியாது.

வருவான், வந்து விடுவான் எப்படியும், எங்கே போய் விடுவான். என்று நம்பிக்கையில் ஓடும் கொஞ்ச நாட்கள். வருவானோ, மாட்டானோ என்று தோன்றும். உயிரோடுதான் இருக்கிறானா என்ற சந்தேகம் வரும். எங்காவது சீவனுடன் கிடந்தால் சரி என்று ஆசுவாசப்படுத்திக் கொள்ளும் கடைசியாக.

என்றாலும் காலம் நடைபழகிக் கொண்டிருக்கும் சாவகாசமாக.

பிறந்ததில் இருந்து, வீட்டில் இல்லாத முதல் சூரிய உதயம். சூரியன் தென்படாவிட்டால் கிழக்கென்றும் மேற்கென்றும் தெரியாது. திசைகள் அற்ற உலகம். திசைகள் தெரிந்துதான் என் செய? வாழ்க்கை என்பதும் திசைகள் அற்றுச்சுழலும் கோளம்தான் போலும். சுழற்சி முக்கியம். நின்றுவிட்டால் 'தொப்'பென வீழ்ந்துவிடும்.

அம்மா வாசல் தெளிக்கக் கூட எழுந்தாளோ என்னவோ? இப்போதே திரும்பிப் போனால்கூட மூன்று நாட்களில் பட்ட துயரம் பட்டதுதான். எங்காவது சென்று இறங்கிய பிறகு ஒரு அஞ்சலட்டை வாங்கி எழுதிப் போடவேண்டும்.

மோசை ஒருவேளை ஆறுதல் சொல்வானாக இருக்கும்.

"அவன் எங்காவது கொஞ்ச நாள் போகலாம்ணு நெனைச்சுத்தான் போயிருப்பான். அதும் நல்லதுதான். இவுனுகளுக்கு மூர்க்கம் கொஞ்சம் கொறையட்டும். நீங்க பயப்படுகது மாதிரி எதுவும் ஆகாது. அவன் வெவரம் இல்லாதவன் இல்லே.... சமாதானமா இரிங்கோ.."

வெறும் விரல் கொண்டு பல் தேய்த்துக் கொப்பளித்து முகம் கழுவினான். குண்டக்கல் வருகிறது என்று பேசிக் கொண்டார்கள். கொஞ்ச நேரம் ரயில் அங்கு நிற்கும் என்றார்கள். வடை சூடாகக் கிடைக்கும் என்றார்கள். தண்ணீர் பிடித்து வைத்துக் கொள்ள வேண்டும் என்றார்கள். ஆங்கிலத் தினசரி கிடைக்குமா எனப் பார்க்க வேண்டும் என்றார்கள். அவரவர்க்கு அவரவர் கவலை. மண் செப்புப் போல சின்னக் கவலை. குலுக்கை போலப் பெரிய கவலை. கவலை மலிந்த காலம்.

துவேஷம், துரோகம், துயரம் போல் கவலைகளும் செழித்துப் பயிராகும் பூமி. நாற்றாக நடுவாரும் இல்லை. களையாகப் பறிப்பாரும் இல்லை.

ஸ்டேஷன் நெருங்கும்போது ஏற்படும் சலசலப்பு. பூலிங்கம் இருந்தது கடைசிப் பெட்டி. அது நின்ற இடத்திலும் பிளாட்பாரம் இருந்தது. பெட்டியை விட்டு இறங்கி வெளியே வந்தான். பரபரப்பாக இருந்தது. பிரம்மாண்டமான ஸ்டேஷனாகத் தோன்றியது. சிற்றுண்டி நிலையத்தில் இட்டிலி வாங்கித் தின்றான். கை கழுவி, இரண்டு வாய் தண்ணீர் குடித்து, ரயில்களின் போக்குவரத்து அட்டவணையைக் கவனித்தான். இராப் பகலாய் உறங்காத நிலையம் போலும். நிறைய செஞ்சட்டை போர்ட்டர்கள், காக்கிச் சட்டை ரயில்வே சிப்பந்திகள். கறுப்பு கோட்டு அணிந்தவர்கள். பிளாட்பாரத்தில் மேலும் கீழுமாய் ஒரு முறை நடந்தான். காலியாகக் கிடந்த பெஞ்சில் உட்கார்ந்தான். வண்டி புறப்பட்டால் எந்தப் பெட்டியிலும் ஏறிக் கொள்ளலாம், முதல் வகுப்புத் தவிர.

ஏறி எங்கே போக என்ற கேள்வி இருந்தது. இங்கேயே சில காலம் தங்கினால் என்ன என்று தோன்றியது. எண்ணிக் கொண்டிருந்தபோது கை காட்டி விழுவதும் பச்சைக் கொடி அசைவதும் தெரிந்தது. நீண்ட ஊதலுடன் ரயில் மெதுவாக நகர்ந்து வேகமெடுப்பது தெரிந்தது. பெருமூச்சொன்று பறிந்தது.

ஆந்திராவின் வெயில் மிதந்து மிதந்து ஏறிக் கொண்டிருந்தது. வியர்வைக் கசகசப்பு ஆறக் குளித்தால் என்ன என்று தோன்றியது. இரண்டாம் வகுப்புப் பயணிகள் தங்குமிடம் கண்ணில் பட்டது ஞாபகம் வந்தது. யாராவது ஏதும் கேட்பார்களோ என்ற அச்சமாகவும் இருந்தது. ஏதாயினும் கையில் பயணச்சீட்டு இருந்தது.

பகலிலும் கிடந்தும் சாய்ந்தும் உறங்குபவர்கள். கால்களை நீட்டிக் கண்களை மட்டும் மூடி, பயணப் பெட்டியின் மீது கையோ காலோ வைத்திருப்பவர். பயண அலுப்பு உடலிலும் முகத்திலும் தெறிக்க இருந்தவர். குளித்துத் தலை துவட்டியவர், தலை வாரும் பெண். க்ரீம் பிஸ்கெட்டைக் கையில் பிசைந்து கொண்டிருந்த குழந்தை...

எல்லோரையும் தாண்டி, பாத்ரூம் இருந்த பக்கம் நகர்ந்தான். சற்றுக் காத்திருக்க வேண்டியதிருந்தது.

சோப்பு நுரையும் தண்ணீர்க் கலங்கலும் தீக்குச்சிகளும் ஷாம்பு பர்க்கெட்டுகளும் நீண்ட தலைமயிர்களும் இன்னபிற கசடுகளுமாய்க் கிடந்தது குளியலறை. ஆணி ஏதும் தென்படுகிறதா என்று பார்த்தான். சுவரெங்கும் சித்தன்ன வாயில் ஓவியங்கள் போல. சில இடங்களில் ஆண் பெண் குறிகள் பற்றிய குறும்பாக்கள். எவ்வளவு கலை இலக்கிய நுணுக்கங்கள் நம்முள்? சில பாலியல் நிபுணர்களின் அடையாளங்கள், நிற்கும் இடங்கள், தொலைபேசி எண்கள்.

இரண்டு ஆணிகள் இருந்தன. இடது பதம் தூக்கியும் வலது பதம் தூக்கியும் ஆடி, தண்ணீரில் நனையாமல் பேன்ட் கழற்றி, பர்சும் கத்தியும் கீழே விழுந்து விடாமல் பிடித்துக் கொண்டு, ஆணியில் மாட்டி...

குளிரக் குளிரக் குளிக்க வேண்டும் போலிருந்தது. வெளியே வேறு பயணிகள் காத்து நிற்கக் கூடும். கண்களில் சூடு, ஆவி பறந்தது ஆற்றிலும் குளத்திலும் முங்கிக் குளிப்பது போல் இல்லை. கரண்டியால் தோசை தின்பதைப் போல் குழாய்க் குளியல்.

இனி என்னென்ன வருமோ எதிரில்?

தலைக்கு எண்ணெய் இல்லை. சோப்பு இல்லை. முக்கியமாய் தலை துவட்ட துவர்த்து இல்லை. தண்ணீர் வடியட்டும் என்று சற்று நேரம் நின்றான் பூலிங்கம். பேண்ட் பாக்கெட்டில் இருந்த கர்ச்சீப்பை எடுத்து நனைத்துப் பிழிந்து தலையைத் துவட்டித் துவட்டிப் பிழிந்தான். உதிரி பாகங்களை துடைப்பது போல் உடம்பு துடைத்தான். தலையை விரல்களால் கோதி, வகுப்புப் போலப் பிரித்தான். இரண்டு நாட்கள் வியர்வையில் ஊறிய உள்ளாடைகளை மறுபடியும் அணிந்து கொள்ள மனதுக்குக் கஷ்டமாக இருந்தது. கால் பகுதியில் நனையாமல் பேன்டைப் போடுவது சிரமமாக இருந்தது.

வெளியே வந்த போது, காத்து நின்றவர், வடநாட்டுக்காரர் போலத் தெரிந்தவர், முறைத்துப் பார்த்தார். வெளியில் மாட்டியிருந்த, ஒளி மங்கித் திட்டுத் திட்டாகத் தெரிந்த, ரசம் பெயர்ந்திருந்து முறைத்த கண்ணாடியில் முகம் பார்த்தான். முகம் சற்றுத் தெளிவு கொண்டது போலத் தோன்றியது. உடம்பும் சற்று சிலிர்ப்புக் கொண்ட து போல.

பொழுது உச்சிக்கு நெருங்கிக் கொண்டிருந்தது. நகருக்குள் போய் ஏதும் செலவு குறைவான வாடகை அறை கிடைக்குமா என்று பார்க்க வேண்டும். ஏதும் கடைகளில் வேலை கேட்டுப்பார்க்க வேண்டும்.

கேட்டில் டிக்கட் கேட்க யாரும் இல்லை. இரயில் வர நேரம் இருக்க வேண்டும். நடந்து நகருக்குள் வந்தான். தமிழில் பேச இயலாது. தெலுங்கு தெலிசி லேது. இந்தியை அரக்கி என்று ஆரம்பப் பாடத்திலேயே துரத்தி விட்டார்கள். ஆங்கிலத்தில் முயற்சி செய்து பார்க்க வேண்டும். தனக்குத் தெரிந்த ஆங்கிலத்தில், அடுத்தவர்க்கும் புரியும் ஆங்கிலத்தில்.

ஹோட்டல் தாஜ் இன்டர்நேஷனல் என்றொரு பெயர்ப்பலகை இருந்தது. முகப்பே பார்க்க மிகச் சுமாராக இருந்தது. உள்ளே போய்ப் பார்த்தான். தினத்துக்கு வாடகை முப்பது ரூபாய் என்றான் தடுப்புக்கு அப்பால் இருந்தவன். ஆனால் பூலிங்கத்தை ஒரு மாதிரி பார்த்துவிட்டு, அறை இல்லை என்று சொன்னான். அட்வான்ஸ் தருவதாகச் சொல்லியும் பயனில்லை.

ஒருவேளை கிரிமினல் குற்றம் செய்துவிட்டு ஓடி வந்தவன் என்று நினைத்திருக்கலாம். அதுவும் தப்பென்று சொல்ல முடியாது. அல்லது இரவு மூட்டைப் பூச்சி மருந்து குடித்து விட்டு தற்கொலை செய்து கொள்வான் என்ற அச்சம் இருக்கக் கூடும். தன் கையில் பெட்டி, பை என எதுவும் இல்லாமல் அறை வாடகைக்குக் கேட்டால் எப்படித் தருவான் என்றும் தோன்றியது. அறை எடுத்த பிறகு சாரம், துண்டு, மாற்று உள்ளாடைகள் வாங்க நினைத்திருந்தான். நகரில் வேறும் ஏதாவது இன்டர்நேஷனல் ஓட்டல் இருக்கலாம். சத்திரங்கள் ஏதும் இருக்க வேண்டுமானால் பெரிய கோயில்கள் இருக்க வேண்டும். அதற்கான தடயங்கள் இல்லை. இன்னொரு டிலக்ஸ் ஓட்டல் தென்பட்டது. அங்கும் இல்லாத தலையசைப்புத்தான். இவர்களுக் கெல்லாம் தொழில் முறையிலான அனுமானங்கள் இருக்கக் கூடும். அவை சார்ந்த தற்காப்பு முள்வேலிகள். என்றாலும் விபச்சாரம் பயிராகியது. குடித்துவிட்டுக் குடங்குடமாய் வாந்தி செய்தனர். காதலர்கள் தம்மைக் கொன்று கொண்டார்கள். தற்கொலை - என்ன அழகான வார்த்தை? கள்ளன் பெரிதா காப்புப் பெரிதா?

நடக்கும் போதே சில கடைகளில் வேலை கேட்டுப் பார்க்கலாம் எனத் தோன்றியது. ஜவுளிக் கடைகள் இரண்டு, மின் உபகரணக் கடைகள் நான்கு, பலவெஞ்சணக் கடைகள் மூன்று.

முதலில் என்ன வேலை என்று சொல்லிக் கேட்பதே தயக்கமாக இருந்தது. கணக்கு எழுதும் வேலை? கடைச் சிப்பந்தி வேலை, எடுபிடி வேலை? ஏதோ ஒன்று. அல்லது எல்லாமும் ஆன ஒன்று.

முன்பின் தெரியாத பரதேசி ஒருவனை யாரும் அத்தனை எளிதில் அணுகவிடவில்லை. சொல்லப் போனால் முகம் கொடுத்துப் பேசக்கூட இல்லை. கடுப்பு தெறிபடப் பார்த்தார்கள். இதென்ன சல்லியம் என நினைக்கலாம். ஆளும் முகமும் தெரியாத ஊரில் எவரைப் பிடித்து சிபாரிசு கேட்க?

சுமாராகத் தென்பட்ட விடுதி ஒன்றில் புகுந்து சாப்பிட்டான். புதிய வாசனைகள் மிரட்டுவன போலிருந்தன.

கால்களில் குண்டக்கல் புழுதி படிந்தவாறிருந்தது. சோர்வாக இருந்தது. தோள் பையின் தொங்கலில் சோர்வு துவண்டு தெரிய, சீருடை அணியாத பள்ளிச் சிறுவர்கள் போனார்கள். கால்களில் செருப்பு இல்லை. உடைகளில் வெளுப்பு இல்லை. உடலில் மினுக்கம் இல்லை. மூஞ்சிப் போட்ட பனங்கொட்டை போலப் பாறிக் கிடந்த தலைமயிரில் எண்ணெய்ப் பிறப்பு இல்லை.

சீக்கிரம் விளக்கு வைத்துவிடும். இராத் தங்கல் பற்றிய நினைப்பு வந்தபோது திகில் மண்டியது. பெருங்கானகத்தில் தன்னந்தனியாய்த் தட்டழியும் தடம் தொலைந்த பார்ப்பு... தங்கலுக்கும் சாப்பாட்டுச் செலவுக்கும் சரிக்கட்டிப் போகும் எந்த வேலையானாலும் போதும் என்று தோன்றியது. இரயில் நிலையத்தில், பஸ் நிலையத்தில் சாமான்கள் தூக்கக் கூட பித்தளை வில்லையும் சிவப்புச் சட்டையும் வேண்டும். சந்தையில் மூடை சுமக்கலாம். அல்லது தின்பண்டங்கள் மொத்தமாய் வாங்கி, சில்லறை விலைக்குக் கூவி விற்கலாம். கைக்குட்டைகள், சீப்புகள், பேனாக்கள் விற்கலாம். என்றாலும் படுத்துக் கொள்ள ஒரு இடம் வேண்டும்.

"எனக்க அப்பன் செத்தா, பன்னிரண்டு லெச்சம் ரூவா வரும். அதுக்காக கெழவனைக் கொல்ல முடியாதுல்லா" என்று தள்ளாடிய போதையில் ஒருவன் மற்றவனிடம் சொல்லிக் கொண்டு போனான். நியாயம்தான் எனத் தோன்றியது.

இரவு இறங்கிக் கொண்டிருந்தது. இரயில் நிலையம் ஒன்றுதான் அனுபவப்பட்ட இடமாக இருந்தது. ஊரில் இருந்து இறங்கி இரண்டு நாட்கள் ஆகிவிட்டன. எங்கோ ஓடிவிட்டான் என்ற முடிவுக்கு வந்திருப்பார்கள். பெற்ற வயிற்றின் பரிதவிப்பு மனதில் சஞ்சலம் ஏற்படுத்தியது.

இரயில் நிலையத்தில் யாரும் ஏன் என்று கேட்கவில்லை. பின் கோடியில் ஆளும் அரவமும் அற்ற பெஞ்சு ஒன்றில் போய் உட்கார்ந்தான். ஏதோ ரயில் வந்து நின்றது. முந்திய நிலையத்தில் கொடுத்த இரவுச் சாப்பாட்டுத் தட்டங்களை அடுக்கடுக்காய் இறக்கிக் கொண்டிருந்தனர். காசும் பிறப்பும் கலகலத்தது. பன்னிரண்டு

வயதுச் சிறுமி ஒருத்தி, ஒவ்வொரு தட்டாய்த் திறந்து அதில் இருந்த வற்றை மொத்தமாய் ஒரு தட்டில் வழித்துக் கொண்டிருந்தாள். மிச்சம் வைத்துச் சாப்பிடுகிற அளவுக்கா ரயில்வே சாப்பாடு தருவார்கள்? என்றாலும் குழந்தைகள் வைத்த மிச்சங்கள், பல் பறிந்த கிழவர்கள் தள்ளி வைத்த பூரிகள், குறும வயிற்றுவலிக்காரர்கள் அளைந்தவை, நாகரீகமாய் உண்டு ஒதுக்கியவை...

சுமார் எழுபது எண்பது தட்டுக்களை வழித்ததில் இரண்டு பேர் சாப்பிடும் கதம்பச் சோறும் பூரிகளும். கூவி அழைத்ததில் ஒன்பது வயதுச் சிறுவன் ஒருவன் ஓடி வந்தான். இருவரும் ஒக்க இருந்து உண்ணத் தலைப்பட்டனர்.

பூலிங்கத்துக்கு தொண்டை அடைப்பது போலிருந்தது. நிராதரவு நெஞ்சில் கனன்றது.

வண்ணங்களில் சுழன்று கொண்டிருந்தது வானில் விடுதலைப் பந்து. தேசீய நாட்களில் விமானங்கள் தலைவர் தலைகளில் பூவிதழ்க் குவியல்கள் சொரிந்தவாறிருந்தன.

கல்யாண மண்டபங்களில் விருந்து முடிந்தபின் சேரும் எச்சிச் சோற்றைச் சேகரித்து விழா எடுத்து ஏழைகளுக்கு விநியோகிக்கலாம். இலவச வேட்டி, சேலை, ஐந்து கிலோ அரிசி வழங்குவதைப் போல.

இரவு ஒன்பது மணி தாண்டி விட்டது.

உறக்கம் கிறக்கிக் கொண்டு வந்தது. இரண்டாம் வகுப்புப் பயணிகளின் ஓய்வறை நோக்கிப்போனான். இருக்கைகள் எல்லாம் நிரம்பி இருந்தன. சிலர் தரையில் துணி விரித்து தலைக்குப் பெட்டி வைத்துப் படுத்திருந்தனர். ஒரு துண்டாவது வாங்கிக் கொண்டிருக்கலாம். யாரோ உபயோகித்து மடக்கி போட்ட தினசரித் தாள்கள் கிடந்தன. அதை நீள வாக்கில் பரத்தி சுவரோரம் முடங்கிக் கொண்டான். உறக்கம் அள்ளிக் கொண்டு போயிற்று. அளவானகுளிர், அலைந்தலைந்து கடித்த கொசுக்கள், எதுவும் உறைக்கவில்லை.

தலைவிரி கோலமாய் அம்மா பேய் பிடித்து ஆடிக் கொண்டிருந்தாள். நான்கு பேர்கள் பிடித்து நிறுத்த முடியவில்லை.

மூசுமூசு என மூச்சு வாங்கியது. ஒப்பாரிப் பாடலொன்று நெஞ்சின் ஊற்றாய்க் கிளம்பியது. பிணம் போலக் கிடத்தி இருந்தார்கள் பூலிங்கத்தை, வடக்குப் பார்த்து. பூசைக்கும் வடக்கு முகம். பிணத்துக்கும் வடக்கு முகம். போசனத்துக்கு தெற்கு முகம். நெற்றியில் குழைத்துப் பூசிய திருநீறு. தலைமாட்டில் எரியும் நிலை விளக்கின் தீபம். ஊதுபத்திக் கட்டுப்புகை. கழுத்தில் பிச்சிப்பூ மாலை. சிவந்தி ஆரம். கண்களிலிருந்து மாலைமாலையாய்க்கண்ணீர் வழிந்தவா றிருந்தது. வாசலில் கோமரத்தாடியின் காற் சலங்கையின் குலுங்கல் ஓசை. இடுப்பில் சல்லடம் கட்டி, மேலே கச்சை கட்டி, தோள்களில் இருந்து குறுக்காக இறங்கிய பாச்சக்கயிறு கிண்ணென்று இழுபட, தலையில் கட்டிய குஞ்சமும் செருகிய தாழை மடல்களும், கையில் ஓங்கிய வெள்ளி வெட்டுக் கத்தியுமாய் தெய்வநாயகம் பிள்ளை.

'ம்... கொண்டா அவனை... கரும்பு கொண்டா .... ஓயேவ்...''

முரசு காது மடல்களைச் சிதைத்துக் கொண்டிருந்தது.

முன் தள்ளிய வயிறும் தளர்ந்த நடையுமாக சுசீலா கோமரத்தாடியிடம் திருநீறு வாங்கிக் கொள்ளக் குனிந்து நிற்கிறாள். கொப்பரையின் திருநீற்றைத் தலையில் தூவி, நெற்றியில் பூசி.... தலைப்பிள்ளைச் சூலியின் விகசித்த முகம். பூசாரி கெண்டியின் தண்ணீரைச் சுசீலாவின் தலையில் தெளித்தார். கும்மென்று உயர்ந்து இறங்கியது தீவட்டி வெளிச்சத்தில் பளீரிடும் வெள்ளிவாள். கொப்பளித்த குருதியின் துளியொன்று பிணமாய்க் கிடந்த பூலிங்கத்தின் உதட்டில் வடிந்தது. உப்புச் சுவையில் உதடுகள் மெலிதாய் நடுங்கி விரிந்தன.

சுளீரெனக் குண்டிக் சதையில் விழுந்தது பிரம்படி, சூளைக்கரை மாடனின் மின்னல் எனச் சுழலும் பிரம்பு எனத் திகைத்துப் போய்க் கண் திறந்து எழுந்து உட்கார்ந்தான் பூலிங்கம். கையில் லாத்தியுடன் ரயில்வே போலீஸ். ஏதோகேட்டான். ஒன்றும் புரியவில்லை, உறக்கக் கிறக்கத்தில். டிக்கட்டை எடுத்துக்காட்டப் போனான். வெளியே போ எனும் பொருளில் கை காட்டிக் கத்துவது புரிந்தது. எழுந்து நடந்து வெளியே வந்து பிளாட்பாரத்தில் மணி பார்த்தான். மூன்றரை தாண்டி இருந்தது. பெஞ்சுகளில் பலரும் முடங்கிக் கிடந்தனர்.

ஆறடி மண் வேண்டாம் மனிதனுக்கு, மூன்று அல்லது மூன்றரை அடி மண் போதும் இந்தக் கணக்கில். எடை பார்க்கும் இயந்திர மேடையில் மூன்று பேர் அமர்ந்து புகை பிடித்துக் கொண்டிருந்தனர். இரயில் நிலையிம் முக்கால் உறக்கத்தில் இருந்தது. கொடுவாய் வடித்துக் கொண்டு, கொட்டாவி விட்டுக் கொண்டு, குறட்டையொலி எழுப்பிக் கொண்டு, கவட்டுக்கிடையில் கைவிட்ட சுகத்தில் கனவு கண்டு, கொசுக்கடிக்கும் குளிர் கடிக்கும் நெளிந்து அசைந்தவாறு, இரயில் நிலையம் முக்கால் உறக்கத்தில் இருந்தது.

ஆறாவது பிளாட்பாரத்தில் இருந்து பயணிகள் வண்டியொன்று புறப்படும் என்று அறிவிப்பு தூக்கச் சடைவுடன் கேட்டது. இங்கு உட்கார்ந்து என்ன செய்ய என்று தோன்றியது பூலிங்கத்துக்கு. படிக்கட்டுகளில் ஏறி இறங்கி, ரயில் நின்றிருந்த பிளாட்பாரத்தை அடைந்தான். எல்லாப் பெட்டிகளும் பெரும்பாலும் காலியாகத்தான் இருந்தன. முன் அதிகாலையிலும் அவசர வேலையாகப் போகிறவர்கள் இருந்தனர். காய்கறி மூடைகள் ஏற்றப்பட்டுக் கொண்டிருந்தன. முன்தினம் இரவு எந்தரயிலிலேயோ வந்து இறங்கி, இந்த வண்டிக் காகக் காத்திருந்த குடும்பங்கள் கனத்த சாமான்களுடன், மூன்று நாள் தூக்கக் கலக்கம் மொத்தமாய்க் குடியிருந்த முகங்கள்.

நிறைய இடம் கிடைத்த மகிழ்ச்சியில் அப்பாடா என நீட்டிப் படுத்தவர்கள். வழியில் ஆளேற ஆளேறக் குறுக்கிக் கொள்ள வேண்டியதிருக்கும். சாமான்கள் வைக்கும் பலகைமீது ஏறி, கால் நீட்டி, கையைத் தலைக்கு வைத்து - ஒரு மாநில ஆளுநருக்கும்கூடக் கிடைக்காது இந்தச் சுகம். ரயிலின் அசைவு தொட்டில் அசைவது போலிருந்தது. இறங்கினார்கள், ஏறினார்கள், சளசளத்தார்கள், எதுவும் புலனுக்கு எட்டாத உறக்கம். விழித்துப் பார்த்தபோது ரயில் ரெய்ச்சூர் ஸ்டேஷனில் நின்று கொண்டிருந்தது. வெயில் ரயில் பெட்டிக்குள் பயந்து தூசுகளைமினுங்கச் செய்தவாறிருந்தது.

பலகையில் இருந்து இறங்கி வெளியே எட்டிப் பார்த்தான். எட்டரை மணிக்கான சூரியக் கோணம். ஆங்காரத்துடன் அறைய ஆரம்பித்திருந்தது வெயில். பெரிய ஸ்டேஷனில் நிறைய நேரம்

நிற்கும் பயணிகள் வண்டி. ரயில் பெட்டியிலேயே காலைக்கடன்கள் முடித்துக் கொண்டான். இன்றாவது உள்ளாடைகள் துவைக்க வேண்டும் என்று எண்ணியதால் குளிக்கவில்லை. மூன்று நாட்கள் எண்ணெய் காணாத தலைமயிர் வறள ஆரம்பித்திருந்தது. நான்கு பூரிகள் வாங்கித் தின்று விட்டு, நிழல் பார்த்து, சிமெண்ட் பெஞ்சில் அமர்ந்தான்.

குண்டக்கல்லை விடச்சிறிய ஊராக இருக்கும் போலிருந்தது. சற்று நேரம் பிளாட்பாரத்தில் போக்கற்ற நடை நடந்தான். இங்கு எவர் வேலை வைத்துக் கொண்டு வழிமேல் விழி வைத்துக் காத்திருப்பார் எனத் தோன்றியது.

வீட்டை நினைத்தால் சங்கடமாக இருந்தது. எல்லாம் நாட்பட நாட்பட ஆறும். அழுகும் புண் கூட ஆறிப் போய்விடும். எங்கிருந்தாவது, தான் உயிருடன் இருப்பது பற்றி ஒரு அஞ்சலட்டை எழுதிப் போடலாம் என்று எண்ணினான். பெரும்பாலும் அப்பாவுக்குப் போகும் முதல் கடிதமாக இருக்கும்.

பெஞ்சில் பக்கத்தில் வந்தமர்ந்த காக்கிச் சட்டை ரயில்வே ஊழியரிடம் கேட்டான். போஸ்ட்டாபீஸ் எனும் சொல் அவனுக்குப் புரிந்திருக்க வேண்டும். வெளியே கையைக் காட்டி ஏதோ சொன்னான், தெளி தெலுங்கோ, களிகன்னடமோ? பூலிங்கம் பரக்கப் பரக்கப் பார்த்தான்.

சற்றுத் தூரத்தில் போய்க் கொண்டிருந்த இன்னொரு ஊழியனை விளித்தான்.

'ஏ அண்ணா ! இதர் ஆவ்.... யே குச் பூஸ்தா ஹை!'' கிட்ட வந்தவன் நின்றபடியே கேட்டான்.

''தமிளா?''

''ஆமா!''

''என்ன வேணும்?''

''போஸ்ட்டாபீஸ் எங்க இருக்கு?''

''வெளீல டவுனுக்குப் போணும்... ஏன்?''

''வீட்டுக்கு ஒரு கார்டு எழுதிப் போடணும்''

கால் சற்று நேரம் மௌனமாக நின்றான். பிறகு அருகில் வந்தி அமர்ந்தான்.

''எம் பேரு சோணாசலம்... கடையநல்லூர்... தம்பிக்கு எந்தூரு?''

''நாகர்கோயில் பக்கம்''

''வீட்லேருந்து ஓடியாந்திட்டியா?''

''...............''

''எங்க போலாம்ணு உத்தேசம்?''

''ஏதாம் ஒரு வேலை பாக்கணும்''

''எதுவரை படிச்சிருக்கே?''

''பி.காம். கடைசி வருசம்''

''அப்பம் குறுக்கு வளைஞ்சு வேலை செய்ய முடியாது!''

''என்ன வேலைண்ணாலும் பரவாயில்லே...''

''ஊருக்குத் திரும்பிப் போயேன்... ரூவா இல்லியா?''

''ரூவா இருக்கு''

''பின்னே என்னா? போயிப் படிச்சு ஆளாகதுக்குள்ள வழியைப் பாரு... மத்தியானம் ரெண்டு மணிக்கு ஜெயந்தி ஜனதா வரும். நேர கன்னியாகுமரி போற வண்டி... அதிலே ஏறிப் போயிரு...''

''இல்லே .... இப்பம் நான் ஊருக்குப் போக முடியாது...''

''ஏன்? ஏதாம் வேண்டாத்தனம் செய்துக்கிட்டு வந்தியா?''

''................ அண்ணாச்சி என்ன வேலை செய்யியோ?''

''நானா.... இன்னா ட்ராலி கெடக்குல்லா.... இதைத் தள்ளிக்கிட்டு தண்டவாளத்திலே ஓடணும்''

''என்னத்துக்கு?''

‘‘தண்டவாளமெல்லாம் சரியா இருக்கா, ஜாயின்ட் எல்லாம் சரியா இருக்கா, ஃபிஷ் பிளேட் ஒழுங்கா இருக்காண்ணு ட்ராக் சோதனை பண்ண துக்கு ...’’

‘‘அது நடந்து போயிப் பாத்தா போராதா?’’

‘‘நாம நடக்கலாம். ஆபீசர்மாரு நடப்பாளா? ட்ராலி மேலே ரெண்டு பேர் இருந்து ரெண்டு பக்கமும் பாத்துக்கிட்டே வருவா..... நாங்க ரெண்டு பேரு தள்ளீட்டே ஓடுவோம்...’’

‘‘ஒரு நாளைக்கு எவ்வளவு தூரம் ஓடுவியோ ?’’

‘‘பத்திருவது கிலோ மீட்டர். அடுத்த ஸ்டேஷன் வாறது வரைக்கும்.’’

‘‘அவ்வளவு தூரம் ஓட முடியுமா?’’

‘‘ஏன் முடியாது? வண்டி ஸ்பீட் எடுத்துட்டுண்ணா ஏறி நிண்ணுக்கிடுவோம்... இறக்கம்ணாலும் தள்ளாண்டாம்.’’

‘‘தண்டவாளத்தைச் சமுண்டாம எப்பிடி ஓட முடியும்?’’

‘‘தண்டவாளத்தைச் சமுண்டாம என்னத்துக்கு ஓடணும்? தண்டவாளத்துக்கு மேலதான் காலுவச்சு ஓடுவோம்.’’

‘‘ஒத்த தண்டவாளத்திலேயா?’’

‘‘ஆமா’’

‘‘காலு சறுகீராதா?’’

‘‘எல்லாம் பழகீரும். மழைச்சமயம் கொஞ்சம் கஷ்டமா இருக்கும். கால் வழுக்கும். வழுக்கினா சில சமயம் அடிப்பக்கம் இளகி நிக்க இரும்புச் சிலாம்பு கீறீரும்...’’

‘‘செருப்புப் போட்டாலுமா?’’

‘‘செருப்புப் போட்டுக்கிட்டு ஒத்த தண்டவாளத்திலே ஓட முடியாது தம்பி’’

‘‘சட்டுண்ணு முன்னயோ பொறத்தையோ ரயிலு வந்திட்டா என்ன செய்வியோ?’’

''ரயில் வருகுண்ணா தண்டவாளத்திலே தெரியும். ஒரு சவுண்டு கெடைக்கும். அப்போ எறக்கி வச்சுக்கிட்டு சைடுலே நிண்ணுக்கிடுவோம்...''

''சட்டுன்னு டர்ணிங்கிலே திரும்பி வந்திட்டுண்ணா?''

''ஒரு கிலோ மீட்டர் தூரத்திலே வரச்சிலேயே எங்களுக்குத் தெரியும்.''

''இருந்தாலும் அறுபது எழுவது கிலோ மீட்டர் ஸ்பீடுலே வரச்சிலே, எறக்கி வக்கதுக்கு நேரம் இருக்குமா?''

''இருக்கும், எங்களுக்கு பதினஞ்சு செகண்டுதான் வேணும். தண்டவாளத்திலே இருந்து இறக்கி பக்கத்திலே போடுகதுக்கு...''

''ரிஸ்க்தான் இல்லையா?''

''ரிஸ்க் இல்லாம எந்த வேலை செய்யது தம்பி?''

''அண்ணாச்சி எனக்கொரு வேலை புடிச்சுத் தருவேளா?''

''நான் ஜில்லா கலக்டர் வேலையா பாக்கேன்? ட்ராலி தள்ளக் கூடிய மஸ்தூர். நான் சொல்லி எவன் வேலை தருவான்?''

''தற்சமயத்துக்கு எதாம் ஏற்பாடு செய்யுங்கோ ...''

''நீ அப்பம் ஊருக்குப் போல்ல...''

''போகக் கூடிய சூழ்நிலை இல்லே... துணியெல்லாம் தொவச்சு குளிக்கணும் அண்ணாச்சி, வாக்கா இடம் இருக்கா?''

''சும்மா குளிக்கதுண்ணா, வெயிட்டிங் ரூம்லே குளிக்கலாம். துவைக்க முடியாது. நனைச்சாலும் எங்க காயப்போடுவே? எதை உடுத்திக்கிட்டு நிப்பே? ஒரு காரியம் செய்யி. இப்ப ஒரு பேசஞ்சர் வரும். அதுலே ஏறி, எட்டுப் பத்துக் கிலோ மீட்டர் தாண்டி, கிருஷ்ணாண்ணு ஒரு ஸ்டேஷன் வரும். ஆத்தங்கரை. மனம் போல தண்ணி போகு. ஆத்திலே இறங்கி நல்ல துணி துவைச்சுக் குளி.

இந்த வெயில்லே, அரை மணிக்கூர்லே காஞ்சிரும். பொறவு போட்டுக்கிட்டு, ஏதாம் ஒருவண்டி வரும், ஏறி வந்திரு... சாயங்காலம் பாக்கலாம். சாயா குடிக்கியா?

''இல்ல அண்ணாச்சி வேண்டாம்...

சோணாசலம் எழுந்து போனார். சிறியதோர் நம்பிக்கை துளிர் அடித்தது. சற்று காலம் எப்படியும் ஓட்டலாம் என்று தோன்றியது.

கிருஷ்ணா 'ஹோ' வென்று ஓடிக்கொண்டிருந்தது. சமீபத்தில் மழை பெய்து பெருக்கெடுத்து ஓடியதன் அடையாளங்கள். ஆறு தன் சீற்றத்தைச் சொல்லி முடித்திருந்தது. வெள்ளப் போக்குக்கு முறிபட்ட சிறுமரக்கிளைகளில் குப்பை செத்தைகள் ஒட்டிக் காய்ந்து கிடந்தன. மரக்கிளைகள் பூரிப்பில் குலுங்கிக் கொண்டிருந்தன. பேய்க் கரும்பு நீரின் தாளத்துக்கு அசைந்து கொண்டிருந்தது. பல மரங்களின் பெயர்கள் தெரியவில்லை. ஆற்றோரம் நிற்கும் ஆசிபெற்ற மரங்கள்.

தண்டவாளத்தை ஒட்டிப் படிக்கட்டுப் போன்று பாவிய கல்வரிகள் இறங்கின. பழுப்பு நிறக்கறகள். முற்பகல் முறிந்து கொண்டிருந்த, நல்ல வெயிலடிக்கும் நேரத்தில், ஆற்றில் குளிக்க யாரும் இல்லை. தண்ணீரைக் கண்டதும் குளிக்கும் ஆசை பெருகிப் பல்கியது.

முறையாகப் பல் தேய்த்து மூன்று நாட்கள் ஆயின. கல்லிடுக்கில் வளர்ந்து நின்ற வேப்பங்கன்றின் கிளை ஒடித்து மென்று பல் துலக்க ஆரம்பித்தான். ஈறுகள் கிழிந்து வலித்தன. கசப்பு அடி நாக்கில் ஆத்திரத்துடன் பரவியது. வேப்பங்குச்சியை வகிர்ந்தும் நாக்கு வழித்தான். படிக்கட்டில் இறங்கி நின்று கொண்டு சட்டையை, பனியனை, கர்ச்சீப்பை நனைத்து, வாங்கி வந்திருந்த சோப்புக்கட்டித் துண்டால் தேய்க்க ஆரம்பித்தான். கால்களை இலேசாகப் பறித்தது வெள்ளம். பேன்டை அவிழ்த்து சோப்புப் போட்டான். வெறும் ஜட்டியுடன் நிற்பது கூச்சமாக இருந்தது. ஒரு துண்டாவது வாங்கி இருக்கலாம் எனத் தோன்றியது. கும்மித் துவைத்து, நன்றாக அலசிப் பிழிந்து காயப் போட்டான், காற்றுப் பறத்தாமல் கல் வைத்தான்.

முங்கிக் குளிக்க சுகமாக இருந்தது. நீச்சல் தெரியும். என்றாலும் பூலிங்கம் இதுவரை கண்ட ஆறுகளைவிடக் கிருஷ்ணா கொண்டிருந்த அகலம் அச்சுறுத்தியது. சற்றுத் தூரம் நீந்திப் பார்க்கலாம் என்று தோன்றியது. இப்படியே ஆற்றின் ஒழுக்கில் திளைத்துக்கொண்டே வெகுதூரம் போய்க் கரையேறலாம். கரையேறாவிட்டால்தான் என்ன? தாய்க்கும் தந்தைக்கும் தான் இழப்பு. சுசீலா ஒருவேளை சிந்தலாம் இரண்டு சொட்டு கண்ணீர். சாட்சியம் தொலைந்து போனதற்கு ஆறுதலாய் இரண்டு பெருமூச்சுக்கூட விடலாம்.

யார் நினைத்திருக்கக் கூடும் மூன்று நாட்கள் முன்பு கிருஷ்ணாவில் தனக்கு ஒருநீராடல் சாத்தியமாகும் என்று?

குளியல் சுகமாக இருந்தது. குளியல்கூட இல்லை. திளைத்து நீராடுதல். படிக்கட்டில் ஏறி, துவைக்கும் சோப்பை நின்ற வாக்கில் உடம்பில் தேய்த்தான். உடம்போடு சேர்த்துவைத்து, ஜட்டிக்கு சோப்பு போட்டான். தேய்ந்த சோப்புத் துண்டு மீதமிருந்தது..! யாருக்கேனும் ஆகும் என்று படிக்கட்டின் இடுக்கில் வைத்துவிட்டுத் தண்ணால் குதித்தான.

கண்கள் சிவந்திருக்க வேண்டும், தலைச்சூடு கால் வழி இறங்கித் தண்ணீரில் ஓடுவது போலிருந்தது. சூடான மூத்திரம் பிரிந்தது. வாயினால் தண்ணீரை உறிஞ்சி, வானோக்கிக் கொப்பளித்தான். சற்று உல்லாசமாக இருந்தது. சூரியன் உச்சி சாய்ந்து மேற்கில் திரும்பி விட்டது. மணி இரண்டுக்கு மேல் இருக்கும். வயிற்றுக்குள் மணிகள் அடக்கிய வெண்கல நலங்குத் தேங்காய் உருண்டு கொண்டிருந்தது. புதரின் மூட்டில், சோப்புத் தாளில் சுற்றி வைத்திருந்த ரூபாய் நோட்டுக்களும் சில்லறையும் கத்தியும் பத்திரமாக இருக்கிறதா என்று எட்டிப் பார்த்தான். கண் மறைவாக இருந்தது. ரெய்ச்சூரில் ஒரு வேலை கிடைத்தால் அடிக்கடி கிருஷ்ணாவில் வந்து குளிக்கலாம்.

அரையளவு ஆழத்தில் நின்று சுற்றிலும் பார்த்தான். மனித அரவங்களே இல்லை. என்றாலும் திடுமென எவரும் வரக்கூடும். ஒரு கலவரத்துடன் ஜட்டியை உரிந்து, கசக்கிப் பிழிந்து அதை வைத்தே தலை துவட்டி, உடம்பு துடைத்து, மீண்டும் அலசிப் பிழிந்து, ஈரம்

உதறி, அவசரமாய் அணிந்து கொண்டு, கரையேறினான். கர்ணனின் கூடப்பிறந்த கவச குண்டலம் போல் என நினைத்துக் கொண்டான்.

ஆற்றங்கரையில் வெயிலைப் பொருட்படுத்தாத காற்று தணுப்புடன் வீசியது. காயப் போட்டிருந்தவை ஏகதேசமாய் உலர்ந்து விட்டன. மறுபக்கம் திருப்பிப் போட்டான். வயிறு நன்றாகப் பசித்தது. ஜட்டி காய்வது வரை உடைகளை அணிய முடியாது. கையில் ஒரு சூலாயுதம் இருந்தால் ஒரு காலை மடக்கிக் கொண்டு - நின்று தவம் முனையலாம். கிருஷ்ணா ஸ்டேஷனில் சாப்பிட என்ன கிடைக்குமோ?

நாகர்கோயிலில் வாங்கிய டிக்கட்டுதான். பயணத் தூரம் இன்னும் மிச்சமிருந்தது. என்றாலும் இப்பயணக்கங்காலம் இனியும் செல்லுபடியாகுமா என்று தெரியவில்லை. ஒரு அத்துக்கு, கழுத்தில் கட்டும் தாய்த்துப் போல, மணிக்கட்டில் கட்டும் சிவப்பு அல்லது கறுப்புக் கயிறு போல, இருக்கட்டும் என்று நினைத்தான்.

இரயில் நிலையத்தில் கறுப்புக் கோட்டுக்காரக் கிழவர் நூதன மாகப் பார்த்தார். எதுவும் கேட்கவில்லை. இரயில்வே கடிகாரம் மூன்று மணி இருபது நிமிடங்கள் காட்டியது சரியாகத்தான் இருக்க வேண்டும். சூரியக் கோணம் ஒத்துப் போவதாக இருந்தது. சமோசா போல, விளிம்புகள் தடித்து, இறக்கை போன்று அகன்று ஒரு பலகாரம் கிடைத்தது. அன்று காலையில் எங்கோ, ரயில்வே விநியோகத்துக்கு என சுடப்பட்டதாக இருக்க வேண்டும். மூன்று வாங்கித் தின்றான். பசியாறவில்லை. இரண்டு பன்கள், இரண்டு பச்சைப் பழங்கள் வாடிப் பழுத்தவை, கிருஷ்ணா நதியின் தண்ணீர்.

மாலை ஐந்தரை மணிக்குத்தான் ரெய்ச்சூர் போகும் பயணிகள் வண்டி. ஆறுமணி வாக்கில் போய்ச் சேர்ந்தால் சோணாசலம் தெரியக்கிடைப்பாரோ என்னவோ? என்றாலும் இரவைப் போக்க ரெய்ச்சூரை விட்டால் பக்கத்தில் பெரிய ஸ்டேஷன்கள் இல்லை.

கூரை நிழல் தண்டவாளத்தையும் தாண்டி விழுந்தது. சில்லறைக் கடைக்காரர்கள், ஒன்றிரண்டு ஊழியர்கள், பிச்சைக்காரக் கிழவி, புண் பிடித்த நாய்...

மறுபடியும் சிமெண்ட் பெஞ்சு. சாய்ந்து உட்கார்ந்தவனுக்கு உறக்கம் செருகியது. நாயொன்று வந்து காலடியில் கிடந்து இளைத்தது.

'தடதடதட'வென மேற்கே போகும் விரைவு வண்டியொன்று நில்லாமல் ஓடியது. விழிப்புத் தட்டியது. எழுந்து முகம் கழுவி சாய் குடித்தான். உதவி ஸ்டேஷன் மாஸ்டர் அறையில் இரண்டு பேர் இருந்தனர். ரயில் நிலையத்தைத் தாண்டி குடியிருப்புக்கள் தெரிந்தன. இந்தச் சின்ன நிலையத்தில் இவர்களுக்கு எப்படிப் பொழுது போகும் என்று தெரியவில்லை.

நாற்புறமும் சுவர்கட்டி, மேலே கூரை போட்டுக் கீழே தளம் போட்டு, சன்னல்களே அற்றுப் பாதுகாக்கப்பட்ட வாழ்க்கை. சன்னல்கள் இருந்தாலும் கூட, இழுத்து அறைந்து சாத்தி விடுவார்கள்.

இரயில் வரும் நேரம். ரெய்ச்சூர் போகும் பயணிகள் எவ்வித உற்சாகமும் அற்று வந்து சேரத் துவங்கி இருந்தனர். வழக்கமான அரவங்களுடன், அசைவுகளுடன், அழுக்குகளுடன், ஆட்களுடன் வண்டி வந்தது. ஏறி உட்கார்ந்து கொண்டான். பசியற்று, உறக்கம் அற்று, நிறுத்தங்கள் அற்று, பயணம் போய்க் கொண்டே இருக்க வேண்டும்.

அந்த நேரத்திலும்கூட உறங்கிக் கொண்டிருந்தனர் சிலர். பயணங்கள் உறக்கத்திற்காகவே ஏற்பட்டவைபோல. அல்லது அலுப்பு காரணமாக இருக்கலாம். வேலை செய்த உடல் அலுப்பு. ஓடியோடிக்களைத்த அலுப்பு. நெடுங்காலம் வாழ்ந்த அலுப்பு. என்ன வாழ்ந்து என்ன சாதித்தோம் என்ற மனதின் அலுப்பு.

ஆனாலும் யாருக்கும் எதுவும் அலுக்கவில்லை. உணவு அலுக்கவில்லை. உறக்கம் அலுக்கவில்லை. பணம் சேர்த்து அலுக்க வில்லை. செலவு செய்து அலுக்கவில்லை. உடலுறவு அலுக்கவில்லை. ஓய்வு அலுக்கவில்லை. உறவுகள் அலுக்கவில்லை. சச்சரவுகள், மனத்தாங்கல்கள் அலுக்கவில்லை.

யாருக்கும் எதுவும் நிறையவும் இல்லை.

முன்னும் போகவிடாத, பின்னும் போகவிடாத, நின்ற பாவனையில் ஓடிக் கொண்டிருப்பதாகக் கற்பனை செய்து கொள்ளும் சுய நிந்திப்புக்கு உள்ளான வாழ்க்கை....

சோணாசலம் காணக்கிடைக்கவில்லை. குண்டக்கல்லைப் போல ரெய்ச்சூர் இரண்டாம் வகுப்புப் பயணிகள் ஓய்வறை தாராளமாக இல்லை. சில காத்திருப்புப் பயணிகள் தவிரக் கூட்ட மில்லை. கசங்கிய தெலுங்குத் தினசரி ஒன்று கிடந்தது. எடுத்துப் புரட்டினான். கண்ணைக் கட்டிக் கொண்டு படிப்பது போலிருந்தது. ஒன்பது மணி அடித்ததும் ஓய்வறைக்கான சிப்பந்தி ஒருவன் பூலிங்கத்தைக் குறிவைத்து வந்து யார், என்ன என்று கேட்டான். பழைய டிக்கட் அவனிடம் பயன்படும் என்று தோன்றவில்லை. தோளில் கை போட்டு வெளியே இழுத்தவனிடம் இரண்டு ரூபாய் கொடுத்தான். பிடியைத் தளர்த்தி விட்டுப் போனான். இன்றைய உறக்கத்துக்கு விரிக்கப் பழைய பேப்பரும் ஓய்வறையும் போதும்.

வெக்கை அதிகமாக இருந்தது. காற்றாடி சுழன்றாலும் வியர்த்தது. விழிப்பும் மயக்கும் ஆனதோர் உறக்கம்.

நோக்கமின்றி விடிந்தது மற்றுமோர் காலை.

சோணாசலத்தை நோக்கிக் காத்திருந்தான். ஏதும் ஒரு சில்லறை வேலை. உலகத்தை வெல்வதற்கு. கிங் லியர்தானே கேட்டது, 'ஒரு குதிரை, ஒரு குதிரை' என. கொஞ்சம் நாளோட்ட, பயமின்றி உறங்க, சற்றுப் பலமான, முறிந்து போகாத, இன்னோர் கிளைக்குத் தாவ...

சோணாசலம் பார்த்துச் சிரித்தார். "பொழச்சுக்கிடுவே...." என்றார். கேட்டரிங் காண்ட்ராக்டர் ஒருவரிடம் கூட்டிக் கொண்டு போனார். இந்தியில் இரண்டு பேரும் பேசிக் கொண்டார்கள்.

இருநூறு ரூபாய் முன்பணம். ஒரு ட்ரேயும் இருபது கப் ஐஸ்கிரீமும், புகழ் பெற்ற கம்பனியின் போலி போலத் தெரிந்தது. விற்ற கப்புக்கு எட்டு ரூபாய் வைத்துக் கணக்குத் தீர்க்க வேண்டும். பத்துக்கும் விற்கலாம், பன்னிரண்டுக்கும் விற்கலாம். வண்டி

வந்தவுடன் குளிர் பெட்டியில் இருந்து ட்ரேயை எடுத்துக் கொள்ள வேண்டும். வண்டி போனவுடன் கணக்குத் தீர்த்து மிச்சத்தை குளிர் பெட்டியில் வைத்துவிட வேண்டும்.

சில விற்பனைக் குறிப்புக்கள் சொன்னார். முனைந்தால் எல்லாம் முடியும். மனிதன் தானே குயவன்! நினைப்பு பிறப்பு. பயணிகள் வண்டியில் விற்பனை ஆகாது. மத்தியானம் பதினொன்று முதல் நாலுவரைதான் ஐஸ்கிரீம் வியாபாரம் சரியாக இருக்கும். பேன்ட்ரி கார்கள் உள்ள விரைவு வண்டிகளில் உள்ளே போகக் கூடாது. கல்லூரி மாணவர், பணக்கார வீட்டுக் குழந்தைகள், கவலை தோயாத முகங்கள் எனத் தேடித் தேடி விற்க வேண்டும்.

கஸாட்டா இல்லையா, டுட்டி ஃப்ரூட்டி இல்லையா, பிஸ்தா இல்லையா, பட்டர் ஸ்காச் இல்லையா, சாக்கோ பார் இல்லையா என ஜீன்ஸும் ஆக்ஷன் ஷூக்களும் போட்ட மாணவர் கலாட்ட செய்தனர். சிலர், வெளியே இதன் விலை ஆறு ரூபாய்தானே என்றனர். இருக்கலாம் யாருக்குத் தெரியும்? பழைய ஸ்டாக் என்றார்கள். என்றாலும் பத்து ரூபாய் மேனிக்கு பதினாறு கப்புகள் விற்றன. முதல் நாளில் போலீஸ்காரர் ஒருவர் ஒரு கப் எடுத்து கொண்டு பணம் தரவில்லை. காசு கொடுத்து வாங்கித் தின்னும் அளவுக்கா அவர்களுக்கு சம்பளம் தருகிறார்கள்! என்றாலும் ஸ்டேஷனில் உலவுவதற்கும் கிடப்பதற்கும் இதெல்லாம் உத்திர வாதங்கள். சற்றுக் கூச்சம் தவிர்த்து, கூவியும் ஓடியும் விற்றால் முப்பது முப்பத்தைந்து கப்புகள் விற்க முடியலாம். கிடைக்கும் இடத்தில் ஒன்றிரண்டு ரூபாய் விலையில் சேர்த்து வாங்கப் பார்க்க வேண்டும். சாயங்காலம் நகருக்குப் போய் ஒரு சாரமும் துவர்த்தும் போர்வையும் வாங்கி வந்தான். இடம்கிடைக்கும் வாக்கில் முடங்கிக் கொள்ள வேண்டும். ஸ்டாலின் கூரை தட்டையாக, விளிம்பில் உயர்ந்த பலகைகளுடன் இருந்தது. அதன்மேல் மாற்றுடையை சுருட்டி, ஒரு பாலிதீன் பையில் வைத்து மறைத்துக் கொள்ளலாம்.

சோணாசலம் ஒரு வெண்டர் சீசன் டிக்கட் வாங்கி வைத்து கொள்ளச் சொன்னார். நிலையத்துக்குள் சர்வ சுதந்திரமாகப் போய்

வரலாம். ஓடும் ரயிலிலேயே வியாபாரம் செய்யலாம். ஐஸ்கிரீம் வியாபாரத்துக்கு அது சாத்தியமில்லை. உருகிப் பாலாகிப் போகும்.

இரண்டு மூன்று நாட்களில் பழகிப் போயிற்று. தினமும் ஒருவர் மாற்றி ஒருவர், போலீஸ்காரர் ஓசி கேட்டனர். கறுப்புக் கோட்டுக்காரர் ஒரு கப் எடுத்துக் கொண்டு ஐந்து ரூபாய் தந்தார். மிச்சம் மத்திய அரசின் மானியம் போலும்.

தினமும் மத்தியானம் பூரியும் கொஞ்சம் போலச் சோறும் போதுமானதாக இல்லை. பூரிக்கு மாற்றாகச் சோறு கேட்டும் பற்றவில்லை. சாப்பாட்டு விடுதியின் முகங்கள் பழகி இருந்தன. சாம்பாரில் கிடந்த நூல்கோலோ, சௌசௌவோ, முள்ளங்கியோ சலுகையாகப் போட்டார்கள். இரவில் சில சமயம் நகருக்கு போய் சுற்றி அலைந்துவிட்டு வந்தான்.

கால்களை நீட்டி அடுப்பினுள் விறகாக எரித்து, பெரிய சீனிச் சட்டியில் கைக் குழந்தைகளைப் போட்டு வறுத்த போஸ்டர் பார்த்து ஒரு தெலுங்கு சினிமா பார்த்தான். பேய்ப் பெண்டிருக்கும் பெரிய துடைகளும் கனத்த முலைகளும் இருந்தன.

நான்வெஜிடேரியன் சிற்றுண்டி விடுதியில் சர்வர் பையன் களுடன் படுக்க இடம் கிடைத்தது. பக்கத்தில் படுத்திருந்தவன் ஒன்றும் அறியாதவன் போல நல்ல உறக்கத்தில் மேலே காலைத் தூக்கிப் போட்டான் எடுத்து விட்டு விட்டு உறங்க யத்தனிக்கையில் மறுபடியும்.

இடம் மாறிப் படுத்தும் உறக்கம் வரவில்லை.

எத்தனை நாள் இப்படிப் பொருளற்றுப் பொழுதை ஓட்டுவது என்று கவலையாக இருந்தது. சம்பாதிக்கும் பணம் சாப்பாட்டுக்குப் போதவில்லை. இருப்பு கரைந்து கொண்டிருந்தது. சோணாசலம் இருநூறு ரூபாய் கைமாற்று வாங்கி இருந்தார்.

வீட்டுக்கு எழுதிப்போட்ட அஞ்சலட்டை போய்ச் சேர்ந்திருக்கும்.

சைவச் சிற்றுண்டி விடுதியில் மல்லப்பா சற்று இணக்கமாக இருந்தான். மத்தியானம் சாப்பிடப் போனால் கூட்டு பொரியல் தாராளமாக வைத்தான். தெரியாதது போல் இரண்டு பூரிகள் மேலும் போட்டுவிட்டுப் போனான். வேலை முடிந்த பிறகு சில சமயம் பேசிக் கொண்டிருப்பான். நாலாவது பிளாட்பாரத்தின் கோடியில் ஓய்வாகக் கிடக்கும் பயணிகள் பெட்டியில் படுத்துக் கிடந்து, சன்னல் வழியாகத் தெரியும் வானத் துண்டுகளைப் பார்த்துக் கொண்டு பேசிக் கொண்டிருப்பான்.

பூலிங்கத்துக்கு சில இந்திச் சொற்கள் வசப்பட்டிருந்தன. மண் ஒன்றுதான். சட்டிகள் வெவ்வேறு. பேசுவது ஒருவிதம் புரிந்தது. சில கன்னடச் சொற்கள் கை வந்தன. தாவண்கரேயில் இருந்து ஓடி வந்ததாகச் சொன்னான் மல்லப்பா. பதின்மூன்று வயதில் வந்தவன் எட்டாண்டுகள் ஆகியும் இன்னும் ஊருக்குப் போகவில்லை. தேடிப் பார்த்தால் அவனவன் உள்ளே ஒரு அநாதை ஒளிந்திருப்பான் போலும். இருபது வயதில் தான் இந்தப் பாடுபடும்போது, பதின்மூன்று வயதில் ஓடி வந்தவன் என்ன அல்லப்பட்டிருப்பான்? அல்லற்பட்டு ஆற்றாது அழுத கண்ணீர் தேய்த்த செல்வம் எதுவென்று தெரியவில்லை.

மல்லப்பா சிற்றுண்டி விடுதியில் நல்ல வேலைக்காரனாக இருப்பான் போலும். எல்லோரிடமும் அவனுக்கு இணக்கம் இருந்தது. நெடுங்காலம் இந்த நிலையத்தில் எல்லோருக்கும் எடுபிடி வேலை செய்து கொண்டு கிடந்திருப்பான் போலும்.

பூலிங்கம் இரவில் படுக்க அல்லாடுவதைப் பார்த்து, ஒரு நாள் மல்லப்பா, விடுதியின் உள்ளே வந்து படுக்கச் சொன்னான். பகல் வெளிச்சத்தில் பார்த்தால் படுக்கத் தோன்றாத பிசுக்குப் பிடித்த தரை. சாம்பாரும் ரசமும் சிந்திய மேசைகளில் இருந்து பகரும் நிரந்தரமான புளிப்பு வாடை. பிச்சைக்காரன் எதையும் தெரிவு செய்து கொள்ள முடியுமா?

ஒரு நாள் இரவில், இருள் அடர்ந்து மேகம் போலக் கவிந்து கொண்டிருக்கையில், ஒற்றையில் படுத்து, ரயில் பெட்டி சன்னலின்

ஊடே வானம் பார்த்துக் கொண்டிருந்தான் பூலிங்கம். எண்ணத் தொலையாத மீன்கள், இதில் எந்த மீன் தனது வாழ்வைக் காபந்து செய்யும் மீன் என்ற தேடல். ஒரு வேளை அந்த மீனும் தன்னை நேரடியாகக் கவனித்துக் கொண்டிருக்கலாம். சன்னல் கம்பிகளின் ஊடாக.

சற்றுப் பொறுத்து மல்லப்பாவின் குரல் கேட்டது. கூட வந்த பெண் ராணி எனப் புலப்பட்டது. பூலிங்கத்தின் எதிர் இருக்கையில் வந்து அமர்ந்தனர் இருவரும்.

நிலையத்தை அடுத்து அமைந்திருந்த காலனியில் இருந்து வந்த பகுதி நேரத் தொழிலாளி. பூலிங்கம் பலமுறை பார்த்திருக் கிறான். அடிக்கடி அடுப்பில் ஏற்றிய செம்புப் பானை போல் தூரில் கரி பிடித்து, பக்கவாடுகள் நசுங்கி, கழுத்து சவண்டு.... ஒரு காலத்தில் அவளிடம் இருந்த அழகின் கூறுகள் இடிபாடுகளுக் கிடையில் இளித்துத் தெரிந்தன. எடுத்துக் கட்டப்பட்டிருந்த கூழ் போல் கசங்கிய முலைகள். பூலிங்கம் படுத்தபடியே பார்த்துக் கொண்டிருந்தான். மல்லப்பா ஆசையுடன் அவள் தோள்மீது கைபோட்டு அணைத்திருந்தான்.

இந்த நிலையத்தின் பெரும்பாலான ஆண்கள் அவளைப் புணர்ந்திருப்பார்கள். கணக்கெடுத்துப் பார்த்தால், வயது, மதம், சாதி, வர்க்கம், பதவி என்று ஏதுமற்ற சமத்துவம் உலாவும் இடம். வி.டி. அல்லது எய்ட்ஸ் பற்றிய பயம் கொண்டவர்கள் ஆணுறை தரித்திருப்பார்கள். மல்லப்பாவுக்கு இதுபற்றி அக்கறை ஏதும் உண்டா என்று தெரியவில்லை.

நாடியைப் பிடித்துத்தடவி, ''சாப்டாச்சா'' என்றாள். சாப்பிடுவதும் ஒரு சடங்கு போலாகிவிட்டது.

மல்லப்பா, பூலிங்கத்தைப் பார்த்து, ராணியைக் கூட்டிக் கொண்டு பக்கத்துத் தடுப்புக்குப் போகச் சொன்னான்.

''வேண்டாம், எனக்கு வேண்டாம்.... நீ போயிட்டு வா....''

''பயமா இருக்கா?'' என்றாள் ராணி.

"பயமில்லே ... ஆனா எனக்கு வேண்டாம்..."

"கூச்சப்படாதே.... சும்மா போ...."

"வற்புறுத்தாதே... எனக்குப் பிரியமில்லே ..."

"பிரியமில்லாதது மாதிரி தெரியல்லியே' என்று சிரித்தாள் ராணி.

பூலிங்கத்துக்கு வெளிச்சத்தில் ராணியின் அறையைப் பார்த்தால் என்ன என்று தோன்றியது. சுசீலாவின் அறையைக்கூட அவன் கண்ணால் கண்டதில்லை. என்றாலும் ராணியுடன் போகப் பிடிக்கவில்லை.

மல்லப்பாவும் ராணியும் பக்கத்துத் தடுப்பில் புரள்வது புலப்பட்டது.

உடலெல்லாம் தீப்பிடித்து எரிவதுபோல் சுட்டது.

மூன்று

குண்டக்கல் இருந்த திசை நோக்கி ஓடிக் கொண்டிருந்தான் பூலிங்கம். தலைதெறிக்க ரெய்ச்சூர் பிளாட்பாரத்தில் ஓடி வருகையில், ஸ்டாலின் கூரையில் வைத்திருந்த கேரி பேக்கை எட்டி எடுத்திருந்தான். பிளாட்பாரத்தில் அதிக ஆள் நடமாட்டமில்லாத நேரம். இல்லையென்றால் யாரும் வழி மறித்துப் பிடித்திருக்க முடியும். கடை வயிற்றில் பாய்ச்சிய கத்தியை மடக்கக் கூட நேரம் இல்லை. 'குப்'பென எழுந்த குருதி வாடை மூக்கை விட்டு இன்னும் அகலவில்லை. யாரும் தொடர்ந்து வரும் அரவம் இல்லை என்றாலும் இப்படியே ரயில் தண்டவாளப் பலகைகளில் கால் வைத்து நெடுநேரம் ஓடிக் கொண்டிருக்க முடியாது. ஒருவேளை அவன் ஓடிக் கொண்டிருக்கும் திசையை அனுமானித்து அடுத்த சின்ன ஸ்டேஷனில் சிவப்புத் தொப்பிகள் காத்திருக்கக் கூடும்.

அவனைத் தாக்கிய நால்வரில் எவரும் துணைக்கு நிற்கலாம் அடையாளம் காட்ட. குத்துப்பட்டவனை பக்கத்தில் ஏதும் சர்க்கார் ஆஸ்பத்திரிக்கு எடுத்துப் போயிருப்பார்கள். இறந்து போய்விட மாட்டான். ஒருவேளை கவனிப்பின்றிப் போனால் இறப்பதற்கும் ஆகும். அரசு மருத்துவமனையின் உட்புகுந்தவன்

இறக்காமல் திரும்பி வந்தால்தான் ஆச்சரியம். ஒரு கொலைக்குற்றம் தனது முகத்தில் கோடு கிழித்து விடக்கூடாது என்று அஞ்சினான் பூலிங்கம்.

அவர்கள்மீது அவனுக்கு எந்தப் பகையும் இல்லை. ஆனால் ஏழையைப் பார்த்தால் உழவு கம்பும் மச்சான் முறை கொண்டாடும். தொடர்ந்து நான்கு நாட்களாகத் தொந்தரவு செய்து கொண்டிருந்தார்கள். முதல் நாள் நான்கு கப் ஐஸ் கிரீம் எடுத்துக் கொண்டு காசு தரவில்லை. அன்று அவனுக்கு வியாபாரம் நன்றாக இருந்ததால் போகட்டும் என்று விட்டுவிட்டான். இரண்டாம் நாள் நான்கு பேர் கேட்கும்படியாக 'மல்லப்பாவின் பெண்டாட்டி போகிறாள்பார்' எனக் கலாட்டா செய்தனர். அடுத்த நாள் பையில் இருந்த காசைப் பிடுங்க யத்தனித்தபோது கடைக்காரர் சத்தம் போட்டுத் துரத்தினார்.

எதற்கென்று தெரியவில்லை. அவர்கள் பீத்தின்னும் சட்டியையும் அவன் உடைக்கவில்லை.

பகலில் ஓடும் ரயிலில் வியாபாரம் செய்கிறவர்கள். மட்ட ரக சீமைச் சாராயக் குப்பிகள். வெளியில் இருபது ரூபாய்க்கு வாங்கும் கால்பாட்டில், ஓடும் வண்டியில் முப்பத்தைந்து ரூபாய்க்கும் போயிற்று. பெரிய காக்கித்துணி அன்டர்வேரில் பக்கத்துக்கு இரண்டு குப்பிகளாகப் போட்டு, மேலே சாரத்தை மடித்துக்கட்டியிருந்தார்கள்.

பயணிகளுக்கு இந்த உல்லாசங்கள் தேவையாக இருந்தன. குழுக்களாகப் பயணம் செய்பவர்கள் தமது சாமார்த்தியத்தை மற்றவருக்கு நிரூபிக்கும் முயற்சிகளாகவும் இருந்தன.

இரவில், ஓடும் ரயிலில் திருட்டுக்களும் செய்வார்கள் என்று மல்லப்பா சொன்னான்.

அந்தப் பகுதியில் எங்கு ரயில் வேகமாகப் போகும், எங்கு மெதுவாகப் போகும், அகப்பட்ட பெட்டியைத் தூக்கிக் கொண்டு எங்கு குதிப்பது என்றெல்லாம் பூரண அறிவு கொண்டவர்களாக இருந்தனர். ஓடும் ரயிலில், பெட்டிக்குப் பெட்டி தாவுவதை ஒரு விளையாட்டுப் போலச் செய்தார்கள்.

நாஞ்சில் நாடன்

நான்காவது நாள் தெரியாமல் செய்வதைப் போல, ஐஸ்கிரீம் ட்ரேமீது மோதிவிட்டுப் போனான் ஒருவன். கவிழ்ந்தால் மூலதனமே போயிருக்கும்.

அவர்கள் செய்யும் வியாபாரம் எல்லோருக்கும் தெரிந்ததுதான். ஆனால் திருட்டு தெரிந்திருக்கும் என்று சொல்ல முடியாது. ஒருவேளை ரயில்வே பாதுகாப்புப் படையினருக்கும் தெரிந்திருக்க கூடும். பூலிங்கம் செய்யும் வியாபாரத்தை முடக்கி, அவனை ஒரு கூட்டாகச் சேர்த்துக் கொள்ளலாம் என நினைக்க நியாயமில்லை. ஐந்தாவது ஆள் எதற்கு? ஆனால் அவர்கள் செய்யும் திருட்டைத்தான் காட்டிக் கொடுத்துவிடலாம் என்ற சந்தேகம் இருக்கலாம். தனக்கு அந்த நோக்கமேதும் இல்லை என்று எப்படி நிரூபிக்க?

மல்லப்பாவிடம் இரவு பேசிப் பார்த்தான்.

"இரண்டு மூன்று நாட்கள் கண்டு கொள்ளாமல் இரி, பொறவு சரியாகப் போகும்" என்றான்.

அடுத்த நாள் இரவு, மல்லப்பா இரண்டாம் ஆட்டம் சினிமாவுக்குப் போய்விட்டான். நல்ல நிலா காய்ந்து கொண்டிருந்தது. சாப்பிட்ட பிறகு, ஒன்பது மணி வரை, நாலாம் நம்பர் பிளாட்பாரத்தில் கிடந்த சிமெண்ட் பெஞ்சில் படுத்துக் கிடந்தான். பத்தரை பதினொன்றுக்கு மேல்தான் விடுதியின் உள்ளே படுக்க முடியும். அதுவரை, உறக்கம் வந்தாலும், நடந்து திரிந்து, 'கவாத்து' செய்ய வேண்டியதுதான்.

மேம்பாலத்தில் ஏறி, ஒன்றாம் பிளாட்பாரத்தில் இறங்கும் இடத்தில், நால்வரும் வழிமறித்தார்கள். என்ன மொழியில் எதைச் சொல்லி அவர்களுக்குப் புரிய வைப்பது என்று திகைப்பாக இருந்தது.

"ஸாலா, உஸ்தாத் சமஸ்தா ஹை" என்றான் ஒருவன்.

"ரெய்ச்சூர் கா பானி பீக்கே படா ஹோகயா கியா?" என்றான் மற்றவன்.

"துமாரா மரத் மல்லப்பா கிதர் ஹை?" என்றான் அடுத்தவன்.

புரிந்தும் புரியாமல் இருந்தது.

''என்னைப் போக விடுங்க... எனக்கும் உங்களுக்கும் என்ன இடவாடு?'' என்றான் பூலிங்கம்.

''புது இன்ஸ்பெக்டர் கிட்டே என்னடா சொன்னே?'' என்றான் ஒருவன்.

அவனுக்கும் ஒன்றும் புரியவில்லை. புதிதாக மாற்றலாகி வந்த ஆர்.பி.எஃப் அதிகாரி ஒருவன் நகரில் இருந்து மருந்தொன்று வாங்கி வரச் சொன்னான் ஒருநாள். எப்போதாவது சில்லறை வேலைகள் ஏவுவான். இவர்களைப் பற்றிச் சொல்ல பூலிங்கத்துக்கு எந்த ஏதுவும் இல்லை. என்றாலும் இவர்களிடம் ஏதும் கெடுபிடிகள் நடந்திருக்கும் போல.

''எனக்கு ஒண்ணும் தெரியாதப்பா.... நான் எதுவும் சொல்லவும் இல்லே ...''

''பொய் சொல்கிறான். ஸாலா...'' எனச் சொல்லி ஒருவன் செவளையில் அறைந்தான்.

பிடியும் வலியும் ஆயிற்று. சட்டையின் நெஞ்சுப் பகுதியைப் பிடித்து உலுக்கியதில் சட்டை 'டர்'ரெனக் கிழிந்தது.

''ஓடிப் போயிரு இங்கேருந்து....'' எனச் சொல்லி சரமாரியாய் அடிகள் விழுந்தன. விழுந்த அடிகளை இரண்டு கைகளாலும் தடுக்கப் பார்த்த போது காலால் எட்டி உதைத்தார்கள். ஒருத்தன் அடிவயிற்றில் எத்தியது இலக்குத் தவறி விலாவில் இறங்கியது. எப்படியும் தப்பித்து ஓடி விட்டால் போதும் என்று எண்ணிய போது, விதைக் கொட்டையைக் குறிவைத்துக் காலை ஓங்கினான் ஒருவன்.

எல்லோருக்கும் அதன் மேல் பகை ஏன் என்று தெரியவில்லை. நால்வர் முகங்களிலும் மூர்க்கம் முளைத்திருந்தது. என்ன செய்வது என்று யோசிக்கும் வேளையில்கால்சட்டைப் பையில் கிடந்த கத்தியின் கவனம் வந்தது. சடாரெனக் குனிந்து விலகி, பையில் கைவிட்டு கத்தியை எடுத்து நிமிர்த்து, வசமாகப் பிடித்துக் கொண்டான்.

முன்னால் நின்றவனுக்கு சிரிப்பு வந்தது.

''குத்தீருவியாடா நீ, மாதர் சோத்'' என்று சொல்லி முன் நகர்ந்து வந்தான், இளக்காரமான வெறியுடன்.

பூலிங்கத்துக்கு ஏதும் மாற்று வழி புலப்படவில்லை . ஏளனச் சிரிப்பொலிகள் பெரிதாகிப் பெரிதாகிக் கவிந்து கொண்டன. தெய்வநாயகம் பிள்ளையின் வக்கிரம் நிறைந்த முகம் வந்து வந்து போயிற்று. அம்மாவின் கதறல். கூட்டத்தின் ஏளனக் கெக்கலி.

ஓங்கி அடிவயிற்றில் செருகி இழுத்தான் பூலிங்கம்.

சட்டை மீது சில துளிகள் தெறித்திருக்கக் கூடும். எங்கு கழுவுவது என்று தெரியவில்லை. கிழிந்ததை வைத்துக் கொண்டு என்ன செய்ய என்று ஓடிய வாக்கில் பட்டன்களைக் கழற்றி வீசினான். பெயர் தெரியாத காட்டுச் செடியொன்று வளர்ந்து கவிந்து நின்றது. அதன் அருகில் நின்று சற்று ஆசுவாசப்படுத்தினான். மார்புக் கூட்டினுள் முரசு அறைவது போல் ஒலி எழும்பியது. இலைக் கொத்தைப் பறித்து கத்தியை இரண்டு மூன்று முறை துடைத்து பான்ட் பாக்கெட்டில் போட்டான். மோசை ஞாபகம் வந்தது. மோசையினால் இன்று பிழைத்து ஓடிவர முடிந்தது.

கையிலிருந்த பாலீதின்பையில் துண்டும், பெட்ஷீட்டும், சாரமும், சட்டையும் இருந்தன. சட்டையைத் துழாவி. எடுத்து அணிந்து கொண்டான். ஏறத்தாழ மூன்று நான்கு கிலோ மீட்டர் ஓடி இருப்பான். மணி பத்துக்குப் பக்கம் விரைந்து கொண்டிருக்கும். வியர்வையின் கசகசப்பை நிலவொளிப் பூத்தூற்றல் ஆற்றிக் கொண்டிருந்தது. கனமற்றுக் காற்று அலைந்தது.

எங்கு போய் மறைந்து கொள்வது என்று தெரியவில்லை. இராப்பூரா இப்படி இளைத்து இளைத்து ஓடிக் கொண்டிருக்க முடியாது. இரவில் சற்றுத் தலை சாய்க்கவாவது இடம் கிடைக்குமோ என்னவோ? இரயில் நிலையங்களைத் தவிர்ப்பது நல்லதெனப் பட்டது. ஆனால் ரயில் நிலையச் சூழல் மட்டும்தான் பழகி இருந்தது.

ஊரில் இருந்து புறப்பட்டு மூன்று வாரங்கள் இருக்கும். இன்னும் ஒரு நிலைப்பாடு இல்லை.

விரைவு ரயில் ஒன்று வெளிச்சச் சிதறல்களை வீசிக் கொண்டு ரெய்ச்சூர் நோக்கி ஓடியது. பாதுகாப்பாக மக்கள் பயணம் செய்து கொண்டிருந்தனர். படுத்துக் கொண்டும் போர்த்திக் கொண்டும். அவர்களுக்கெல்லாம் இலக்கு ஒன்றிருந்தது.

நாட்கள், நாய் சந்தைக்குப் போனது போல், வெற்றோட்டமாய் நகர்ந்து கொண்டிருந்தன.

மேடான ரயில் பாதையின் மேலிருந்து பார்க்கையில், இடது கைப்பக்கம் சிறு நகரத்துக்கான விளக்குத் தெறிப்புகள் தெரிந்தன. திசைகள் அற்றுப் போய், எல்லாம் இடது, வலது, முன்னால், பின்னால் என்று ஆகிவிட்டது. நான்கைந்து கிலோ மீட்டரில் என்ன சிறு நகரம் வந்து விடக்கூடும். ஒரு வேளை ரெய்ச்சூரின் கிழக்குக் கோடியோ என்னவோ?

பிடரிப் பக்கம் வீசிய ஒளியில் தூரத்தில் ரயிலொன்று வருவது புலப்பட்டது. தன்னைத் தேடிவரும் ஆர்.பி.எஃப்காரர்கள் என்ஜின் பக்கத்துப் பெட்டியிலோ, கார்டு பெட்டியிலோ இருக்கக்கூடும். சற்று வேகமாக நடையும் ஓட்டமுமாகக் கடந்து மறைவிடம் ஏதும் புலப்படுமா என்று பார்த்தான். ஒன்றும் புலப்படாவிட்டால் ரயில் பாதைச் சரிவில் இறங்கி குத்துச் செடிகள் தேடிக் குனிந்து உட்கார வேண்டியதுதான்.

வாழ்க்கை இனி இப்படித்தான், நாத்தொங்கல் ஓட்டமாக இருக்கும் போலும்.

மிக அவசரமாகக் கடந்து போனது ரயில். காக்கிச் சட்டைக்காரர் எவரும் எட்டிப் பார்த்துக் கொண்டு நிற்பதாகத் தெரியவில்லை. எல்லாம் மனத் தோற்றம். அவ்வளவு அவசரமாக, குற்றம் நடந்து ஒரு மணிக்கூர் ஆகும் முன் குற்றவாளியைத் துரத்திக் கொண்டு ஓடி வருவதாவது - சூரியன் மேற்கில் உதிக்க வேண்டும். எல்லாம் விடிந்து பார்த்துக் கொள்ளலாம் என்று இருப்பார்கள்.

வலது பக்கம் எப்போதோ தடம் புரண்ட மூன்று சரக்கு ரயில் பெட்டிகள் நிதானச் சாய்வில் கிடந்தன. இரவில் தங்க தோதுப்படுமா

என எட்டிப் பார்த்தான். புழுக்கை நாற்றம் முகத்தில் அறைந்தது. நாயோ, நரியோ, குதித்து வெளியே ஓடியது. மனிதக் கழிவின் வறளல்கள் கூடக் கிடக்கும். 'சீ' என முகம் சுளித்து மீண்டும் தண்டவாளத்தில் ஏறினான். தாகமாக இருந்தது. உண்ட உணவு செரித்து வயிறு இலகுவாக இருந்தது.

கால்கள் ஒரு தாளகதியில் விழுந்து கொண்டிருந்தன. மனம் முளை தறித்துக் கொண்டு சஞ்சரித்தது.

அம்மாவும் அப்பாவும் ஒரு வகையாய்த் தேற்றிக் கொண்டிருப் பார்கள். நண்டன் குளத்துக் களிமண், புலியூர்க் குறிச்சிக் குளத்தங் கரையின் குருமண், டோனாவூர் செம்மண் என்று தலைச்சுமடு வழக்கம் போல் அழுத்த ஆரம்பித்திருக்கும். எங்காயினும் நன்றாய் இருந்தால் சரி என்ற நம்பிக்கை சிறு பிரியில் தொற்றித் தூங்கிக் கொண்டு கிடக்கும். ஊர்க்காரர்கள் மறக்கத் தலைப்பட்டிருப்பார்கள். தெய்வநாயகம் பிள்ளை வகையறாக்கள் ஆற்றிக் கொண்டிருப் பார்கள். என்றாகிலும் வருவான், பார்த்துக் கொள்ளலாம் என்று.

செண்பகத்துக்கு எப்போதாவது தோன்றக்கூடும். தன் காரணமாய் ஒருவன் அடிவாங்கி, அவமானப்பட்டு ஊரைவிட்டு ஓடினான் என்று. ஆனால் விதியின் கரங்கள் எல்லாவற்றையும் அழித்து மீண்டும் மீண்டும் எழுதும். சுசீலா கண்டிப்பாய் நினைத்துப் பார்ப்பாள். அவளது ரகசியச் சுரங்கம் பாதுகாப்பாக இருக்கும். அடிவயிற்றுக் கிளர்ச்சியின் புல்லரிப்பில் தன்னைப் பற்றிய சந்தோஷங்கள் மிச்சம் இருக்கும்.

எது இருந்து என்ன பயன்? இரவு பதினோரு மணித் தனிமையில், மங்கிய நிலவொளியில், அடுத்த வேளைச் சோற்றுக்கு நிச்சயமற்று, கிடக்க இடமற்று.....

பையில் கிடக்கும் பணம் நூற்றுக்குப் பக்கத்தில் இருக்கும். எத்தனை நாள் பசிக்கு அது பதில் சொல்லும் என்று சொல்ல முடியாது. தாங்கும்வரை தாங்கட்டும். பிறகு தரை தாங்கிக் கொள்ளும் எதனையும்.

ஆளற்ற லெவல்கிராஸிங் ஒன்று குறுக்கிட்டது. சற்றுத் தயங்கி நின்றான். இப்படி ரயில் கட்டைகள் மீது இராப்பூரா நடந்து கொண்டிருக்க முடியாது. அதற்குப் பதில் சாலையோரமாகப் போய் பக்கத்தில் கிராமம் ஏதும் தென்படுமா எனப் பார்க்கலாம். களைப்பாகவும் இருந்தது. வலங்கையாகத் திரும்பி நடக்கத் துவங்கினான். சற்றுத் தூரத்தில் நெடுஞ்சாலை நீண்டு கிடக்கும் போலிருந்தது. கன வாகனங்கள் விரையும் ஓசை கடுகி வந்தது. நெடுஞ்சாலையில் இருந்து கிளை பாய்ச்சி சிற்றூர்களுக்குப் போகும் சாலையாக இருக்க வேண்டும். நெடுஞ்சாலையை அடைந்து விட்டால் எதிர்ப்படும் எந்த வாகனத்தையாவது கைகாட்டி நிறுத்திப் பார்க்கலாம்.

சாலையின் இரு பக்கமும் சோளம் பயிராகி இருந்தது. செஞ்சோளமோ, வெள்ளைச் சோளமோ? முற்றாத சோளக் கதிர்கள் நிலவுப் பாலுண்டு விடாய் தணித்துக் கொண்டிருந்தன. தூரத்தில் நரிகளின் ஊளை. ஊளைகூட ஒரு மொழியாக இருக்கிறது. கத்தல் ஒரு மொழி, கரைதல் ஒரு மொழி, கூவுதலும் குரைத்தலும் மொழிகள். கனைத்தல் ஒரு மொழி, கண் நிறைந்து அழுதலும் ஒரு மொழி...

வேலிகளில் பாம்புகளின் சரசரப்பு. இரைதேடத் தோதான பின் நிலாக்காலம். வாக்கான இடத்தில் இறங்கி சோளக் கதிரொன்றைப் பறித்து, உமி போக அரக்கி, வாய்க்குள் மணிகளை உதிர்த்துக் கொண்டான். வறண்ட தொண்டைக்கு வரம் போலிருந்தது.

வெள்ளைப்பாலா போன்று ஒரு மரம் நின்றது. கிளைகளில் பேய்கள் தொங்கிக் கிடந்து, மரத்தைக் கடக்கையில் கழுத்தில் குதித்து உட்கார்ந்து கொள்ளலாம். பேய் சுமந்த வாழ்க்கை. ஏதாகிலும் ஒரு பேயைச் சுமந்துதான் எல்லோரும் நடந்து கொண்டிருக்கிறார்கள்.

வெளியூர்க்காரன் பேய்க்குப் பயப்பட வேண்டாம். தண்ணீருக்குப் பயப்பட்டால் போதும். சமீபத்தில் மழை பெய்திருக்க வேண்டும். காற்றில் ஈரம் இருந்தது. வியர்வை துளிர்த்தாலும் சிரமமாக இல்லை.

நாஞ்சில் நாடன் 69

தூரத்தில் விளக்கொளி தெரிந்தது. சின்ன சந்திப்பு போலத் தோன்றியது. நெருங்கும் போது, ஓய்ந்த நடையில் நிதானித்துப் பார்த்தான். சாலை ஓரத்தில் தீ வளர்த்து நாலைந்து பேர் இல்லாத குளிரைக் காய்ந்து கொண்டிருந்தனர். பெட்டிக்கடையோ டீக்கடையோ ஒன்று தென்பட்டது. ஒரு லாரி ஒதுங்கி நின்றிருந்தது.

வெளிச்சம் அருகில் வரவர, தன்மீது ரத்தக்கறை ஏதும் துளிகளாய்த் தெறிந்திருக்குமோ என்று பார்த்தான். சாயாக்கடை பிளாஸ்டிக் தம்ளரில் தண்ணீர் கோரி, முகம் கழுவி, கை கழுவி, வாய் கொப்பளித்தான். பாலிதீன் பைக்குள் கிடந்த துண்டை எடுத்து முகம் துடைத்தான். ஒரு தேநீர் வாங்கிக் குடித்தான். பெஞ்சில் சற்று நேரம் அமர்ந்திருந்தான். யாரும் எதுவும் கேட்கவில்லை. எதற்குக் கேட்கப் போகிறார்கள்? நின்ற லாரி கிளம்பும் லட்சணம் இல்லை. இராத்தங்கலோ அல்லது ஏதும் கோளாறோ?

வழக்கமாய்த் தேநீர் குடிக்க லாரிகள் நிற்கும் இடமாக இருக்கும் போல. ஏதும் லாரி வந்தால் எங்கு போகிறது என்று கேட்டுப் பார்க்க வேண்டும்.

ரெய்ச்சூரைத் தொடாமல் விலகிப் போகும் மாற்றுச் சாலைச் சந்திப்பு போலத் தெரிந்தது. நாடு பூராவும் சாலைப் பின்னல்கள். மெலிதாகக் குளிர்ந்தது. குளிர் காய்பவர் கூட்டத்தில் போய் உட்கார்ந்தான். காய்ந்த சுள்ளித் தீயின் வெப்பம் வெதுவெதுப்பாக இருந்தது. எல்லாம் தொய்ந்து தளர்ந்த முகங்கள். தீச்சுவாலைக்குள் என்ன தேடுகிறார்கள் என்று தெரியவில்லை. நந்தலாலாவைத் தேடும் முகங்கள் இல்லை. அவரவர் ஞாபகச்சுமையைப் பிரித்துப் போட்டுக் கணக்குப் பார்த்துக் கொண்டிருப்பதைப் போல. தூக்கம் அன்பாகத் தழுவ வந்தது. எங்கும் சுருண்டு படுக்கும் தோது இல்லை. பள்ளிக்கூட வராந்தாக்கள், சர்க்கார் ஆஸ்பத்திரித் தாழ்வரைகள், அரசாங்கக் கட்டிடங்கள், நூலக வளைவுகள், நீதிமன்ற வளாகங்கள் எல்லாம் தூங்கப் பாதுகாப்பானவையாக இருக்கும். நாற்சந்தியில் எங்கு சுருண்டு உறங்க முடியும்?

மறுபடியும் டீக்கடைப் பெஞ்சுக்கு வந்தான் பூலிங்கம். வேறு ஒருவர் அமர்ந்திருந்தார். இன்னொரு சாய் பருகினால் நல்லது என்று தோன்றியது. பக்கத்தில் இருந்தவர் கேட்டார், ''பெல்லாரி போகிறாயா?'' என்று. அது எங்கிருக்கிறது என்றே தெரியாது.

'ஆம்' என்பது போலத் தலையசைத்தான்.

''நானும் பெல்லாரிக்குத்தான் போகணும்'' என்றார்.

''பஸ் இருக்கா?''

''பஸ் எல்லாம் கெடையாது. நிறுத்தமாட்டான். லாரி நிறைய போகும் இப்பிடி...''

எங்கிருந்து வரும் எங்கு போகும் என்று யாதொரு பிடியும் இல்லை. நிறுத்துகிறபோது கேட்டுப் பார்க்கலாம். சற்று நேரத்தில் லாரியொன்று சாலையோரம் ஒதுங்கியது. சர்தார் டிரைவரிடம் பக்கத்தில் இருந்தவரே கேட்டார்.

''பெல்லாரி போகுதா?''

''நை ஜி... குண்டக்கல் போகிறோம். வாறியா ஜி''

இந்திப் பாடல் அலறிக் கொண்டு இன்னொன்று வந்தது. கொட்டுப்பாரம் குவியலாகக் கிடந்தது. டார்பாலினால் பொதிந்து கட்டி இருந்தார்கள். அந்த டிரைவர் இடமில்லை என்று சொல்லி விட்டான்.

உட்கார்ந்தபடியே உறங்க ஆரம்பித்தான் பூலிங்கம். தடாலடியான தமிழ்க்குரல்கள் காதில் விழுந்தன. டிரைவர் முகம் கழுவப் போனான். கிளீனர் இரும்பு வாளியில் தண்ணீர் பிடிக்க வந்தான். சாவகாசமாக சாய் உறிஞ்சிக் குடித்தனர். டிரைவர் சிகரெட் புகையை அனுபவித்தபடி புதர் ஓரம் போனான். அவன் வந்ததும் பூலிங்கம் கேட்டான்.

''வண்டி எங்க போகு?''

''அட என்னப்பா இது? இங்கயும் ஒரு நம்மாளு உக்காந் திருக்கான்... உனக்கு எங்க போணும்?''

''இங்கேயிருந்து எங்கயாவது போகணும்!''

''ஹூப்ளி போகுது''

''நானும் வரட்டா ?''

''அங்க என்னத்துக்கு?''

''சும்மாதான்...''

''அட! சும்மா ஆரும் ஹூப்ளி போவாளா?''

''சரி வா... காசு வச்சிருக்கியா?''

''இருக்கு...''

''டீ குடிக்கியா?''

''வேண்டாம், குடிச்சாச்சு...''

''அப்பம் கௌம்பு... பெட்டி, பை ஒண்ணும் இல்லையா! அதும் சரிதான். டேய், காசி! கௌம்பலாமாடா?''

வண்டி புறப்பட்டது. 'தொட்டுக் கொள்ளவா, உன்னைத் தொடுத்துக் கொள்ளவா' பாட்டு பாதியில் இருந்து ஓடியது. கேபினில் கிளீனருக்குப் பக்கத்தில் உட்கார்ந்தான் பூலிங்கம்.

''உள்ளே உக்காரு, உறங்கினா ரோட்லேதான் கெடப்பே....'' என்றான் டிரைவர்.

டிரைவர் சீட்டுக்குப் பின் பக்கம் படுக்கை போலிருந்த இருக்கையில் ஒருவர் துயின்று கொண்டிருந்தார்.

''குண்டக்கல்லே இறங்கீருவான். பொறவு வேணும்ணா நீ படுத்துக்கோ.... ஆனா குண்டக்கல் போகச்சிலே நாலுமணி ஆயிரும்... என்ன பேரு?''

''பூலிங்கம்''

''பூலிங்கமா? அது என்ன பேருப்பா? பட்டப் பேரா?''

''இல்ல.. சொந்தப் பேருதான்!''

"வேற பேரே கெடக்கல்லயாக்கும்? எங்கேயிருந்து வாற?"

"ரெய்ச்சூர்லேருந்து..."

"அதான் தெரியுதே! சொந்த ஊரு எது?"

நல்ல வேகத்தில் லாரி ஓடிக் கொண்டிருந்தது. தடங்கல் இல்லாத சாலை. டயர்கள் சாலையைத் தொட்டும் தொடாமலும் வேகச் சுழற்சியில். காற்றைக் கிழிக்கும் சீரான ஒலி. முன் விளக்குகளின் வெளிச்சத்தில் சாலையைப் பார்த்துக் கொண்டிருப்பது சுவாரசியமாக இருந்தது. கண்ணைப் பறித்த வெளிச்சத்தைக் கண்களுக்கு நேரே பாய்ச்சிக் கொண்டு வாகனம் ஒன்று விரைந்து வந்தது. கண்ணைக் குருடாக்கும் பகட்டு வெளிச்சம்.

"நாறத் ... லைட்டை டிம் பண்ணுகானா பாரேன்..." என்று ஏசிய கையுடன் பூலிங்கத்தைப் பார்த்து, "உறக்கம் வருகா?" என்றான்.

"இல்லண்ணேன்... வண்டியிலே என்ன பாரம்?"

"கமலா ஆரஞ்சு, கொட்டுப் பாரம். ஹிங்கன் காட் தெரியுமா? நாக்பூருக்குப் பக்கம். அங்கேருந்து வாறன்... டே, காசி, நல்ல பழுத்ததா ஆரஞ்சு எடுடா.... தம்பிக்குக் குடு..."

ஒரு கையால் ஆரஞ்சை உரித்துச் சுளையை வாய்க்குள் எறிந்து, விதையை வெளியே துப்பி, இன்னொரு கையால் வட்டைப் பிடித்துச் சாலைக்குத் தோதாக வளைத்தபடி அநாயாசமாக ஓட்டிக் கொண்டிருந்தான்.

ஊரில் இருந்து புறப்பட்ட பின்பு இந்தப் பயணத்தில் மிகுந்த பாதுகாப்புடன் இருப்பதாக உணர்ந்தான் பூலிங்கம். இப்படியே வண்டியோடு வண்டியாகக் கொஞ்ச நாட்கள் ஓடிக் கொண்டிருக்கலாம். ஒரு தொழில் கற்றுக் கொள்ள வேண்டும். உணவுக்கும் உடைக்குமான தேவைக்கும். லாரி ஓட்டக் கூடக் கற்றுக் கொள்ளலாம்.

மெதுவாகக் கேட்டான்.

"அண்ணன் பேரு என்ன?"

''எம் பேரா? பெரியசாமி. பத்தமடை பக்கம். இப்பம் தாமசம் ஜலகண்டபுரம். கேள்விப் பட்டிருக்கியா? ஆயுசு பூர ரோட்லேதான் கெடந்து கழியி..... புதன்கெழமைக்கு ஈரோட்லே மஞ்ச லோடு எடுத்துக்கிட்டு கௌம்பினது. நாக்பூர்லே எறக்கியாச்சு. அடுத்தது ஆரஞ்சு லோடு. இதைக் கொண்டு ஹூப்ளியிலே எறக்கணும். அங்க அவுனுக என்னவாம் வச்சிருப்பான். பூண்டு, வெங்காயம், பருத்தி கொட்டை, பெங்களூருக்கோ, கோயம்புத்தூருக்கோ... இண்ணைக்கு என்ன கெழமை, செவ்வாயா? வீட்டுக்குப் போகச்சிலே சனியோ, ஞாயறோ? சவம் நாறப் பொழைப்பப்பா...''

சாலையோரம் இருமருங்கும் மரங்கள் அடர்ந்து கறுத்திருந்தன எதிர்காற்று சில்லென்று வீசிக்கொண்டிருந்தது. காட்டும் பூனை யொன்று வேகமாய்க் குறுக்கே பாய்ந்து போயிற்று. கழுதைகள் இரண்டு சாலையோரம் புல் கரம்பிக் கொண்டிருந்தன. மேய்வதற்குத் தெரிந்தெடுத்த நேரம்? மணி மூன்று பக்கம் இருக்கும்.

''இப்பிடி எல்லா ராத்திரியும் உறங்காம ஓட்ட முடியுமாண்ணே?''

''பகலு எப்படியும் கொஞ்சம் ஒறங்கீருவோம்பா. வண்டியைக் கொண்டு மண்டியிலே நிறுத்தினா கொஞ்சம் ரெஸ்ட் கிடைக்கும். ரொம்ப அலுப்பா இருந்தா, வாக்கா எங்கினயாம் டாபா பக்கம் ஓரங்கட்டி கொஞ்சம் ஒறங்கி எந்திரிச்சுப் போவோம்.... அது கெடக்கட்டும், நீ இப்பம் என்ன காரியத்துக்கு ரெய்ச்சூர்லேருந்து ஹூப்ளிக்குப் போறே? இல்ல தோணுன திசைக்குப் போவோம்ணா?''

''அதுமாதிரித்தான்''

''வீட்லேருந்து சொல்லாமத்தான் ஓடியாந்திருப்பே! மொகமே சொல்லுது. படிப்பிலே பெயிலாயிட்டயா? இல்லே லவ் மேட்டரா?''

''அதெல்லாம் இல்லண்ணேன்.. ஊரிலே ஒரு சின்னத் தகராறு...''

"அதான பார்த்தேன். சரி, ரெய்ச்சூர் வரைக்கும் போயிட்டுத் திரும்புகதுக்கு காரணம்?"

"சும்மா சொல்லப்பா... கொலை, கிலை செய்திட்டியா?"

சொல்லிக் கொண்டு போனான் கதை போல. கேட்டுக் கொண்டிருந்தானா, வண்டியோட்டும் கவனத்தில் இருந்தானா என்று தெரியவில்லை. காசி, மூடிய அரைக்கதவில் சாய்ந்து உறங்கி விழுந்து கொண்டிருந்தான்.

குண்டக்கல் நெருங்கிக் கொண்டிருக்கும் போலும். ஒரு நகர் வருவதற்கான அடையாளங்கள். பின்னால் உறங்கிக் கொண்டிருந் தவரிடம் உயிர்ப்பின் அனக்கங்களே இல்லை.

"சரி, அந்தக் கத்தியை என்ன செய்தே?"

"பாக்கட்லே தான் கெடக்கு"

"அடப்பாவி, கழுவவாவது செய்தியா?"

"இல்லண்ணேன், செடியிலே தொடச்சதுதான்..."

"காலம்பற மொதக்காரியமா, விர்த்தியா, உரசிக்கழுவித் துடைச்சு வச்சுக்கோ... இப்பிடி எல்லாம் முன்னப் பின்னே யோசிக்காமச் செய்திரப்பிடாது. வசக்கோட பிடிபட்டா என்ன செய்வே? போலீஸ்காரன் அடி பிருத்திர மாட்டானா?"

"அந்தச் சமயத்திலே வேறொண்ணும் செய்யத் தோணல்லே... செறுக்கி விள்ளே கெடக்கட்டும்ணேன். இனியொருத்தன் கிட்டே வாலாட்ட மாட்டாம்லா?"

குண்டக்கல் அவுட்டரில், தூங்கியவர் இறங்கிப் போனார். இறங்குமுன் காசியிடம் முப்பது ரூபாய் கொடுத்தார். சற்றுப் படுக்கலாம் என்று தோன்றியது. பெரியசாமி என்ன சொல்வானோ? அலுப்பாகவும் இருந்தது.

"கொஞ்சம் படுக்கட்டுமாண்ணேன்?" என்றான்.

"தைரியமாப் படுத்து உறங்கு. போலீஸ் ஒண்ணும் தேடி வரமாட்டான். கர்நாடகா தாண்டியாச்சு. இது ஆந்திரா.... ஆனா பெல்லாரி தாண்டினா மறுபடியும் கர்நாடகா வந்திரும்."

"தொட்டிலில் கிடப்பது போலிருந்தது. குளிர்ந்த காற்றுக்கு இதமான இன்ஜின் வெக்கை. ஆரன் சத்தமும் டயர் இரைச்சலும் பழகிப் போயிருந்தது. உறக்கத்தின் மூச்சு பூலிங்கத்திடம் சீராக வரத் துவங்கியது.

நான்கு

என்ன ஆறு என்று தெரிந்து கொள்ள பெயர்ப் பலகைகள் இல்லை. பெயர்களை வைத்துக் கொண்டு என்ன செய்ய? அழகைப் புலன்கள் யாருடைய சம்மதமுமின்றி அனுபவித்துக் கொண்டிருந்தன. பாயும் திசையில் சமீபத்தில் பெரும் பள்ளம் இருக்க வேண்டும். விசையுடன் பாய்ந்தது வெள்ளம். நட்டாற்றில் சின்னஞ்சிறு சுழிகள் தெரிந்தன. காலை வைத்தால் இழுப்புத் தெரிந்தது. பக்கத்தில் ஊர்களின் அடையாளங்கள் இல்லை. வழிப் போக்கர் இறங்கி ஏறி உபயோகித்த ஒற்றையடித் தடம் மாத்திரம் தெரிந்தது. நெடுஞ்சாலையின் தளத்தில் இருந்து ஆழத்தில் ஓடியது ஆறு. கரைகளில் காடு போல் அடர்ந்திருந்த இலுப்பை மரங்கள். பல் வகைக் குற்றுச் செடிகள், அவற்றைப் போர்த்திக் கொண்டு கிடந்த கொடிகள், வெள்ளையாய்ப் பூத்துக் கிடந்த கோவைக் கொடிகள்.

புதர்களின் ஓரத்தில் ஓணான்களும் அரணைகளும் ஓடிக் கொண்டிருந்தன. தட்டான்கள் பறந்து பறந்து திரிந்தன. பருந்துகள் ஓய்வெடுத்துக் கொண்டிருந்தன, மற்றுமொரு உயர்ந்த பறத்தலுக்கான ஆயத்தம் போல. தூரத்துப் புதர்களில் கானாங்கோழிகள் நடமாட்டம் தெரிந்தது.

பெரியசாமியிடம் பற்பொடி வாங்கிப் பல் தேய்த்தான் பூலிங்கம். கத்தியை எடுத்துக் கறைபோக மணலில் உரசிக் கழுவினான். ஆடைகளைத் துவைத்துச் செடிகளின் மீது துவரப் போட்டான். ஆற்றில் இறங்கி நிற்கையில் இடுப்புத் துணியைப் பறித்துக் கொண்டு போய்விடும் போலிருந்தது வெள்ளம்.

நீண்ட நாட்களாயின காலையில் குளித்து. சூரியன் புதர்களின் மட்டத்துக்கு மேலே வந்திருக்கவில்லை. ஆனால் புதர்களின் ஊடே வாள்போல் பாய்ந்தது ஒளிக்கற்றை. நிறைய முடி வளர்ந்துவிட்டது. இப்படியே போனால் காடடைந்துவிடும். காசி, லாரியின் முகப்புக் கண்ணாடிகளைத் தண்ணீரால் அடித்துக் கழுவிக் கொண்டிருந்தான். குளித்தபின் ஈரத்துண்டை உடுத்திக் கொண்டு மென்காற்றில் இளவெயிலில் நின்று கொண்டிருப்பது சுகமாக இருந்தது. களைப்புப் பறந்து விட்டது. மனது தெளிவாக இருந்தது.

பெரியசாமி துழைந்து நீராடிக் கொண்டிருந்தான். இனி அடுத்த குளியல் எங்கு கிடைக்கும் என்று சொல்ல முடியாது என்ற நினைப்பிருக்கும் போலும். பெல்லாரி, அடுத்து எங்கேனும் இருக்கும். காலையாகாரம் அங்கு எங்கேனும் காத்திருக்கும்.

காசி குளிக்க வந்தான். பெரியசாமி ஈரத்துணியுடன் கேபினில் ஏறி ஊதுபத்தி கொளுத்தி வைத்துக் கும்பிட்டான். நெற்றியில் திருநீறு இட்டிருந்தான். வெளியே இறங்கி வந்து புல்தரையில் உட்கார்ந்து பீடி பற்ற வைத்தான்.

உள்ளாடைகள் உலர்ந்து விட்டிருந்தன. எடுத்து அணிந்து கொண்டான். மெதுவாகப் பக்கத்தில் போய் உட்கார்ந்தான் பூலிங்கம்.

"எண்ணேன்..."

"ம்.... என்னப்பா? கொலைகாரா?"

"என்னண்ணேன், நீங்களே இப்படி...."

"சும்மா வெளையாட்டுக்குச் சொன்னம்பா, கோச்சுக்காதே"

''எதாம் ஒரு வேலை வேணும்ணேன். இல்லேண்ணா சாப்பாட்டுக்கே கஷ்டமாயிரும்''

''எங்கூட ஊருக்கு வந்திருகியா?''

''கூட வாறண்ணேன். டிரைவிங் படிக்க ஆசையா இருக்கு. ஆனா ஊருக்கு வரல்லே.''

''எங்கூட கொஞ்ச நாளா இந்தக் காசிப்பய ஓடுகான். இல்லேண்ணா கிளீனரா கூட வந்தேண்ணா டிரைவிங்கும் படிச்சுக்கிடலாம். சரி ஹூப்ளியிலே விசாரிச்சுப் பாப்போம்..''

இரவில் ஓடுவது போல் அவ்வளவு மகிழ்ச்சியானதாய் இல்லை பகற் பயணம். நிறைய டிக்கட்டுகள் ஏற்றிக் கொண்டான் பெல்லாரியிலிருந்து. கேபினுக்குள் நெருக்கி அடித்து உட்கார வேண்டியது இருந்தது. ஒன்றும் பேச முடியவில்லை. வெயில் ஏறிக் கொண்டிருந்தது. நெடுஞ்சாலையானாலும் தூசுக்கும் புகைக்கும் குறைவில்லை.

காலையுணவு, மதிய உணவு எதற்கும் பெரியசாமி காசு வாங்கிக் கொள்ளவில்லை. ''இருக்கட்டும், உனக்குத் தேவைப்படும்!'' என்றான்.

எதற்கு இந்த ஓட்டம் என்று தோன்றியது. ஹூப்ளி போகும் போது மாலையாகிவிட்டது. பழமண்டி, நகரின் முக்கியக் கடைவீதி நெரிசலில் அழுங்கிப் போயிருந்தது. கூடை கூடையாக ஆரஞ்சு. பழங்களை அள்ளிக் கொண்டு போய்க் கொட்டிக் கொண்டிருந்தனர்.

பழங்களை வண்டியில் நின்று ஒதுக்கிக் கொடுத்துக் கொண்டிருந்த காசியுடன் பூலிங்கமும் நின்றிருந்தான். மண்டிக்காரர், குஜராத்தி சேட் போலப் புலப்பட்டது. பெரியசாமி அவருடன் ஏதோ பேசிக் கொண்டிருந்தான். பூலிங்கம் காரியமாகக் கூட இருக்கலாம். சற்று நம்பிக்கை தோன்றியது.

பாரம் இறக்கி முடித்ததும் காசியுடன் பூலிங்கமும் இறங்கினான்.

''இவனா அவனா?'' என்றார் சேட்.

''இவன்தான், அவன் காசி, என் கிளீனர்''

''சரி! விட்டுட்டுப் போ பார்ப்போம். எல்லா வேலையும் மடிக்காமச் செய்வானா?''

''செய்வான் சேட் ஜி. இல்லேண்ணா அடுத்த தரம் வரச்சிலே என்னை நாயேண்ணு கேளுங்கோ...''

''சரி, இருக்கட்டும். மண்டிலே தங்கிக் கிடட்டும். சாப்பாட்டுக்கு எதாம் கடையிலே கணக்கு வச்சுக்கிடச் சொல்வோம். திருட்டுத்தனம் ஒண்ணும் காட்ட மாட்டாம்லா?''

''என்ன சேட்டு? அப்பிடி உள்ள பையனைக் கூட்டியாருவனா?''

பெரியசாமியும் காசியும் கையசைத்து விட்டுப் புறப்பட்டுப் போனார்கள். கண்கள் ஊறிப் பெருகின.

சேட்ஜி தலையசைத்தார், பூலிங்கத்தைப் பார்த்து. அதுதான் நியமன உத்திரவு போலும்.

அம்பாரமாய்க் குவிந்து கிடந்த ஆரஞ்சுகளை எண்ணிக் கூடைகளில் போட்டுக் கொண்டிருந்தான் ஒருவன். வைக்கோல் பரத்திய கூடைகளில் நான்கு டஜன்களாக அடுக்க ஆரம்பித்தான். சணல் கயிறு போட்டு மூடி பொருந்திய கூடைகளைக் கட்டினான். தள்ளுவண்டிக்காரன் ஒருவனுக்கு நானூறு பழங்களை எண்ணிப் போடச் சொன்னார் சேட். சின்னதும் பெரியதும் பச்சையும் பழுத்ததுமாக. உடைந்தவற்றை மாத்திரம் ஓரத்தில் போடச் சொன்னார். ஐம்பது ஐம்பதாகக் கூடையில் எண்ணி வண்டியில் கொட்டிக் கொண்டிருந்தான். குத்தவைத்த வாக்கில் அமர்ந்து கொண்டு, கைகள் மட்டும் இயங்கிக் கொண்டிருந்தன. மேலும் இரண்டு தள்ளுவண்டிக்காரர்கள் வந்தனர்.

கட்டப்பட்ட கூடைகள் கை வண்டிகளில் ஏற்றப் பட்டுக் கொண்டிருந்தன. சில்லறை வியாபாரத்துக்கு கைம்பெண் ஒருத்தி விலை கசடிக் கொண்டிருந்தாள். உடைந்த ஆரஞ்சுகளை வாங்கிச்

கொண்டு போவதற்கு ஒரு பெண் காத்து நின்றாள். கூறுகட்டி விற்பாளோ, கொதித்த கும்பிகளைக் குளிர வைப்பாளோ? எலியொன்று வளையினுள் இருந்து எட்டிப் பார்த்துவிட்டுப் போயிற்று. டெலஃபோன் ஒலித்துக் கொண்டிருந்தது. எடுத்துப் போகும் கூடைகளுக்குக் காசு வாங்கிப் போட்டுக் கொண்டிருந்தார் சேட். கடன் கேட்ட ஒருவனைப் பழைய பாக்கி கேட்டுத் துரத்திக் கொண்டிருந்தார். மொத்த வியாபாரி போலத் தெரிந்த ஒருவர் பழுத்த ஆரஞ்சு ஒன்றை எடுத்து உடைத்துத் தின்றவாறு சேட்டிடம் பேரம் நடத்தினார்.

கடை ஒதுங்க இரவு பத்தரை மணிக்கு மேல் ஆயிற்று. நாற்பது வால்ட் பல்ப் ஒன்று எரிந்தது. மரப்பலகைக் கதவுகளைப் போட்டுவிட்டனர். ஒரு பலகை திறந்திருந்தது. வாட்ச்மேன் பேசிய மொழி பூலிங்கத்துக்கு சரியாகப் புரியவில்லை. பெஞ்சில் உட்கார்ந்து பீடி குடித்துக் கொண்டு, யார் கேட்கிறார் எனும் கவலையற்றுப் பேசிக் கொண்டு போனார்.

ஒன்பது மணிக்கு மேல் சாப்பிட்டு வரச் சொல்லி, பத்து ரூபாய் தந்தார் சேட். புரோட்டா சால்னா. அது இப்போது தேசீய உணவாகி வந்தது. வயிறார அரிசிச் சோறு தின்று வாரங்கள் ஆகிவிட்டன. நாளைப் பகலில் சோற்றுக்கடை ஏதும் தேடிப்பிடிக்க வேண்டும்.

கடையின் உள்ளே பனையோலைப் பாய் விரித்து, சாக்கைச் சுருட்டித் தலைக்கு வைத்து, போர்வையை அதன் மேல் விரித்துப் படுத்தான் பூலிங்கம். ஆரஞ்சுப் பழ வாசனை இறுகிக் கொண்டு வந்தது.

காலைக் கடன்களுக்கான தோது, கடையில் இல்லை. பேருந்து நிலையங்களில் கட்டணக் கழிப்பிடங்கள் இருக்கும். மண்டியில் இருக்கும் சைக்கிளை எடுத்துக் கொண்டு போய்வந்து விடலாம். பல் தேய்க்க, குளிக்க என்ன செய்வதென்று தெரியவில்லை. தெரு மூலையில் ஒரு பைப் இருந்தது. மண்டியில் கிடந்த வாளியை உபயோகித்துக் கொள்ளலாம். கடை திறப்பதற்கு ஒன்பது மணிக்கு மேலாகும். குளிப்பதைக் கூட இரவில் வைத்துக் கொள்ளலாம். பற்பொடிக் கூடு வாங்கி வைத்துக் கொண்டான்.

எட்டரை மணிக்கெல்லாம் சேட் ஜி ரமாகாந்த் சப்பன் வந்து சேர்ந்தார். அப்படி நெரிபிரியான வேலைகள் இருந்தன என்று சொல்ல முடியாது. ஆரஞ்சுகளை சைஸ் பார்த்துப் பிரிக்கச் சொன்னார். பதினோரு மணிக்கு பேங்குக்கு கூட்டிக் கொண்டு போனார். செலான் எழுதி இணைத்த காசோலைகள். இரண்டு பழக்கடைகளுக்கு பில் கொடுத்துவிட்டு வரச் சொன்னார். முகவரி கேட்டுக் கேட்டுப் போக வேண்டியதிருந்தது. திரும்பி வந்ததும் ஒரு கூடையில் இருந்த பழங்களை ஒரு முகவரி தந்து கொடுத்துவிட்டு, திரும்பும்போது சாப்பிட்டு வரச் சொன்னார்.

நகரின் மேற்குக் கோடியில் புதிதாகக்கட்டப்பட்ட பங்களாக்களின் வரிசையில் இருந்தது. வாசலில் அசோக மரம் இருக்கும் என்று சொன்ன அடையாளம். தெருவில் நின்று கேட்டைத் தட்டியதும் நாய் குரைக்கும் சத்தம். வெள்ளை பொமரேனியன் ஒன்று குதித்து ஓடிவந்தது. ''சிவா, சிவா'' எனறொரு பெண்குரல். நாய்களுக்கும் இப்போது கடவுள் பெயர்களை வைக்கிறார்கள் போலும்.

நாற்பது தாண்டிய பெண் ஒருத்தி வெளியே வந்தாள். பச்சரிசி மாவு உருண்டை போலிருந்தாள் பார்க்க. பூலிங்கம் சைக்கிளில் இருந்து இறங்கி நின்றான்.

''சேட் அனுப்பினார். ஆரஞ்சுக் கூடையைக் கொடுத்துவிட்டு வரச் சொன்னார்.''

''வா, உள்ளே வா... சைக்கிளை உள்ளே கொண்டாந்து வை...'' தெருக்கதவின் கொண்டியைப் போட்டு விட்டு உள்ளே வந்தாள். சைக்கிளை ஸ்டாண்ட் போட்டு நிறுத்தி விட்டு, கேரியரில் இருந்த கூடையை எடுத்துக் கொண்டு நடந்தான். செருப்பை வாசலில் கழற்றி விட்டு விட்டுப் பின்னால் போனான்.

''உன்னை இதுக்கு முன்னே பார்த்ததில்லையே?''

''நான் நேத்துத்தான் வேலைக்குச் சேர்ந்திருக்கேன்''

''மலையாளியா?''

"இல்லை, தமிழ்"

"கன்னடம் பேசுகே!"

"கொஞ்ச நாள் ரெய்ச்சூர்லே இருந்தேன்"

பழக் கூடையைக் கொண்டு ஹாலைத் தாண்டி, பக்கவாட்டில் இருந்த அறையில் வைக்கச் சொன்னாள். ஹால் விசாலமாய் இருந்தது. வசதியான வாழ்க்கைக்குரிய எல்லா அடையாளங்களும் இருந்தன. வீட்டில் வேறு அரவங்கள் இல்லை. வேலைக்கோ பள்ளிக்கோ போயிருப்பார்களோ என்னவோ? சேட்டுக்கு உறவென்று தெரியவில்லை. வட இந்திய முகம் அல்ல. கன்னட முகம் போலத் தெரிந்தது.

"சேட் என்ன சம்பளம் தருவாரு?"

"ஒண்ணும் கேக்கல்லே!"

"எங்கே தங்குகே?"

"மண்டியிலேதான் நேத்து ராத்திரி படுத்திருந்தேன். தங்க இடம் பாத்தா வாடகை முன்கூட்டி குடுக்கணும். அட்வான்ஸ் குடுக்கணும்..."

"ஊர்லே யாரும் இல்லையா?"

"வீட்டிலே அம்மையும் அப்பாவும் இருக்கா"

"ரொம்பக் கஷ்டமா?"

"அதெல்லாம் ஒண்ணுமில்லே. சண்டை போட்டுக்கிட்டு ஓடி வந்திட்டேன்"

"எது வரை படிச்சிருக்கே?"

"நீங்க சேட்டுக்கு சொந்தமா?"

"இல்லே... எங்க வீட்டுக்காரரு இருந்தவரைக்கும் சேட்டுக்கு பார்ட்னரா இருந்தாரு"

பூலிங்கத்தின் கண்கள் சுவரில் தொங்கிய, நோயின் வடுக்கள் தெரிந்த முகம் ஒன்றைப் பார்த்தது. சந்தனமாலை சூட்டப்பட்டிருந்த

பொலிவிழந்த முகம். சாவு முன்கூட்டியே அறிக்கை செய்திருக்கும் போல. எந்த உறுப்புத் தோற்றுப் போய் இறந்து போனார் என்று தெரியவில்லை.

உள்ளே போய் இரண்டு ரூபாய் கொண்டு வந்து நீட்டினாள். அவன் வாங்கிக் கொள்ளவில்லை. அவளும் வற்புறுத்தவில்லை.

சாப்பிட்டுவிட்டு மண்டிக்குத் திரும்பிய போது சேட் வீட்டுக்கு சாப்பிடப் போயிருந்தார்.

மேசைமீது கன்னடத் தினத்தாள் ஒன்று கிடந்தது. ஒரு சொல் கூடப் படிக்க முடியவில்லை. தேசியத் தலைவர்கள் என்று சொல்லப்பட்ட இருவர் புகைப்படங்கள் மட்டும் புரிந்தன. மற்றும் சில சினிமா நடிகர் நடிகைகள் - நாளைய தேசத் தலைவர்கள்.

பெரும்பாலும் இன்றுடன் ஆரஞ்சு அம்பாரம் காலியாகிவிடும். இனி நாளைதான் பாரம் வரும் என புட்டண்ணையாக் கிழவர் சொன்னார். சாயங்காலம் அன்னாசிப் பழங்கள் வந்தன. அதுவும் கொட்டுப் பாரம்தான். கூடையில் பொறுக்கிக் கொண்டு வந்து குவித்தனர். வாங்கி வாங்கித் தட்டிக் கொண்டிருந்தான் பூலிங்கம். பழங்களின் தும்பில் இருந்த கொண்டைத் தாள்கள் கைகளில் உராய்ந்து காந்தல் தெரிந்தது.

மறுபடியும் சில்லறை வியாபார எண்ணிக்கைகள். தரம் பிரித்தல். கடை அடைத்தபின் பஜார் பெரும்பாலும் வெறிச்சோடிக் கிடந்த தைரியத்தில் வாளியைத்தூக்கிக் கொண்டு தெரு மூலைக்குக் குளிக்கப் போனான் பூலிங்கம். நின்ற வாக்கில் உள்ளாடைகளுக்கு சோப்புப் போட்டு அலசிப் பிழிந்து, உதறி, காற்றில் ஆற்றி.... இரவு பத்தரைக்குப் பிறகும் அவனைப் போல் குளிக்க மனிதர்கள் இருந்தனர்.

கனிந்து நைந்த அன்னாசிப் பழம் ஒன்றை கலை நயத்துடன் தோல் சீவிக் கொண்டிருந்தார் வாட்ச்மேன் கிழவன். நல்ல இனிப்பாக இருந்தது. ஆளைத் தூக்கி வீசும் வாசனை.

மழை இருட்டிக் கொண்டு வந்தது. எந்த நேரமும் சரஞ்சரமாய் இறங்கும் போல. மின்னல்கள் வெட்டிக் கொண்டிருந்தன. மீன்களின்

அரசாட்சி இல்லை. நிலவைக் காணோம். நல்ல உறக்கத்தில் இருந்த போது மழை கொட்ட ஆரம்பித்தது. ஓட்டுக் கூரையின்மீது பலமாக விழுந்தன மழைத் துளிகள். மண்டிக்குள் ஆங்காங்கே ஒழுக்குகள் இருந்தன. நள்ளிரவில் எழுந்து உட்கார்ந்து, ஒழுக்கில்லாத இடம் தேடிப் படுக்க வேண்டியதிருந்தது. கிடந்த கயிற்றுக் கட்டிலில் வாட்ச்மேன் சுருட்டிக் கொண்டு கிடந்தார். காற்றின் ஈரப்பதம் இதமாக இருந்தது மாறிக் குளிர ஆரம்பித்தது. வாட்ச்மேன் எழுந்து உட்கார்ந்து பீடி பற்ற வைத்தார்.

''ஒரு பீடி குடிக்கியா? குளிருக்கு இதமா இருக்கும்''

''வேண்டாம் தாத்தா, பழகிக் கொள்ளல்லே...''

''அதுக்கென்னா, பழகினாப் போச்சு''

''இல்லே வேண்டாம். பிடிக்கல்லே...''

புகை இழுத்துக் கொண்டே இருமிக் கொண்டிருந்தார். கிழவனாருக்கு மகன் இருந்தான், மகள் இருந்தாள், அவரவர் குடும்பங்களுடன். ஐநூறு ரூபாய்க்கு இரவெல்லாம் அவருக்கு இரும வேண்டியதிருந்தது. பீடிக்கும் சாயாவுக்கும் அவ்வப்போது சாராயத்துக்கும் காசாயிற்று.

காலையில் பல் தேய்த்து நிமிர்ந்தபோது, குளிக்காமல் கொள்ளாமல் சேட் ஸ்கூட்டரில் வந்தார். சட்டையைப் போட்டுக் கொண்டு சைக்கிளில் கிளம்பச் சொன்னார். காலையில் சாலைகளில் அதிகக் கூட்டமில்லை. மெதுவாகப் போன சேட்டைப் பின்தொடர்ச் சிரமமில்லை. சந்தை வாசலில் வண்டிகளைப் பூட்டிவிட்டு உள்ளே போனார்கள். சேட் கையில் இருந்த கூடையையும் துணிப்பையையும் வாங்கிக் கொண்டான்.

சுரைக்காய், பீர்க்கங்காய்களை ஏன் விழுந்து விழுந்து தின்கிறார்கள் என்று தெரியவில்லை. பூக்கோசு, இலைக்கோசு, தக்காளி, உருளைக்கிழங்கு, பீன்ஸ், காரட் என வெளியூர்க்காய்கறித் தினுசுகள். வாழைக்காய், கத்தரிக்காய் எல்லாம் வாங்க மாட்டார்கள் போலும். இதற்கு முன் பார்த்திராத கீரைக்கட்டுகள் இரண்டு வாங்கினார்.

கூடை, பை எல்லாம் நிறைந்துவிட்டன. சைக்கிள் காரியரில் இரண்டையும் வைத்துக் கட்டிக் கொண்டு சேட் பின்னாலேயே போனான். நகரின் பரபரப்பான பகுதியில் இருந்தது வீடு. பழங்கால வீடொன்றை வாங்கிப் புதுப்பித்தது போல. சுற்றுக் கட்டுச்சுவரினுள் ஒரு மாருதியும் ஒருஃபியட்டும் நின்றன. வீட்டினுள் ஏக இரைச்சலாக இருந்தது. மூன்று நான்கு குடும்பங்கள் இருக்கும் போல. குழந்தைகள் பள்ளி செல்லும் ஆயத்தங்களுடன். தாழ்வாரம் போலிருந்த பகுதியில் ஒதுங்கி நின்றான் பூலிங்கம்.

''ஆவ்.... அந்தர் ஆவ்....'' என்று சொல்லிக் கொண்டு தசைக்கனம் தாளாத பெண்ணொருத்தி வந்தாள். சேட்டின் மனைவியாக இருக்க வேண்டும். சேட்டுக்கே அறுபது வயதிருக்கும். அவரைவிடக் கிழவி யாகத் தெரிந்தாள். என்றாலும் முகத்தில் ஒரு சாந்தமும் நிறைவும் துளிர்ந்திருந்த அன்புக் கொழுந்துகளும்.

வீட்டினுள் நடக்க மிகவும் கூச்சமாக இருந்தது. அடுக்களையை நோக்கி ஒரு தாழ்வாரம் ஓடிக் கொண்டிருந்தது.

பைகளைப் பதனமாக இறக்கி வைத்தான்.

''ஜானா நஹி... சாய்தேத்தி ஹும்'' என்றாள்.

நிறையப் பாலூற்றி, பெரிய தம்ளரில், இஞ்சி ஏலக்காய் மணக்கும் சாய். வயிறு நிறைந்து விடும் போலிருந்தது. சொல்லிக் கொண்டு வெளியே வந்தான்.

''துக்கான் மே ஜாவ்...'' என்றார் சேட்.

பள்ளிப்பிள்ளைகள் நான்கு பேர் நிறைந்த காரொன்று வெளியே புறப்பட்டுக் கொண்டிருந்தது. பூரித்திருந்த இரண்டு பெண்கள், ''டாட்டா... பைபை... சீரியோ... ஆவுஜே'' சொல்லிக் கொண்டிருந்தனர்.

கார் போகக் காத்திருந்து, சைக்கிளை வெளியே தள்ளி வந்து, கேட்டைச் சாத்திவிட்டு, ஏறி மிதித்தான் பூலிங்கம்.

தினமும் காலையில் அது ஓர் வேலை ஆயிற்று. எழுந்து பல் தேய்த்து முகம் கழுவி சேட் வீட்டுக்குப் போய் பையும் கூடையும் பணமும் வாங்கிக் கொண்டு காய்கறி வாங்கிக் கொடுத்துவிட்டுத் திரும்புவது. எப்போது போனாலும் பூரித்த சிரிப்பு இருந்தது சேட் வீட்டு அம்மாளுக்கு. வயது வசக்கேடாக எந்தச் கசடும் கசப்பும் ஏற்றாத முகம். காலில் விழுந்து கும்பிடலாம் போல. எல்லோரிடமும் இப்படித்தான் இருக்க முடியும் போல. வீட்டில் எல்லா வேலையையும் அவளே செய்து கொண்டிருந்ததைப் போலொரு பரபரத்த அசைவு.

பூலிங்கம் நல்ல பிஞ்சாகப் பார்த்துக் காய்கறிகள் வாங்கக் கற்றுக் கொண்டான். சந்தையில் ஒரு நாள் நல்ல விளைந்த பெரிய காட்டு நெல்லிகள் கிடைத்தன. என்ன சொல்வார்களோ என யோசித்து இரண்டு பக்கா வாங்கிக் கொண்டு போனான்.

பாபிக்கு ஒரே சந்தோஷம்.

"யே கஹாங் ஸே மிலா ரே" என வியந்து போனாள்.

காலை உணவு என்பது அவர்களுக்கு பெரிய ஏற்பாடுகளுடன் இல்லை. உப்புமா போன்ற விதத்தில் கிச்சடி. அல்லது உருளைக் கிழங்கு, பச்சைப் பட்டாணி நனைத்த அவல் எல்லாம் போட்டுத் தாளித்த போஹா. அல்லது இரண்டு மூன்று கச்சோடி அல்லது சமோசா. பெரிய கப்பில் கொழுக்கப் பால் விட்ட சாய்.

ஞாயிற்றுக் கிழமைகளில் கடையடைப்பு. ஏதாவது சில்லறை வேலைகள் இருக்கும் என்று சாவகாசமாக வீட்டுக்குப் போனான் பூலிங்கம். கோதுமை மாவு அரைத்துக் கொண்டு வரச் சொன்னாள். பெரிய பெரிய அலுமினிய டப்பாக்கள். இரண்டு நடையாகப் போய் வந்தான். மழைக்கான வெயில் மூர்க்கம் கொண்டிருந்தது. வியர்த்து வழிந்தது. முதுகோடு ஒட்டிய சட்டை அரித்தது.

ஞாயிற்றுக் கிழமைகளில் காலை நாஸ்தா இல்லை போலும். பன்னிரண்டு மணிக்கெல்லாம் சாப்பாட்டுக் கடை ஒதுங்கி விட்டிருந்தது. அடுக்களைத் தரையில் உட்கார வைத்து ரொட்டி

சுட்டுப் போட்டாள் பாபி. கை மணமா நெய் மணமா என்று பேதங் காண இயலவில்லை. தின்னத் தின்ன போட்டுக் கொண்டிருந்தாள். உப்பு, எரிப்பு, புளிப்பு எல்லாம் மிதமாய் இருந்தன கறிகளில். பருப்பை அப்படியே எடுத்துக் குடிக்கலாம் போலிருந்தது. எத்தனை தின்றிருப்பான் என எண்ணமுடியவில்லை. வயிறு நிறைந்து விட்டது.

கை கழுவி விட்டுப் புறப்பட யத்தனித்தான்.

''கொஞ்சம் நில்லு'' என்று சொல்லிவிட்டு உள்ளே போனாள் பாபி. வரும் போது கைகளில் இரண்டு பேன்ட் சட்டைகள் இருந்தன.

''சின்ன பாபுவுக்குள்ளது. அவன் அளவுகூட உனக்குப் பெரிசாத்தான் இருக்கும். போட்டுக்கோ. பழசுண்ணு நினைக்காதே.''

அவ்வளவு பழசாகத் தோன்றவில்லை. சற்றுத் தொளதொள என்றிருந்தது.

அம்மணத்துக்கு அழுக்குத் துணி நல்லது. அழுக்குத் துணிக்கு பழைய தொளதொள துணி நல்லது. சொந்தச் சாமான்களை வைத்துக் கொள்வதற்கு, கைப்பிடி போன, பூட்டுக் கழன்ற பழைய பெட்டி ஏதும் கிடைக்குமா என்று பாபியிடம் கேட்டுப் பார்க்க வேண்டும். கேட்காமலேயே தரும் மனசு.

மறுபடியும் பானுமதி அக்கா வீட்டுக்குப் போய் வரச் சொன்னார் சேட். வளர்ப்பு நாய்க்குத் தடுப்பூசி போடத் துணைக்கு. காலையில் பத்தரை மணிக்குப் போனபோது நன்கு விரிந்த பூப்போல இருந்தாள். எல்லா இதழ்களும் விரிந்து முடிந்து, இனி விரிவதற்கு ஏதுமற்ற தாமரைப் பூப்போல.... வகிட்டில் குங்குமம் இல்லை. தலையில் பூத்தொங்கல் இல்லை. நெற்றியில் கருஞ்சாந்து. மிகக் குறைந்த ஆபரணங்கள் என்றாலும் அம்சமாக இருந்தது பார்க்க. குளித்துத் தெளிந்த களை. நாய்க்கு, பழகிய வாசனை தெரிந்திருந்தது போலும். சங்கிலியில் கோர்த்துப் பிடித்துக் கொண்டு போனான். ஓட்டமும் நடையுமாகப் போயிற்று. வெளியில் இறங்கி நடக்கும் உல்லாசம் தெரிந்தது. பானுமதி அக்காவின்

வீட்டிலிருந்து வளர்ப்புப் பிராணிகள் மருத்துவர் கிளினிக் இரண்டு கிலோ மீட்டர் இருக்கும். நெருங்க நெருங்க நாயின் நடையின் துள்ளல் குறைந்து போயிற்று. சின்னச் சந்தேகம் மூட்டம் கொண்டிருக்கும். சற்றும் நேரம் இழுத்துக் கொண்டு போக வேண்டியது இருந்தது. நான்கு கட்டிடங்கள் தூரத்தில் கால்களைப் பரத்திக் கொண்டு நின்றுவிட்டது.

எடுத்துக் கொள்ளச் சொன்னாள். பூலிங்கம் எந்த வளர்ப்புப் பிராணியையும் நெருங்க விட்டவன் இல்லை. எப்போதாவது வரும் பூனை, பக்கத்து வீட்டு நாய் மணி, முற்றத்தில் கரையும் காகம், நடக்கும்போது தென்படும் மைனா, நாரை, பஞ்சவர்ணம், அணில், ஓணான், அரணை ஏதனுடனும் மானசீக உரையாடல்கூட இல்லை அவனுக்கு. பொமரேனியனைச் சட்டெனத் தூக்கிக் கொள்வது அருவருப்பாக இருந்தது. அதன் ரோமம் புசுபுசுவெனச் சங்கடப் படுத்தியது. முன்னங்கால்களை தூக்கி இடது கை மீது போட்டுக் கொண்டு ஒய்யாரமாக இருந்தது நாய். நல்ல வேளை, கையை, மூஞ்சியை நக்கத் துவங்கவில்லை.

மருத்துவரிடம் கூட்டமில்லை. இரண்டு பேருமாகப் பிடித்துக் கொள்ள, பரிசோதித்துப் பார்த்தார். கடித்து விடாமல் இருக்க வாயைப் பலமாகச் சேர்த்துப் பிடித்துக் கொள்ளச் சொன்னார். முடிப்புதரில் கை நுழைத்து ஊசியைச் செலுத்தினார். எழுந்து நின்ற நாய் சடசடத்துக் கொண்டது. வீடு நோக்கி இழுத்துக் கொண்டோடியது. ஏறிக் கொண்டிருந்த வெயிலில் வியர்வை ஊறிக் கொண்டிருந்தது.

கேட்டைச் சாத்தி விட்டு வீட்டுக்குள் போனதும் காற்றாடியை விசைப்படுத்தி விட்டு உட்கார்ந்தாள் பானுமதி அக்கா. கைகளைத் தூக்கி சடைவு ஆறுகையில் வியர்வை ஊறிப் படர்ந்திருந்தது. வெயில் பட்ட முகம் சற்றுச் சிவந்து கன்னியிருந்ததாகத் தென்பட்டது. பொங்கிப் போயிருந்த முலைகளைப் பார்த்து பூலிங்கத்துக்கு காமம் தோன்றியது. இது அடாது என உரைத்தது உள்ளம். அவஸ்தையாக இருந்தது.

பானுமதி எழுந்து உள்ளே போனாள். உடை மாற்றிக் கொண்டு வந்தாள். "இரு, காப்பி போட்டுத்தாறேன்" என்றாள். காப்பி நன்றாக இருந்தது. காப்பியை உறிஞ்சிக் கொண்டு, "காலைலே என்ன சாப்பிட்டே?" என்றாள்.

"மண்டியிலேருந்து பஸ் ஸ்டான்ட் போற வழியிலே ஒரு மெஸ் இருக்கு. அதுலேதான் காலம்பற அஞ்சு இட்டிலி திண்ணேன். அஞ்சு ரூபா ..."

"காலைலே டீ குடிக்க மாட்டியா?"

"அது மண்டிக்குப் பக்கத்திலே ஒரு கடையிலே"

"மத்தியானம் எங்க சாப்பிடுவே?"

"சேட்டு சாப்பிடப் போகச்சிலே ரெண்டு மணி ஆகும். நாலு மணிக்குத்தான் வருவாரு. புட்டண்ணய்யாவுக்கு வீட்லேருந்து சாப்பாடு வரும். நான் சேட்டு சாப்பிடப் போன பிறகு போவேன். பாரத் தியேட்டருக்கு கிட்டே, அன்னபூரணிண்ணு ஒரு சின்னக் கடை. சோறு நிறையப் போடுவான். பத்து ரூவாதான். கொழம்பெல்லாம் சுள்ளுண்ணு இருக்கும்."

"ராத்திரிக்கு என்ன செய்வே?"

"காலம்பற சாப்பிடுக மெஸ்தான். சப்பாத்தி, இல்லேண்ணா புரோட்டா, இல்லேண்ணா ஊத்தப்பம்"

"டெய்லி சாப்பாட்டுக்கு இருபத்தஞ்சு, முப்பது ரூவா ஆகுமா?"

"குறைஞ்சது இருவத்திரண்டு ரூவா ஆயிரும். பதினோரு மணிக்கு சாய், ஆறு மணிக்கு சாய், மண்டிக் கணக்கிலே. லோடு வந்து இறங்குக அண்ணைக்கு பத்து ரூபா ராத்திரி சாப்பாட்டுக்குத் தருவாரு..."

"அசைவம் சாப்பிடுவேல்லா?"

''மீன் ரெம்பப் பிடிக்கும். இங்க கடல் மீனுக்கு எங்க போக? ஆத்து மீனு, கொளத்து மீனு எனக்குப் பிடிக்காது''

''சேட்டு வீட்டுக்கு அடிக்கடி போவியா?''

''நான்தானே காகறி வாங்கிக் குடுக்கது? சில சமயம் நாஸ்தா என்னவாம் தருவா பாபி. சாய் எண்ணைக்கும் உண்டும். மத்தியானம் போலப் போனா, ரொட்டி சுட்டுத் தருவா பாபி. நல்ல தாராள மனசு, இந்த சட்டை பேன்ட் கூட பாபி தந்ததுதான்''

நண்பகல் ஆகிக் கொண்டிருந்தது.

''நான் பொறப்படுகேன், சேட் தேடுவாரு...''

''இருந்து சாப்பிட்டுப் போறையா?''

''வேண்டாம், நேரமாயிடும்''

புறப்படும் போது கேட்டான் பூலிங்கம், ''அக்கா, பிள்ளைகளெல்லாம் பள்ளிக்கூடம் போயிருக்கா?''

கேலியாகச் சற்று நகைத்தாள்.

''மகளைக் கெட்டிக் குடுத்தாச்சப்பா.... மகளுக்குப் பிள்ளையோ பள்ளிக்கூடம் போகு... மகன் விஜயவாடாவிலே என்ஜினியரிங் ஃபைனல் இயர் படிக்கான்...''

''எப்பிடி நேரம் போகும்?''

''போகுது, பொஸ்தகம் படிச்சு, பாட்டுக் கேட்டு, டி.வி. பாத்து, மேகம் பாத்து, நச்சத்திரம் எண்ணி ...''

''சொந்தக்காரங்க யாரும் இந்த ஊர்லே இல்லையா?''

''இருக்கா... அவரவருக்கு அவரவர் வேலை. இல்லேண்ணா நான் போயிப் பாக்கணும். நான் சும்மாதானே இருக்கேன். வரலாம்னு அவங்க நினைப்பு...''

இறங்கும் போது சொன்னான், பூலிங்கம்.

''இந்தத் தோட்டம் எல்லாம் ஒரு நாளைக்கு கொத்திப் பறிச்சு சரியாக்கணும்க்கா...''

அன்று மண்டியில அதிகப் பழங்கள் இல்லை. பாரம் வந்தால்தான். சாயங்காலமே மண்டிகாலியாகிவிட்டது. ஐந்து மணிக்கே கடையைப் பூட்டச் சொல்லிவிட்டுப் போய்விட்டார் சேட். ஏதும் சினிமா பார்க்கப் போகலாம் என்று தோன்றியது. இந்திப் படத்தின் சுவரொட்டி நகரில் ஒரு தியேட்டரில் பார்த்த ஞாபகம்.

முங்கத் தண்ணீரில் மிதந்து கொண்டு வந்தான் ஒருவன். அவன் பேசியது கன்னடக் கெட்ட வார்த்தைகளாக இருக்க வேண்டும். கேட்டவர் சுவாரசியத்துடன் சிரித்துக் கொண்டு போனார்கள். அடுத்தவன் பெண்டாட்டியைச் சொன்னால் எல்லோருக்கும் சிரிப்புத்தான். எவரும் அவனைச் சட்டை செய்ததாகவும் தெரிய வில்லை. மண்டி வாசலில் நின்று ஏதோ கேட்டான். சரியாகப் புரியவில்லை. புட்டண்ணய்யாவும் இல்லை. நின்று, சராமாரியாக, கைகளை ஆட்டியாட்டிப் பேசினான். சின்னக் கும்பல் வேடிக்கை பார்த்துச் சிரித்துக் கொண்டு நின்றது.

பூலிங்கத்துக்கு எரிச்சலாக வந்தது. முகத்தை நாறிக் கொண்டு, "என்ன வேண்டும் உனக்கு?" என்று கேட்டான். மேலும் சமயச் சொற்பொழிவு போல வசவுகளைப் பொழிந்து கொண்டு கையை ஓங்கிக் கொண்டு வந்தான். அடித்தும் விடுவான் போல. ஓங்கிய கையைப் பிடித்துத் தள்ளினான் பூலிங்கம். அலம்பிக் கொண்டு விழுந்தவன் இரைந்து கொண்டு எழுந்து வந்தான். அது சின்ன மருந்துகளுக்குக் கேட்கும் நோய் போலத் தோன்றவில்லை. பாய்ந்து மறுபடியும் கையை ஓங்கிக் கொண்டு வந்தான். சட்டையை எட்டிப் பிடித்து "செவளை செவளை" என்று நாலைந்து கொடுத்தான். கூட்டம் தடுக்கவும் இல்லை, விலக்கவும் இல்லை. நெஞ்சைப் பிடித்துத் தள்ளியதில் குண்டியடிக்கப் போய் விழுந்தான். சற்று நேரம் அப்படியே கிடந்தான். தமிழில் உரக்கக் கத்தினான் பூலிங்கம்.

"வக்காளி, கொண்டுக்கிட்டுப் போயிரு, அனக்கம் காட்டாம... இனி கிட்டே வந்தே, வகுந்து போடுவேன் வகுந்து..."

போதை கலைந்து போனதா, இல்லை அடி உறைத்து விட்டதா என்று தெரியவில்லை. அப்படியே குலைந்து கிடந்தான்

சற்று நேரம். வாயில் வடிந்த சளுவாயைத் துடைத்து விட்டு எழுந்து போனான். கூட்டம் கலைந்து போனது. சிலர் பூலிங்கத்தை வியப்பாகப் பார்த்து விட்டுப் போனார்கள்.

சினிமாவுக்குப் போகும் ஆசை போய்விட்டது. ஊர் ஞாபகம் வந்தது.

எங்கிருந்தோ ஸ்கூட்டரில் வந்தார் சேட். யாரும் விபரம் சொல்லி இருப்பார்கள் போலும். இறங்கி வந்தவர், ஓங்கிச் செவிட்டில் அறைந்தார்.

"கொழுத்துப் போனியா, மாதர் சூத்?" என்று கத்தினார்.

பூலிங்கம் ஏதோ சொன்னப் போனான்.

"ஒண்ணும் சொல்லாண்டாம், இருக்கியானா மரியாதியா இரி.... இல்லேண்ணா ஓடிப் போயிரு. எனக்கு மாவாலிப் பயக்களோட யுத்தத்துக்கு நிக்க முடியாது..."

மறுபடியும் சிறு கும்பல். தணிவாக, பக்கத்துக்கடைக்காரர் ஒருவர் சேட்டிடம் விளக்கிக் கொண்டிருந்தார். முறைத்துப் பார்த்துவிட்டு சேட் ஸ்கூட்டரில் ஏறிப் போனார்.

அடிபட்ட இடம் தோல் அதிர்ந்து ரீங்கரித்தது. வெறுப்பாக இருந்தது. கடையைப் பூட்டிச் சாவியைப் பையில் போட்டுக் கொண்டு நடக்க ஆரம்பித்தான்.

நிர்க்கதி சூழ்ந்த நாட்கள் சுமையாக இருந்தன. வாழ்க்கை எந்த வகையிலும் போதுமானதாக இல்லை.

இலக்கற்ற நடை. எண்ணச் சுழல் இழுத்துக் கொண்டு போனது. ஏதாவது கோயில் நடையில் போய் உட்காரலாமா என்று தோன்றியது. அங்கு மட்டும் ஆதரவுக்கும் அரவணைப்புக்கும் யாருண்டு? நடந்து நடந்து பானுமதி அக்கா வீட்டுத் தெருவில் நின்று கொண்டிருப்பது தெரிந்தது. காலில் செருப்புக் கூட இல்லாமல் இத்தனை தூரம் வந்திருக்கிறான். நேரம் இருட்டிக் கொண்டு வந்தது.

ஏழுமணிக்கு மேல் இருக்கும். திரும்பி விட யோசித்தான். நாயைக் காலாற்றிக் கொண்டு பின்னால் வந்த பானுமதி தோளைத் தொட்டாள்.

மௌனமாகப் பின்னால் போனான்.

கேட்டைத் திறந்து, வீட்டைத் திறந்து, உள்ளே போய் விளக்குகளைப் பொருத்தினாள்.

"ஏன் முகம் கலங்கி இருக்கு?"

கலங்கிய கண்களைக் கூர்ந்து பார்ப்பதைத் தவிர்க்க முகத்தைத் திருப்பினான்.

"சேட்டு திட்டினாரா?" என்றாள்.

பூலிங்கம் ஏதோ பதில் சொல்ல வாயெடுக்கையில், தெரு வாசல் பக்கம் ஸ்கூட்டரின் ஒலிப்பான் கேட்டது. எட்டிப் பார்த்து விட்டுச் சொன்னாள்.

"உங்க சேட்டுதான். இப்பிடியே மேலே போயி மொட்டை மாடியிலே இரி. சத்தங் காட்டாதே! சேட்டு போன பிறகு கூப்பிடுகேன்..."

பானுமதி குரலில் ஒரு பரபரப்புத் தெரிந்தது.

அவன் மாடிப்படி ஏறிப் போவதைப் பார்த்து விட்டு, கேட்டைத் திறக்கப் போனாள்.

ஐந்து

கதக் போகிற நெடுஞ்சாலையில் பதினெட்டாவது கல்லில் இடது கைப்பக்கம் திரும்பி உள்ளே கிராமத்துச் சாலையில் ஆறு கல் போனால் முர்ரப்பள்ளி கிராமம். அங்கு கிருஷ்ணப்பா என்ற ஜமீன்தார் வீட்டில் சாமியார் இருப்பதாகச் சொன்னார்கள். அவர் பெயர் என்ன என்று யாருக்கும் தெரியவில்லை. பலரும் முர்ரப்பள்ளி பாபா என்று சொன்னார்கள். காணும் பக்தர்களை 'அனந்தம், அனந்தம்' என வாயார வாழ்த்தியதால் அனந்தம் பாபா என்றார்கள்.

காலையில், பாபி வீட்டுக்கு வரச் சொல்லி இருந்தாள். மண்டி விடுமுறை என்பதால் சாவகாசமாகப் போனான். அன்று சேட் வீட்டில் எல்லோரும் நேரத்துடன் சாப்பிட்டிருப்பார்கள் போலும். பாபி உடை மாற்றிக் கொள்ளப் போயிருந்தாள். சுட்டு வைத்திருந்த ரொட்டிகளில் நாலைந்து தட்டில் வைத்து முன்னால் தள்ளி விட்டு சப்ஜியும் வைத்து, பருப்பும் ஊற்றி விட்டுப் பெரிய மருமகள் போனாள். மண்டியின் வேலைக்காரனுக்கு இதுவே அதிகம் என எண்ணுவது போலிருந்தது. குறை சொல்ல என்ன இருக்கிறது? வேறு ஏதும் தேவைப்பட்டால் கூடத் திரும்ப வரும் உத்தேசம் இருக்காதுதான்.

காரில் பின் சீட்டில் பாபி வசதியாகச்சாய்ந்திருந்தாள். இரண்டு மணி தாண்டிவிட்டது. முன் சீட்டில் டிரைவருடன் பூலிங்கம். போகிற வழியில் பாபி கேட்டாள்.

''நல்லா சாப்பிட்டயாடா?''

''ஆமா பாபி''

''என்னத்தைப் போட்டிருப்பா... மனசிலே இருந்தா கையிலே வரும்''

ஒன்றும் பேசத் தோன்றாமல் சாலையைப் பார்த்துக் கொண்டு உட்கார்ந்திருந்தான்.

பலமுறை சேட்டு வீட்டுக்குப் போனாலும், பாபியைத் தவிர வேறு யாரும் அவனைப் பொருட்படுத்துவது இல்லை. சாலையில் நடக்கும்போது முன்னாலோ பின்னாலோ அஞ்சலோட்டத்தில் வரும் நாயைப் பொருட் படுத்துவதுண்டா?

ஒருமுறை தத்தித் தத்தி ஓடிய பிள்ளையைத் தூக்கப் போன போது சின்ன மருமகள் முறைத்துப் பார்த்தாள். உயிர்க் கொல்லி நோயேதும் தொற்றிக் கொள்ளும் என்ற அச்சம் இருக்கும் போலும்.

சேட்டின் மகன்கள் சொந்தமாய் ஏதோ வர்த்தகம் செய்தனர். பூலிங்கம் அவர்களிடம் ஒரு சொல் கூடப் பேசியதில்லை. சேட்டைக் குறை சொல்ல ஒன்றுமில்லை. இரண்டு மாதங்களாய் அவர்தான் அவனது அன்ன தாதா. அடித்த மறுநாள் கூடப் பெரிதாய் எதுவும் காட்டிக் கொள்ளவில்லை சேட். ஆனால் பாபி கேட்டாள் அனுசரணையாய் இரண்டு வார்த்தை.

அடுத்த தலைமுறையிடம் இந்த ஈரம் சுத்தமாய் வறண்டு விடும் என்று தோன்றியது. பாபி குஜராத்தில் இருந்து புறப்பட்ட போது அந்த ஈரத்தைக் கொண்டு வந்திருக்க வேண்டும். பார்ஸிகள் வணங்குவதற்குத் தீ கொண்டு வந்ததைப் போல.

நெடுஞ்சாலையில் இருந்து கிராமத்துச் சாலையில் திரும்பியது வண்டி. தோவாளை வில்லச்சேரி குளம் போல ஒரு குளம்

தென்பட்டது. நூற்றாண்டுகளாய் மலை வடிசல் கொண்டு விளைச்சல் கூடிய மண் கூடிக் கிடப்பது புலப்பட்டது. பாபிக்கு சாமியாரிடம் என்ன கேட்டுக் கிடைக்க வேண்டும் என்று தெரியவில்லை. நிறைய சனங்கள் போய்க் கொண்டிருந்தார்கள். கிடைக்காமல் போவார்களா? கிடைக்காவிட்டாலும் தேடிக் கொண்டிருப்பார்கள்.

சுமார் எண்பது ஆண்டுகளுக்கு முன்னால், இப்போதிருக்கும் ஜமீந்தாரின் தந்தை பெல்காமுக்குப் போயிருந்த போது அவருடன் புறப்பட்டு வந்தாராம், அனந்தம் பாபா. ஜமீன் மாளிகையின் பக்கத்தில் இருந்த சின்ன மாளிகையின் முதல் மாடியில் அன்று குடியேறியவர் இன்றுவரை கீழிறங்கவில்லை என்றார்கள்.

குடும்பத்தினர், ஊர்க்காரர்கள், பக்கத்து கிராமங்கள் என்று சுற்று வட்டாரமெல்லாம் அவர் புகழ் விரியத் துவங்கியது. தேவராஜ் அர்ஸ் ஒரு முறை வந்து போனார் எனவும் நடிகர் ராஜ்குமார் மாதம் ஒருமுறை அமாவாசையன்று அனந்த சாமியார் காலடியில் இருப்பார் எனவும் பேசிக் கொண்டார்கள்.

விதிதான் தன்னையும் இழுத்துச் செல்கிறதோ என்று எண்ணினான் பூலிங்கம். எதிர்காலம் என்பது ஒளிநாடா போலக் கண்முன் ஓடுமாக இருக்கும்.

கரும்பும் நெல்லுமாகப் பயிராகிக் கிடந்தது இருபுறமும். ஓடைத் தண்ணீரில் முங்கிக் குளித்த பாவனையில் மைனாக்கள். சாமியாரிடம் போவது தெரிந்திருந்தால் காலையில் எங்காவது போய்க் குளித்துவிட்டு வந்திருக்கலாம். பானுமதி அக்கா வீட்டில் போய்க் கேட்டால் வேண்டாம் என்று சொல்ல மாட்டாள்.

விரதம் என்ன விரதம்? எல்லாம் மன விரதம்தான்.

அன்று முன்னிரவில், மாடி மேல் போய் ஏன் இருக்கச் சொன்னாள் என முதலில் யோசனையாக இருந்தது பூலிங்கத்துக்கு. காரியம் இல்லாமல் அங்கு வந்திருப்பதை சேட் விரும்பாமல் போவதை யூகித்திருப்பாள் என்று எண்ணினான்.

நெடு நேரமாயிற்று மொட்டை மாடிக்கு வந்து. ஓரத்தில் வெயிலுக்கும் மழைக்குமாய் ஈடு கொடுத்த பிரம்பு நாற்காலிகள் இரண்டு கிடந்தன. காய்க்கத் துவங்கி இருந்த தென்னையின் மடல்கள் கைப்பிடிச் சுவரில் மெல்ல உராயும் ஒலி கேட்டது. சற்று நேரம் சுவரோரம் சாய்ந்து மீன்களைக் கணக்கெடுத்தான். 'மதியும் மடந்தை முகனும் அறியாப் பதியிற் கலங்கிய மீன்' என்று படித்த திருக்குறள் ஞாபகம் வந்தது. தமிழ் படித்தே நீண்ட நாட்கள் ஆகிவிட்டன. இரயில் நிலைய ஸ்டால்களில் ஏதும் வாராந்தரிகள் கிடைக்கக் கூடும்.

சற்றுப் படுத்தால் என்ன என்று தோன்றியது. தரை ஓடு பாவிய தளம் கருஞ்சிவப்பில் குளிரை உள் வாங்கி சில்லென்றிருந்தது. கைகளை மடக்கித் தலைக்கு வைத்து நீட்டிப்படுத்தான். எண்ணங்கள் சுழன்று சுழன்று வீசின. கண் மூடித் தூங்கிப் போனான். மென் காற்று சுகராகம் போல வீசியது.

கண்விழித்த போது பானுமதி சற்றுத் தள்ளி அமர்ந்து வானை வெறித்துக் கொண்டு உட்கார்ந்திருப்பது தெரிந்தது. கலவரத்துடன் எழுந்து அமர்ந்தான். மணி என்னவாகி இருக்கும் என்று தெரிய வில்லை. எப்போது மாடிக்கு வந்தாள் என்றும் தெரியவில்லை.

''படுத்தவன் உறங்கீற்றேன்''

''அதான் எழுப்பல்லே!''

''சேட்டு போயிட்டாரா?''

''கொஞ்ச நேரம் ஆச்சு''

''எதுக்கு வந்தாரு?''

''..................''

''மணி என்னா?''

''ஒன்பதரை...''

''ரொம்ப நேரமா உறங்கீருக்கேன். நான் போணும்...''

''எதுக்கு வந்தே? அதைச் சொல்லல்லியே!''

''எனக்கும் தெரியல்லே ... மனசுக்கு சங்கடமா இருந்து... நடந்துக்கிட்டிருந்தேன். பாத்தா உங்க தெருவுக்கு வந்தாச்சு. திரும்பிப் போலாம்னு யோசிக்கையிலே உங்களைப் பாத்தேன்...''

''என்ன சங்கடம், அப்பிடி திடீர்னு?''

படியிறங்கி வரும்போது சொல்லிக் கொண்டு வந்தான்.

''நான் வாறேன்க்கா!''

''இரு, ரெண்டு தோசை திண்ணுக்கிட்டுப் போ...''

எதற்கு ஒப்புக்கு வேண்டாம் என்று சொல்ல வேண்டும்? இரண்டுக்கு நாலாகத் தின்றான்.

எங்கும் காரில் போனால் தனியாக வரவேற்புத்தான். கேட்காமலேயே வழி சொன்னார்கள். காட்டுக்குள் போவது போலிருந்தது, மரங்களின் ஆட்சி. திடீர் என எதிர் நின்றது ஜமீன் மாளிகையின் முன் வாசல். காரை வெளியே நிறுத்தச் சொன்னார்கள்.

டிரைவரைக் காரில் இருத்திவிட்டு பாபி இறங்கி நடந்தாள். உடற்பாரம், வெடுக்கென நடக்க முடியவில்லை. பூலிங்கத்துக்கு பைய நடக்க வேண்டியதிருந்தது. விடுமுறை நாளாதலால் சிறுசிறு கும்பலாய் மக்கள் கட்டிடத்தின் பக்கம் நின்றிருந்தனர். ஒன்றிரண்டு பேர் எதிரே வந்து கொண்டிருந்தனர். தெரு வாசலில் இருந்து உட்புதைந்து இருந்தது பாபா இருந்த கட்டிடம். பாபி ஏதோ சொல்ல வேண்டும் என்ற பாவனையில் அவன் முகத்தைப் பார்த்தாள்.

''பானுமதி வீட்டுக்கு நீ போயிருக்கியா?''

''ஒண்ணு ரெண்டு மட்டம் சேட் அனுப்பி இருக்காரு''

''ரொம்ப அழகா அவ?''

''பாக்க நல்லாருப்பா...''

''என்ன வயசிருக்கும்?''

''நாப்பது, நாப்பத்தஞ்சு, ஏன் பாபி?''

நீண்ட பெருமூச்சுப் பறிந்தது பாபியிடம் இருந்து. பூலிங்கத்துக்கு எல்லாம் தெளிந்து வருவது போலிருந்தது. பாபியிடம் இரக்கம் தோன்றியது. அடுக்களை அவளை உருச் சிதைத்துவிட்டது. சேட்டிடம் தென்படாத முதுமை, பாபியை வளைத்துப் போட்டு விட்டது. உலுக்கி எறிந்து விட முடியாத சங்கிலித் தளைகள்.

உள்ளே போயிருந்த கூட்டம் வெளியே வரட்டும் என்று வெளிப் படிப்புரையில் உட்கார்ந்திருந்தார்கள். மாடிப்படி ஏறுவதே பாபிக்கு சிரமமாக இருந்தது. கையைப் பிடித்துக் கொள்ளவா எனக் கேட்டான். வேண்டாம் எனத் தலையசைக்கையில் மூச்சு வேகமாக வந்தது. முதல் மாடி ஏறியதும் முற்றம் போலப் பரந்து கிடந்தது. முற்றத்தைக் கடந்து நடந்து உள் அறையில் அலங்கரிக்கப்பட்ட சிம்மாசனம் போன்ற நாற்காலியில் உட்கார்ந்திருந்த கிழ உருவம் திடுக்கிடும்படி இருந்தது. சாவுக்குக் காத்திருந்த முதிர்ந்த உடல் ஒன்று முகத்தில் அறைந்தது. வெள்ளைப் பாச்சா போன்ற வெளிறிய முகமும் கைகால்களும். மொகலாய மன்னர் குடியின் உடையலங்காரம். சரிகைத் தொப்பி. தொப்பியின் மீது சின்னத் துண்டு முல்லைச்சரம். ஒரு எலுமிச்சம் பழம். தாடியும் தலை மயிரும் வெள்ளைச் சணல் தும்பாய்க் காற்றில் அலைந்தன. பொக்கை வாயை மெல்லும் அசைவு மட்டும் இருந்தது. கண்கள் பாதிக்கு மேல் மூடிய நிலையில். உறக்கமா, விழிப்பா, மயக்கமா, மோனத்தபசா? முகத்தின், கால் கைகளின், சுருக்கங்கள். நூற்றிருபது வயதுக்கு குறையாமல் இருக்கும் என்பதற்கு சாட்சியாக இருந்தன.

மௌனமாக மரணத்துக்குக் காத்திருக்கும் ஒரு கிழத் தேவதை போலச் சாய்ந்து கிடந்தார்.

பூலிங்கத்துக்கு முன்னால் நின்ற கூட்டம் தலை குனிந்து நின்றது. கிராமஃபோன் பெட்டியின் முள்ளிருக்கும் ஹான்டிலைத் தூக்கி நகர்த்துவதைப் போல, பாபா பக்கத்தில் நின்றிருந்த சேவகன் ஒருவன், அவர் கையைத் தூக்கி ஒவ்வொருவர் தலைமீதும் வைத்து எடுத்துக் கொண்டிருந்தான்.

சாமிக்குப் பிடிக்கும் என்று பாத்திரத்தில் மூடிக் கொண்டு வந்திருந்த பிரியாணியை அள்ளி அவர் வாயில் வைத்தான் ஒரு பக்தன். வாயினுள் சில பருக்கைகள் சென்றிருக்கக் கூடும். வெளியே உதிர்ந்த பிரியாணிப் பருக்கைகளைக் கையில் வைத்திருந்த பாத்திரத்தில் ஏந்திக் கொண்டான். பிரசாதமாகப் பாத்திரத்தைத் துணியால் மூடிக் கொண்டான். ஒருவர் சாக்லேட் தாளைப் பிரித்து எறிந்து விட்டு வாயின் இடைவெளியில் தள்ளினார் விரலால். அவர் நாக்கால் உதப்பி வெளியே தள்ளியதை வழித்து எடுத்துக் கொண்டார், பிரசாதமாக.

பூலிங்கத்துக்கு அருவருப்பாக இருந்தது. இது என்ன சித்திரவதை எனத் தோன்றியது. இத்தனையும் தாங்கிக் கொண்டு பாபா இன்னும் எத்தனைக் காலம் உயிரோடு இருப்பார் எனத் தெரியவில்லை.

கும்பல் வெளியேறியதும் பாபி, அனந்தம் சாமியார் காலடியில் அமர்ந்தாள். பூலிங்கமும் அமர்ந்தான். பாபி கண்களை மூடிய பிரார்த்தனையில் இருந்தாள்.

பூலிங்கத்துக்கு எதுவும் வேண்டத் தோன்றவில்லை. மனம் குழம்ப ஆரம்பித்தது. கிராமஃபோன் பெட்டியின் ஹான்டில் இருவர் தலையையும் தொட்டுவிட்டுப் போயிற்று. அப்படி நினைப்பது பாவம் என்று தோன்றியது. தனக்கென்ன யோக்கியதை இருக்கிறது, ஒரு முதிர்ந்த செயலற்றுப் போன யோகியை இளக்காரம் நினைக்க?

''ஏதாவது கேளுங்க வேணும்ணா?'' என்றான் சேவகன். பாபி, பூலிங்கத்தைப் பார்த்தாள். அறையில் வேறு யாரும் இல்லை. வெளியே போய் நிற்கலாம் என்ற நினைப்பில் எழப் போனான். தொடையில் கை வைத்து உட்காரச் சொன்னாள்.

''என் குறை என்னண்ணு சாமிக்குத் தெரியும்'' என்றாள் கண்களில் நீர்மல்க. எழுந்து உண்டியலில் நூறு ரூபாய்த் தாள் ஒன்றைத் திணித்துவிட்டு, சாமியின் காலைத் தொட்டுக் கும்பிட்டாள்.

பாபா அமர்ந்திருந்த நாற்காலியின் பின்பக்கம் படுக்கை விரிக்கப்பட்டுத் தலையணைத் திண்டுகள் அடுக்கப்பட்டிருந்தன.

காண வந்தவர்கள் ஓய்ந்ததும், பாபாவை விக்ரகம் போலத் தூக்கிக் கட்டிலில் சாய்ப்பான் போலும். அவர் மல ஜலம் கழிப்பதற்கான உபயோகத்திற்கான அறை ஒன்று முற்றத்தில் மூலையில் இருந்தது. பெரும்பாலும் பயன்பாடற்றுத்தான் கிடக்க வேண்டும். இந்த வயதில் என்ன உணவு கொள்ள முடியும்? என்ன உணவு சீரணமாகும்? பெரும்பாலும் பால், இளநீர், சோறு வடித்த கஞ்சி, பழரசம் என ஆறு மாதக் குழந்தைக்குப் புகட்டுவதைப் போல, கரண்டி கரண்டியாய்ப் புகட்டி வாயைத் துடைப்பார்களாக இருக்கும்.

மரணத்தைக் கட்டி நிறுத்துவதற்கான சக்தி எந்த யோகியிடம் இருக்கும்? சமாதி என்பது கூட, சாவு வராத அவஸ்தையில், குழியில் இறக்கி, மண் போட்டு மூடி விடுவதாக இருக்குமோ என்னவோ?

பாபி ஒவ்வொரு படியாக நின்று நின்று இறங்கினாள். தன் வீட்டு மாடிப் படிகளில் ஏறி பாபிக்கு எத்தனை காலம் ஆகியிருக்குமோ?

மனதில் சுமை ஏறியது போலிருந்தது.

சாமியார் ஏற்றிய சுமையும் பாபி கேட்ட கேள்விகளின் சுமையும். பானுமதி அக்காவிடம் இதுபற்றிக் கேட்க வேண்டும் என்று தோன்றியது. அதெல்லாம் கேட்பதற்குத் தான் யார் என்றும் தோன்றியது.

கட்டிடத்தின் வெளிப் படிப்புரையில் சற்று நேரம் உட்காரலாம் என்று சொன்னாள் பாபி. வெயிலைத் துரத்திக் கொண்டு போயிற்று காற்று. தூரத்தில் தெரிந்த மாமரக் கிளைகளில் கிளிகள் தாவித்தாவிப் பறந்தன. சுற்றிலும் பசுஞ்சோலையாக இருந்தது. வேம்புகள் பழுக்கும் காலம். அணில்கள் உல்லாசப் பயணம் போல வேம்புகளில் ஏறுவதும் இறங்குவதுமாக இருந்தன.

"நீ என்ன வேண்டிக் கிட்டே, பூலிங்கம்?"

"நீங்க நல்லா இருக்கணும்னு நெனைச்சேன் பாபி" என்றான்.

எட்டிக் கைகளைப் பிடித்துக் கொண்டாள்.

"யாருக்கும் நான் ஒரு பொருட்டில்லப்பா. சமையற் கட்டிலே கெடக்க பழைய பாத்திரம். மருமக்கமாருக்கு ரெண்டு வேளையும் சிங்காரிக்கவும் கேபிள் டி. வி. பாக்கவும் ஷாப்பிங் போகவும் நேரம் சரியா இருக்கு. குனிஞ்சு துரும்பு எடுத்துப் போடுகதில்லே! அவுனுக ரெண்டு பேரும் காலம்பற போனா, ராத்திரி பத்து மணிக்கு வாறான்.''

"இதெல்லாம் சேட்டுகிட்டே சொல்லுகதில்லையா நீங்க?''

"அவருந்தான் எங்கூட என்ன பேசுகாரு? கட்டிலு, மேசை, பெஞ்சு போலத்தான் நானும் அவருக்கு. உங்கிட்டே சொல்லுகதுக்கு என்னா? எனக்கு மூத்தது பொண்ணா இருந்தா, உன் வயசிலே பேரன் இருப்பான். சேட்டுக் கூட என்னிட்டே அனுசரணையாப் பேசுகதில்லே. நான் ஒரு கிழட்டுக் குசினிக்காரி...''

"இவ்வளவும் மனசுக்குள்ளே வச்சுக்கிட்டு, எப்பிடி பாபி, சிரிச்ச முகம் மாறாம இருக்கியோ?''

"என்ன செய்யதுப்பா? வெளீல சாம்பல் பூத்துப் போய் இருந்தாலும், உள்ளே கங்கு செவப்பாத்தானே இருக்கு?''

படிப்புரைச்சுவரோரம் ஓடிய கருஞ்சிவப்பு எறும்பு வரிசை களைப் பார்த்துக் கொண்டிருந்தான் பூலிங்கம். சேட்டுக்கு பாபி அலுத்துப் போனாள் போலிருக்கிறது. நீண்ட காலம் போட்டு அலுத்து இன்னும் கிழியாத சட்டை. பாபிக்கு காரியங்கள் நகர்த்தவே பொழுது போதவில்லை. தன் உடலைச் சீராக வைத்துக் கொள்வதிலும் சேட்டைக் கட்டியிருந்த தாம்பத்யக் கயிறு தழையாமல் பார்த்துக் கொள்வதிலும் சாமர்த்தியம் போதவில்லை போலும். இந்தியக் குடும்பப் பெண்களுக்கு நாற்பத்தைந்து வயதுக்குள்ளேயே எல்லாம் ஆடி அடங்கிவிடும் போலிருக்கிறது. பிறகு பெசரெட் செய்வதும் பெண் பிள்ளைகளுக்குச் சீர் விடுவதும் பேரன் பேத்திகளைக் கொஞ்சுவதும் வெள்ளிக் கிழமை அம்மனுக்கு விளக்கேற்றுவதும் சனீசுவரனைச் சுற்றுவதும் தான் வாழ்க்கை என்று ஆகிவிடும் போலும்.

பாபி நினைவுகளில் இருந்து கண்டெடுத்துச் சொன்னாள்.

‘‘கல்யாணமாகி நான் ஹூப்ளி வரச்சிலே பதினாறு வயசு. செண்டு போல இருப்பேன். ஆச்சு நாற்பது வருஷம். இந்த நாப்பது வருசத்திலே அஞ்சாறு முறை மசேனா போயிருப்பேன். எல்லாம் பாத்தாச்சு. கிருஷ்ணகன்னையா எப்பம் கூப்பிடுகானோ புறப்பட்டுப் போக வேண்டியது தானே!’’

ஹூப்ளியில் நிறையக் குஜராத்திக் குடும்பங்கள் இருந்தன. அழகழகான பெண்கள். ‘முழுங்கீற்று கக்கீரலாம் போல’ இயற்கை அவர்களுக்கு வஞ்சனையற்ற கொடை கொடுத்திருந்தது. மெலிந்து, நீண்டு, சிவந்து, பொலிந்து, மலர்ந்து - சொல்லிக் கொண்டே போகலாம் சொற் குவியலாய். அப்படியொரு பெண்ணாய் பாபியைக் கற்பனையில் மீட்டெடுக்க முடியவில்லை. சேனைக் கிழங்கும் பூசணிக்காயும், தடியன்காயும் வெள்ளரிக்காயும் போட்டுக் கட்டிய சாக்கு மூட்டை போல. உருவமற்று, கட்டொழுங்கு இல்லாமல்....

அப்பாவும் அம்மாவும் சேர்ந்து படுத்திருந்ததைப் பார்த்து ஞாபகம் இல்லை பூலிங்கத்துக்கு. அதற்காக நாற்பது வயதுக்கு மேல் இல்லறத் துறவு பூண்டிருக்க முடியாது. ஒளிந்தும் ஒளித்தும் வாழும் வாழ்க்கையாக இருக்கும்.

இடம் போதாமை, நேரம் போதாமை, உடல் வலுப் போதாமை, கூட்டுக் குடும்ப வாழ்வில் தனிமைப் பங்குப் போதாமை.... இந்தியத் தாம்பத்ய வாழ்வின் நெருக்கடிகள் என என்னவெல்லாமோ இருக்க வேண்டும்.

பாபியைச் சொல்லிக் குற்றமில்லை. சேட்டைச் சொல்லியும்தான். பிரதிபலிக்காத கண்ணாடியில் போய் என்ன முகம் பார்ப்பார் அவர்? வாழ்க்கை என்பது சரீரம் மட்டும் இல்லை என்றாலும் சரீரம் இல்லாமலும் வாழ்க்கை இல்லை தானே!

என்றாலும் பாபியைப் பார்க்க இரக்கமாக இருந்தது.

மெல்ல எழுந்து காருக்கு நடந்தார்கள். பயணத்தின்போது எதுவும் அதிகம் பேசிக் கொள்ளவில்லை. நினைவுப் புழுதி உள் அமிழ்ந்து கொண்டிருந்தது போலும். எல்லாம் புதை குழிகள்.

கிராமத்துச் சாலையில் இருந்து நெடுஞ்சாலைக்கு மெதுவாகக் கார் திரும்பும் சின்னச் சந்தியில் கிராமத்துப் பெண் ஒருத்தி கூடையில் பச்சையாய் ஏதோ காய் வைத்திருந்தாள். காரை நிறுத்தச் சொல்லி இறங்கிப் போனாள் பாபி. கூடவே இறங்கினான் பூலிங்கம்.

என்ன காய் என்று தெரியவில்லை. காட்டு நெல்லிக்காயின் அளவில் இருந்தது. வால்கள்போல் இருமுனையும் நீண்டு பாகற்காயின் வடிவில். காயின் மேலெல்லாம் பாகற்காய்போல் முள் முள்ளாக நெருக்கமாக இருந்தது. அடர் பச்சை நிறத்தில் ஏதோ காட்டுக்காய் போலிருந்தது. கூடையில் இருந்த காய் பூராவும், இரண்டு கிலோவுக்குப் பக்கம் இருக்கும், விலை பேசினாள் பாபி.

இதற்கு முன் ஊரிலும், ஹூப்ளியிலும்கூட பார்த்திராத காயாக - இருந்தது. பாபி 'கான்டாலி' என்று சொன்னாள் அதன் பெயரை. மிக அபூர்வமாய், குறிப்பிட்ட பருவ காலத்தில் மட்டுமே கிடைக்கும் காய் போலும். எப்படிச் சமைப்பார்கள் என்று தெரியவில்லை.

வீடு வந்து சேர ஐந்து மணிக்கு மேலாகிவிட்டது.

சின்ன சேட்டுகள் குடும்பத்துடன் எங்கோ புறப்பட்டுக் கொண்டிருந்தனர். பாபியின் வருகைக்காகக் காத்திருந்ததைப் போல. பெரும்பாலும் இந்தி சினிமாவுக்காக இருக்கும். மருமக்கள் தமது படைக்கலன்கள் அனைத்தையும் தீட்டிக் கூராக்கி வைத்துக் கொண்டிருந்தனர். வயதுகள் தற்கால விடுப்பில் போய் விட்டிருந் ததைப் போல. மோகத்தைத் தெளித்துக் கொண்டு போவார்கள் வழி எங்கும்.

முற்றத்து மூலையில் இருந்த குழாயில் தண்ணீர் வீணாகிக் கொண்டிருந்தது. பைப்பைச் செருகி, ரோஜாப் பதியன்களின் மூட்டில் தண்ணீர் பாய்ச்சினான். இலைகளின்மீது வலி தெரியாமல் தெளித்தான்.

இரண்டு கார்களும் புறப்பட்டுப் போயின. குழந்தைகள் "பை, பை, சீரியோ, ஆவுஜே" சொல்லிக் கொண்டு கையசைத்தன.

நாஞ்சில் நாடன் 105

பாபியின் முகத்தில் மறுபடியும் நிறைவு வந்து பொருந்திக் கொண்டது. சற்று நேரத்தில் சேட்டும் புறப்பட்டுப் போனார். பானுமதி வீட்டுக்கோ என்னவோ எனப் பூலிங்கத்தின் மனம் குரூரமாய்ப் பேசியது.

தென்னை மூட்டில் தண்ணீர்க் குழாயைப் போட்ட விட்டு வரச் சொன்னாள் பாபி. ஒரு தட்டில் அரிசிப் பொரி நிறையக் கலந்த மிக்சரும் சாயாவும் தந்தாள்.

''நான் சொன்னதெல்லாம் மனசிலே இருக்கட்டும். யாருகிட்டேயும் சொல்லாண்டாம்'' என்றாள்.

குழாயில் தண்ணீர் வேகமாய் வந்து கொண்டிருந்தது. எல்லாச் செடிகளுக்கும் மரங்களுக்கும் தண்ணீர் ஊற்றி முடிக்கும் போது இரவு கவிய ஆரம்பித்துவிட்டது. சட்டை, தெளித்த தண்ணீர் சிதறியதில் பாதிக்கு மேல் நனைந்து விட்டது. துண்டு இருந்தால் இங்கேயே குளித்துவிடலாம் என்று தோன்றியது.

இருந்து ஏதாவது தின்றுவிட்டுப் போகச் சொன்னாள் பாபி. வேண்டாம் என்று சொல்லிவிட்டு, சைக்கிளைத் தள்ளிக் கொண்டு வெளியே வந்தான்.

நகரில் விடுமுறை நாட்களுக்கான அவசரமில்லாத போக்குவரத்துகள். இரவு, சலனங்களைக் குறைத்துக் கொண்டு வந்தன. மண்டி போய்ச் சேர்ந்த போது வாட்ச்மேன் தாத்தா வந்திருக்கவில்லை. பகல் பூரா அலைந்தது உடம்பு 'கசகச' என்றிருந்தது. பேன்ட், சட்டை மாற்றி விட்டு, சாரம் கட்டிக் கொண்டு, துண்டை எடுத்துத் தோளில் போட்டுக் கொண்டு, தலைக்கு எண்ணெய் தேய்த்தான். சோப்புப் பெட்டியையும் வாளியையும் எடுத்துக் கொண்டு குளிக்கப் போனான்.

குளித்தபின் உடம்பும் மனமும் 'சிவீர்' எனக் குளிர்ந்தது. சாப்பிட்டு வந்து படுத்தும் எளிதில் தூக்கம் பிடிக்கவில்லை. இனி எத்தனை நாள் இந்தப் பழமண்டி வாழ்க்கை? இங்கு வந்து சேர்ந்து இரண்டு மாதங்களுக்கு மேலாகிவிட்டது. கைக்கும் வாய்க்கும்

கூடச் சரியாக இல்லை. ஊருக்குப் போய் விடலாமா என்று தோன்றியது. விஷத்தின் வீரியம் விட்டுப் போயிருக்க இந்தக் கால அவகாசம் போதுமா என்று தெரியவில்லை. கையில் ஐந்நூறு ரூபாய் சேர்த்துக் கொண்டு இங்கிருந்து கால் பெயர்த்து விட வேண்டும் என்று தோன்றியது. பெரியசாமியை மறுபடி பார்க்க முடியவில்லை. அவனது பாரங்களுடன் அவன் ஓடிக் கொண்டிருப்பான்.

சுசீலாவின் அடிவயிறு ஐந்து மாதக் கர்ப்பத்தில் பெருத்துப் போயிருக்கும். கொள்ளாத முலைகளை இறுக்கிக் கிடக்கும் ஜெம்பர். வயிற்றை அழுத்தாமல் அவளை ஆவிச் சேர்த்துக் கட்டிக் கொள்ள வேண்டும். சுசீலாவின் முகம் மாறி பானுமதி முகம் உதித்து வந்தது. மனது வெப்பம் கொண்டு உடல் மெல்லக் கிளர்ந்து கொண்டிருந்தது.

வாட்ச்மேன் தாத்தா எழுந்து உட்கார்ந்து இரும ஆரம்பித்தார்.

பாபி சொன்னாளா இல்லை சேட்டுக்கே தோன்றியதோ? வீட்டுக் காம்பவுண்டுக்குள் இருந்த வேலைக்காரர்கள் அறைகளில் ஒன்றைக் காலி செய்து அவனைத் தங்கச் சொன்னார்கள். சுற்றுச் சுவரோரம், வீட்டைப் பார்த்து ஒற்றை சன்னலும் கதவும் வைத்து, மேலே கூரையைச் சாய்த்து இறக்கி, அஸ்பெஸ்டாஸ் பாளங்கள் போட்டுக் கட்டப்பட்ட இரண்டு அறைகளில் ஒன்று. இன்னொன்றிலும் யாரும் குடியிருக்கவில்லை. கண்டான் முண்டான் சாமான்கள் கிடந்தன. கார் டயர்கள், பைப்புத்துண்டுகள், உடைந்த மேசை, தண்ணீர் ட்ரம், மண் வெட்டி, கடப்பாரை, மண் வாரும் இரும்புச் சட்டி என.

டிரைவரும் வேலைக்காரியும் வேலை முடிந்ததும் இரவில் போய் விடுவார்கள். நாய்க்கு வீட்டு முகப்பின் இடது பக்கம் கிடக்கை.

பூலிங்கத்துக்கு மண்டி வேலை போக வீட்டு வேலைகள் சிலவும் இருந்தன. இன்னதெனத் தரம் பிரிக்க முடியாதவை. மெல்ல மெல்ல ஸ்கூட்டர் ஓட்டக் கற்றுக் கொண்டான். லைசென்ஸ் கிடையாது என்றாலும் ஆத்திர அவசரங்களுக்கு சேட்டின் ஸ்கூட்டரை எடுத்துக் கொண்டு போகச் சொன்னார். தோட்டச்

செடிகளுக்குத் தண்ணீர் விடுவது, மண் கிளைத்துக் கொடுப்பது, பாத்திகள் செப்பனிட்டு, களை பிடுங்கிப் பராமரிப்பது, நாயைக் காலாற்றுவது, டெலஃபோன் பில், கரண்ட் பில், வாட்டர் பில்....

பாபியின் மந்திரி என்று கேலியாகச் சொன்னார்கள், வீட்டில் மற்றவர்கள். சந்தோஷி மாதா விரதம் வியாழக் கிழமைகளில் எடுக்கும் போது சாயங்காலம் கோயிலுக்குப் போகவும், சனிக்கிழமை பஜ்ரங்பலி பஜனைக்குப் போகும் போதும் அவன்தான் துணை. டாக்டர் பாபியை நிறைய நடக்கச் சொல்லி இருந்தார். பாபி நடப்பது சப்பரம் ஊர்வது மாதிரி இருக்கும். நிறைய வியர்க்கும். மூச்சு வாங்கும். கண்களை விற்றுச் சித்திரம் வாங்கிக் கொண்டவள் எனத் தோன்றும்.

மண்டியில் பாரம் வந்து இறங்கும் போதும் பழங்கள் கூடை போடப்படும் அன்றும் இடுப்பொடிய வேலை இருக்கும். சம்பளம் அதேதான் என்றாலும் குளிக்கவும் துவைக்கவும் ஓய்வாகத் தூங்கவும் வசதி இருந்தது. தினமும் காலையில் மசாலா சாய் கிடைத்தது. தோதுப்பட்ட போது பாபி வயிற்றுக்கும் ஈந்தாள். என்றாலும் ஐந்நூறு ரூபாய் சேர்த்துக் கொண்டு, என்று அங்கிருந்து கால் பறிப்பது எனத் தோன்றியது பூலிங்கத்துக்கு.

பண்டிகைக் காலம். பழ வியாபாரம் பரபரப்பாக நடந்தது. இரவு சேட் போன பிறகு, மண்டியை ஒதுக்கிவிட்டு, வாட்ச்மேன் தாத்தா வரும் வரை காத்திருந்து, இரவு ஆகாரம் முடித்து விட்டு, அறைக்கு வந்து தலை சாய்ப்பான். சேட்டின் வீட்டில் இரா அடங்க நேரமாகும். அவரவர் பெட் ரூம்களில் தனித்தனி டி.வி.கள் இருந்தன. டெக்குகள் கூட இருக்கும். பன்னிரண்டு ஒரு மணி வரைக்கும், நள்ளிரவில், கதாபாத்திரங்கள் சமுதாயச் சிக்கல்களைத் தேடித் தேடிப் போய்த் தீர்த்துக் கொண்டு, காதல் செய்து கொண்டு தீவிரமாய், சோகத்தைத் தாங்கொணாமல் கதறிக் கொண்டு, கை கால்களை உதறி உதறி, கழுத்தைத் தோள்களை வெட்டி வெட்டி ஆடிக் கொண்டு, இடுப்பை இட்டிலிக்கு மாவு அரைப்பதைப் போல் ஆட்டிக் கொண்டு, உடை மாறுவதே வாழ்க்கையில் மாபெரும் சாதனையாய்க்

கருதிக் கொண்டு இருந்தனர். காலையில் சாவகாசமாய் எழுந்து கொண்டனர். ஊர்களில் நடப்பது போல் ஐந்தரை மணிக்குப் புள்ளினங்களோடு எழுந்து மாட்டுச் சாணம் கரைத்துத் தெளித்து, வாசல் பெருக்கிக் கோலம் போடுவதோ இல்லை. வேலைக்காரி வரும் நேரம்தான் விடியும் நேரம்.

காலையில் எழுந்து கடன்கள் முடித்து, குளித்து உடை மாற்றிக் கொண்டபின்தான் சின்னச் சேட்டானிகள் எழுந்து அருளுவார்கள். பள்ளிகள் அலுவலகங்கள் இல்லாத நாட்கள் என்றால் கேட்க வேண்டாம். பூலிங்கத்துக்கு ரயில்வே ஸ்டேஷன் ஓய்வறைப் பழக்கம். ஐந்து மணிக்கு மேல் தூங்க முடிவதில்லை. பல் தேய்த்ததும் சாய்க்குப் பரபரக்கும் மனது. ஆனால் அதற்காக சைக்கிள் எடுத்துக் கொண்டு இரண்டு கிலோ மீட்டர் போக வேண்டும்.

வீட்டில் இருந்த மற்ற உருப்படிகளுக்கு அவனது வரத்தும் போக்கும் விரும்பாச் செய்கையாக இருந்தது. ஆனால் வேலை ஏவ மட்டும் மறப்பதில்லை. அதிலும் குறிப்பாக மருமக்கள். தம்மை விடத் தாழ்ந்தவர் உலகில் வாழத் தகுதி அற்றவர் என நினைத்தார் போலும். கண்களில் சுரந்த வெறுப்பு அடி நாக்கில் கசந்து பரவியது. வீட்டுக்குள் எப்போதாவது அவன் நடமாட்டம் - கண்கள் கணைகள் போல் துரத்தியது. பாபி இதையெல்லாம் கண்டு கொண்டாளா என்று தெரியவில்லை.

மருமக்கள் இருவரும் மிக அழகாக இருந்தனர். இயற்கையின் கொடையாகக் கிடைத்த அழகு. செல்வம் வாங்க முடிந்த அழகு. இன்னும் பத்தாண்டுகள் போனால் எப்படி இருக்கும் என யூகிக்க முடியவில்லை. முகங்கள் செயற்கை வெளுப்பான்களாலும், பூச்சுக் குழம்புகளினாலும் முக்கியமாய்த் தயை வறட்சியினாலும் வக்கரிக்க ஆரம்பிக்கலாம்.

வீடியோ கேசட் மாற்றுவதற்குக் கூட ஒரு உடை, ஒரு நடை என்றிருந்தாலும் ஒரு ப்ளவுசைக் காகிதத்தில் சுருட்டிக் கொடுத்து இஸ்திரி போட்டு வரச் சொல்வாள் ஒருத்தி. இன்னொருத்திக்கு,

காது குடையும் பஞ்சு மொட்டுக்கள் வாங்க ஓட வேண்டியதிருக்கும். 'பான் பராக்' தீர்ந்து விட்டால் அதற்கு இரண்டு கிலோ மீட்டர் ஓட்டம். தினமும் இரவில் தெருக்கதவைப் பூட்டுவதும் காலையில் திறப்பதும் பூலிங்கத்தின் வேலைகளில் ஒன்று. சில சமயம் தூக்கம் வந்தாலும் கடைசி நபர் வீடு திரும்புவதுவரை விழித்திருக்க வேண்டியதுதான். படிக்கக் கூட எதுவுமில்லாத, நினைவுகளை அசை போட்டுக் கொண்டன விழித்திருப்பு.

சேட் வீட்டில் குஜராத்தி வாராந்தரியும் கன்னடத் தினசரியும் தான் வரும். ஆங்கிலத் தினசரி வாங்குவது இல்லை. ஒரு வேளை சின்னச் சேட்டான்களின் அலுவலகங்களில் வருமாக இருக்கும்.

சில குஜராத்திச் சொற்றொடர்கள் புரிய ஆரம்பித்தன. ''கேம்ச்சோ?'', ''நத்திச்சே'', ''ஸுகர்வானுச்சே'', ''ஆவு ஜோ''

பாபி பெரும்பாலும் குஜராத்தியும் கன்னடமும் சேர்ந்த பிரவாகம். கன்னடம் தளர் நடையாய்ப் பழகிப் போயிருந்தது பூலிங்கத்துக்கு.

அபூர்வமாகத்தான் வீட்டைப் பூட்டிக் கொண்டு வெளியில் கிளம்புவார்கள். மகன்களின் குடும்பங்கள் போனால் சேட்டும் பாபியும் வீட்டுக் காவல். பாபியும் கூடப் போனால், சேட் வீட்டில் இருப்பார் இராக்காவலுக்கு. கூட சேட் போனால் பாபி இருப்பாள் வீட்டில். குழுவாக வரும் திருடர்களை, ஒற்றைத் தனியாள் என்ன செய்து விட முடியும்? என்றாலும் ஒரு மனச் சமாதானம்.

பூலிங்கத்தைக் காவலுக்கு வைத்துக் கொண்டு, இரண்டு கார்களிலும் எல்லோரும் லோண்டா புறப்பட்டுப் போனார்கள். மேற்குக் கடற்கரைக்குப் போகும் நெடுஞ்சாலை. ஹூப்ளியில் இருந்து எண்பது கிலோமீட்டர் இருக்கும். சேட்டின் தம்பி மகளுக்குக் கல்யாணம் என்றார்கள். காலையில் உணவு முடித்துப் புறப்பட்டு போவதற்கு பன்னிரண்டு மணி ஆகிவிட்டது. எல்லோரது கப்போர்டு களைப் பூட்டி, பெட்ரூம்களைப்பூட்டி, பூட்டுக்களை இழுத்துப் பார்த்து, மறுபடியும் இழுத்துப் பார்த்து -

நூறு முறை பாபி, ''த்யான் ரக்கோ'' சொன்னாள். ஆக இரண்டு இரவுகளும் இரண்டு பகல்களும் என்றாலும் திகில் மண்டிய பாவனைகள். அவனை வீட்டினுள் படுத்துக் கொள்ளச் சொல்லி ஏற்பாடு. மூத்த மருமகள் கிச்சனைப் பூட்டவில்லையா என்று கேட்டதற்கு பாபி வேண்டாம் என்று சொல்லிவிட்டாள்.

எல்லோரும் இறங்கிக் கொண்டிருந்தார்கள். நாலைந்து சூட்கேஸ்கள் டிக்கியில் ஏற்றப்பட்டிருந்தன. ஐந்து லிட்டர் வாட்டர் கேன். சிறு தீனிப் பொட்டலங்கள். பழங்கள். மருமக்கள் நிறைந்த ஒப்பனைகளுடன் இருந்தனர். முன் தினம் ஒப்பனை நிலையம் போய், புருவங்கள் சிரைத்து, முகத்தை வெள்ளாவி செய்து, தலைமயிரை முன்பக்கம் சுருளாய்த் திரித்து...

பாபியிடம் கூட ஒரு அலங்காரக் களை இருந்தது.

''ரொட்டியும் சப்ஜியும் இரண்டு வேளைக்குப் போதும். பிரிஜ்லே என்னவாம் இருக்கும். எடுத்துக்கோ. காலம்பற சாய்போட்டுக்கோ...''

''வெளீல ரொம்ப நேரம் அலையாதே!'' என்று சொல்லிவிட்டு சேட் இறங்கினார். பாபி மற்றொரு சுற்று வீட்டைப் பரிசீலனைக் கண்களுடன் பார்த்தாள்.

''த்யான் தே... கதவெல்லாம் சாத்தீட்டுப் படு. ராத்திரி யாரு தட்டினாலும் திறக்காதே... பாத்துக்கோ...'' என்று சொல்லி, தோளில் தட்டிவிட்டுப் போனாள். கட்டப்பட்டிருந்த நாய் சிறு கோபத்துடனும் ஏமாற்றத்துடனும் முனகியது.

பூலிங்கம் ஓடிப்போய் கேட்டை அகலத் திறந்தான். இரண்டு கார்களையும் சின்னச் சேட்டான்கள்தான் ஓட்டினர். பாரித்த உடம்புகளும் குழந்தைகளுமாய் அடைசலாய் இருந்தது: பாபி மட்டும் கையசைத்துவிட்டுப் போனாள். கேட்டைப் பூட்டி விட்டு வீட்டுக்கு வந்தான்.

மதிய உணவைத் தட்டிலும் கிண்ணங்களிலும் எடுத்து மூடி வைத்திருந்தாள் பாபி. நன்கு பசி இருந்தது. வேலைக்காரி

காலையிலேயே வந்து விட்டுப் போய் விட்டாள். மோரியில் ஒன்றிரண்டு பாத்திரங்கள் கிடந்தன. சாப்பிட்டு விட்டு அவற்றையும் தேய்த்துக் கழுவிக் கவிழ்த்து வைக்க வேண்டும். ஏவப்படாத வேலைதான் என்றாலும், இரண்டு நாட்கள் பொறுத்து வேலைக்காரி வரும்வரை போட்டு வைத்திருக்க வேண்டாம். பாபிக்காகச் செய்யலாம்.

மண்டியில் கனி வர்க்கம் அதிகம் இல்லை. தாத்தா பார்த்துக் கொள்வார், சில்லறை வியாபாரத்தை. புதிதாய்ச் சரக்கு வர மூன்று நாட்கள் ஆகும். நாய்க்கு, காலையும் மாலையும் பாய் காய்ச்சி ஆற வைத்து ஊற்ற வேண்டும். நாளை பகலில் சோறு பொங்கிப் போட வேண்டும்.

அடுக்களையை ஒதுக்கி விட்டுச் சற்று நேரம் சோபாவில் இருந்தான். டி.வி. போட்டுப் பார்த்து சுவாரசியம் இல்லாமல் அணைத்தான். எல்லா படுக்கையறைகளும் பூட்டப் பட்டிருந்தன. பூட்டாத முறிகளை ஒருமுறை சுற்றி வந்தான். அடுக்களையில் இரண்டு பிரிஜ்கள் இருந்தன. ஒன்றில் கனிவகை, பெப்ஸி கோலா பாட்டில்கள், சிந்தெடிக் பழ ரசங்கள், இன்னொன்றில் காய்கறிகள், பால், தயிர், ஊறுகாய்த் தினுசுகள், வெண்ணெய், மீந்து போன சப்ஜிகள் சிறுசிறு கிண்ணங்களில்....

மண்டியில் வேலை செய்து எந்தப் பழத்தின் மீதும் மோகம் இல்லாது போயிற்று. பெப்ஸி பாட்டில் எடுத்துக் குடித்தான். நாய்க்குச் சோறு வைக்கும் நேரம். சிறுசிறு முனகல்களை எழுப்பியது. சோற்றுச் சட்டியை எடுத்து, சூடு ஆறிவிட்டதா என்று பார்த்து, நாயின் தட்டத்தைத் தேடி, அதில் கவிழ்ந்து, அதன் முன்னால் நகர்த்தினான். முகர்ந்து பார்த்துவிட்டுப் பூலிங்கத்தைப் பார்த்தது. கொஞ்சம் ஊளை கலந்த முனகல், கொஞ்சம் வாலடி. தனது அதிருப்தியைக்காட்டுகிறது போலும். அல்லது தனது தகுதிக்கு இவன் உணவு பரிமாறுவதா என யோசிக்கலாம்.

"பேசாமத் திண்ணு சவமே" என அதட்டினான். மீண்டும் முகர்ந்து பார்த்துவிட்டு நாவால் நக்க ஆரம்பித்தது.

வாசல் கதவைச் சாத்த வேண்டிய அவசியம் இல்லை. முன் கேட் பூட்டிக் கிடந்தது. மறுபடியும் டி.வி. போட்டான். ஏதோ இந்தித் தொடர். ஆண்கள் எல்லோரும் கோட்டுகள், டைகள் அணிந்த படி, பெண்கள் எல்லோரும் மண மேடையில் உட்காரும் அலங்காரங்களுடன் வந்து வந்து பேசினார்கள். இது பார்வதி பரமசிவன், கிருஷ்ணன் - ருக்மணி நேரம் இல்லை போலும். உடலில் வாட்டமில்லை. முகத்தில் வாட்டமில்லை. மாய்ந்து மாய்ந்து உருகினார்கள். கழுவித் துடைத்து ஜிகினாப் பூக்கள் சுற்றிய ஆப்பிள்கள் போல. இவர்கள் எந்த தேசத்து மக்கள் என்று தெரிய வில்லை. இந்தியாவுக்குள்ளே இன்னொரு பூத்துக் குலுங்கும் பாரத தேசம் இருக்கிறது போலும். தகவல் தெரியாத வெளிநாட்டுக்காரன் பார்த்தால் இந்திய உழத்திகள் கூட வைர நெக்லசும் பட்டுப் புடவையும் சிரைத்த புருவமும் கூர்த்த கொங்கைகளுமாக வயலில் வேலை செய்வார்கள் என்று நினைத்துக் கொள்வான். பூசிய புனுகு வெளியே மணக்கும். புழுக்கும் புண்கள் மேலும் அழுகும்.

பகலில் உறங்கிப் பழக்கமில்லை. திண்டு ஒன்றைத் தலைக்கு வைத்துக் கொண்டு, நீளவாட்டத்தில் சோபாவில் படுத்துச் சற்று நேரம் காலாட்டினான். சொகுசாகத்தான் இருந்தது. ஊரில் சாணம் மெழுகிய மண்தரையில், கோரம் பாய் விரித்துப் படுத்த சுகம் கண்முன் ஆடியது.

மூன்று மாதங்கள் ஆகிவிட்டன. ஊரில் இருந்து புறப்பட்டு, எங்கோ இருக்கிறான் என்ற நம்பிக்கை இருக்கும். அங்கு என்ன நடந்திருக்கும், அம்மாவும் அப்பாவும் எப்படி இருப்பார்கள் என்றறிய ஒரு மார்க்கமும் இல்லை. அம்மா இன்னும் காயாத பானை சட்டிகளின் தூர்ப்பாகத்தைப் பலகை வைத்துத் தட்டித் தட்டி அடைத்துக் கொண்டிருப்பாள். அல்லது தண்ணீர் ஊற்றி மிதித்த மண்ணை உருண்டையாக்கிப் பிடித்துக் கொடுத்துக் கொண்டிருப்பாள். அப்பா தார்பாய்ச்சிக் கட்டிய வேட்டியுடன் குத்தவைத்து உட்கார்ந்து, திருவலைச் சுற்றியபடி, தோண்டியோ, பானையோ, கலயமோ, அப்பச் சட்டியோ வனைந்து கொண்டிருப்பார்.

நாய் மறுபடியும் முனகியது. எழுந்து போய் சாப்பாட்டுத் தட்டத்தில் தண்ணீர் ஊற்றி வைத்தான். எவ்வளவு நேரம் இப்படிக் கட்டப்பட்டு எந்தச் சோலியும் இல்லாமல் கிடக்கும்! தின்னச் சோறும், பருவ காலங்களில் தவிப்பு மிகுந்த அவசரப் புணர்ச்சியும் தவிர என்ன வாழ்க்கை இதுவென்று தோன்றியது. ஆனால் அவிழ்த்து விட்டால் கூடச் சுற்றுச் சுவரைத் தாண்டிப் போகாது. படுக்க நிழலும் வேளைக்குச் சாப்பாடும் போதும் போலும். கண்ணியைத் தெறித்து விட்டான், போனால் போய்த் தொலையட்டும் என்று. பூலிங்கத்தின் காலைச் சுற்றி உராய்ந்து விட்டு, முன்னங்கால்களை உயரத் தூக்கி, மார்பில் நிறுத்தி, நக்க வந்தது, ''போ சனியனே தூர'' என்று வெருட்டினான். கும்மாளியுடன் தோட்டத்தில் ஓடித் திரிந்தது.

நேற்றுக்காலை துவைத்து உலர்த்திய துணிகள் எல்லாம் மாடியில், உள் முற்றத்தை நோக்கிய வராந்தாவில் தொங்கிய கொடிகளில் உலர்ந்து கொண்டிருந்தன. எல்லாவற்றையும் உருவி, மாடி வராந்தாவில் கிடந்த கட்டிலில் போட்டு, தேய்க்கக் கொடுக்க வேண்டியவற்றை எல்லாம் பிரித்து மடித்துச் சுருட்டி வைத்தான். இஸ்திரி செய்யத் தேவையில்லாத உள்ளாடைகளை, கைக் குட்டைகளை, வீட்டில் அணியும் ஆடைகளைத் தனியாகப் பிரித்து மடித்தான்.

எண்ணம் பல திசைகளிலுமாய்ப் பிரிந்து ஓடியது. சன்னக் கம்பியொன்று கிடைத்தால் ஏதாவது ஒரு அறையின் பூட்டைக் குடைந்து பார்க்கலாம். நிரம்பப் பணம் தேவையில்லை. ஐந்நூறு அல்லது ஆயிரம் போதும். இங்கிருந்து ஓடிவிடலாம். தற்செயலாய் நிறையப் பணம் கிடைத்தால் என்ன செய்வது? பத்தாயிரக்கணக்கில், இலட்சக் கணக்கில்? ஐந்து லட்சம் ரூபாய் ரொக்கமாகக் கிடைத்தால் என்ன செய்வது என்று யோசித்துப் பார்த்தான். மறைவாக எடுத்துக் கொண்டு போக ஒரு சின்ன சூட்கேஸ் பார்க்க வேண்டும். இரண்டு செட் உடைகள் எடுத்துக் கொள்ளலாம். செலவுக்கான சில்லறை மட்டும் வெளியே வைத்துக் கொண்டு, பெட்டியைப் பூட்டிக் கையில் எடுத்துக் கொண்டு புறப்பட்டுவிட வேண்டும்.

எங்கு? லோண்டா, வாஸ்கோ-ட-காமா வழியாக கோலாப்பூர், மீரஜ் அல்லது பெல்லாரி வழி குண்டக்கல் போய், சோலாப்பூர், புணே.... ஒரு அறை எடுத்துக் கொண்டு தங்கி, சிறு தொழிலோ, வணிகமோ ஆரம்பித்து, பல்கிப் பெருகி, பதினாறும் பெற்று.....

பிடித்து விடமாட்டார்களா? பிடித்து விட்டால் நரம்பை எண்ணி உருவி விடமாட்டார்களா? தோளைக் குலுக்கிக் கொண்டான். முதலில் பணம் கிடைக்கட்டும். ஊரில் சொல்வார்கள் - குயவன் எள் விதைத்ததைப் போல என்று.

பெரிய உருப்படிகள் எல்லாம் மடக்கி முடிந்த பிறகு ஜட்டிகள், பனியன்கள், பிராக்கள், கர்ச்சீப்புகள், சாக்சுகள் மீந்து கிடந்தன. இந்த வேலையை ஆரம்பித்திருக்க வேண்டாம். நல்லவேளை யாரும் பார்த்துக் கொண்டிருக்கவில்லை. எல்லாம் ஒதுக்கி வைத்துவிட்டுக் கீழே இறங்கினான்.

மணி மூன்றுதான் ஆகியிருந்தது. இனி உறங்கப் போவது வரை இங்கிருந்து புழுங்க முடியாது. வீட்டைப் பூட்டி, சேட்டின் ஸ்கூட்டரைத் தள்ளி வெளியே வைத்து கேட்டைப் பூட்டி வெளியே கிளம்பினான். அர்த்தமில்லாமல் நகரை ஒரு சுற்றுச் சுற்றினான். ஆங்கில வாராந்தரியொன்று வாங்கினான். எதற்கும் இருக்கட்டும் என்று ஒரு லிட்டர் பெட்ரோல் போட்டான்.

பகல் காட்சிக்கான நேரம் தாண்டிவிட்டது. மாலைக் காட்சிக்கு இன்னும் நேரம் இருந்தது. போகவும் முடியாது. சூரியன் அடைந்ததும் விளக்குப் பொருத்தாவிட்டால் தோலை உரித்து விடுவாள் பாபி. பானுமதி அக்கா வீடு வரை போய் வரலாம் என்று தோன்றியது பூலிங்கத்துக்கு.

அழைப்பு மணி ஓசை கேட்டதும் கதவு திறக்க ஓடி வந்தாள். பூலிங்கத்தைப் பார்க்க அவளுக்குச் சிரிப்பு வந்தது. சேட் தான் வந்திருப்பார் என நினைத்து வந்திருப்பாள். பகல் சாப்பாட்டுக்குப் பிறகான உறக்கத்தின் மிச்சம் முகத்தில் இருந்தது. அளகம் குலைந்து, அங்கி கசங்கி, அலுப்புத் துலங்கியது.

"இரு, முகம் கழுவீட்டு வாறேன்..." என்று போனாள்.

நாஞ்சில் நாடன்

பழைய பத்திரிகை ஒன்றைப் புரட்டிக் கொண்டிருந்தான். முகம் கழுவி, கருஞ்சாந்துப் பொட்டு வைத்து, தலை சீவி, சாரி மாற்றி, கையில், டீ எடுத்துக் கொண்டு வந்தாள்.

பாபியின் சாய் ஒரு வகை என்றால் இது வேறு வகை.

''என்ன விஷயம்?'' என்றாள்.

கேபிளில் ஓடிக் கொண்டிருந்த சினிமா பார்த்துக் கொண்டிருந் தான் சற்று நேரம். உற்சாகமற்றுப் போய்க் கொண்டிருந்தது. எதை எதிர்பார்த்து இங்குமங்கும் ஓடிக் கொண்டிருக்கிறோம் என்று தோன்றியது.

''வாறேன்கா...'' என்று எழுந்தான்.

''எங்க வந்தே? எங்கே போற?''

''சும்மா பாத்திட்டுப் போகலாம்னு வந்தேன்''

பானுமதி முகத்தில் சிரிப்பொன்று தோன்றி மறைந்தது. வாழ்க்கை தேங்கத் தலைப்பட்டிருப்பது போலத் தோன்றியது. சட்டென இடம் பெயர்ந்து விட வேண்டும். மறுபடியும் சேட் வீட்டை நோக்கிப் போனான். வண்டியை இடத்தில் நிறுத்திவிட்டு, கண்டான் முண்டான் சாமான்கள் போட்டு வைக்கும் அறையைத் திறந்தான். சன்னமான கம்பி ஏதும் கிடைக்குமா எனத் தேடினான். சமீபத்தில் கேபிள் டி.விக்கு மாற்றிய கோ ஆக்ஸியல் ஒயர் துண்டொன்றை எங்கோ பார்த்த ஞாபகம். அந்த செம்புக் கம்பி கிடைத்தால் கூடப் போதும்.

இருட்டிக் கொண்டு வந்தது. விளக்குகளைப் பொருத்தினான். நாயைக் கட்டிப் போட்டுப் பாலூற்றினான். பின் வாசல் கதவு மூடப்பட்டிருக்கிறதா என்று உறுதி செய்து கொண்டான். மிச்சம் இருந்த சோறு, பருப்பு, ஊறுகாய் எல்லாம் வைத்து இரவுச் சாப்பாட்டை முடித்துக் கொண்டான். இரண்டு பச்சை வாழைப் பழங்கள் தின்றான். தோட்டத்தின் மூலையில் இருந்த குப்பைக் குண்டினுள் வாழைப் பழத்தோலை எறியப் போகும் வழியில்,

செம்புக் கம்பித் துண்டு கிடந்தது. ஒன்றரைச் சாண் நீளம் இருக்கும். பொதிந்திருந்த பிளாஸ்டிக் உறையைப் பிளேடினால் கீறி உரித்தான். மனதில் சற்று சுறுசுறுப்பு ஏறியது.

தெரு கேட்டைப் பூட்டி, தெரு வாசல் கதவைப் பூட்டி விட்டு மாடிக்குப் போனான். எந்த அறையைத் திறக்கலாம் என்று யோசித்தான். மூத்த மகனின் அறைக் கதவில் ஒன்பது லிவர் காத்ரெஜ் பூட்டு. திறக்கச் சிரமமாக இருக்கும். இரண்டாம் மகன் அறைக் கதவில் பழங்கால நாட்டுப் பூட்டு. முயற்சி செய்து பார்க்கலாம். செம்புக் கம்பியை லேசாக வளைத்துப் பிடித்துக் கொண்டு, இடது கையில் பூட்டைப் பிடித்துக் கொண்டு, கம்பியை உள்ளே விட்டுச் சுழற்ற ஆரம்பித்தான். நெஞ்சு படபடத்தது. நேரம் ஆக ஆக வியர்க்க ஆரம்பித்தது. இது வெற்றுப் பிரயத்தனம் என்று தோன்றியது. ஒரு நுணுக்கமும் இல்லாமல், 'கரட்டுக்கம்புக்கு முரட்டுக் கோடரி' எனும் கணக்கில், கம்பியைச் சுழற்றினான். நெஞ்சுப் படபடப்புத்தான் கூடியதே அல்லாமல் பூட்டின் தாழ் அனங்கவில்லை. நெற்றியின் வியர்வை, கன்னங்களின் வழியாகக் கழுத்துக்கு இறங்கிக் கொண்டிருந்தது. என்னத்துக்கு இந்தச் சோலியை ஆரம்பித்தோம் என்று தோன்றியது. சலிப்புக் கூடியதொரு தருணத்தில் சடக்கென்று பூட்டுத் திறந்தது.

உடல் முழுவதும் வியர்த்து ஊற்றியது. படபடப்பு மேலும் அதிகமாகி இருந்தது. கதவைத் திறந்து உள்ளே போனான். அகலமான கட்டில் அதன் மேல் காலையில் களைந்து போட்டிருந்த ஆடைகள்.

ஒப்பனை மேசையும் கண்ணாடியும். டி.வி.செட் இருந்த ஸ்டான்ட். டெக், டூ-இன்-ஒன் வகையறாக்கள். உயரமான காத்ரெஜ் கப்போர்ட். பாத்ரூமுக்குப் போகும் கதவு அடைக்கப்பட்டிருந்தது. துணி ஸ்டேன்டில் தொங்கிய ஆடைகள். எங்கும் பீரோச் சாவி இல்லை. கையோடு கொண்டு போயிருப்பார்கள் போலும். வியர்வை கசகசத்ததுதான் மிச்சம். குளிமுறிக்குள் சென்று ஆடைகளை எல்லாம் களைந்து விட்டு வாசனை மிக்க சோப்பை எடுத்து நுரை

பொங்கக் குழைத்துத் தேய்த்துக் கழுவினான். மேல் துடைத்து விட்டு வந்து பவுடர் போட்டான். இலேசாக சென்ட் அடித்துக் கொண்டான். செம்புக் கம்பி வித்தை பீரோவுக்குப் பலிக்கவில்லை. களைந்து போட்டிருந்து ஆடைகளை ஒரு ஓரம் ஒதுக்கிப் போட்டு விட்டுக் கட்டிலில் ஏறிப் படுத்தான். கையில் தட்டுப்பட்ட பிராவை எடுத்து விரல் நுழைத்துப் பார்த்தான். சற்றுச்கூச்சத்துடன் முகர்ந்து பார்த்தான். கண்களை மூடிக் கொண்டு தூங்க முயற்சி செய்தான். காற்சட்டைப் பையில் எடுத்துக் கொண்டு போய் விற்றுக் காசாக்கும் எந்தப் பொருளும் வெளியே இல்லை. பட்டபாட்டுக்கு ஒரு சொகுசுக் குளியலும் மெத்தை உறக்கமும்தான் மிச்சம் போலிருக்கிறது. அதற்கெல்லாம் ஒரு யோகம் வேண்டும்.

வழக்கம் போல விழிப்பு வந்துவிட்டது. காலை புலர்ந்து விட்டது. இன்னும் பால்காரன் வரவில்லை. பெரியவர்க்கான இரண்டு டூத் பிரஷ்களில், பெண்ணுக்கானது போலத் தோன்றிய ஒன்றை எடுத்துப் பல் தேய்த்தான். அறையைப் பிறகு பூட்டிக் கொள்ளலாம் என்று தோன்றியது.

தோட்டத்தில் புதிதாய் ரோஜாக்கள் சில விரிந்திருந்தன. நாய் அவிழ்த்து விடச் சொல்லி செல்லமாய்க் குரைத்தது. மனதில் குற்றம் சற்று விலகி இருப்பதாய்த் தோன்றியது. தோட்ட வேலை முடிந்ததும் தனது அழுக்குத் துணிகளைத் துவைத்து உலரப் போட்டான். துண்டைக் கட்டிக் கொண்டு, மாற்று உடைகளை எடுத்துக் கொண்டு மாடிக்குக் குளிக்கப் போனான். குளித்து, உடை மாற்றி, தடயம் தெரியாமல் அறையை ஆக்கிவிட்டு, அறையைப் பூட்ட உத்தேசித்தான். திறப்பதற்குப் பட்ட சிரமம் பூட்டுவதில் படவில்லை. நாய்க்கு பிரிஜ்ஜிலிருந்து எடுத்துக் காய்ச்சிய பாலை ஆற வைத்து ஊற்றி வைத்தான்.

வீட்டைப் பூட்டி விட்டு மண்டிக்குப் போனான். தாத்தா சோம்பலுடன் உட்கார்ந்திருந்தார். சரக்கு ஏதும் இல்லை. இன்று வரவும் செய்யாது. சற்று நேரத்தில் வீட்டுக்குப் போக வேண்டியதுதான் என்றான். தாத்தாவுடன் போனால் நாய்க்கு சோறு வாங்கிக்

கொள்ளலாம். பொங்கும் வேலை மிச்சம். கையோடு சாப்பிட்டு விட்டுப் போனால் மீண்டும் அதற்காக வெளியே வர வேண்டாம்.

எப்படி எண்ணிப் பார்த்தாலும் நூற்று அறுபத்தாறு ரூபாய்தான் இருந்தது. ஐநூறு ரூபாய் கையில் இல்லாமல் என்ன பயணம் போவது? ரெய்ச்சூரிலிருந்து ஓடி வந்தது போல்தான் மறுபடியும் போக வேண்டியது இருக்கும். குத்துப்பட்டவன் என்ன ஆனான் என்று தெரியவில்லை. முதல் கொஞ்ச நாட்கள் போலீஸ்காரனை எங்கு பார்த்தாலும் திகில் இருந்தது. மாய்ந்து போயிற்று நாட்பட நாட்பட. மறுபடியும் ஒரு இக்கட்டில் இருந்து பிழைத்தது போலிருந்தது.

நள்ளிரவும் தாண்டிய பிறகு சேட் குடும்பத்தினர் வந்தனர். மறுநாள் காலை வருவதாக எண்ணி இருந்தான் பூலிங்கம். நெடுநேரம் ஆரன் சத்தம் கேட்டது போலத் தோன்றி, எழுந்து, சன்னல் கதவைத் திறந்து பார்த்தான். சன்னல் திறந்ததைப் பார்த்ததும் பாபி இறங்கி வெளிச்சத்தில் நின்றாள். ஓடிப்போய் கேட்டைத் திறந்தான்.

இரவு விருந்து முடிந்ததும் திரும்பி இருப்பார்கள் போலும். பெண்கள் கண்களில் உறக்கம் வழிந்தது. பிள்ளைகள் தூங்கிப் போயிருந்தன. அவரவர் அறைகளுக்குத் தூங்கப் போனார்கள். பாபி சோபாவில் அக்கடா என்று உட்கார்ந்தாள். விரித்திருந்த போர்வையைச் சுருட்டப் போனான் பூலிங்கம்.

''பரவா இல்லே, படுத்து உறங்கு. காலையிலே எந்திரிச்சுப் போ'' என்றாள் பாபி.

உறக்கம் வரவில்லை. நேற்றைய சொகுசு போல், இன்றிரவும் உறங்கலாம் என்றுதான் எண்ணி இருந்தான். ஏதோ ஒரு உள்ளுணர்வு. இல்லையென்றால் அகப்பட்டுக் கொண்டு, இந்த நள்ளிரவில் மானபங்கப்பட்டுக் கொண்டிருக்க வேண்டும்.

காலையில் வீட்டில் சில்லறை வேலைகள். குளித்து, மண்டிக்குப் புறப்படுகையில், பாபி, கல்யாணப் பலகாரங்கள் தின்னத் தந்தாள். மூடப் பெய்திருந்த நெய் இறுகிப் போயிருந்தது.

மூன்றாவது நாள் ஞாயிறு. சேட்டின் பையன்களுக்கு அலுவலகங்கள் விடுமுறை. ஆனால் மண்டிக்கு விடுமுறை கிடையாது. காலையில் சந்தைக்குப் போய்வர வேண்டியதிருந்தது. காய்கறிப் பையைக் கொடுத்துவிட்டு, சாய் குடித்து விட்டு, அடுக்களையில் இருந்து வெளியே வந்த போது, சேட்டின் சின்ன மகன் மாடிப்படிகளில் இறங்கி வந்தான்.

''நில்லுடா'' என்றான் பூலிங்கத்தைப் பார்த்து. அதட்டலான குரல் கேட்டு, பாபி அடுக்களையில் இருந்து எட்டிப் பார்த்தாள்.

''நாங்க ஊருக்குப் போயிருந்தப்போ, என் பெட்ரூமைத் திறந்தையாடா?''

பூலிங்கத்துக்குத் திகைப்பாக இருந்தது. இது என்ன கண்டம் மூன்று நாட்களுக்குப் பிறகு வந்து முன்னால் நிற்கிறது?

உமிழ்நீரை விழுங்கி விட்டு ''நை, சேட்'' என்றான்.

''உண்மையைச் சொல்லுடா நாயே!''

''இல்ல சேட், நான் ஏன் பொய் சொல்லணும்?''

பெரிய சேட் உடை மாற்றிக் கொண்டிருந்த கோலத்தில் வெளியே எட்டிப் பார்த்தார். மாடியில் மருமகப் பெண்டிரின் தலைகள் தெரிந்தன.

கிட்டே வந்து, சட்டையைக் கொத்தாக அள்ளிப் பிடித்தபடி, ''உண்மையைச் சொல்லுடா, ராஸ்கல்! என்னத்தைத் திருடினே?''

''ஐயோ, நான் ஒண்ணும் திருடல்லே...''

'பளார்' என்று கன்னத்தில் அறை விழுந்தது. இன்னொரு கை கொத்தாக முடியைப் பற்றி இருந்தது.

''திருடல்லேண்ணா எதுக்குடா திறந்தே?''

''நான் திறக்கல்லே சேட்...''

இன்னொரு அறை விழுந்தது. தொடர்ந்து தலைமுடியை வளைத்துப் பிடித்தபடி முதுகில் இரண்டு குத்துக்கள் விழுந்தன.

''பக்கத்து வீட்டுக்காரங்க பொய்யாடா சொல்றாங்க? நாங்க ஊருக்குப் போன அண்ணைக்கு ராத்திரி பெட்ரூம்லே விளக்கு ரொம்ப நேரம் எரிஞ்சதுண்ணு? சொல்லுடா! என்னத்தைத் திருடினே?''

பூலிங்கம் வாயடைத்துப் போய் நின்றான். கண்கள் மட்டும் சுரந்து போயிருந்தன. தொண்டை அடைத்துப் போயிருந்தது. பாபி பக்கத்தில் வந்து முகத்தை ஏறிட்டுப் பார்த்தாள். தலை கவிழ்ந்து கொண்டான்.

''என்னடா களவான்டே?''

''நான் எதுவும் எடுக்கல்லே, பாபி!''

மகனைப் பார்த்துக் கேட்டாள், ''என்னடா காணாமல் போயிருக்கு?''

''இவன் கைக்கு ஒண்ணும் சிக்கல்லே போலிருக்கு. ஆனா ரூமைத் திறந்திருக்கான், ராஸ்கல். நிக்கதைப் பாரேன். சோர் ஸாலா, இந்த அழுக்குப் பிடிச்ச பரதேசி நாயையெல்லாம் வீட்டுக்குள்ளே ஏத்தாதேண்ணா நீ கேக்கியா?''

பிடரியைப் பிடித்து வெளியே தள்ளினான்.

''ஓடிப் போயிரு ராஸ்கல். இந்த ஊரிலேயே இனி ஒன்னைப் பார்க்கப்பிடாது. உனக்கெல்லாம் குப்பைக் குண்டுதான் லாயக்கு.... போ... போயி எச்சிலைப் பொறுக்கித் திண்ணு ... மாதர் சோத்...''

கிளர்ந்து வந்த கோபத்தை அவமானம் கிள்ளிக் கிள்ளி எறிந்தது. கன்னங்கள் எரிச்சலில் சிவந்தன. கால்களில் நடக்கும் திடம் இல்லை. தொய்ந்து தொய்ந்து விழுவது போலத் தோன்றியது. யாரையும் திரும்பிப் பார்க்கத் தோன்றவில்லை.

அறையில் போய் சற்று நேரம் தலையில் கைவைத்து உட்கார்ந்தான். ஒரு வேளை பொறுக்கித் தின்னும் எச்சில் தொட்டிக்குத்தான் வாழ்க்கை கொண்டு செலுத்தும் போலும். அழுகை குமுறிக் கொண்டு வந்தது. இனி இங்கிருப்பது ஈனமான இருப்பாகும் என்று எண்ணினான். ரெய்ச்சூரில் இருந்து வரும்போது

போட்டிருந்த சட்டை, பேன்டை எடுத்துப் போட்டுக் கொண்டான். உலர்ந்திருந்த லுங்கியையும் அழுக்காகிக் கிடந்த போர்வையையும், ஈரம் உலர்ந்திருந்த துவர்த்தையும் ஒரு பாலிதீன் பையினுள் திணித்துக் கொண்டான். பெட்டியில் கிடந்த பணத்தை எடுத்துப் பாக்கெட்டில் போட்டுக் கொண்டு, மோசையின் கத்தியை எடுத்து மறு பாக்கெட்டில் கர்ச்சீப்புடன் போட்டுக் கொண்டான்.

கண்களைத் துடைத்தான். இதில் துயரப்பட எதுவும் இல்லையெனத் தோன்றியது. செய்த குற்றத்திற்கான, நம்பிக்கைத் துரோகத்திற்கான தண்டனைதான். என்றாலும் அவமானம் கொக்கி போட்டுத் துளைத்து இழுத்தது. பையைக் கையில் எடுத்துக் கொண்டு, புறவாசல் வழியாக அடுக்களை நடைக்குப் போனான்.

ஆள் அனக்கம் கண்டு திரும்பி பாபி, பின் வாசலுக்கு வந்தாள். அவனைப் பார்த்ததும் நாசி விடைத்துக் கண்கள் விரிந்து கோபம் தெறித்தது.

‘‘என் வீட்லே நீ இதைச் செய்யணுமாடா?’’ என்றாள் பாபி. பூலிங்கத்துக்கு அழுகை பீறிட்டுக் கிளம்பியது. ‘‘மாப் கரோ பாபி’’ என்று கை கூப்பி வணங்கி விட்டு, பையைத் தோளில் சாத்தியபடி, தலையைத் தொங்கப் போட்டு, சோர்ந்து நடந்தான்.

ஆறு

சன்னலோர இருக்கையில் அமர்ந்து, வெளியே கண் பாய்ச்சிக் கொண்டு, நினைவு கண்ட இடங்களில் தாவித் திரிய, லோண்டா நோக்கிப் போய்க் கொண்டிருந்தான் பூலிங்கம். கையிலிருக்கும் நூற்று அறுபது ரூபாய் சில்லறையில் என்ன டிக்கட் வாங்குவது? பரிசோதகர் வந்தால் இறக்கி விடுவார். வருவது போலப் பார்த்துக் கொள்ளலாம் என்னொரு துணிச்சல் பிறந்திருந்தது. ஹூப்ளி ஸ்டேஷனில் வந்து முகம் கழுவி, சாய் குடித்ததும் சற்றுத் தெளிவு பிறந்தது. பசி இருந்தும், சாப்பிடப் பிடிக்கவில்லை. ஆறேழு மாத மண்டி வாழ்க்கையில், பாபி சுட்டுப் போட்ட நெய் தடவிய ரொட்டிகளில் உடல் சற்று வலுப்பெற்றிருந்தது.

ரயில் பெட்டியில் அதிகக் கூட்டமில்லை. காய்ந்து போயிருந்த கன்னடக் கிராமத்துச் சனங்கள். தார் பாய்ச்சிய வேட்டிக்கட்டும் தலைப்பாகையும் செம்மண் நிறத்தில் இருந்தன. கிராமத்து மண் உடைகளில் வீசியது. எல்லா ஸ்டேஷன்களிலும் நின்று, எந்த அவசரமும் இன்றி பாசஞ்சர் போய்க் கொண்டிருந்தது. கை வசம் நிறையப் பணம் இருக்குமானால் இந்த தேசம் முழுவதும் பாசஞ்சர் ரயில்களில் ஏறிச் சுற்றி வரலாம்.

தூரத்தையும் வேகத்தையும் கணக்கிட்டுப் பார்த்தால் உத்தேசமாய், லோண்டா போய்ச் சேர மத்தியானம் மூன்று மணி ஆகும் போலிருக்கிறது. பம்பாய் நோக்கிப்போகும் பெருவழிப் பாதைகளின் நிலையங்கள் போலன்றி, மிகவும் வறுமைப் பட்டுப் போனவையாக இருந்தன. தினமும் நான்கு பாசஞ்சர், ஒன்றிரண்டு சரக்கு வண்டிகள் போய் வந்து கொண்டிருக்கும்.

லோண்டா சின்னஜங்ஷன் என்றனர். கோவாவுக்கும் வாஸ்கோ-ட-காமாவுக்கும் மட்காவ்க்கும் போய்த் திரும்ப ஒரு பாதையும், மீரஜ் நோக்கிய ஒரு பாதையும்.

மீட்டர் கேஜ் ரயில்களுக்கான அசைவுகளுடன் ரயில் போய்க் கொண்டிருந்தது. சற்று நேரம் சாமான்கள் வைக்கும் பலகையில் ஏறிப் படுக்கலாம் என்று தோன்றியது. காலையில் குளித்த துண்டு காற்றில் காய்ந்து விட்டது. இருபத்திரண்டு நாட்களுக்கான சம்பளம் வாங்கவில்லை. பாதிக்கு மேல் மெஸ் கணக்குக்குக் கொடுக்க வேண்டும். சேட் கணக்குத் தீர்த்து விடுவார். பானுமதி அக்கா கேள்விப் பட்டால் என்ன நினைப்பாள் என்று தோன்றியது. வாழ்வில் மறுமுறை இவர்களைச் சந்திக்கும் வாய்ப்புக் கிடைக்குமா என்ன? இதைத் தவிர்த்திருக்கலாம். யார் எதைத் தவிர்த்திருக்கக் கூடும்? எல்லாம் திட்டமிட்ட வரைபடத்தின்படி நடப்பது போலத் தோன்றுகிறது. இதனை அடுத்து ஊர்வது என்னவாக இருக்கும் என்று யாருக்குத் தெரியும்?

உறங்கவும் முடியவில்லை. சோம்பல் கிடப்புத்தான். மறுபடியும் கீழிறங்கி, காலியான இருக்கையில் நினைவுத்தவம். மணி மூன்றை நெருங்கிக் கொண்டிருந்தது. வயிறு நன்றாகப் பசித்தது. காலையில் இருந்தே இரண்டு சாய் குடித்ததுதான். லோண்டா நெருங்குவதற்கான அடையாளங்கள் தெரிந்தன. இறங்கியதும் ஏதாவது சாப்பிட வேண்டும். இன்று இரவுக் கிடக்கை, வரும் ஸ்டேஷனிலா அல்லது சாப்பிட்டு விட்டுத் தொடரும் பயண வண்டியிலா?

பூரி தீர்ந்துவிட்டது போலும், நல்ல காலத்திற்கு. நிறையச் சோறு போட்டுத் தந்தனர். கூட்டும் இல்லை பொரியலும் இல்லை. பூரிக்கு வைக்கும் உருளைக் கிழங்கு மசால். துவர்ப்பாக, நெல்லிக்காயை விடச் சின்னதாக இருந்த வேறேதோ காட்டுக்காய் ஊறுகாய். வஞ்சகமில்லாமல் குழம்பு ஊற்றினான் பையன். கருப்புக் கோட்டுக்காரன் பார்க்காத போது வேண்டுமானால் வெளியே போய் வரலாம். குண்டக்கல் போல, ரெய்ச்சூர் போல, அவ்வளவு வசதியாக இல்லை எதுவும். ஸ்டால்களும் குறைவுதான். மக்களும் மொழியின் சாய்வுகளும் வேறுபட்டுத் தெரிந்தன.

வாங்கிய அடியைத் துடைத்துப் போட்டுவிட்டு வழக்கம் போலக் கல்லூரிக்குப் போய் வந்து கொண்டிருந்தால் இந்த அல்லல் உண்டா என்று தோன்றியது. அப்படித்தானே கிடந்தார்கள் மூதாதையர்கள் எல்லாம்? எது தன்னை வீட்டிலிருந்து பிடுங்கி வீதிக்கும் பிறகு தூர தேசச் சாலைகளிலும் எறிந்தது?

கறுப்புக் கோட்டு டிக்கட் பரிசோதகர் வந்து பக்கத்தில் நின்றார். டிக்கட் இல்லாத குற்றத்தின் வெளிப்பாடாய் எழுந்து நின்றான்.

"எந்த ஊருக்கு ரயில் பிடிக்கக் காத்திருக்கே?"

".... ...."

"டிக்கட்டாவது இருக்கா?"

"இல்லே சார்"

"எங்கேருந்து வாற?"

"கன்னியாகுமரியில் இருந்து"

"எங்க போகப் போற?"

"தெரியல்லே சார்! ஏதாம் வேலை பாக்கணும்?"

"இந்த ஊர்லே, முன்னப் பின்னே தெரியாதவனுக்கு என்ன வேலை கிடைக்கும்னு நினைக்கே?"

"................"

"வா என் கூட

டிக்கட் பரிசோதகர் ஓய்வு அறைக்குக் கூட்டிக் கொண்டு போனார். டிக்கட் கட்டணமும் அபராதமும் போட்டால் கட்ட முடியாது. பத்திருபது ரூபாய் நீட்டிப் பார்க்கலாம். தன்னை லாக்கப்புக்கு அனுப்புவதில் அவருக்கு என்ன லாபம்? ''அந்தப் பையை ஓரமா வையி...''

கையைக் கட்டி மூலையில் உட்காரச் சொல்வாரோ என்னவோ? வருமுன் காத்துப் பார்ப்போம் என்று, பாக்கெட்டில் கையை விட்டு இருபது ரூபாய் எடுத்து நீட்டினான் பூலிங்கம்.

''இது என்னத்துக்கு? வை, வை.... உங்கிட்டே வாங்கி, நான் கோட்டை கட்டதுக்கா? அன்னா, அந்த பெஞ்சுக்கு அடியிலே ஒரு குட்டிச் சாக்கு மூட்டை கெடக்கு பாரு, அதை வெளீல எடு. தூக்க முடியுமா? அதிகமா ஒண்ணும் கனக்காது. இருவத்தஞ்சு கிலோதான். இதே பிளாட்பாரத்திலே கிழக்கு அத்தம் போயி, பாட்டக்கிலே இறங்கி நடந்தா குவார்ட்டர்ஸ் வரும். பி-பதினேழு. ஓர்மையிலே இருக்குமா? பி-பதினேழு, கொண்டு குடுத்துக்கிட்டு சீக்கிரம் வா....''

இது ஒரு வகைத் தண்டனை போலும். அரிசிச் சாக்கு தலையில் அதிகம் அமட்டவில்லை. குவார்ட்டர்ஸில் கொண்டு கொடுத்து, ஒரு செம்பு தண்ணீர் வாங்கிக் குடித்து, தலையைத் தட்டி விட்டு, ஸ்டேஷனுக்கு நடந்தான். வேறேதும் கூடச் சில்லறை வேலைகள் ஏவலாம். அறையை விர்த்தியாக ஒட்டடை அடித்து, மூலை முடுக்கெல்லாம் தூத்து வாரி, குடி தண்ணீர் பிடித்து வைத்து, தேநீர் வாங்கிக் கொடுத்து, சாப்பிட்ட பாத்திரம் கழுவி வைத்து... இவ்வளவுக்கும் பிறகு தண்டனை இருக்காது. இரவு கிடப்பதற்கும் வழி பார்த்தாக வேண்டும்.

குனிந்து ஏதோ எழுதிக் கொண்டிருந்தார். கோட்டு, நாற்காலியின் முதுகில் ஓய்வெடுத்தது. நாற்காலிக்கும் கூடப் பொருத்தமாகவே இருந்தது.

''குடுத்திற்றியா? ம்.... ஒரு வேலை சொன்னாச் செய்வியா? தற்சமயம் சாப்பாட்டுச் பிரச்சினை தீரும்...''

கல்லினுள் தேரைக்கும் கடவுள் அமுது படைக்கத்தான் செய்வான் போலும்.

மறுநாள் லோண்டாவை நோக்கித் திரும்பிக் கொண்டிருந்தான் பூலிங்கம். காக்கி நிறத் துணிப்பை சீட்டின் மூலையில் மறைவாகக் கிடந்தது. கண்கள் அடிக்கடி மூலைக்குச் சென்று திரும்பிக் கொண்டிருந்தன. கர்நாடகா எல்லை தாண்டியதும் கோவாவின் முதல் ரயில்வே ஸ்டேஷன். காற்சட்டைப் பையில், பர்சினுள், டிக்கட் பரிசோதகர் சௌத்ரி எடுத்துத் தந்த சீசன் டிக்கட் இருந்தது. அன்றைய கடைசி நடையாக ஐந்து மணிக்கு வந்த வாஸ்கோ பாசஞ்சரில் போய்விட்டு ஏழு மணிக்கு வரும் லோண்டா பாசஞ்சரில் திரும்புகால் பயணம்.

மிகச் சிறிய ஸ்டேஷன். அந்த ஊருக்கு இத்தனை மதுபானக் கடைகள் என்னத்துக்கு என்று முதலில் தெரியவில்லை. சௌத்ரி தந்த சீட்டை, 'நேஷனல் வைன்ஸ்' கடையில் காட்டினான். இரண்டு முழு பாட்டில் மெக்டௌல்ஸ் பிராந்தி எடுத்து, நியூஸ் பேப்பரில் சுற்றி, பூலிங்கம் வைத்திருந்த பையில் வைத்துக் கொடுத்தான் கடைக்காரன். இரண்டு குப்பிகள் வைப்பதற்காகவே தைக்கப்பட்ட பை போலிருந்தது. அந்த ஊரின் மொத்த விற்பனையும் கர்நாடகாவுக்குத்தான் போகும் போலிருந்தது. கணிசமான விலை வித்தியாசம் இருக்க வேண்டும். இரண்டு குப்பிகள் வரை, எந்த பிராண்ட் ஆனாலும் கொண்டு போகத் தடைகள் இல்லை என்றும் எக்சைஸ் அதிகாரிகள் கேட்க மாட்டார்கள் என்றும் கடைக்காரன் சொன்னான். ஒப்புக்கு ஒரு பெர்மிட் - கோவாவிலிருந்து குஜராத்தில் இருக்கும் சார்புப் பிரதேசமான தமன் கொண்டு போவதற்கு என்று. பெர்மிட்டை நான்கு திருப்புகளுக்கும் உபயோகித்துக் கொள்ள வேண்டும். அடுத்த நாள், அடுத்த பெர்மிட். காக்கி நிற அரசாங்கப் படிவங்களில் ரப்பர் ஸ்டாம்பு முத்திரையும் கையெழுத்தும் போட்டு கடைக்காரனிடம் முழு புத்தகமே இருந்தது. நாளும் பெயரும் அன்றன்று எழுதிக் கொள்ள வேண்டும்.

சுறுசுறுப்பாக, ரயில் நேரங்கள் கணக்கிட்டுத் திட்டமிட்டால், ஒரு நாளைக்கு நான்கு முறை வந்து திரும்பலாம் என்று சொல்லி இருந்தார் சௌத்ரி. ரயிலில் யாரும் கேட்க மாட்டார்கள் என்றும்

கேட்டால் தன் பெயரைச் சொல்லலாம் என்றும் எக்சைஸ் ஸ்குவாட் வந்தால் மட்டும் பை போனால் போகட்டும் என்று தப்பித்து விட வேண்டும் என்றும் சொன்னார்.

கடைசித் திருப்பு போய் வந்ததும் எட்டு குப்பிகள் கடத்தியதற்கான கூலி எண்பது ரூபாய் வாங்கிக் கொள்ளலாம் என்றார். அவருக்கும் குப்பிக்குப் பத்து ரூபாய் கிடைக்காமல் இருக்காது. கடைக்காரனுக்கும் பத்துப் பதினைந்து ரூபாய் கிடைக்கும்.

அன்றைய கடைசி இரண்டு குப்பிகளை இருட்டோடு இருட்டாகக் குவார்ட்டர்ஸில் கொண்டு சேர்த்ததும், "பரவால்லே... பொழச்சுக்கிடுவே" என்றார்.

"போய்ச் சாப்பிட்டுக்கிட்டு, ஸ்டேஷன்லே படுத்துக்கோ, ரெண்டு மூணு நாளு இப்பிடி ஓட்டு, பொறகு வேற ஏதாம் இடம் பார்ப்போம்.."

மண்டிச் சம்பளத்தைவிடக் குறைந்தது இரு மடங்கு, விடுமுறைகள் நாட்கள் தவிர்த்து, சில சமயம் தவற விட நேரும் பயணங்களைக் கழித்துக் கணக்குப் பார்த்தாலும் மோசமில்லை.

ஸ்குவாட் பிடித்தால் உள்ளே போக வேண்டியதிருக்கும்.

என்னவானாலும் தோற்றுப் போகக் கூடாது. ஐந்தாண்டு என்ன, பத்தாண்டுகள் பொறுத்து ஊருக்குப் போனாலும் விலையும் நிலையும் உள்ள மனிதனாகப் போக வேண்டும். பொருள் செய்ய வேண்டும். பகையறுக்கும் வாள் போன்ற கூர்மையான பொருட்திரட்சி.

மத்தியானச் சாப்பாடு பெரும்பாலும் கோவாவின் கிராமத்தின் சின்னக் கடையொன்றில். சோறும் மீன் குழம்பும். வறுத்த அயிலை. ஊரில் வைப்பது போல் பச்சைத் தேங்காய் அரைத்துக் கலக்கி, தேங்காய் எண்ணெய் ஊற்றிய வாசமான மீன் குழம்பு. சாளை, அயிலை, வாவல், கட்டா... என்றாலும் அம்மா வைக்கும் மீன் புளிமுளத்துக்கு நிகரில்லை. பச்சை மிளகாய் கீறிப் போட்டு, மாங்காய் போட்டு, மிதக்க தேங்காய் எண்ணெய் ஊற்றி...

பூலிங்கத்தைப் போல் கொஞ்சம் பேர் அந்தத் தொழிலில் இருந்தார்கள். அவரவர்க்குத் தனித்தனி வாடிக்கைக் கடைகள். எல்லோரும் போகும் போது ஒரே பெட்டியில் போனாலும் திரும்பும் போது, பெட்டிக்கு இரண்டு பேராய்த்தான் ஏறுவார்கள். சிறு தொழில் என்ற அடிப்படையில் நடந்து கொண்டிருந்தது. கார்களின் டிக்கிகளில், டெம்போக்களில், லாரிகளில், ஆம்புலன்சுகளில் பெருந்தொழில் அடிப்படையில் நடந்து கொண்டிருந்தது. அங்கு பணப் புழக்கமும் கைமாறுதலும் அதிகம். செக் போஸ்ட்களில் அவர்களுக்கு நட்பும் சுற்றமும்.

ஸ்டேஷனுக்கு வெளியே, ஒரு மோட்டார் பட்டறை காம்பவுன்டினுள் தங்க இடம் பிடித்துக் கொடுத்தார் சௌத்ரி. கூரைக்குத் தகரம் போர்த்திய, சாய்த்து இறக்கிய அறை. பட்டறையில் வேலை பார்க்கும் இருவர் ஏற்கனவே தங்கி இருந்தனர். நூற்றிருபத்தைந்து ரூபாய் வாடகை. கக்கூஸ், ரயில் தண்டவாள வரிகளை ஒட்டிய புதரோரம் திறந்த வெளி. பெயிண்ட் டப்பாவில் தண்ணீர் கொண்டு போக வேண்டும். குளிப்பது பட்டறை மூலையில் இருந்த கை கழுவும் இடத்தில், ஒரு பக்கட் தண்ணீரில். நாச்சியார் புதுக்குளத்தில் நீந்தித் திரிந்த மீனை, பாட்டிலில் தண்ணீரில் அடைத்ததைப் போல. இராப்பகலாக டிங்கரிங் ஓசை காதைச் சிராய்த்துக் கொண்டிருந்தது. இரவு இரண்டு மணி வரை கூடக் கேட்டுக் கொண்டிருக்கும்.

வழக்கமாய் ரயிலில் கூட வரும் திம்மனிடம் சொல்லி வைத்திருந்தான். நல்ல அறை இருந்தால் பார்க்க. திம்மனின் வீடு நகரின் கோடியில் இந்திரன் மூலையில் இருந்தது. ஒரு நாள் கூட்டிக் கொண்டு போனான். புல் வேய்ந்த கூரையும் சாணம் மெழுகிய தரையும். வாசல் உண்டு, சன்னல் கிடையாது. அடுக்களை, வாழ்வறை, படுக்கை அறை எல்லாம் வட்டமான ஒரே அறை. திம்மனின் அம்மா தார்பாய்ச்சிச் சேலை கட்டிக் கொண்டிருந்தாள். அடுப்பின் முன் உட்கார்ந்து சோள ரொட்டி தட்டிக் கொண்டிருந்தாள்.

அடுப்பு நெருப்பின் சிவப்பில் கிழட்டு எல்லம்மன் சாயல் புலப்பட்டது. உலகத்துக்கு அமுது படைத்துக் களைத்த கிராமத்துத் தேவதையின் மூப்புக் கனன்ற முகம்.

சோள ரொட்டியும் வெங்காயச் சட்னியும், ஒரு துண்டுச் சோற்றுக் கட்டியும் அதன் மேலூற்றிய பாசிப்பருப்பு உசலும். வயிற்றில் பசி இருந்தால் எல்லாம் ருசியாக இருக்கும். பொன் போலத் துலக்கிய தண்ணீர்ச் செம்பில் ஒரு செம்புத் தண்ணீர் குடித்த பின் வயிறு 'கும்'மென ஆகிவிட்டது. திம்மனின் அக்கா சற்றுத் தள்ளி தனி வீட்டில் இருந்தாள். சாப்பிடும்போது வந்து எட்டிப் பார்த்துவிட்டுப் போனாள். திரும்பி வரும்போது நாலைந்து மோரீஸ் பழங்கள் இருந்தன கையில். முகத்தில் விருந்து கண்ட விகசிப்பு போலும்! கன்னடத்தில் - கன்னடமா கொங்கணியா என்றுதெரிய வில்லை - ஏதோ கேட்டாள். பூலிங்கத்துக்குப் புரியவில்லை. ஏதோ சொல்ல வாயெடுத்த போது பொதப்பில் ஏறிவிட்டது. தலையில் இரண்டு தட்டுத் தட்டி விட்டுச் சிரித்தாள்.

நடந்துதான் பட்டறைக்குப் படுக்க வர வேண்டியது இருந்தது. திம்மன் கூடவே வந்தான். பக்கத்துக் கிராமம் பூர்வீகம். இரண்டாண்டுகளாய் மழை பொய்த்த போது, விவசாயத்தைப் போட்டு விட்டு வந்து நகரத்தில் கட்டிடக்கூலிகளாகிவிட்டனர். நகரம் தனது தேவைக்குத் தகுந்து எல்லோரையும் கூலிகளாக மாற்றிவிடும். வெள்ளைக்காலர், நீலக்காலர், காக்கிக்காலர், கிழிந்த சட்டைக்காலர், காலர் இல்லாக் கூலிகள்.

சிலசமயம் திம்மன் இரண்டு பாக்கெட்டுகளிலும் கால் குப்பி வாங்கிப் போட்டுக் கொண்டு வருவான். சில்லறை விலைக்கு குப்பத்தில் விற்று விடுவானா அல்லது வீட்டு உபயோகத்துக்கா எனத் தெரியவில்லை. ஒரு நாள் கால் குப்பி பிராந்தி வாங்கி ஆளுக்குப் பாதியாகக் குடித்தார்கள். முதல் குடிப்பின் எல்லா மெய்ப்பாடுகளும். கண்கள் நன்கு சிவந்திருந்தது. முகத்துக்கு ஒரு தீவிரத்தன்மை வந்திருந்தது. இரயில் பெட்டிக் கண்ணாடி ஒரு அந்நிய முகத்தைக் காட்டியது. வாசனையும் மூச்சில் கலந்திருக்கும்.

குவார்ட்டர்ஸில் நுழைந்ததும் சௌத்ரி கேட்டார்,

"குடிச்சியா?"

"கொஞ்சம்போல"

"அறிவிருக்கா உனக்கு? உன் வயசுக்கு இது வேணுமா? வம்பாக் கெட்டுப் போயிராதே! இதுக்குத்தான் நான் சொல்லுகது, உன்வழியில நீ போயிட்டு வா, அந்தப் பொறுக்கிப் பயக்க கூடச் சேராதேண்ணு..."

திம்மனைப் பொறுக்கி என்று சொன்னது பூலிங்கத்துக்குப் பிடிக்கவில்லை.

"நானும் பொறுக்கிதானே சாப்... இல்லேண்ணா இந்தச் சோலிக்கு வருவேனா?"

"ரொம்ப சாமர்த்தியமாப் பேசாதே! இப்பிடிக் குடிக்க ஆரம்பிச்சு, நாலு வருசத்திலே இடுப்புத் துணி இல்லாம இந்த ஸ்டேஷன்லே அலைஞ்ச ஆளுகளை எனக்குத் தெரியும். உனக்கு நல்லதுக்குத்தான் சொல்லுகேன்!"

மாறி ஒன்றும் பேசத் தோன்றவில்லை. தலையைக் கவிழ்த்துக் கொண்டு சாப்பிடப் போனான். அன்று கோவா எல்லைக்குள்ளிருந்த ஸ்டேஷன் வாசலில் சிங்காடா பொரித்து விற்றுக் கொண்டிருந்தான். நாலைந்து வாங்கித் தின்றது வயிற்றில் கிடந்தது. அரை வயிற்றுக்குச் சாப்பிட்டாலும் போதும். திம்மன் வீட்டுக்குப் போய் சாப்பிட்டு விட்டு வந்துவிடுவதாகச் சொல்லி இருந்தான். ராஜ்குமார் சினிமா ஒன்று நெடுங்காலமாய் ஓடிக் கொண்டிருந்தது. பெயர் தெரிய வில்லை. முதல் காதல் காட்சியில் கதாநாயகனும் நாயகியும் 'திங்கு திங்கென்று' குதித்துக் கொண்டிருந்த போதே பூலிங்கம் உறங்கிப் போனான்.

என்றாவது நடக்கும் என்று தெரிந்திருந்தாலும் தினமும் தோன்றிக் கொண்டிருந்தது, அன்று நடக்காது என. ஆனால் திடீரென வந்து சூழ்ந்து கொண்டார்கள். எங்கிருந்து முளைத்தார்கள், ஏன் ஒருவர் கண்ணுக்கும் புலப்படவில்லை என்றெல்லாம்

புரியவில்லை. அது அன்றைய மூன்றாவது திருப்பு. ஒருவர் விடாமல் எட்டுப் பேரும் பிடிபட்டார்கள். கையில் அவரவர் வாங்கியிருந்த சீமைச் சாராயக் குப்பிகள். சிலர் பான்ட் பாக்கெட்டுகளில் அதிகபட்சமாய் கால் குப்பிகளாய் இரண்டு வைத்திருந்தனர். போட்டு விட்டு ஓடவும் வாய்ப்புக் கிடைக்கவில்லை. நாலைந்து சுங்க அதிகாரிகளும், சீருடை அணியாத காவலர் சிலரும் சீருடை அணிந்தவர் சிலரும்.

ரயில் நிலையத்தில் ஆங்காங்கு ரயிலுக்கு நின்றிருந்த மக்களும், ரயில் பெட்டிகளில் இருந்த பயணிகளும் வேடிக்கை பார்த்தனர்.

மாநில அமைச்சருக்கான பாதுகாப்புடன் கூட்டிக் கொண்டு போனார்கள் வெளியே. கொடிகளும் கோஷங்களும்தான் இல்லை. ரயில் நிலையத்துக்கு வெளியே நின்றிருந்த போலீஸ் வேனில் ஏற்றி, நகரக் காவல் நிலையத்துக்குக் கொண்டு போனார்கள். கையில் இருந்த, பாக்கெட்டுகளில் இருந்த பறிமுதல் செய்த குப்பிகளை எடுத்துக் கொண்டு போனார்கள்.

பேன்டையும் சட்டையையும் கழற்றச் சொன்னார்கள். நாற்பது வயதான ஒருவன் ஜட்டியே போட்டிருக்கவில்லை. முடி அடர்ந்த அவன் ஆண்குறி நாணத்தால் தொங்கிக் கிடந்தது. தண்ணீர் கண்டு வாரங்கள் ஆகிய வாடை வீசியது சிலரிடம் இருந்து. கழற்றிய பேன்ட் சட்டையைக் கையில் சுருட்டிப் பிடித்தபடி, ரைட்டர் அறையின் மூலையில் சேர்ந்து சேர்ந்து உட்காரச் சொன்னார்கள். ஒருவர் கண்ணிலும் கலக்கக் குறியில்லை. கல்லுள்ளிமங்கன்கள் போலத் தெறித்துப் பார்த்துக் கொண்டிருந்தனர்.

மற்றவர் வீடுகளுக்கெல்லாம் செய்திகள் போயிருக்கும். போலீஸ் ஸ்டேஷன் வாசலில் மராமத்து செய்யப்படாத முகங்கள் எட்டி எட்டிப் பார்த்தன. கிழவி ஒருத்தி அடக்கமாக அழுவதும் புலம்புவதுமாக இருந்தாள். பரட்டைத்தலை தள்ளை ஒருத்தி எட்டிப் பார்த்தாள். தலைப்பாகைத் துண்டைக் கழற்றி வாயருகே

மறைத்துக் கொண்டு ஒன்றிரண்டு ஆண் முகங்கள். சௌத்ரி தென்படுவாரா என்று எட்டிப் பார்த்தான் பூலிங்கம். என்ன மடத்தனம் என்று தோன்றியது. அவருக்கு என்ன அடியந்திரம்? இலாபத்தில் பங்கு, ஆபத்தில் பங்கு இல்லை என்பதுதானே உடன்பாடே!

இரவு எட்டரை மணிக்கு மேல் எழுத ஆரம்பித்தனர். ரயில்வே சீசன் டிக்கட்டில் பூலிங்கம் பெயர் புல்லப்பா என்றிருந்தது. முகவரி கேட்டார்கள்.

''அப்பா பெயர்?''

''சாத்தையா''

''முகவரி?''

''பதினேழு, புதுக்காலனி, நேரு நகர், நகரி''

''லோண்டா முகவரி சொல்லு''

''இங்க முகவரி கிடையாது சார்''

''எங்க தங்கி இருக்க?''

''ஸ்டேஷன் பிளாட்பாரத்தில் சார்''

''ம்.... வயது?''

''இருவது''

''கையெழுத்துப்போடத் தெரியுமா?''

''தெரியும் சார்''

புல்லப்பா என்று தமிழில் எழுதி அடிக்கோடிட்டு இரண்டு புள்ளிகள் வைத்தான்.

''போய் உக்காரு...''

இராப்பூரா நின்றுறங்கும் கோழி போல, லாக்-அப்பில் உட்கார்ந்த வாக்கில் கண் மயக்கம். கண் மயங்கியதும் காதருகில் பண்பாடும் கொசுக் கூட்டம். பரபரப்பாக சுவரில் இருந்து ஊர்ந்திறங்கிய மூட்டைப் பூச்சிகள். மூத்திரக் கடலில் மிதக்கும்

தெப்பத்தில் இருப்பதைப் போல, சதா ஒரு உலும்பு வாடை. குற்றவாளிகள் என்று கருதப்படுபவர்கள் மனித இனம் இல்லை என்ற முன் முடிவு தொனிக்கும் சூழல்.

நீண்ட இரவு விடிந்தது. வரிசையில் நின்று, கக்கூசிலேயே முகம் கழுவி, வெறும் விரலால் பல் தேய்த்து.... காலை பதினோரு மணிக்குக் கோர்ட்டுக்குக் கொண்டு போனார்கள். பிணையல் மாடுகள் போல இரண்டு பேருக்கு ஒரு விலங்கு. வலது கையையும் இடது கையையும் பிணைத்து. சிலர் முகத்தைத் தொங்கப் போட்டு நடந்தனர். செம்மறி ஆடு போல. சிலர் விலங்கின் மேல் தோள் துண்டைப் போட்டு மூடி இருந்தனர், குலப் பெருமை எல்லாம் குலைந்து போகும் பயத்தில்.

கன்னடத்தில் எழுதப்பட்ட கோர்ட் பெயர்ப்பலகைகள். ஜே.எம். IV என்பது போலப் புலப்பட்டது. நீதி மன்றக் கட்டிட வளாகம் புதர்களும் குப்பையும் அடைந்து கிடந்தது. காலமும் அதர்மமும் அரித்த சுவர்ப் பூச்சுக்கள். செங்கல்களைக்காட்டிக் கொண்டு சுவர்கள். சுவர்களில் குறுக்கு வழிக்காக நியாயத்தைக் கைப்பிடித்து நடத்திச் செல்லும் மனிதர்கள் போட்டிருந்த தொண்டுகள். நீதிமன்ற அறைகள் மாட்டுத் தொழுவங்கள் போலிருந்தன. தூய்மைக்கும் நீதிக்கும் சம்மந்தமில்லை போலும். கை விலங்குகளைக்கழற்றி நீதிமன்றத்தின் உள்ளே கொண்டு போனார்கள். வெயிலில் இருந்து வந்ததால், இருட்குகையில் நிற்பது போலிருந்தது. கரிய அங்கிகள் இருட்டையும் காலத்தையும் உமிழ்ந்து கொண்டிருந்தன. நியாயம் எப்போது கறுப்பு நிறத்தை வரித்துக் கொண்டது என்று தெரியவில்லை. சற்றும் சுவாரசியம் இல்லாமல் நீதிபதி உட்கார்ந்து கொண்டிருந்தார். சினிமாவில் பார்த்த நீதிமன்றக் காட்சிகளுக்கும் இதற்கும் எந்தத் தொடர்பும் இல்லை. வாழ்க்கையை நின்றே களவு கொடுத்தவர் போல் கரிய கோட்டு போட்டிருந்த ஒருவர் நீதிபதியின் முன்னால் நின்று கட்டுக்கட்டாய் வழக்குகளை எடுத்துக் கொடுத்துக் கொண்டிருந்தார். ஒருவர் உட்கார்ந்து மிகக் கவனத்துடன் எழுதிக் கொண்டிருந்தார். நீதிபதி இருமினால் கூடப் பதிவு செய்து கொள்வார் போலும்.

நீதிபதிக்கு எதிரே நீள வரிசையாய்ப் போடப்பட்டிருந்த பெரிய மேசையின் இருபக்கமும் வக்கீல்கள் சிலர் உட்கார்ந்திருந்தனர். நியாயத்துக்கும் குற்றத்துக்கும் இடையிலான தரகுப் பாலம்.

கட்டுக்கட்டாக மங்கிப் பழுத்த காகிதங்கள். இவை எந்தக் காலத்தில் படித்துப் பார்க்கப்பட்டு, விசாரணை செய்யப்பட்டு, வாதங்கள் கேட்கப்பட்டு - நீதிபதிகள் வருவார்கள் போவார்கள், வழக்குரைஞர்கள் வருவார்கள், போவார்கள், ஆனால் இந்த மேசை நாற்காலிகள், திண்டுகள், மேடை, இருபத்தைந்து வால்ட் பல்ப், மேலும் மங்கிப் பழுக்கும் காகிதக் கட்டுகள் எல்லாம் இருக்கும். காலத்தை வென்ற வரம் வாங்கி வந்தவை போல.

பெயர் கூப்பிட்டார்கள். கன்னடத்தில், நீதியின் குகையிலிருந்து ஏதோ கேட்டார்கள். பூலிங்கம் ஆமாம் எனத் தலையசைத்தான். ஒரு நாடகக் காட்சியின் ஒத்திகை போல. மீண்டும் ஏதோ சொல்லக் கேட்டது. ஓரமாகப் பிடித்து நிறுத்தினார்கள். அடுத்த குற்றவாளி. பதினைந்து நாட்கள் சிறை என்று சொன்னார்கள். வராந்தாவில் உட்கார வைத்து விட்டு உத்தரவு நகலுக்காகப் போலீஸ்காரர் போனார்.

சிகரெட், பீடி வியாபாரம் நடந்தது. வெற்றிலை பாக்கு, வறுத்த நிலக்கடலை, முறுக்கு, சோடா.... வளாகத்தில் ஒரு இயக்கம் தெரிந்தது. கைதானவரின் உறவினர் வந்திருந்தனர். சிலர் கையில் சாப்பாட்டுப் பொட்டலங்கள். குற்றத்தை மறுக்க, எதிர் வழக்காட, ஜாமீனில் எடுக்க என்று எந்த முயற்சியும் இல்லை. அதையெல்லாம் விட, இலகுவாக விடுபட வழி, பதினைந்து நாள் சிறைத் தண்டனை என்று நினைத்திருப்பார்கள். திம்மனின் அக்கா வந்திருந்தாள். முன் தினம் இரவில் சுட்ட ரொட்டிகள் இரண்டு பூலிங்கத்துக்கும் தின்னக் கிடைத்தது. நீதி மன்றச்சுவரின் வெளி மூலையில் இருந்த பானையில் இருந்த தண்ணீர் கோரிவந்து தந்தாள்.

திம்மன், 'அக்கா' என்றுதான் கூப்பிட்டான். திம்மனுக்கு பூலிங்கத்தைவிட ஒன்றிரண்டு வயசுகள் அதிகம் இருக்கும். அவன் அக்காவுக்கு அவனை விடவும் இரண்டு வயது கூட இருக்கும். கண்களில் ஒரு பரிவு சுரந்து நின்றது. கூடப்பிறப்புகள் கொள்ளும்

பரிவு இப்படித்தான் இருக்கும் போலும். ஆனால் பெரிய துயரம் தெரியவில்லை. போலீசில் பிடிபடுவதையும் சிறைக்குப் போவதையும் வாழ்க்கை சகஜப்படுத்திவிட்டது போலும்.

அற்ப அரசியல் காரணங்களுக்காக, தற்செயலாகச் சிறைக்குப் போனவர் எல்லாம் கோடிக் கணக்கில் பொருள் சேர்க்க வாய்ப்பு ஏற்படுத்தித் தரும் நாடு இது. வயிற்றுப் பிழைப்புக்காகச் சிறை சென்றவனுக்கு வரலாறும் கிடையாது, வசதியும் கிடையாது. மேலும் அபாயகரமான விளிம்புகளை நோக்கிய ஊர்தலாக இருக்கும்.

லோண்டா சப்-ஜெயிலுக்குக் கொண்டு சேர்த்த போது, மதிய உணவுக்கான நேரம் தாண்டிவிட்டது. வயிறு இரங்கி முறையிட்டுக் கொண்டிருந்தது யார் செவியிலும் விழவில்லை. இவர்கள் எங்கே ஓடிவிடப் போகிறார்கள் என்ற அலட்சியத்தில், பஸ் நிலையத்துக்கு நடத்தி, டவுன் பஸ்ஸில் ஏற்றி, சப்-ஜெயில் ஸ்டாப்பில் இறக்கி -

வேடிக்கை பார்த்த முகக் குறிகள். அருவருப்புடன் சற்று அச்சமும் காட்டிய கண்கள். ஒன்றுமறியாத ஒன்று பக்கத்தில் வந்து மிக ரகசியமாகக் கேட்டது - ''பிக் பாக்கெட் கேஸா?''

திம்மன் எரிச்சலில் கத்தினான் - ''இல்ல, ஒங்கொம்மாளைப் போட்டுப் பெரட்டின கேஸ்.... போவியா?''

கேட்டவன் என்ன பாவம் செய்தான் என்று தோன்றியது பூலிங்கத்துக்கு. திம்மனுக்குப் பசி எரிச்சலாக இருக்கும். பத்திருபது நாட்கள் வருமானம் போன எரிச்சலாக இருக்கும். இரண்டரைக் குப்பி விஸ்கி கொள்ளை போன எரிச்சலாக இருக்கும். உள்ளூரில் தென்படும் முகங்கள் தெரிந்த முகங்களாகும் அபாயம் கருதிய எரிச்சலாக இருக்கும்.

எந்தக் குற்றமும் அடுத்தவர் தெரிந்து கொள்ளாதவரையிலும் குற்றமா என்ன? பூலிங்கத்தைத் தெரிந்து கொள்பவர் எவரும் இல்லை அங்கு. என்றாலும் சிறைக்குப் போவதைப் பற்றிய குமைச்சல் இருந்தது.

பெரும்பாலும் ரிமாண்ட் கைதிகள், சில்லறைக் குற்றங்களுக்குத் தண்டனை பெற்றவர்கள், பிக்-பாக்கெட், கள்ளச் சாராயம் காய்ச்சியவர்,

சந்தேகத்துக்கு இடமாக இரவில் அலைந்து திரிந்தவர், சில்லறைத் திருட்டுக்கள் செய்தவர், அடிதடிச் சண்டைக்காரர்கள், மாமூல் கொடுக்கத் தவறிய சில்லறைத் தள்ளுவண்டிக்காரர்கள், வெளியே திரிந்தவருக்கும் உள்ளே இருந்தவருக்கும் எந்த வேறுபாடும் தெரிய வில்லை. பிரித்தது இரண்டாள் உயரக் காவல் சுவர் மாத்திரம்தான்.

என்றாலும் ஒரு பாதுகாப்பு உணர்வு இருந்தது பூலிங்கத்துக்கு, படுத்துறங்க உலர்ந்த தரையும் தலைக்கு மேல் திடமான கூரையும். இதுநாள் வரை பலதரப்பட்ட விடுதிகளில் உண்டதைச் சிறையில் எதிர்பார்க்க முடியாது. புழுபூச்சிகள் தேடிப் பொறுக்கிப் போட யாருக்கும் அவகாசம் இல்லை. அது எங்கு தேடினாலும் கிடைக்கும். ஊரில் வழங்கும் பழமொழி ஞாபகத்துக்கு வந்தது. 'அரிசிப் புழு தின்னாதவனும் இல்லை, அவுசாரி கையால் சாப்பிடாதவனும் இல்லை'. எல்லாம் ஒரு நம்பிக்கை இருசில் இயங்கும் வாழ்க்கை. இருசு முறிந்து போகாத வரைக்கும் யாருக்கும் சிக்கல் இல்லை.

மூன்றாவது நாள், காய்கறிச் செடிகளுக்கு மண் கொத்திக் கொடுத்து, களை பிடுங்கித் தண்ணீர் பாய்ச்சிக் கொண்டிருந்தபோது, கிழட்டுக் காவலர் பேச்சுக் கொடுத்தார்.

''வெளீல போன பெறகும் பாட்டில்தானே கடத்தப்போற?''

''வேற என்ன வேலை இருக்கு ஐயா?''

''இதுலே என்ன கிடைக்கும் தினசரி?''

''எம்பது ரூபா கிடைக்கும். சாப்பாட்டுக்கு முப்பது நாற்பது ரூவா போயிரும். சீசன் டிக்கட் செலவு. சில சமயம் மூடி லீக்கான பாட்டில் வந்திட்டுண்ணா பாதிப் பணம் போச்சு. இப்பிடிப் பிடிபட்டா பதினைந்து நாள் வருமானமும் பறிமுதலான பாட்டிலும் போச்சு...''

''பின்னே என்னத்துக்கு இதுலே கெடந்து துன்பப்படணும்? செய்தா பெரிசாச் செய்யணும். ரிஸ்க் கூடுதலாக இருந்தாலும் நாலு காசு உண்டாக்கலாம், இதென்ன, தொட்டும் பட்டினி''

''பெரிசாச் செய்ணும்ண்ணா காசு வேண்டாமா? மொத்தமா சரக்கு எடுக்கதுக்குப் பணம், டெம்போக்கு கொலகார வாடகை,

செக் போஸ்டிலே குடுக்கதுக்குப் பணம்... அதெல்லாம் இருந்தா என்னத்துக்கு இந்த சோலிக்கு வரணும்?''

''நீ சொல்லுகதும் சரிதான், நான் அதைச் சொல்லல்லே. வேறொரு காரியம். வேற யாரு கிட்டேயும் சொல்லமாட்டம்ணு சத்தியம் பண்ணு - ஒரு வழி சொல்லுகேன்''

பூலிங்கத்துக்குத் திகைப்பாக இருந்தது. இது எதில் கொண்டு செலுத்துமோ என்று தெரியவில்லை.

''நான் வீட்டை விட்டு ஓடிவந்து, பட்டினி கெடக்கத் திராணி இல்லாம இந்த வேலை செய்ய ஆரம்பிச்சேன். ஊருலே, பாடுபட்டு மானமாப் பொழைக்கிற குடும்பம். காசுக்கு ஆசைப்பட்டு கொலை, கொள்ளைண்ணு இறங்க நான் வரல்லே...''

''இவன் ஆரப்பா, முட்டாள் மாதிரி பேசுகான்? நான் அந்த வேலைக்கு எல்லாம் உன்னை அனுப்ப மாட்டேன். பயப்படாத, எனக்கும் அஞ்சு பொம்பளைப் பிள்ளையோ இருக்கு. ஒண்ணைத்தான் கெட்டிக் குடுத்திருக்கேன். இன்னும் நாலு நிக்கி வரிசையிலே. யோக்கியமான போலீஸ்காரன்னு இலவசமாட்டா பொண்ணைக் கெட்டீட்டுப் போறான்? எல்லாம் பாத்தாச்சப்பா.... பணம் வேணும் எல்லாத்துக்கும். எல்லாக் கறையையும் பணம் கழுவிப் போடும். கழுவாட்டாக் கூடப் பெயிண்டாவது அடிச்சிரும். உன்னை பாத்தா, நீயும் என்னை மாதிரி பொழைக்கத் தெரியாத ஆளு மாதிரி தெரிஞ்சுது. அதுனாலதான் கேட்டேன், என்னா?''

''அதுக்கில்லே,... என்ன வேலைண்ணு நீங்க இன்னும் சொல்லல்லே. நான் சம்மதிச்சாலும் சம்மதிக்காட்டாலும் அதை வேற யாருட்டேயும் சொல்லல்லே...''

''நீ அந்தத் திம்மன்கூட ரொம்ப சகவாசம் வைக்காதே... தாந்த சாதிப் பய பாத்துக்கோ .....''

''பாவப்பட்டவன்லே தாந்தவன், உசந்தவன் உண்டாய்யா?''

''அதுக்கில்லே... யாரையும் நம்பீரப்பிடாது இந்தக் காலத்திலே....''

திம்மனின் அக்கா முகம் ஒரு கணம் மனதில் வந்து போனது. வாழைப் பழத்தை உரித்துத் தட்டில் போட்ட அந்தப் பரிந்த விரல்கள்.

"அட்ரஸ் தாறேன். நீ வெளீல வந்ததும் ராத்திரி எட்டு மணிக்குப் பொறவு வீட்டுக்கு வா. யாரிட்டயும் சொல்லாத. ரொம்பச்சிரமமான, மலை மறிக்க வேலையொண்ணும் இல்லே. ஒரு சின்னப் பொட்டலம் சரஸ் கொண்டு போகணும். நான் சொல்லக் கூடிய பார்ட்டிக் கிட்டே வாங்கி, கோவாவிலே ஒரு பார்ட்டிகிட்டே கொடுத்திட்டு வந்தாப் போரும். எப்பிடி எடுத்துட்டுப் போவியோ, அது உன் சாமர்த்தியம். மாட்டினா என்னைச் சொல்லீரப்பிடாது. ரெய்டு வந்தா, சாதனத்தைத் தூக்கி வெளீல வீசிட்டு ஓடீரணும். ஆம்புட்டயிண்ணா, பதினைந்து நாளுண்ணு நினைச்சுக்கிடாதே! தீட்டீருவானுகோ தீட்டி... ஒரு நாள் ரயில்லே போணும். ஒரு நாள் பஸ்சிலே போணும். ஒரு நாள் ஏறி இறங்கிப்போக்குக் காட்டணும். பைக்குள்ள துணி கிணி போட்டு அதுக்குக் கூட மறைவா வச்சுக்கிடணும். பையை மேலே வச்சாலும் ஒரு கண்ணு இருக்கணும். செக்கிங் வந்தா, பை யாருக்குள்ளதோண்ணு நினைச்சு மறந்திரணும், என்னா?"

பூலிங்கம் ஒரு பதிலும் சொல்லாமல் நின்றான்.

"நல்லா யோசிச்சுப் பாத்துக்கிட்டுச் சொல்லு. ஒரு டிரிப் போயிட்டு வந்தேண்ணா செலவு போக ஐந்நூறு ரூபாய்க்குக் குறைவில்லே. வாரத்துக்கு ரெண்டு மட்டம் நிசாரமாய்ப் போயிட்டு வரலாம்."

பூலிங்கத்தின் கண்கள் ஆசையில் அகன்று விரிந்தன. பிழைத்துக் கொள்ள இலகுவானதோர் மார்க்கம் புலப்பட்டது போலத் தோன்றியது. என்றாலும் இது வன்குற்றம். இவருடன் பேச்சுக் கொடுத்திருக்க வேண்டாமோ எனத் தோன்றியது.

இன்ஷ்யூர்டு கடித உறையில் முதல் ஆயிரம் ரூபாயைப் பார்த்ததும் பூலிங்கத்தின் அப்பாவுக்குக் கையும் ஓடவில்லை காலும் ஓடவில்லை. வாழ்நாளில் பார்க்கும் புத்தம் புதிய காந்தித் தலை நோட்டுக்கள். அவன் அம்மாவுக்குப் பூலிங்கத்தை நேரில் கண்டது போல் பரவசமாக இருந்தது. தன்னையே தான் தொழும்

பரதனின் பரவசம். மகனின் முதுகைத் தடவுவது போல் கடித உறையை நூறுமுறை தடவி இருப்பாள். பாசம் சுரந்து விரல்களில் கசிந்தன. பணத்துடன் சின்னக் கடிதம் வைத்திருந்தான்.

வேலம்மை முகத்தில் ஒரு பொலிவு வந்திருந்தது. சாயங்காலம் சட்டி பானைகள் விற்கிற சாக்கில், நாலைந்து பாண்டங்களைத் தலையில் வைத்துச் சுமந்து கொண்டுபோய் ஏதேச்சையாகக் கேட்பது போல் மோசையின் அம்மாவிடம் கேட்டாள்.

''மோசையை எங்க காணதுக்கே இல்லை?''

''தானியேல் கூட கூப்புக்கு லோடு ஏத்தப் போயிருக்கான். ராத்திரியாகும். பூலிங்கத்தைப் பத்தி எதாம் துப்பு உண்டா?''

குரலைத் தாழ்த்திக் கொண்டு சொன்னாள் - ''லெட்டர் போட்டிருக்கான், காலனாப் போவான், ஏழு மாசத்துப் பொறவு...''

''ம்... எங்கயாம் கையும் காலும் தெறனாக் கெடக்கட்டும்''

இரவு பத்து மணிக்கு மேல் மோசை, பூலிங்கம் வீட்டுக்கு வந்தான்.

''என்னம்மா! வரச் சொன்னேளா?''

''வா மோசை, இரி... உனக்கு சேக்காளி லெட்டர் போட்டுப் பணமும் அனுப்பி இருக்கான்.''

பணமும் கடிதமும் இருந்த உறையை மோசையிடம் கொண்டு கொடுத்தாள், திருச்செந்தூர் பிரசாதம் போல. மோசை ரூபாயை எண்ணினான். கடிதத்தைப் படித்தான். கடித உறையைத் திருப்பித் திருப்பிப் பார்த்தான்.

''வாஸ்கோ-ட-காமாவிலே இருந்து போட்டிருக்கான்.''

அது எங்க இருக்குடே?''

''கோவாவிலே இருக்கு...''

''ரொம்பத் தொலையா?''

''இங்கேருந்து ஆயிரம் மைலு இருக்கும்!''

''மோசை, நீ எனக்காச் சுட்டி ஒரு சகாயம் செய்யேன். இந்த ரூவாயைக் கையிலே வச்சுக்கோ, கவருக்குப் பொறத்த அவன் அட்ரஸ் இருக்குல்லா, போயிக் கையோட கூட்டீட்டு வந்திரு. என்னமாம் குறுக்க மறுக்க பேசினாம்ணா பொடதியிலே ரெண்டு போடு...''

''கவர்லே அவன் குடுத்திருக்க அட்ரஸ் போஸ்ட்டாபீஸ் அட்ரஸ். அவன் இருக்கப்பட்ட இடத்துக்கு அட்ரஸ் குடுக்கல்லே பாத்துக்கிடுங்கோ. பக்கத்திலே எங்கயாம் வேற ஊரிலே கூட இருப்பான். தேடி வந்திரப்பிடாதுண்ணு, ரொம்பத் தந்திரமா செய்திருக்கான். நான் போறதைப் பத்தி இல்லே. அவ்வளவு பெரிய ஊர்லே எங்கேண்ணு போயித் தேட? நமக்கு பாசையும் தெரியாது''

''நீ எதுக்கும் ஒரு நடை போயிப் பாத்துக்கிட்டு வந்திரேன் மோசை!''

''இப்பம் என்னத்துக்கு நீங்க நொம்பலப் படுகியோ? நல்லபடியா இருக்கான். சொளையா ஆயிரம் ரூபா அனுப்பணும்ணா நல்ல சோலிதான் பாக்கணும். மனப்பொறுதியா இரிங்கோ. தானா வந்து சேருவான்''

வேலம்மைக்கு சந்தோஷமும் ஆவலாதியும் கொண்டு அன்றிரவு சரியாகத் தூக்கம் வரவில்லை. இராப்பூரா ராமசாமி வேளாரிடம் தூங்கவிடாமல் சிலம்பிக் கொண்டிருந்தாள்.

அகம் தெளிந்து வருகையில் முகம் தெளிந்து விடும் போலிருக்கிறது. காலையில் வெயிலுக்கு முன், களத்து மதில் ஓரத்தில் போட்டிருந்த மண்ணில், பண்ணை பிடித்து, தண்ணீர் சுமந்து ஊற்றிக் கொண்டிருக்கையில், அடுத்த களத்தின் மூலையில் இருந்த உரக்குண்டில் குப்பை தட்ட வந்த சுசீலா கேட்டாள்.

''என்ன வேலம்மக்கா? முகம் தெளிச்சலா இருக்கு காலம்பற? பூலிங்கம் எழுத்து போட்டானா?''

இடுப்பில் இருந்த குடத்தை இறக்கி வைத்து விட்டு, மதிலருகில் வந்தாள் வேலம்மை. தணிந்த குரலில் சொன்னாள்,

‘‘உங்கிட்டே சொல்லுகத்து என்னா? நீ கூடப் பொறப்பு மாதிரி அவுனுக்கு. யாருட்டயும் சொல்லாண்டாம் என்னா? நேத்தைக்கு எழுத்து வந்து.... ஆயிரம் ரூபா பணமும் அனுப்பி இருக்கான்...’’

சுசீலாவுக்கு ஆழ்ந்த மூச்சொன்று பறிந்தது.

‘‘எங்க இருக்கானாம் இப்பம்?’’

‘‘மேக்கே, கோவாவா கீவாவா.... நமக்கு எழவு பேரு வாயிலே நுழைய மாட்டங்கு... ஆனா அட்ரஸ் வைக்கல்லே சவம். தெரிஞ்சா போய்க் கூட்டீட்டு வந்திருவோம்ணு நினைக்கான் போலிருக்கு...’’

‘‘எங்கயாம் நல்லா இருக்கட்டும். கொஞ்ச நாள் கழிச்சு வருவான். நல்ல சாமாத்தியம் உள்ள பிள்ளை, பொழைச்சுக்கிடுவான்...’’

‘‘உனக்கு இது ஏழாம் மாசமா?’’

‘‘ஆமாக்கா... ஏழு மாசம் ஆகியும் சாக்கோட்டி நிக்கல்லே... காலெல்லாம் கொஞ்சம் நீரு கெடக்கு....’’

‘‘அது இருக்கத்தான் செய்யும் லேசா. குறுந்தட்டி வேரு கஷாயம் போட்டுக் குடிச்சா நீரு சரசரண்ணு பிரியும். காலு நீரும் வத்தும். நம்ம புதுக்குளத்தங்கரையிலே நிறைய கெடக்கு. நான் வேணும்ணா புடுங்கிக் கொண்டாந்து தரட்டா?’’

‘‘வேண்டாங்க்கா... நான் பேரின்பத்திட்டே சொல்லி விடுகேன், வாறன்க்கா, சோலி கெடக்கு...’’

சுசீலா நடையில் ஒரு தளர்வு தெரிந்தது. அடிவயிற்றை அழுத்தாமல் மெல்லத் தடவிப் பார்த்தாள். தலை முண்டுவது போலிருந்தது.

யாரிடமும் சொல்ல வேண்டாம் என்று நூறு பேரிடம் சொல்லி இருப்பாள் வேலம்மை. எல்லோருக்கும் பாவம் தெளிந்தது போலிருந்தது. பூலிங்கம் ஊரைவிட்டு ஓடியதில் அவரவர் பங்கு இருந்ததாக எண்ணியதைப் போல.

வீட்டில் செய்த பண்டம் ஒன்றைக் கிண்ணத்தில் வைத்து மூடி எடுத்துக் கொண்டு, மாலை மயங்கும் போது, செண்பகம் சுசீலாச் சித்தி வீட்டுக்குப் போனாள். சாயங்காலம் முகம் கழுவிப் பொட்டு வைத்து, பிச்சிப் பூ சூடி இருந்த முகம் 'வெள்' ளென்றிருந்தது. ஒரு கையால் பாவாடையை லேசாகத் தூக்கிப் பிடித்துக் கொண்டு, கல்யாணமாகாத பெண்களுக்கேயான செல்ல அசைவுகளுடன்.

"என்ன மக்கா? இண்ணைக்கு காலேஜிலேருந்து நேரத்தே வந்திட்டியா?"

"ஆமா சித்தி, இன்னா, அம்மை இதைக் குடுத்திட்டு வரச் சொன்னா!"

நீட்டிய கிண்ணத்தை வாங்கிக் கொண்டு சுசீலா கேட்டாள்.

"என்ன கொண்டாந்திருக்கே சித்திக்கு?"

"அம்மை உண்ணியப்பம் சுட்டா, சூடாத் திண்ணு, நல்லாருக்கு..."

ஒரு அப்பத்தை எடுத்து வாயில் போட்டு மென்றவாறு சுசீலா சொன்னாள்.

"கொள்ளாம், கொஞ்சம் எண்ணை குடிச்சிட்டோவ்? நீ வந்த கால்லே நிக்கியே? இரி..."

'இல்லே சித்தி, போறேன். அம்மை செணம் வரச் சொன்னா!"

"இரி போலாம், இன்னா வந்திட்டேன்..."

கிண்ணத்தைக் கொண்டு அடுக்களையில் வைத்துவிட்டு வந்தாள் சுசீலா. நூலகப் புத்தகம் கிடந்ததைப் புரட்டிக் கொண்டிருந்தாள் செண்பகம்.

"உனக்கு பரிச்சை எப்பம்?"

"அடுத்த மாசம் சித்தி. எனக்கு லீவு விடச்சிலே நீ பேறுக்கு உங்க வீட்டுக்குப் போயிருவே..."

"அதுக்கு என்னா? அங்க வந்து அஞ்சாறு நாளு நில்லு"

"ஆமா! எங்கப்பா விடுவா பாரு!"

நாஞ்சில் நாடன் 143

''உனக்கு ஒரு காரியம் தெரியுமா? வேலம்மைக்கு மகன் பூலிங்கம் இருக்கான்லா.... கொசக்குடியிலே.... ஆறேழு மாசத்துக்கு முன்னால ஓடிப் போனானே... இப்பம் கோவாவிலே இருந்து லெட்டர் போட்டுப் பணமும் அனுப்பி இருக்கானாம்...''

''எல்லாம் இந்த அப்பா செய்த வேலை சித்தி. வம்புக்கு அவனைப் போட்டு அடிச்சா. என்னை அவன் ஒரு உபத்திரவமும் செய்யல்லே. அடி குடுக்கணும்ணா, இல்லாததும் பொல்லாததும் இளக்கிக் குடுக்க மாடசாமிக்குத்தான் குடுக்கணும். நம்மால ஒருத்தன் வாழ்க்கை பாழாய்ப் போச்சு பாரு. அவன் என்னைப் பத்தி என்ன நினைப்பான் சொல்லு?''

செண்பகத்தின் முகம் சுண்டிவிட்டது தெரிந்தது சுசீலாவுக்கு. 'அதுக்கு நீ என்ன செய்வே பாவம்? நீ அதைப் பத்தி சங்கடப் படாண்டாம். ஆனா இப்பம் அவன் நல்ல வேலையிலே இருப்பான் போலிருக்கு. அவ்வோ அம்மைக்கு ஆயிரம் ரூபா அனுப்பி இருக்கான்...''

''இருந்தாலும் சித்தி, நான் இந்தச் சுமட்டையும் தூக்கீட்டு அலைய வேண்டியது இருக்கு பாரு. கடைசியிலே நாலு பேரும் என்னைப் பாத்துத்தானே சாடை பேசுனா.... எனக்கும் அவுனுக்கும் லவ்வுண்ணு பேசுன ஆளுகளும் உண்டும்''.

''பெரியத்தானுக்கு அது ஒரு கொறட்ட சுவாவம். என்னா, எதுக்குண்ணு கூடக் கேக்கமாட்டா. சில சமயம் இப்பிடி நமக்கே திரும்பீரும். சவத்தைத் தள்ளு. ஆனா அவன் லெட்டர் போட்டிருக் காண்ணு கேட்டதும் எனக்கு ஒரு சமாதானம் பாத்துக்கோ.... நாமோ கெடுத்தோம்ணு இல்லாம எங்கயாம் போயிப் பொழைச்சுக் கிட்டாம்ணு இருக்கும்லா?''

''என்ன ஆனா என்ன சித்தி? அவுனுக்குப் போன வாழ்க்கை போனதுதானே?''

"எல்லாம் நீயும் நானும் நெனைச்சு நடக்கது இல்லம்மா! சரி விடு! நான் இந்தப் பேச்சே எடுத்திருக்காண்டாம். நாம தப்புச் செய்யல்லேண்ணு கடவுளுக்குத் தெரியும்லா? பின்னே என்னா? தோசை சுடட்டா?"

"வேண்டாம் சித்தி, அம்மை தேடுவா..."

எழுந்து போனபோது செண்பகத்தின்கண்கள் கலங்கி இருந்ததைக் கவனித்தாள் சுசீலா.

அவளுக்கும் வருத்தமாக இருந்தது. அவள் முகத்தை ஏந்தி மார்புடன் அணைத்துக் கொள்ள வேண்டும் போலத் தோன்றியது.

பூலிங்கத்தின் முகமும் மனதில் வந்து போனது. பலமுறை மார்பழுந்தச் சேர்த்தணைத்த முகம். வாலிப வாசம் கிளம்பி இருந்த முகம். தன்னை இதுபோல நினைவில் வைத்திருப்பானா என்று தோன்றியது சுசீலாவுக்கு. அவனைப் பார்க்க வேண்டும் என்ற படபடப்புக் கிளர்ந்து எழுந்தது. அடர்ந்திருந்த இருளில், வேப்ப மரம் பனி போலப் பூச்சொரிந்த வாசத்தில், காற்றின் தணுப்பைக் கலைத்துக் கொண்டிருந்த உடம்புச்சூடு. அச்சமும் அவாவும் பாம்பாகப் பின்னிப் பிணைந்து, படமெடுத்து ஆடி, ஒன்றையொன்று உண்ணத் தலைப்பட்டு......

சடாரென உடம்பு சிலிர்த்தது பூலிங்கத்துக்கு. இரயில் பெட்டிக்குள் மூடிய கண்ணாடிச்சன்னல்களின் இடையே சாடிப் புகுந்த மழை நீரும் குளிர் காற்றும். சின்னாட்களாகவே கோவாவில் நல்ல மழை பெய்து கொண்டிருந்தது. வாஸ்கோவிலிருந்து திரும்பும்போது மழைத் தண்ணீரில் உடைகள் தெப்பமாய் நினைந்து போய்விட்டன. வயிற்றில் கிடந்த கால் குப்பிரம் உடம்பைச் சூடாக வைத்திருந்தது. வழக்கமாகச் சாப்பிடும் கடையில் கறுத்த வாவல் குழம்பும் வறுத்த பாரை மீன் துண்டுகளும். படுத்தால் நிம்மதியாகத் தூங்கலாம், மூடிப் பொதிந்து கொண்டு.

வண்டியில் வழக்கமான கூட்டம்தான். என்றாலும் மழைக் கசகசப்பும் நனைந்த அழுக்குத் துணிகளின் வாடையும். கோவாவை

நீராட்டிக் கொண்டிருந்தது மழை. மரங்களைக் கழுவி, புதர்களைக் கழுவி, கொடிகளைக்கழுவி, புல் பூண்டுகளைக் கழுவி, மலைகளைக் கழுவி, மண்ணைக் கழுவி....

தென்ன ஓலை வேய்ந்த வீட்டுப் படிப்புரையில், காற்றுக்கு ஒதுக்கமான சிம்னி வெளிச்சத்தில் அமர்ந்து கொட்டும் மழையையும் குளிரில் ஒடுங்கும் செடிகொடிகளையும் பார்த்துக்கொண்டு உட்கார்ந்திருக்க வேண்டும். அதற்கெல்லாம் கொடுத்து வைத்திருக்க வேண்டும்.

கோவாவின் எல்லையைத் தாண்டி இருக்கவில்லை ரயில். அட்டவணைப்படி காலை நான்கு மணிக்கு லோண்டா போய்ச் சேர வேண்டும். குளிரும் இருளும் பிரியுமுன் அறைக்குப் போய்ச் சேர்ந்து விடலாம். ஈரமான உடைகளில் உறக்கம் பிடிக்கவில்லை வண்டியில். நினைவுகள் அசைந்து நகர்ந்தவாறிருந்தன.

சிறைச்சாலையில் காவலர் ஜாங்ளே மறுநாள் மதியம் வந்தார்.

"நீ யாருட்டேயும் சொல்லல்லே இல்லே?"

"இல்ல சார்"

"நல்ல காரியம்... நாளைக்கு ரத்த தானம் செய்யக் கூடிய ஆளுகளுக்கு லிஸ்ட் எடுப்பா, நீயும் பேரு குடு. தண்டனையிலே எட்டு நாள் குறையும், மறந்திராதே என்னா?"

"திம்மனும் மற்றும் இரண்டு மூன்று பேர்களும் பெயர் கொடுத்தார்கள். காலையில் குளிப்பாட்டி ஆகாரம் தந்து இருபது பேர்களை மந்தைபோல் வண்டியிலேற்றிக் கொண்டு போனார்கள். திரும்பும்போது மதியம் தாண்டிவிட்டது. பிஸ்கெட் தின்று ஆர்லிக்ஸ் குடித்த பின்பும் தளர்வாக இருந்தது. சீக்கிரம் ஊறிவிடும் என்றார்கள். ஒரு வாரம் முன்பே விட்டு விட்டார்கள்.

நன்றாகக் குளித்து, வயிறார உண்டு, அலுப்புத் தீர உறங்க வேண்டும் என்றெண்ணினான்.

குளிக்கக் கிளம்புகையில் பட்டறை முதலாளி வந்தார்.

''என்ன தம்பி! திரும்பி வந்திட்டியா? இனி என்ன செய்யப் போறே? அதே தொழிலுதானா இல்லே வேற ஏதும் உத்தேசம் உண்டா?''

''இனிமேத்தான் யோசிக்கணும்''

''ஏதானாலும் இந்த மாசத்தோட ரூமைக் காலி பண்ணீரு... நாளைக்கு வேற எதுக்காம் போலீஸ்காரன் தேடி வந்தாம்ணா எனக்கு உத்தரம் சொல்லணும்...''

பூலிங்கத்துக்கு ஒன்றும் சொல்லத் தோன்றவில்லை. மறுபடியும் ரயில்வே பிளாட்பார பெஞ்சுகள் தானோ என்று உள் மனம் கேட்டது. இல்லை இத்துடன் இந்த ஊரை நீங்கி விடலாமா என்றும் தோன்றியது. திம்மனிடம் கேட்டால் ஏதும் யோசனை சொல்வான். அல்லது மாலையில் ஜாங்ளே வீட்டுக்குப் போய்ப் பார்க்க வேண்டியதுதான் என்று நினைத்தான்.

உறக்கம் நல்ல தெளிச்சலைத் தந்திருந்தது. நல்ல உடைகளாகத் தெரிந்து அணிந்து கொண்டு ஜாங்ளே முகவரி தேடிப் போனான். இரவு எட்டரை மணி தாண்டிவிட்டது. ஜாங்ளே வீடு காவலர் குடியிருப்பில் இல்லை. பூர்வீக வீடு போலும். மங்கலாக முன் விளக்கு ஒன்று எரிந்தது. எட்டிப் பார்த்தவள் எத்தனாவது மகள் என்று தெரியவில்லை.

சற்று நேரத்தில் வந்துவிடுவார் என்றாள். உட்காரச் சொல்ல வில்லை. போய் விட்டுச் சற்றுப் பொறுத்து வரச் சொன்னாள். வெளியே போகும் போது எதிரே வந்தார். கையோடு கூட்டிப் போனார். முன்னறையில் நின்று கையைப் பிடித்தார். வேறொரு பெண் முகம் எட்டிப் பார்த்துப் போயிற்று. தாழ்ந்த குரலில் சொன்னார்.

''நான் தாற அட்ரசுக்கு காலம்பற போ. நான் சொல்லீருக்கேன். நாதுராம் சேட்டுண்ணு கேளு. வேற கூடுதல் ஒண்ணும் பேசாண்டாம். அவுரு ஒரு சின்னப் பார்சல் தருவாரு. அதை வாங்கீட்டுப் போயி அவுரு சொல்லக் கூடிய அட்ரசிலே சேத்துரு. எப்பிடிக் கொண்டு போறதுங்கது ஒன் பொறுப்பு. சரக்கு சேந்ததுக்கு அடையாளமா

ஒரு துண்டு தருவான். அதைக் கொண்டு சேட்டுக்கிட்டே குடுத்தா ஐந்நூறு ரூவா தருவாரு. செலவுக்கு இருநூறு ரூவா முன்கூட்டியே வாங்கிக் கிடலாம். பொறவு உன் சாமார்த்தியம்''

''சரி சார்''

''பிடி குடுத்திரப்பிடாது. ஆம்புட்டுக்கிட்டேண்ணா, என்னை உனக்குத் தெரியாது. சேட்டை உனக்குத் தெரியாது. நம்பிக்கையா நடந்தையானா செலவு போக மாசம் ஐயாயிரம் பாக்கலாம். முட்டாப் பயக்களெல்லாம் நெளிவு சுளிவாப் போறான். எப்பவும் அலெர்ட்டா இருக்கணும். கூட்டு சேரக் கூடாது. சில சமயம் பொருள் நஷ்டமானாலும் போட்டும்ணு விட்டிரணும். கழுவுற மீனுலே நழுவுற மீனுண்ணு கேட்டிருக்கியா? அப்பிடி இருந்தாத்தான் பொழைக்க முடியும். வேற என்னமாய் உண்டும்ணா சொல்லு! செலவுக்கு சில்லறை என்னவாம் வேணுமா?'

'இல்ல சார், இருக்கு... ஒரு ஓர்க்ஷாப்பிலே தங்கீருக்கேன். ஜெயிலுக்குப் போயிட்டு வந்ததுனால காலி செய்யச் சொல்லுகான்''

''அப்பிடியா? அதைவிட நல்ல ரூமாப் பாப்போம். கொஞ்ச நாள் போட்டும். ஆனா கச்சவடம் காரியம் யாரிட்டயும் கெம்பீராதே! கேட்டா சேல்ஸ் மேனா இருக்கேன்னு சொல்லு. வேணும்ணா டிரைவிங் படி, பின்னால் உவகாரப்படும்...''

மழை வெறித்தது போல் தோன்றியது. சன்னல் கண்ணாடியைத் தூக்கினான் பூலிங்கம். சில்லென்று வீசியது காற்று. உடல் சூட்டில் ஆடைகள் உலர்ந்தது போலத் தோன்றியது. ஒரு பாவலாவுக்காக வைத்திருந்த பிரயாணப் பை மேல் பலகையில் கிடந்தது. சட்டை, பேன்ட், உள்ளாடைகள், துண்டு, பல் விளக்கும் சாதனங்கள், அன்றைய ஆங்கிலத் தினசரி. யாரும் எடுத்துக் கொண்டு போய்விட மாட்டார்கள். அடுத்து நின்ற ஸ்டேஷனில் இறங்கி சிகரெட் பற்ற வைத்தான். வெளிப் போந்த புகைக்கு நாசித் துவாரங்கள் விரிந்து விரிந்து சுருங்கின. சற்று கதகதப்பாக இருந்தது.

நள்ளிரவும் தாண்டிவிட்டது. இனியும் உறங்க முடியும் என்று தோன்றவில்லை. எதிர் பெஞ்சில் கால் நீட்டி, கண் மூடி உட்கார்ந் திருக்கலாம். இல்லாவிட்டால் இடது கையை மடக்கித் தலைக்கு வைத்து, பிரயாணப் பையை அண்டை கொடுத்து, கால் மடக்கிச் சுருண்டு கிடக்கலாம் சற்று நேரம். காற்று சுகமாகவும் இருந்தது. இலேசாகக் குளிரவும் செய்தது.

நாதுராம் சேட் சினிமா வில்லன்களைப் போலத் தோற்றம் கொண்டிருக்கவில்லை. பார்த்தால் லாரி பார்சல் ஆபீஸ் போலிருந்தது. லாரி ஆபீசுக்கான கண்டான் முண்டான் சாமான்கள். வந்த சாமான்கள், போகும் சாமான்கள், மிளகாய் வற்றல் மூடைகளின் கார நெடி. தனியறையில் சேட் இருந்தார்.

''ஜாங்ளே எல்லாம் சொன்னானா? இதோ பாரு, நல்லபடியா நடந்துக்கிட்டா நல்லபடியா இருக்கலாம். கஷ்டப்படாம உலகத்திலே பொழைக்க முடியாது. ஏதும் நடந்தால் எனக்கு உன்னைத் தெரியாது, ஜாங்ளேயைத் தெரியாது. போ.... நாளை காலம்பற பத்து மணிக்கு அர்ச்சனா தியேட்டர் பக்கம் நில்லு. கையிலே இங்கீலீஷ் பேப்பர் வச்சுக்கோ, பேக் வச்சுக்கோ. நம்மாளு வருவான். சிவப்பு சால்வை போட்டிருப்பான். கிட்டே வந்து நிண்ணதும், 'அரே பகவான்'ணு சொன்னா அது நம்மாளு. கூடப்போ, அவன் சொன்னபடி கேட்டுக்கோ.... காரியம் ஆனதும் வந்து காசு வாங்கிக்கோ...''

ஒவ்வொரு நாளும் ஒவ்வொரு அடையாளம். ஒரு இட்டிலி மடக்கியது போல் சின்னப் பொட்டலம். மனப்பாடம் செய்து விட்டு எறிந்து விட, முகவரித்துண்டு. ஒரு நாள் பஸ், ஒரு நாள் பாசஞ்சர், ஒரு நாள் லாரி. எப்போதும் யாரும் தன்னைப் பின் தொடர்ந்து வருவார்கள் என்ற அச்சத்தில் போக்குக் காட்டிய பயணங்கள். அல்னாவார் போவது போல போய்த் திரும்பி ஒரு நாள். தோந்தேலி வழியாக ஒரு நாள். பெரும்பாலும் பகல் பயணங்கள். கூட்டமான பஸ்களில், நெருக்கி அடித்துக் கொண்டு, நின்று கொண்டு. பெரிய ஊர்களில் இறங்குவது போல் இறங்கி, தேநீர் குடித்து, சிகரெட் புகைத்து, அடுத்த பஸ் பிடித்து-

நிறையக் காசு புழங்கியது. சோற்றுக் கவலை இல்லை. ஜாங்ளே உதவியுடன் கக்கூஸ் குளிமுறியுடன் ஒரு அறை - வாடகைக்குக் கிடைத்தது. பயணங்கள் இல்லாத நாட்களில் டிரைவிங் பயிற்சி.

தபாலாபீஸ் மேற்பார்வை முகவரியில், வாஸ்கோ-ட-காமாவில் இருந்து, வீட்டுக்கு இன்ஷ்யூர்டு கவரில் பணம் அனுப்பினான். புராக்ரஸ் கார்டுகளில் மட்டுமே கையெழுத்துப் போட்ட அப்பாவின் கிறுக்கல் கையெழுத்து அடையாளம் தெரிந்தது. அதில் அப்பாவின், அம்மாவின் முகங்கள் துலங்கித் துலங்கி வருவது போலத் தோன்றியது.

அழுக்குக் கனத்த உடைகளைக் களைந்து விட்டு புதியதாய் இரண்டு உடைகள் வாங்கிக் கொண்டான். தங்கிப் படிப்பவனின் வசிப்பிடம் போலச் சில்லறை அலங்காரங்களுடன் இருந்தது அறை. ஒரு நாள் ஹூப்ளி போய் வர வேண்டும் என்று தோன்றியது. பாபியைப் பார்த்து மன்னிப்புக் கேட்டு வர வேண்டும். பானுமதி அக்காவிடம் தன் பங்கு விவரம் சொல்ல வேண்டும். இதென்ன பைத்தியக்காரத்தனம்? எந்த உறவைப் புதுக்கி என்ன ஆக வேண்டும்?

"இன்னாபிடி" என்று ஊரை விட்டு ஓடிவந்து ஏழு மாதங்கள் ஆகிவிட்டன. எப்போது திரும்பப் போவோம் என்றிருந்தது. நீண்டு கொண்டு போகும் இரவு போல், வாழ்க்கை இழுத்துக் கொண்டு போகிறது. இந்தப் போக்கில் எங்கு கொண்டு செருகும் என்று சொல்ல முடியாது.

லோண்டா ஸ்டேஷனில் வண்டி நின்ற போது காலை நாலரை மணி ஆகிவிட்டது. ஹூப்ளி போகிறவர்கள் கொஞ்சம் பேர் சோம்பலுடன் நின்றிருந்தனர். கான்டீன் திறந்திருந்தது. வயிறு பசிப்பது போலிருந்தது. என்றாலும் இவ்வளவு அதிகாலையில் என்ன வைத்திருக்கப் போகிறார்கள்?

சிறையிலிருந்து வந்து, பட்டறை ரூமைக் காலி செய்யும் முன்னால் ஒரு நாள் சௌத்ரி வந்திருந்தார். முகம் சற்றுச் சங்கடம் காட்டியது.

''பொறுத்துக் கொள்ளப்பா.... அண்ணைக்கு சாயங்காலம் நான் ஒரு வேலையா கதக் போயிட்டேன். ரெண்டு நாள் கழிச்சுத்தாள் தெரிஞ்சுது. ஒண்ணும் செய்ய முடியல்லே...''

பூலிங்கம் ஒன்றும் பேசாமல் நின்றான்.

''தப்பா எடுத்துக்கிடாதே... இதெல்லாம் சகஜந்தான். இனி ஒர ஆறேழு மாசத்துக்கு ரெய்டு தொந்தரவு இருக்காது. போனது போகட்டும், பிடிபட்ட குப்பிக்கு நீ காசு தராண்டாம். நாளைலேருந்த லைனுக்குப் போ... காலம்பற வீட்டுக்கு வா...''

''இல்லே சார், போருமுணு தோணுகு''

''ஏன்? சொந்தமாச் செய்யப் போறியா?''

''இல்ல சார். இதுபோல ஜெயில்லே போயிக் கெடக்க நம்மால முடியாது''

''வேற என்ன செய்யப் போறே? சர்க்கார் ஆபீசிலே உனக்கு வேலை தரப்போறாளா?''

எவ்வளவு கேவலமாகப் போய்விட்டது வாழ்க்கை?

''சரி! யோசிச்சுப் பாரு. எதாம் வேணும்ணா சொல்லு, நான் வரட்டா?''

நீண்ட நாட்கள், பிறகு சௌத்ரி கண்களில் தட்டுப்படவில்லை. ஒரு நாள் பிற்பகலில் லோண்டாபோய்விட்டுத் திரும்பியபோது கேட்டில் நின்றிருந்தார். அன்று பூலிங்கத்தின் தோற்றமெல்லாம் மாறி இருந்தது. உடம்பு நிமிர்ந்து, ஆடைகள் திருந்தி, முகம் தெளிந்து....

''எங்கே போயிட்டு வாறே? ஆளே மாறிப் போயிருக்கே!''

''மட் காவ் போயிருந்தேன். சேல்ஸ்மேனா இருக்கேன்''

''நல்ல காரியம், பொழச்சுக்கிடுவே.... சாயா குடிக்கியா?''

''இல்ல வேண்டாம்''

"அடுத்த முறை போனா எனக்கு ஒரு பாட்டில் வாங்கீட்டு வா... விக்கதுக்கு இல்லே... சொந்த அவசியத்துக்கு. காசு தந்திருவேன்."

கேட்டில் சௌத்ரியைக் கண்கள் தேடின. வேறு எவரோ நின்றிருந்தனர். மாற்றலாகிப் போய்விட்டாரோ இல்லை வேறு ஷிப்டில் இருந்தாரோ?

நகரப் பேருந்துகளின் போக்குவரத்து ஆரம்பித்திருக்க வில்லை. எழுவதற்கு முன்பான அசைவுகளில் இருந்தது நகரம். நடந்து போனால் இரண்டு கிலோ மீட்டர் தூரம் இருக்கும். நெரிசல் இல்லாத சாலைகளில் நடப்பது சுகமாக இருந்தது. காற்றில் தணுப்பு விரவி இருந்தது. சாலை மாடுகள் சோம்பல் முறித்து எழுந்து நின்றன. பால் கேன்களைத் தொங்கப் போட்டு சைக்கிள்கள் விரைந்தன. திறந்திருந்த சாயாக்கடைகளில் சபரிமலை ஐயப்பன் சங்கீதம் கேட்டது. குடியிருந்த தெருவில் பெண்கள் வாசல் தெளித்துக் கொண்டிருந்தனர். பெரியவர் ஒருவர் தெருச்சுவரோரம் ஒன்றுக்கிருந்தார்.

பூலிங்கம் வாசல் கேட்டைத்தள்ளித் திறந்து பக்கவாட்டில் இருந்த மாடிப்படி ஏறி அறைக்குப் போனான். பையை மேசைமீது எறிந்து அணிந்திருந்த துணிகளைக் களைந்து வீசி, கொடியில் காய்ந்து கிடந்த சாரத்தை உருவி உடுத்தி, படுக்கையில் விழுந்தான். அலுப்பாக இருந்தது. உறக்கம் அள்ளித் தழுவியது.

ஏழு

விடாத கதவு தட்டல். எழுந்து நின்ற போது படபடப்பாக வந்தது. கண்களைத் திறந்தால் காந்தல். சாரத்தைச் சரியாக உடுத்திக் கொண்டு கதவைத் திறந்த போது சூரிய ஒளி கூசச் செய்தது. கதவருகில் திம்மன் நின்றிருந்தான். திம்மனை இடையில் கொஞ்சநாட்கள் பார்க்கவில்லை. அவன் இன்னும் குப்பி கொண்டு வரும் லைனுக்குப் போய்வந்து கொண்டிருந் தான். கடைசி யாகப் பார்த்தபோது வலுக்கட்டாயமாக வீட்டுக்கு இழுத்துக் கொண்டு போனான்.

குப்பம் பூராவும் இரவுச் சமையலுக்கான ஆயத்தத்தில் இருந்தது. வீட்டு வாசலின் இடப்புறமோ வலப்புறமோ கனன்று கொண்டிருந்த அடுப்பின் தீக்கங்குகள். குத்தவைத்து உட்கார்ந்து கொண்டு இரண்டு கைகளினாலும் பிசைந்த மாவுருண்டையைத் தட்டித் தட்டிப் பரத்தி வேகமாய்ச் சுடுகல்லில் வீசிக் கொண்டிருந்தார்கள். சீனிச்சட்டியில் கூனிப்பொடி கருவாடு கருகும் கமறல். என்ன மசாலா அரைப்பார்களோ தெரியவில்லை, கொதிக்கும் குழம்பின் தூக்கும் வாசனை. அரிந்து வைத்திருந்த கத்தரிக்காய், உருளைக்கிழங்கு, வெங்காயத்தை பருப்பு குழைவதற்காகத் தட்டத்தில் வைத்துவிட்டு மாவு பிசைந்து கொண்டிருந்தனர்.

திம்மனின் அக்கா கோமதியின் வீடு தாண்டித்தான் திம்மனின் வீட்டுக்குப் போக வேண்டும். கோமதி, வீட்டின் வலது பக்கம் தட்டி கட்டி மறைத்து வைத்திருந்த வெற்றிடத்தில் குளித்துக் கொண்டிருந்தாள். "இரு, வருகிறேன்" எனச் சைகை செய்தாள். கூரை தாழ்ந்த வெளிப் படிப்புரையில் குந்தி இருந்தார்கள்.

கோமதியின் கணவன் பெல்காமில் வேலை பார்த்தான் என்றும் அங்கும் அவனுக்கு ஒரு குடித்தனம் இருந்தது என்றும் சொல்லியிருந்தான் திம்மன். மூன்று வயதில் ஒரு பெண்பிள்ளை. முன்பெல்லாம் எப்போதாவது இரண்டு மூன்று மாதங்களுக்கு ஒரு முறை வந்து இரண்டு மூன்று நாட்கள் இருந்து விட்டுப் போவான். அவன் இருக்கும் நாட்களில் கோழிக் குழம்பு மணந்திருக்கும். சாராயம் மணந்திருக்கும். கோமதியின் முகத்தில் நாணம் கூட மணந்திருக்கும் ஒரு வேளை. ஆனால் கடைசியாக அவன் வந்து ஓராண்டுக்கும் மேலாயிற்று என்றான் திம்மன்.

கோமதியின் மகள் நீனா தீவிரமாய் சிலேட்டில் ஏதோ வரைந்து கொண்டிருந்தது. கூப்பிட்டால் பலமான இடம் வலமாய் ஒரு தலையசைப்பு. கோமதி கிட்டே வந்தபோது உடம்பிலிருந்து வெந்நீரின் ஆவி பறந்தது. வாங்கி வந்திருந்த இரண்டு ஜிலேபிப் பொட்டலங்களில் ஒன்றைக் கொடுத்தான் பூலிங்கம். உடனே பிரித்து, மகளுக்கு ஒன்றைக் கொடுத்து, ஆளுக்கு ஒன்றாய் நீட்டித் தானும் ஒன்றைக் கடித்தாள். ஈறு தெரிந்த கோமதியின் சிரிப்பில் ஒட்டுவாரொட்டி போல் ஒரு மாயம் இருந்தது. திம்மனின் மேலிருந்த பாசமா அல்லது சக மனிதர்களின்மீது தெறிக்கும் பரிவின் துளிகளா என்று தெரியவில்லை.

திம்மனின் வீட்டுக்குப் போய்ச் சேர்ந்த போது ஏழு மணிக்கு மேலிருக்கும். வேண்டாம் என்றான் பூலிங்கம். கேட்காமல் இரண்டு எவர்சில்வர் தம்ளர்களை எடுத்து வைத்து, ஒளித்து வைத்திருந்த அரைக்குப்பி ரம்மை எடுத்து ஆளுக்குக் கொஞ்சம் ஊற்றினான். இடுப்பில் மகளைத் தூக்கிக் கொண்டு, கிண்ணத்தில் மூடியபடி கறியோ குழம்போ எடுத்துக் கொண்டு வந்தாள் கோமதி. ஒரு தம்ளரை எடுக்கும்படிக் கூறினான் திம்மன்.

எட்டுத் திக்கும் மதயானை

"நொக்கோ ரே" என்றாள் சற்று வெட்கப்பட்டு. கொங்கணியா, மராத்தியா, கன்னடமா அல்லது மூன்றின் கலவையா என்று தெரியாததோர் மொழில் உரையாடினார்கள்.

திம்மன் எழுந்து போய், ஒருதம்ளரை எடுத்து வந்து, அளவு பார்த்து ஊற்றி, தண்ணீர் சேர்த்துக் கொடுத்தான். முகத்தைத் திருப்பிக் கொண்டு ஒரு மிடறில் விழுங்கினாள். தன் கப்பிலிருந்து சிறிதாகச் சரித்து மருமகளுக்கு உறிஞ்சக் கொடுத்தான் திம்மன்.

சாப்பிடும்போது தட்டு எது, தரை எது என்று தெரியவில்லை. எல்லாம் சமரச சன்மார்க்கமாக இருந்தது. கோமதிக்கு சிரிப்பு அடக்க அடக்கப் பொங்கியது. பச்சை மொச்சையும் பிஞ்சுக் கத்தரிக்காயும் போட்ட காரக் குழம்பு மூக்கு முகம் எல்லாம் காந்தியது. கோமதி கொணர்ந்த கிண்ணத்தில் இருந்ததுதான் போலும்.

"நல்லாருக்கு, ஆனா நாக்குதான் எரியி" என்றான் பூலிங்கம். கோமதிக்கு அதற்கும் சிரிப்புத்தான்.

கிடந்து எழுந்து காலையில் போகச் சொன்னாள் திம்மனின் அம்மா. அந்தக் குடிசைக்குள் எத்தனை பேர் நீட்டிப் படுக்க முடியும் என்று தெரியவில்லை.

"இடம் போராதுண்ணு பாக்காதே! என் வீட்லே படு" என்றாள் கோமதி.

மனப்புற்றிலிருந்து சின்னதொரு நாகம் தன்னுடைய சுருளை விரித்து எழுந்து படம் எடுத்துச் சீறியது.

"இல்லக்கா, போயிருவேன். திம்மா, ஒரு சைக்கிள் ரிக்ஷாவுலே ஏத்தி அனுப்பீரு என்னை" என்றான்.

எப்படி வந்து சேர்ந்தான், எப்படி மாடிப்படியேறிப் படுக்கையில் விழுந்தான் என்றெல்லாம் நினைவில் இல்லை. ஆனால் கோமதி மேலெழுந்த காமம் நினைவில் பொருதிக் கொண்டிருந்தது. சேட்டு வீட்டில் வாங்கிய அடி திடீரென வலிப்பது போலிருந்தது.

திம்மனைப் பார்த்ததும் மறுபடியும் நெட்டோட்டமாய் எல்லாம் மனதில் ஓடியது.

155

''வா திம்மா,'' என்று கூறிப் பல் தேய்க்கப் போனான். ''என்ன வேலைண்ணும் சொல்ல மாட்டங்கே, பத்து மணி வரை கெடந்து உறங்கவும் செய்யே!'' என்று புலம்பினான். வெளியே போய் நாஸ்தா செய்து கொள்ளலாம் என்று இறங்கியபோது திம்மன் சொன்னான்.

''எனக்கு கல்யாணம் நிச்சயமாகி இருக்கு''

''பொண்ணு எங்கே?''

''தோந்தேலி போயிருக்கியா? அங்கேருந்து எட்டுப் பத்து கிலோ மீட்டர் போகணும்!''

''பொண்ணைப் பாத்தியா நீ?''

''அம்மாவும் அக்காவும் பாத்ததுதான். போரும், நாம பாக்க கலக்டர் உத்தியோகத்துக்கு''

''கல்யாணம் எப்பம்?''

''அடுத்த மாதம் அஞ்சாந் தேதி. அஞ்சாத் தேதி மத்தியானம் பொறப்பிட்டுப் போயி, ராத்திரி கல்யாணம் முடிஞ்சு, அடுத்த நாள் காலம்பற திரும்பி வாறோம். நீயும் கூட வாற!''

''பணம் ஏதாம் தேவைப்பட்டா சொல்லு, கூச்சப் படாதே'' -

''அவசியப்பட்டா கேக்கேன்''

''கல்யாணத்துக்குப் பொறவும் இந்த சோலிதான் பாக்கப் போறியா?''

''வேற என்ன செய்யச் சொல்லுகே? சைக்கிள் ரிக்ஷா ஓட்டலாம். சந்தையிலே மூடை தூக்கலாம். பிளாக்கிலே டிக்கட் விக்கலாம். பிக் பாக்கெட் அடிக்கலாம். செங்கல், சிமண்ட் சாந்து, மணல் சுமக்கலாம். அதுக்கு இது பழகிப் போச்சு. ஆறு மாசத்துக்கு ஒருக்க பதினைந்து நாள் உள்ளே போக வேண்டியதிருக்கும். அதுவும் பழகிப் போகும்''

இருபத்திரண்டு வயதில் திருமணமாகி, ஆணோ பெண்ணோ இருபத்தி மூன்றாம் வயதில் பெற்று, பல்கிப் பெருகி, பரிதவித்துப்

பாழாகி, மண்ணில் புதைந்து, புல்லாகி, பூண்டாகிப் பல் விருகமாகி, பாம்பாய்ப், பறவையாய், மனிதராய் மீண்டும் பிறந்து, இறந்து.....

துன்பப்படுவதுதான் வாழ்வின் சத்தும் சாரமும் என்றால் எதற்கு இந்த வாழ்க்கை? எந்தக் கானல் நீரைத் தேடி, நாத்தொங்க, மூச்சிரைக்க, கண்கள் மயங்க, அடிவயிறு எக்க இந்த ஓட்டம்?

வருவது வரட்டும், ஊருக்குத் திரும்பிப் போய் விடலாம் என்று தோன்றியது. ஆனால் அம்மாவும் அப்பாவும் பிரகாசமானதோர் பிம்பம் காத்துக் கொண்டிருப்பார்கள். மகன் எங்கோ கண்காணாத தேசத்தில் நல்லபடியாக இருக்கிறான், இரண்டு மாதமாய் ஆயிரம் ரூபாய் பணம் அனுப்புகிறான். ஆளாகித் திரும்பி வருவான் - துபாய்க்குப் போனவர்களைப் போல...

சுசீலாவுக்கும் தகவல் தெரிந்திருக்கும். ஊரில் இருக்கிறாளோ, சூல் அழைத்து பிறந்து வீட்டுக்குக் கூட்டிக் கொண்டு போயிருப் பார்களோ? இப்போது பார்க்க எப்படி இருப்பாள் என்று யோசித்துப் பார்த்தான். அடிவயிறு ஆர்ப்பாட்டமாகப் பெருகி, கொங்கைகள் கனத்துச் சாய்ந்து, உடலெங்கும் சதை பூசி, முகம் பூரித்து, கால் பதிய நடந்து தளர்ந்து, இடப்பக்கமும் வலப்பக்கமும் முண்டும் தலையைத் தடவி, உட்குலுங்கி மகிழ்ந்து....

திம்மனின் கல்யாணத்துக்கு மத்தியானத்துக்கு மேல் புறப்படுவதாய் ஏற்பாடு. சாப்பிட்ட பிறகு, மாற்றுடை, துண்டு, பல்துலக்கும் குளிக்கும் சாதனங்கள் கொண்ட பையைக் கையில் எடுத்துக் கொண்டு, திம்மன் வீட்டுக்குச் சென்று சேர்ந்தபோது அங்கு ஏகப்பரப்பரப்பாக இருந்தது. எல்லோரும் தலை குளித்து, எண்ணெய் பூசி.... தார்பாய்ச்சிக் கட்டிய நல்ல புடவைகளின் மொடமொடப்பு. காதில் கழுத்தில் இரவலோ, சொந்தமோ, சுத்தத் தங்கமோ, தங்க முலாமோ பூசிய நகைகளின் விகசிப்பு: வழக்கமாய் உழைத்துக் களைத்துச் சோர்ந்திருக்கும் முகங்களில் மகிழ்ச்சியின் பூத்திருப்பு.

மூடி இல்லாத டெம்போ வந்து நின்றது. பின் பக்கத் தடுப்பைத் திறந்து தொங்கப் போட்டு, ஸ்டூல் போட்டு ஒவ்வொருத்தராய் ஏறச்

சொன்னார்கள். டெம்போவின் தளத்தில் சாக்கு விரித்திருந்தது. சாதாரணமாக இருபது பேர் அமரலாம். குஞ்சும் குளுவானும் கிழடு கட்டைகளும் ஆணும் பெண்ணுமாய் முப்பத்தைந்து பேர்கள். ஒருவர் தொடைமேல் இன்னொருவர் தொடை சாய்த்து, தோள் மீது தோள் சாய்த்து, கை வைக்க இடம் இல்லாமல் ஒடுங்கி.... அவரவர் கைப் பைகள், பெண்ணுக்கு சீர் கொண்டு போகும் நார்ப்பெட்டி, பழக்குலை, உரித்து துரும்பு நீக்கி மஞ்சள் நீராட்டிய தேங்காய்கள்.

திம்மனும் பெண் வீட்டில் இருந்து மாப்பிள்ளை அழைக்க வந்த ஒருவரும் கால் மடக்க முடியாத கிழவர் ஒருவரும் டெம்போவில் முன் பக்கம் டிரைவரை நெருக்கிக் கொண்டு உட்கார்ந்திருந்தனர். எல்லோரையும் எண்ணிக் கணக்குப் பார்த்து ஏற்றி, வீட்டைப் பூட்டி கொசுவத்தைச் சரி செய்து, கடைசியாகக் கோமதி ஏறினாள். அவர் கணவன் வரமாட்டான் போலும். அந்த எதிர்பார்ப்பும் அவர் முகத்தில் இல்லை. எங்கு உட்கார்வது என்று சற்று யோசித்தாள். ''வா என் மடியிலே உக்காரு'' எனக் கிழவர் ஒருவர் பரிகசித்தார் ''உக்காந்திருவேன், ஆனா எலும்பு நொறுங்கிப் போகும்'' என்றார் கோமதி.

கிளீனர் பின்பக்க அடைப்பை ஏற்றி, கொக்கிகளைப் போட்டுவிட்டுப் போனான். இடைவெளி பார்த்து இரண்டு எட்டு எடுத்து வைத்தாள். வண்டி ஸ்டார்ட் செய்து குலுக்கியதில் கைகளைக் காற்றில் துழாவிக் கொண்டு, பிடிமானம் அற்று, பூலிங்கத்தின் மேல் வந்து சாய்ந்தாள்.

''சரி, பரவால்லே... இங்கிணயே இருக்கேன்'' என்று சொல்லி, சின்ன இடுக்கொன்றில் செருகிக் கொண்டாள். சுற்றியிருந்தவர்கள் ஒடுங்கி ஒடுங்கிச் சற்று இடம் செய்தனர். பொய்க்குண்டி வைத்து உட்கார்ந்திருந்தது போலிருந்தது. பூலிங்கம் மேலும் சற்று ஒடுங்கிக் கொண்டு ''நல்ல உட்காரு'' என்றான். என்றாலும் கோமதியின் ஒரு துடையை அவன் சுமக்க வேண்டியிருந்தது.

சளசளவென்று பேசிக் கொண்டு வந்தார்கள். பூலிங்கம் ஒரு கிறக்கத்தில் இருந்தான். கோமதியின் உடலில் இருந்து வந்த மெல்லிய

வாசம். மனம் ஈடுபட்டு அனுபவித்துக் கொண்டிருந்தது. காலம்பூரா இந்த வண்டி ஓடிக் கொண்டிருக்கலாகாதா என்று தோன்றியது.

கோமதிக்கு இந்த அவஸ்தைகள் ஏதும் இருந்ததாகத் தெரியவில்லை. ஒவ்வொருவராய்க் கூப்பிட்டுக் கூப்பிட்டுக் குசலம் பேசிக் கொண்டிருந்தாள். நான்கு மணி வெயில் சுள்ளென்று பாய்ந்தாலும் யாரும் பொருட்படுத்தியதாகத் தெரியவில்லை. வியர்வையைத் துடைக்க, கைக்குட்டை எடுக்க முனைந்த போது கோமதி திரும்பிப் பார்த்துச் சிரித்தாள். சடாரெனத் தொற்றிக் கொள்ளும் ஈறு தெரியும் சிரிப்பு.....

சாலையின் இருமருங்கும் சோள வயல்கள். ஆங்காங்கே கொஞ்சம் கரும்பு, தூரத்தில் மஞ்சள் தீயாய்ப் பற்றி இருந்த சூரியகாந்தி மலர்ப்படுகை. ரோட்டோரம் தென்னந் தோப்புகள். சோளத் தட்டையைக் கட்டித் தலையில் வைத்துக் கொண்டு வேலை முடிந்து திரும்பிக் கொண்டிருந்தவர், சுள்ளி விறகுச் சுமையும் சோற்று வாளியும் வளைந்த வெட்டுக் கத்தியுமாய்த் திரும்பிக் கொண்டிருந்தவர், அடுத்து கிராமத்தை நோக்கி நடந்த மாடுகளின் பின்னால் அரையில் கோவணமும் தலையில் தலைப்பாகையும் கையில் பித்தளைச் சோற்று வாளியுமாய்ப் போய்க் கொண்டிருந்த சிறுவன், வேப்ப மரக் கூட்டத்திலிருந்து குபீரெனப் பறந்த கிளிகள்.

லோண்டா - தோந்தேலி சாலையே கிளைச் சாலை. அரை மணிக்கூர் நேரத்துக்கு ஒருமுறை ஒரு பஸ் எதிர்ப்படும். தோந்தேலியில் இருந்து பிரிந்து உட்சாலையில் டெம்போ ஓடிக் கொண்டிருந்தது. கற்கள் பெயர்ந்து, குண்டும் குழியுமாக, ஒவ்வொரு குலுக்கலுக்கும் ஒருவர் மற்றவர் மேல் சாய்ந்து பூத்துக் கிளம்பிய சிரிப்பின் அலைகள்.

''ஏட்டி! கிழவன் மேலே இப்பிடிச் சாஞ்சையானா நான் என்னத்துக்கு ஆவேன்'' என்று ஒருவர்.

''ஆமா! நீரு இருக்கப்பட்ட அலங்காரத்துக்கு ஒம்ம மேல ஆசையாட்டு சாஞ்சிட்டேன்' என்றொரு பெண்.

"என்ன? சிரமமா இருக்கா?" என்றாள் கோமதி பூலிங்கத்தைப் பார்த்து.

"இல்லக்கா ..."

"இன்னும் கொஞ்சம் தூரந்தான், இறங்கீரலாம்"

பெண்வீட்டுக்கு, ரோட்டிலிருந்து கிளைத்த மண்சாலை. வண்டித் தடம். பல்லக்கு போவது போலப் போயிற்று டெம்போ. கால்கள் மரத்துப் போயிருந்தன. எழுந்த போது முள்ளெனக் குத்திக் கொண்டிருந்தது. ஆரவாரங்களுடன் இறங்கிக் கொண்டிருந்தனர். ஏற்கனவே உறவுக்காரர்களாக இருப்பார்கள் போலிருந்தது. எல்லா முகங்களும் பூத்திருந்தன. தேடித் தேடி நலம் உசாவினார்கள்.

சிறிய பந்தலும் வாழைமரங்களும் இரும்புச் செயர்களும். கன்னடப் பாடல்களில் காது கிழிந்தது. தமிழ்ப் பாடலாக இருந்தாலும் காது கிழிபடத்தான் செய்யும். இந்திய சினிமாப்பாடல்களின் உத்தமப் பொதுக் காரணி காது கிழிப்புத்தான். பித்தளைத் தம்ளர்களில் மண்டை வெல்லம் போட்டுக் காய்ச்சிப் பாலூற்றி ஆற்றிய சாய் தந்தனர். வெயிலில் பயணம் செய்து வந்த தொண்டை வறட்சிக்குச் சுகமாக இருந்தது. பூலிங்கத்தை யாரென்று புரியாமல் மலங்க மலங்கப் பார்த்தனர். பிள்ளைகள் குதூகலமாய் விளையாடிக் கொண்டிருந்தன. திம்மனைப் பக்கத்து வீட்டில் கொண்டு போய் உட்கார வைத்தனர்.

நகரத்துக் குப்பங்கள் போலன்றி எளிமையான மண் சுவர்கள் வைத்து ஓடோ புல்லோ வேய்ந்த வீடுகள். சாணம் தெளித்த முற்றங்கள். கோழிகள் கிளறி ஓய்ந்த குப்பை மேடுகள், சுண்டைக் காய்ச் செடி, வாழை மூடுகள், பூவரசு போல் இலை கொண்ட மரங்கள், கூரை மேல் படர்ந்திருந்த பீர்க்கு, சுரைக்காய்.... ஊரில் நூற்றைம்பது வீடுகளுக்குள்தான் இருக்க வேண்டும். பொதுக்கிணறு ஒன்றிருந்தது. எல்லம்மன் கோயில் ஒன்றிருந்தது. பார வண்டிகள் அவிழ்த்துப் போடும் திடலில் விநாயகரும் பெருச்சாளியும் உறுத்துப் பார்த்தவாறிருந்தனர்.

ஆரம்பப் பள்ளிக்கே இரண்டு கிலோ மீட்டர் நடந்து போக வேண்டும் என்றார்கள். ஊரைச் சுற்றிப் பார்த்து, வீடென்றும்

எட்டுத் திக்கும் மதயானை

கடையென்றும் சிற்றுண்டி விடுதி என்றும் தென்பட்ட சுவற்றுத் திறப்பில் இருந்து சிகரெட் வாங்கிப் பொருத்திக் கொண்டு, ஒரு முழு பாக்கெட் வாங்கிச் சட்டைப் பையில் வைத்துக் கொண்டு, திரும்பி நடந்து கல்யாண வீட்டுக்கு வந்தான் பூலிங்கம்.

சின்ன ஊருக்கான எளிய கல்யாணம். முரசு போலும் அல்லாமல் மிருதங்கம் போலும் அல்லாமல் ஒரு தோல் வாத்தியம் முழங்கிக் கொண்டிருந்தது. கிளாரினெட் போன்றதொரு வாத்தியத்தை ஒருத்தர் ஊதிக் கொண்டிருந்தார். யாரும் அதைப்பற்றி அக்கறைப் பட்டுக் கொண்டதாகத் தெரியவில்லை. யாருடைய கவனத்தையும் வாத்தியக்காரர்கள் வேண்டி நின்றதாகவும் தெரியவில்லை.

தலையில் மஞ்சள் நிறப் பட்டுத்துணியால் தலைப்பாகை வைத்து, அதில் பூச்சரங்கள் தொங்கவிட்டு, குத்து வாள் போன்ற கத்தியைக் கையில் கொடுத்து, எல்லம்மன் கோயில் நடையில் இருந்து கூட்டி வந்தனர் திம்மனை, ஊர்வலமாக. பழக்குலை, தேங்காய்த் தட்டுக்கள் சுமந்த பெண்கள், உறவினர், குழந்தைகள். குத்துவாளை, வாளை மீனை வாலைப் பிடித்துத் தூக்கி வருவது போலப் பிடித்திருந்தான் திம்மன். நேராகத் தூக்கிக் கம்பீரமாகப் பிடிக்கச் சொன்னான் பூலிங்கம். கோமதிக்குச் சிரிப்பு வந்தது. எரியும் தீவட்டியில் இருந்து புகை எழுந்து கமறிக் கொண்டு வந்தது. பூச்சுற்றிய கொடுவாள், தண்டம், வட்டச்சுளவில் சிந்தச்சிந்த வைத்திருந்த நெற்பறை, பொன் போலத் துலக்கப்4பட்டிருந்த பித்தளைச் செம்பில் குங்குமத்தால் வரைந்திருந்த எல்லம்மன் கண்கள், கருமணிச் சரட்டில் கோர்க்கப்பட்டிருந்த தாலிக்குமிழ்கள்....

சட்டென முடிந்துவிட்டது கல்யாணம். வியர்வை கொப்பளிக்க வெளியில் வந்த போது மணி எட்டரை தாண்டிவிட்டது. வெளியே காற்று இலேசாக வீசியது. வளர் நிலவின் ஒளி, பந்தலைத் தாண்டி தெருவில் விழுந்தது. பெரிய ஜெர்ரி கேனில் சாராயம் வந்து இறங்கி இருந்தது. தேவைக்கு ஊற்றிக் குடிக்க ஆரம்பித்தனர். பக்கத்தில் மூட்டப்பட்டிருந்த பெரிய அடுப்புக்களில் டால் கொதித்துக் கொண்டிருந்தது. பட்டாணியும் உருளைக்கிழங்கும் சேர்த்த குழம்பும்

அல்லாத கூட்டும் அல்லாத ஒன்று தயாராகி இருந்தது. கொண்டைக் கடலை போட்டுச் செய்த காரக் குழம்பு இருந்தது. செக்கச் சிவந்த நிறத்தில் ரவா கேசரி கிண்டி இறக்கி இருந்தனர். ஒரு பானைச் சோறு வடித்துக் கவிழ்த்திருந்தனர். இன்னொரு பானை அடுப்பில் வெந்து கொண்டிருந்தது. பெரிய வெங்காயம் எலுமிச்சம் பழம் துண்டங்களும் காம்பு நீக்கிய பச்சை மிளகாயும் முறத்தில் குவிந்திருந்தன.

கோமதி திடீரென வெளியே வந்து பூலிங்கத்தை கையைப் பிடித்து கரகரவென இழுத்துக் கொண்டு போனாள். வீட்டினுள் திம்மனும் அவன் பெண்டாட்டியும் எல்லோர் காலிலும் விழுந்து எழுந்து கொண்டிருந்தனர். மூக்கில் முத்துக்கள் கோர்த்த நத்தும், கழுத்தில் புதுக் கருமணி மாலைத் தாலியும், தார்பாய்ச்சிக் கட்டித் தலையோடு மூடிய புதுப்புடவையும் பெரிய அங்காளம்மன் குங்குமப் பொட்டுமாய் புதுப்பெண் கோலத்தில் அந்தச் சிறுமி பரக்கப் பரக்கப் பார்த்துக் கொண்டிருந்தாள். பதினைந்து பதினாறு வயதுக்கு மேலிருக்காது. நேற்றுவரை ஆடுகளுக்குப் பின்னாலோ அல்லது கடலைக்காட்டில் களை சுரண்டிக் கொண்டோ இருந்திருக்க வேண்டும். சூரியக் கதிர்கள் காய்ச்சிப் பதப்படுத்திய முகம். வயது காரணமாய் மணப்பெண் மட்டும் பூலிங்கம் கால்களைத் தொட்டுக் கும்பிட்டாள். அவனுக்குக் கூச்சமாக இருந்தது. மஞ்சள் அரிசியை தட்டில் நீட்டிக் கொண்டு நின்ற சிறுமியிடம் இருந்து எடுத்துத் தலையில் தூவினான். நன்றாக இருக்கட்டும் என்று மனதில் எண்ணிக் கொண்டு வழி ஏற்படுத்திக் கொண்டு வெளியே வந்தான்.

சுற்றி நின்ற மரங்களுடன் எல்லாம் நிலவு குலவிக் கொண்டிருந்தது. இரண்டாவது சிளாஸ் சாராயத்தில் இரண்டு மிடறு குடித்திருந்தான். காற்றுக்கு ஒரு கம்பீரம் வந்தது போல் வீசியது. சட்டையின் மேல் பக்கப் பொத்தானைத் திறந்து விட்டான். கடிக்க ஏதும் கிடைத்தால் நன்றாக இருக்கும். அதற்கான ஏற்பாடுகள் ஏதும் தெரியவில்லை. கிளாசுக்குத் தட்டுப்பாடாக இருக்கும்போலும். பெண் வீட்டுக்காரர் ஒருவர் பிடுங்கிக் கொண்டு போனார். கடை

இன்னும் திறந்திருக்குமா என்று தெரியவில்லை. தொட்டு நக்குவதற்கு ஊறுகாய்த் தடை எதுவும் கிடைக்கலாம். சிகரெட் எடுத்துப் பற்ற வைத்தபோது பக்கத்தில் நின்றவர் ஒன்று கேட்டார்.

முற்றத்தில் சின்ன வட்டம் ஒன்று கூடிக் கொண்டிருந்தது. ஆணும் பெண்ணுமாய் ஒருவர் கையை மற்றவர் பிடித்தபடி, ஆடலுக்குத் தேவையான தாளம் வாசித்துக் கொண்டிருந்தார் கொட்டுக்காரர்.

கோர்த்த கைகளைத் தூக்கியும் தாழ்த்தியும் தூக்கும்போது நிமிர்ந்தும் தாழ்க்கும்போது குனிந்தும் பக்கவாட்டில் நகர்ந்து வட்டம் சுற்றியும் ஆடமுற்பட்டனர். கால்களுக்குக் கட்டுப்பாடற்ற லயம் இருந்தது. முகத்தில் குதூகலச் சிரிப்பு இருந்தது. சுவடு வைக்கையில் உப்புக்கத்தியை நிலத்தில் தட்டும் ஓசை மத்தள ஓசை போல் துடித்து விழுந்தது.

கடைக்குப் போய் வந்தவன், சிகரெட் பிடித்தபடி வேடிக்கை பார்த்து நின்றான். அடிக்கட்டையைச் சுண்டியபோது கையில் கிளாசுடன் கோமதி அவனை நோக்கி வந்தாள்.

''எங்கே போயிருந்தே நீ? கொஞ்ச நேரமாகக் காணோம்! இன்னா இதைப் பிடி....''

''ஐயோ... அக்கா! நான் ஏற்கனவே ரெண்டு கிளாஸ் குடிச்சாச்சு...''

''அரே சோடோ... எனக்குத் தெரியாதா? நீ இங்கிலீஷ்தான் குடிப்பே ...''

''இல்லக்கா... கண்ணை மூடீட்டு நான் ஊத்தியாச்சு.... இது கூடிப் போகும். என்னை விட்டிரு...''

''எனக்காக இதைக் குடி... விட்டிருகேன்...''

''அப்பம் பாதி குடு... வேண்டாம்னா விடமாட்டங்கே!''

உறிஞ்சுவது போல் போக்குக் காட்டி, ஒரு சின்ன வாய் குடித்துவிட்டு அவனிடம் நீட்டினாள் கோமதி. நீட்டிக் கொண்டே

சிரித்தாள். 'முந்தை இருந்து நட்டார் கொடுப்பின் நஞ்சும் உண்பார்' என்ற பாட புத்தகம் ஞாபகத்தில் வந்தது பூலிங்கத்துக்கு. கிளாசை வாங்கி, பெரிய உறிஞ்சாக ஒரு வாய் குடித்துவிட்டு, மீதியைப் போதும் என்று அவளிடம் நீட்டினான்.

''மாலா நொக்கோ...'' என்று சொல்லி விட்டு விரைந்து போனாள். அந்தக் கிளாசைக் காலி செய்து விட்டு நிமிரவும், ஆடிய கும்பல் கலைந்து புதிய கும்பல் கூடியது. முதல் கும்பலில் இருந்தவரும் சிலர் இருந்தார்கள். வட்டம் சேர ஆரம்பித்தது.

''என்னா பாத்துக்கிட்டு நிக்கே?'' என்று யாரோ அவன் கையைப் பிடித்து இழுத்தார்கள். ஆட்டம் ஆரம்பித்தபோது அவன் இடது கைப்பக்கம் கோமதி. வலதுகைப் பக்கம் பெண் வீட்டுக்காரன் ஒருவன். கூச்சமாக இருந்தது முதலில். பிறகு ஆட்டம் உள்ளே இழுத்துக் கொண்டது. கால்கள் தப்பாமல் விழத்துவங்கின. பாம்பின் விஷம் போலச்சடாரெனத்தலைக்கேறி இருந்தது போதை. பக்கத்தில் ஆடிய கோமதியின் உராய்வு போதையைக் கிண்டிக் கிண்டி எரிய விட்டது.

கால் இடறியதோ, போதையில் மடங்கியதோ சடாரென விழுந்து கிடந்தான் பூலிங்கம். கண நேரம் ஆட்டம் குலைந்தது. யாரோ அவனை வெளியே இழுத்துப் போட்டார்கள். கைத்தாங்கலாக, மாப்பிள்ளை அழைத்து வைத்திருந்த பக்கத்து வீட்டில் கொண்டு கிடத்தினார்கள்.

முகத்தருகில் குனிந்து, சட்டைப் பொத்தான்களைக்கழற்றி விட்டு, ஓலை விசிறியால் விசிறியது கோமதியா, பாபியா, சுசீலாவா, அம்மாவா என்று சொல்லத் தெரியவில்லை. தலை சரசரவென்று அமிழ்ந்து கொண்டு போக, கால் உயர்ந்து கரகரவெனச் சுழலத் தலைப்பட்டது. கனத்த உடலைத் தூக்க முடியாமல் தூக்கி வந்து நின்று, பிரம்பை வீசிக் கொண்டு பாபி கேட்டாள், ''உனக்கு இது தேவையா?'' என.

முகம் சற்று நெருங்கி வருவது போலத் தெரிந்தது. ஈறு தெரியச் சிரிக்கும் முகம். சிரிப்பு மாய்ந்து கவலை தோய்ந்த முகம். மூக்கில் மெதுவாகப் படர்ந்த புதுத் துணியின் வாசனை. தொடை மீது கிடந்த தலையைக் கோதிக் கொண்டிருந்த விரல்களில் தெரிந்த முகம்.

காதருகில் கடுங்கூச்சலிட்டுக் கொண்டு ரயில் வண்டிகள் ஓடிக் கொண்டிருந்தன. நால்வர் மடக்கிப் பிடித்து, கத்தியால் செருகத் துடித்துக் கொண்டிருந்தனர். பானைக் குவியல்களுக்கு இடையே இருந்து பாம்பொன்று வழுக்கிக் கொண்டு ஓடிவந்தது. ஓடிய பாம்பின் துரத்தலில், நாடிய இடங்களிலெல்லாம் கூட்டம் கூட்டமாய்ப் பாம்புகள். நாக கன்னிகை போல் ஒயிலாக இடுப்பை அசைத்தபடி, மோகம் சிந்திய பாம்பு பிளந்த நாக்கை நீட்டி நீட்டித் துழாவியது காற்றில்.

"என்னை விட்டிரு, என்னை விட்டிரு..." என்று சத்தமாகக் கத்தி அழ ஆரம்பித்தான். கண்ணீர் கரகரவெனப் பெருகி இறங்கிக் கொண்டிருந்தது. நெஞ்சு ஏறி ஏறி இறங்கியது. படபடத்த கைகள் கோமதியின் இடுப்பைக் கட்டிக் கொண்டன.

"பயப்பிடாதே... உறங்கு... சரியாப் போகும்" என்று கோமதியின் கை அவன் நெஞ்சை நீவிச் சமாதானப் படுத்தியது. நீண்ட இருட் குகையினுள் அவன் தீராப் பயணம் செல்லத் துவங்கினான். நிதானமாக மூச்சு வந்து போய்க் கொண்டிருந்தது. உறக்கம் கலைந்து விடாமல், அவன் தலையை எடுத்து, கிடைத்த தலையணையில் அண்டை கொடுத்து விட்டு எழுந்து போனாள் கோமதி. நடந்த போது பெருமூச்சுப் பறிந்தது அவளிடம், "பாவம், சோக்ரா" என முனகிக் கொண்டாள். அவன் இரவுச்சாப்பாடு கொண்டிருக்கவில்லை என்பது நினைக்கு வந்தது. எழுப்பிப் பயனில்லை. தான் பருகத்தந்த சாராய கிளாஸ் எத்தனாவது என்ற யோசனையில் நின்றாள். தானாக உறங்கி எழட்டும் என்று வெளியில் வந்தவளுக்கு மனது இலகுவாக இல்லை.

மணி பத்து தாண்டி இருக்கும். நிறையப் பேர் சாப்பிட்டு விட்டார்கள். உள்ளூர்க்காரர்கள் உட்கார்ந்து பேசிக் கொண்டிருந்தார்கள்.

கிழம் ஒன்று தாளம் தட்டிப் பாடிக் கொண்டிருந்தது. பொங்கி இருந்த இளம் காலத்துப் பூம்பொழில்கள் போதையில் கீழது மேலாய்ப் புரண்டு வந்தன.

திம்மன், "என்ன ஆச்சு?" என்று கேட்டான்.

"ஒண்ணுமிலே... உறங்குகான்" என்றாள் கோமதி.

சாப்பிட உட்கார்ந்தவளுக்கு ஒன்றும் வேண்டி இருக்கவில்லை.

கால்மாடு தலைமாடாகக் கிடைத்த இடத்தில் சுருண்டு கிடந்தார்கள். நாலைந்து பேர் டெம்போவில் தார்பாய் விரித்து அதன் மேல் சாக்கு விரித்து முடங்கிக் கொண்டார்கள். வாசலில் கிடந்த நாற்காலிகளை மடக்கிவிட்டு முற்றத்தில் விரிப்புப் போட்டு அதன்மேல் தூங்கினார்கள். பூலிங்கம் கிடந்த வீட்டில் குறையப் பேர்கள். மாப்பிள்ளையையும் பெண்ணையும் எங்கே அடைத்தார்களோ தெரியவில்லை. மூடிப் பொதிந்து கிடந்ததில் ஆண் யார், பெண் யார் என்று கூடத் தெரியவில்லை. போர்க்களம் போல் என்று சொல்லலாம் அல்லது பூச்சிக் கொல்லி அடித்த இடத்தில் மல்லாந்து காலுதறி ஓய்ந்த கண்டாங்கிப் பாச்சைக் கூட்டங்கள். உறக்கம் வராத அல்லது முன்னுறக்கம் உறங்கித் தெளிந்த கிழவர் கிழவிகள் பழங்கணக்குப் பார்த்துக் கொண்டிருந்தனர்.

பூலிங்கத்துக்கு போதையும் உறக்கமும் கலைந்தபோது எங்கு கிடக்கிறோம் என்று புரிபடவில்லை. பெயர் தெரியாத பெரும் பறவை ஒன்று நள்ளிரவில் கால்களால் பற்றித் தூக்கிப் பறந்து வந்து கிடத்தி விட்டுப் போனது போல. முகத்தைத் துடைத்தபோது இடது பக்கம் கொடுவாய் வடிந்து பொருக்காடிப் போயிருந்தது. மூச்சுக் காற்றில் முன்னிரவின் சாராய வாடை இருந்தது. மங்கி எரிந்த மண்ணெண்ணெய் லாந்தர் விளக்கொளி மஞ்சளாகிப் பரவி இருந்தது. இருள் கலந்த மஞ்சள். எழுந்து உட்கார்ந்தான். மூத்திரம் முட்டியது. கண்களை இடுக்கிக் கொண்டு மணிபார்த்தான். மூன்றேகால். எழுந்து நின்றான். நெளிந்து சோம்பல் முறித்தான். பொய்யடி வைத்து, எவர் காலையும் தலையையும் மிதிக்காமல் வாசலுக்கு வந்தான்.

இரவில் ஆடிக் கொண்டிருந்து விழுந்தது ஞாபகம் வந்தது. கோமதியின் கையின் கதகதப்பை உள்ளங்கை உணர்ந்தது நினைவில் இருந்தது. செருப்பு எங்கே போயிருக்கும் என்று தேடினான். நிலவொளியில் முற்றத்தில் பல சோடிச் செருப்புக்கள் கிடந்தன. ரப்பர் செருப்புகள், அடியில் டயர் வைத்துத் தைத்த காட்டுச் செருப்புகள், தோல்வார்கள் நைந்து தைத்து நைந்து இறுதி யாத்திரைக்குக் காத்திருந்தவை. கூட்டத்தில் ஒன்று கிடைத்தது. இன்னொன்றின் அடியில் மற்றதும் கிடைத்து. கால் நுழைத்துக் கொண்டு வெளியில் வந்தான்.

முடங்கிக் கிடந்த நாயொன்று முகம் தூக்கிப் பார்த்து மறுபடியும் முகம் புதைத்துக் கொண்டது. வேலியோரம் நின்ற செம்பருத்திச் செடியின் மூட்டில் ஒன்றுக்குப் போனான். வயிறு நன்றாகக் கனன்றது. இந்த நேரத்தில் என்ன தின்னக் கிடைக்கும்? ஒரு சாயும் பன்னும் கிடைத்தால்கூட போதும். கிராமம் என்பது மானங்கெட்டுக் கிடக்கும் நகரத்துச் சந்தியா?

டெம்போவின் உள்ளே ஏறி உட்காரலாமா என்று எட்டிப் பார்த்தபோது அங்கும் கிடந்தனர் நிறையப் பேர். இனிப் போய்ப் படுக்க முடியாது. தான் எழுந்த இடம் இப்போது நிரந்து விட்டிருக்கும். ஆகாசத் தாமரை குளத்து நீர் தெரியும் இடத்தை நெருக்கி அடைத்துக் கொள்வதைப் போல.

பல் தேய்த்து முகம் கழுவினால் சற்று சடைவு ஆறும். பை உள்ளே எங்கோ கோமதியின் பொறுப்பில் இருந்தது. இப்போது யாரையும் எழுப்புவது உசிதமல்ல. முன்பின் தெரியாத கிராமத்தில் இந்த நேரத்தில் எங்கும் உலவ முடியாது. நட்பில்லாத தெரு நாய்கள் - வேற்றாள் நடமாட்டம் பேயுறங்கும் நேரத்தில். ஐந்து மணி ஆனாலாவது கால்போன போக்கில் தண்ணீர் தேடி நடக்கும் ஒற்றை மிருகம் போல அலைந்து பார்க்கலாம்.

கல்யாண வீட்டு வாசலில் மடக்கி வைத்திருந்த மூன்று நாற்காலிகளை எடுத்து விரித்துப் போட்டு, கைகளைத் தலைக்கு வைத்து மல்லாந்து படுத்தான். நிலவு மேற்குத் தொடுவானத்தில்

இருந்து தனது கடைசி இருப்பைக் கவிழ்த்துக் கொண்டிருந்தது. பிரகாசமான மீன்கள் தெரிந்தன. மீன்கள் கலங்கிக் கொண்டுதான் இருந்தன இன்னும். எது பற்றிய கலக்கம் என்று தெரியவில்லை. தன்னைப் பற்றிக்கூட இருக்கலாம். காற்றில் மஞ்சணத்திப் பூவின் வாசம் இருந்தது. வீட்டினுள் குழந்தையொன்று சிணுங்கி அழுதுவிட்டு நிறுத்திக் கொண்டது. யாரோ கனமாக இருமினார்கள். 'தொட்டும் பட்டினி' என்பது போல் கல்யாணத்துக்கு வந்தும் இராப்பட்டினி ஆகிவிட்டது.

பொழுது புலர்ந்தபின்தான் கடை திறப்பான். கல்யாணத்துக்கு வந்தவன் காலையில் சாயும் பொறையும் தின்றால் பார்ப்பவர்கள் ஒரு மாதிரி நினைப்பார்கள். நாஸ்தாவுக்கு 'போஹோ' அல்லது 'உப்பிட்டு' செய்வார்கள், எட்டுமணிக்குப் பிறகு. காய்ந்து கிடப்பதைத் தவிர வேறு வழியில்லை.

முதலில் செலவாதிக்கு எழுந்த மனிதர் அவனை உற்றுப் பார்த்து விட்டுப் போனார். அதிகாலையில் அவருடன் பேச்சுக் கொடுக்கப் பிரியமில்லை. ஐந்துமணி வரையாவது கிடந்துதான் ஆக வேண்டும். அதற்கின்னும் நேரமிருந்தது. நிலவொளி மறைந்து மீன்கள் மட்டும் மினுங்கிக் கொண்டிருந்தன. சற்றுக் குளிர்வது போலிருந்தது. கண்களை மூடிக் கிடந்தான்: நாசி புலர்காலையின் வாசனைகளை உணர்ந்து கொண்டிருந்தது. முதுகு வலிப்பது போலிருந்தது. நாற்காலிகளின் இரும்பு விளிம்புகளின் அழுத்தம். எழுந்து உட்கார்ந்தான். பொழுது புலர்வதற்கு முன்பான அரவங்கள் கேட்டன. இனி எழுந்து நடக்கலாம் எனத் தோன்றியது. மறுபடியும் ஊருக்குள் நுழையாமல், சாலை போன போக்கில் நடந்து போனான்.

சோளக்காடுகளின் ஊடே, வெங்காய வயல்களின் ஊடே சாலை நகர்ந்து கொண்டிருந்தது. காடுகள் விழித்துக் கொண்டிருந்தன. கறவை மாடுகளின் சத்தங்கள் கேட்டன. வேப்பமரத்துப் பறவைகள் வெளியே பறக்கும் ஆயத்தங்கள் செய்து கொண்டிருந்தன. நீரோடை, குளம், குட்டை ஏதும் தென்படவில்லை. கமலைக் கிணறுகள் ஓய்ந்தவை ஒலிக்க ஆரம்பிக்கவில்லை. சாலையோரம் நின்ற வேப்பஞ்செடியின் கிளையொன்றை ஒடித்து, இலைகளைக்

எட்டுத் திக்கும் மதயானை

களைந்து, பல் துலக்கிக் கொண்டு நடந்தான். கசப்பின் வீரம் புலன்களை எல்லாம் பிரித்து உதறிப் போட்டது. முதல் சூரியக் கதிர்கள் கிழக்கில் மரங்களுக்கும் செடி கொடிகளுக்கும் மண்ணுக்கும் வணக்கம் செலுத்திக் கொண்டு பயணத்தை ஆரம்பித்தன. குளிருக்கு சூரிய வெப்பம் இதமாக இருந்தது. தூரத்துத் தோட்டம் ஒன்றில் கிணற்று மோட்டார் ஓடும் சத்தம் கேட்டது. சாலையில் இருந்து இறங்கிய வண்டித் தடம் தோட்டத்துக்குத்தான் போகிறதென்று தோன்றியது. பம்பு செட்டின் வளம் பயிர்களில் தெரிந்தது. வாழைக்குப் பாய்ந்து கொண்டிருந்தது வெள்ளம். மறைவாக உட்கார்ந்து கால் கழுவி, பம்பு செட்டுக்குப் பக்கத்தில் போய் வாய் கொப்பளித்து முகம் கழுவி, கைகால்களைக் குளிர்ந்த நீரில் முக்கித் துடைத்து நிமிர்ந்தபோது குரல் ஒன்று கேட்டது.

தோட்டத்திலேயே குடியிருக்கும் வேலைக்காரன் போலத் தெரிந்தது,.

''ராத்திரி ஒரு கல்யாணத்துக்கு வந்தேன்''

''குளிக்கணும்ணா குளிச்சுக்கோ!''

''துண்டு கொண்டு வரல்லே''

சற்று அகல இருந்த குடிசைக்குப் போய், கொடியில் காய்ந்து கொண்டிருந்த வர்ணத்துண்டு ஒன்றைக் கொண்டு வந்து தந்தான். பேன்ட், சட்டை, உள்ளாடைகள், வாட்ச் எல்லாம் கழற்றி வைத்து விட்டு, துண்டை உடுத்திக் கொண்டு குளித்தான். மிகக் குளிராக இருந்தது கிணற்றுத் தண்ணீர். கையினால் உடம்பு தேய்த்தான். தலைமுடியைப் பிடித்து உதறி விடும் வேகத்தில் குழாய்த் தண்ணீர் பாய்ந்தது. தொட்டிக்குள் நின்று தலை துவட்டி, வெளியில் வந்து உடைகளை அணிந்து கொண்டு, துண்டை அலசிப் பிழிந்து கொடியில் காயப் போட்டான். தோட்டக்காரனிடம் சொல்லி விட்டுப் புறப்படலாம் என்று தோன்றியது. வாய்க்கால் ஓரம் நின்ற தென்னை மரங்களில் கலயங்கள் தொங்கின. தெளுவுக்கா கள்ளுக்கா என்று தெரியவில்லை.

தென்னை மரத்திலிருந்து இடுப்பில் தொங்கிய குடுவையும் சீவரிவாளும் சுண்ணாம்புப் பட்டையுமாக இறங்கியவன் கேட்டான் -

''திருப்தியாக் குளிச்சியா?''

''ஆமா, தெளுவா, கள்ளா?''

''தெளுவுதான்''

''குடிக்கக் கிடைக்குமா?''

''விடியக் காலம்பறயா?''

''ராத்திரி குடிச்ச சாராயம் சாப்பிட விடல்லே''

''நில்லு வாறேன்...''

புதிய தேங்காய்ச் சிரட்டை ஒன்று எடுத்துக் கழுவிக் கொண்டு வந்தான். பனையோலைக் குருத்தில் முடைந்த பட்டையானால் வாசமாக இருக்கும். இதற்கு முன் தென்னை மரத்தின் தெளுவு குடித்ததில்லை. வீட்டுப் புற வாசலில் பனை மரத்துப் பதனீர் கிடைக்கும் கலயம் கலயமாக. ஐந்தாறு சிரட்டைகள் குடித்ததும் வயிறு நிறைந்து தளும்பியது. போதும் என்று நிறுத்திவிட்டு, பர்சிலிருந்து ஐந்து ரூபாய் எடுத்துக் கொடுத்தான். அவன் வாங்கிக் கொள்ளவில்லை 'இருக்கட்டும்' என்று சொல்லிக் கையில் திணித்தான். இரவுத் தூக்கத்தில் புரண்டதில் பாக்கெட்டில் கசங்கிக் கிடந்த சிகரெட்டை எடுத்து ஒன்றைத் தோட்டக்காரனுக்கு நீட்டிவிட்டு ஒன்றைப் பற்ற வைத்தான். சிரித்துத் தலையசைத்து விட்டுக் கல்யாண வீட்டை நோக்கி நடக்கத் துவங்கினான்.

எல்லோர் முகத்திலும் ஒரு சோம்பல் களை இருந்தது. இன்னும் பல் கூடத் தேய்த்திருக்க மாட்டார்கள். சிலர் புகையிலைத் தூளும் சுண்ணாம்பும் சேர்த்துக் கசக்கி, பொடியை ஊதிவிட்டு, மீதியைக் கீழுதட்டைப் பிளந்து இடுக்கில் ஒதுக்கி உட்கார்ந்திருந்தனர். சிலர் போர்த்தி இருந்ததை விலக்காத நிலையில் உட்கார்ந்த வாக்கில் கண் மூடிய தியானத்தில் இருந்தனர். முற்றத்தின் ஓரத்தில் வைத்திருந்த டிரம்மில் இருந்த செம்பில் கோரிய தண்ணீரில் முகம் கழுவிக் கொண்டிருந்தாள் ஒரு பெண். வீட்டினுள் பேச்சின் சலசலப்புக் கேட்டது.

தலைவாரிக் கொள்ளலாம் என்று கைப்பையைக் கேட்கப் போனான். உடை கூட மாற்றிக் கொள்ளலாம். நேற்றின் வியர்வை, படுத்துப் புரண்ட கலைசல். திம்மன், பெண் வீட்டுப் பெரியவரிடம் பேசிக் கொண்டிருந்தான்.

கோமதி எட்டிப் பார்த்துக் கேட்டாள்.

''காலம்பற எங்க போயிருந்தே?''

''நடந்து போனேன், ரொம்பத் தூரம். ஒரு தோட்டத்திலே பம்பு ஓடிட்டிருந்தது. குளிச்சுக்கிட்டு வந்தேன். என் பையைத் தாறியா?''

படுத்திருந்த வீட்டில் போய் உடைமாற்றி, அழுக்கை மடித்துப் பைக்குள் திணித்து, தலை வாரியபோது சற்று உல்லாசமாக இருந்தது. பித்தளைத் தம்ளரில் சாய் கொண்டு வந்தாள் கோமதி.

''ராத்திரி ரொம்பக் கூடிப் போச்சா?''

''வேண்டாம்னு சொன்னாக் கேட்டயா நீ! திம்மன் கல்யாணத்திலே சாப்பிட விடாமச் செய்திட்டே''

''எனக்குத் தெரியுமா? நீ எவ்வளவு ஊத்தி இருந்தேண்ணு.... எப்பம் தெளிஞ்சு எந்திரிச்சே?''

''மூணு மணி இருக்கும். நல்ல வயத்துக் காந்தல். பேசாமக் குத்த வச்சுக்கிட்டு இருந்தேன்''

''பாவம், போட்டும், ஊருக்குப் போயி, உனக்கு நல்ல கல்யாணச் சாப்பாடு செய்து போடுகேன்''

கோமதி முகத்தில் வழக்கமாகக் காணப்படும் தாராளமான சிரிப்பு காணாமற் போனது போல் தெரிந்தது.

மறுபடியும் பிடித்துக் கொண்டு போய்விட்டனர் திம்மனை. திரும்பவும் ஜே.எம். IV வராந்தாவில் கை விலங்கோடு காத்திருத்தல், பார்க்கப் போனபோது திம்மனிடம் கலக்கம் தெரிந்தது. தின்னவும் புகைக்கவும் வாங்கிக் கொடுத்துவிட்டு, பேச்சுக் கொடுத்து நின்ற போது கோமதி வந்தாள்.

பூலிங்கத்தைப் பார்த்து கண்கள் நீர் மல்கியது. 'புரந்தாற் கண் நீர்மல்க' என்று சம்மந்தமில்லாமல் ஞாபகம் வந்தது.

கோமதியிடம் திம்மன் கேட்டான், ''மங்களா எப்படி இருக்கா?''

''நேத்திலேருந்து அழுதுகிட்டே கெடக்கா! என்ன சமானம் சொல்ல? இனி இதை விட்டுத் தொலைச்சுட்டு வேற என்னமாம் பாரு...''

''நீ அவுளுக்கு சமானம் சொல்லு. அவ அப்பா வந்தாருண்ணா, பத்துப் பன்னிரண்டு நாளைக்கு அனுப்பிவை கூட''

போலீஸ்காரர்கள் ஒன்றும் கண்டு கொள்ளவில்லை. இது ஒரு நித்தியச் சடங்கு போன்ற பாவனையில் நின்றனர்.

''மூம்ஃபல்லி வேணுமா?'' என்றான் பூலிங்கம்.

வேர்க்கடலை சிறையிலேயே நிறையத் தருவார்கள் என்பது மறந்து போய்விட்டது.

மத்தியானம் தாண்டிவிட்டது. அதுவரை பூலிங்கமும் கோமதியும் நின்று கொண்டிருந்தார்கள். நடந்து பஸ் நிலையம் போய், பஸ் பிடித்து வீட்டுக்குப் போக மூன்றரை மணி ஆகிவிடும் கோமதிக்கு. இன்று வேலைக்கும் போகவில்லை. ஒரு நாள் சம்பளம் போச்சு. கல்யாணத்தை ஒட்டி நாலைந்து நாள் விடுப்பு எடுத்திருப்பாள். நாள் பூரா பிளாஸ்டிக் கம்பனி ஒன்றில் எண்ணி எண்ணிக் கட்டுகிற வேலை. காலை ஏழு மணிக்குப் போனால் திரும்பிவர ஆறரை ஏழு ஆகும். வந்தபின் குளித்தல், துவைத்தல், சமைத்தல், பிள்ளை வளர்த்தல்....

நல்ல வெயில் கொளுத்திக் கொண்டிருந்தது. சாயம் போன மஞ்சளில் காற்று பறந்து கொண்டிருந்தது.

''சாப்பிட்டு விட்டுப் போ'' என்றான் பூலிங்கம்.

''வேண்டாம், வீட்டுக்குப் போயிருவேன்...''

''காலம்பற என்னவாம் திண்ணையோ என்னவோ? இனி வீட்டுக்குப் போயி எப்ப ரொட்டி சுட்டு, எப்ப சாப்பிடப் போறே? எனக்கும் சாப்பிடணும், சாப்பிட்ட பிறகு பஸ் ஏத்தி விடுகேன்...''

"வேண்டாம் போயிருவேன்"

"ஏன், என் கூடச் சாப்பிட்டா குறைச்சலா?"

"அதுக்கில்லே"

"பின்ன என்ன, வா"

பஸ் நிலையத்துக்கு எதிரே இருந்த கோமந்தக் விலாஸில் இரண்டு டோக்கன் வாங்கிக் கொண்டு உள்ளே போனார்கள். சப்பாத்தி, சுரைக்காயும் கடலைப்பருப்பும் போட்டுக் கூட்டு, சிறு பயிறு உசல், சோறு, ரசம் போன்று கோக்கம் சாறு....

சிகரெட் வாங்கிப் பற்ற வைத்துக் கொண்டு, கோமதிக்கு வெற்றிலையும் வாசனைப் பாக்கும் வாங்கிக் கொடுத்தான். அவள் ஏற வேண்டிய பஸ் காத்துக் கொண்டு நின்றது.

"அடுத்த பஸ்சிலே போறியா? நீனாவுக்கு ஒரு ஃபிராக் வாங்கித் தாறேன்..."

"என்ன உனக்கு இண்ணைக்கு?"

"ரொம்ப நாளா நினைச்சுக்கிட்டு இருந்தேன். இண்ணைக்குத்தான் சந்தர்ப்பம் கெடைச்சு..."

இருநூற்று அறுபது ரூபாய் ஆயிற்று. சற்றுப் பெரிய அளவுதான் என்றாலும் வண்ணம் கோமதிக்குப் பிடித்திருந்தது. பஸ் ஏற்றி அனுப்பிவிட்டு நடந்து அறைக்குப் போனான். சேட்டிடம் திம்மன் பற்றிச் சொல்லலாம். வருமானம் பத்து மடங்கு கிடைக்கும். ஆனால் அபாயம் பெரிது. கோமதி என்ன நினைப்பாள் என்று தோன்றியது. அகப்பட்டால் சில்லறைக் குற்றமல்ல. ஜாமீனில்கூட விடமாட்டார்கள். தனக்கானால் நிமிர்ந்தால் வானம் கவிழ்ந்தால் பூமி. மூன்று நான்கு ஆண்டுகள் உள்ளே போனால்கூட இருந்து விட்டு வந்துவிடலாம். தொடர்ந்து அம்மாவுக்குப் போகிற பணம் மட்டும் வற்றிவிடும்.

அடுத்த வாரம் வாஸ்கோ போய்த் திரும்பிய மறுநாள் சப் ஜெயிலுக்குப் போய்த் திம்மனைப் பார்த்தான். அவனிடம் பழைய

உற்சாகம் இல்லை. வீட்டுக்காரியைப் பற்றிய நினைப்பா, கவலையா தெரியவில்லை. சோர்வாகப் பேசினான். வீட்டுக்குப் போய்த் தகவல் சொல்லச் சொன்னான். அவள் வீட்டுக்காரர்களுக்குப் பழகிப் போயிருக்கும். பெண்டாட்டி வீட்டுக்காரர்கள் என்ன நினைத்துக் கொள்வார்கள்? அதுவும் கிராமத்து மக்கள்.

நகரம் மனிதனின் வெட்கம், மானம், ரோஷம் எல்லாவற்றையும் சாயம் போகச் செய்துவிடும் போலும். ஊரானால், தான் செய்யும் குற்றங்களை எண்ணிப் பார்த்திருக்க முடியுமா? ரகசியமாய்க் குற்றம் செய்வதைப் பற்றி மனிதனுக்குப் பெரிய மனச்சாட்சிக் குத்தல்கள் இல்லை. காரியம் எல்லாம் அடுத்தவன் தெரிந்து கொள்வதில்தான். வாழ்வின் மதிப்பீடு என்பது பழகிய தெருவிலும் ஊரிலும் உறவுகளிலும் மட்டும் பயிராகும் செடி போலும்.

அஸ்தமனத்துக்குப் பிறகு திம்மன் வீட்டுக்குத் தகவல் சொல்லப் போனான் பூலிங்கம். திம்மனின் அப்பா கொத்து வேலை முடித்து வந்து சேர்ந்திருக்கவில்லை. அவன் அம்மா ஒரு பாட்டம் அழுது தீர்த்தாள். மங்களாவின் அப்பா வந்து, ஆடிப் பூவெடுத்து, மகளையும் கூட்டிக் கொண்டு போனார் என்றாள்.

கோமதியின் வீட்டுக்குப் போகும்போது எட்டு மணி ஆகிவிட்டது. சின்ன பிரம்புக் கூடையில் நிறைய ரொட்டிகள் தட்டி அடுக்கப்பட்டிருந்தன. இரவுக்கு, காலைக்கு, மதியம் சாப்பிடுவதற்கு எல்லாம் சேர்த்து.

"எனக்கும் ரெண்டு ரொட்டி சேர்த்துத் தட்டு" என்றான்.

குரல் கேட்டுத் திரும்பினாள். நீனா தூங்கிக் கொண்டு இருந்தது. பாட்டி வீட்டில் சாப்பிட்டுவிட்டு உறங்குகிறதோ என்னவோ?

"பாயை எடுத்துப் போட்டு இரி, இன்னா வந்திட்டேன்"

புறங்கையால் வியர்வையில் நினைந்த தலைமயிரை ஒதுக்கிக் கொண்டு சிரித்தாள். மங்களாவின் அப்பா வந்து பேசாத பேச்செல்லாம் பேசியதைச் சொன்னாள்.

ரொட்டி, சோறு, பூசணிக்காயும் தட்டப் பயிறும் போட்ட குழம்பு, குடைப்புளி போட்டுக் காய்ச்சிய ரசம், உரித்து, கையினால் குத்தி உடைத்த பெரிய வெங்காயம் எல்லாம் மத்தியில் வைத்துக் கொண்டு இருவரும் சாப்பிட உட்கார்ந்தார்கள். இடது கையில் ரொட்டியைப் பிடித்துக் கொண்டு, வலது கையால் பிட்டு, குழம்பில் தோய்த்து வாயில் போட்டு மென்றவாறு பூலிங்கம் கேட்டான்.

''நீனாவுக்கு அப்பா ஏன் வாறதேயில்லை?''

''இப்பம் அதுக்கு என்னா?''

''இல்லே, சும்மா தான்...''

''பொதைச்ச பொணத்தை என்னத்துக்குத் தோண்டிப் பாக்கணும்?''

''கஷ்டமா இருக்குண்ணா வேண்டாம்''

''என்னத்தைச் சொல்ல? என்னைக் கெட்டதுக்கு முந்தியே பெல்காமிலே அவுருக்கு ஒருத்தி உண்டும். ஒரு பிள்ளையும்கூட இருந்திருக்கு. நீனா பொறக்கது வரைக்கும் மூணு மாசத்துக்கு ஒருக்க வந்துக்கிட்டிருந்தாரு. பொறவு வாறது கொறஞ்சு, இப்பம் நிண்ணே போச்சு...''

''யாரும் போயிப் பாக்கல்லியா?''

''ரெண்டு வருசத்துக்கு முந்தி ஒருக்க திம்மன் போயிட்டு வந்தான். இவன் ஏதோ எசக்கேடா கேக்க, அவனைச் செவுட்டிலே அடிச்சிற்றாரு. இவன் திருப்பி அடிச்சுப் போட்டான். எல்லாம் அதோட நிண்ணு போச்சு...''

''நீ ஒருக்க போயிப் பாக்கக் கூடாதா?''

''நான் போயி என்னத்தைப் பாக்க? இன்னும் ஒரு பிள்ளை கூடப் பெத்துக்கிடவா? போரும்...''

''சொல்லுகம்ணு தப்பா நினைக்கப் பிடாது. அதை ஒதுக்கி விட்டுக்கிட்டு வேற கெட்டிக்கிடப் பிடாதா?''

''அப்பா அம்மையும் அதைத்தான் சொல்லுகா. அதுக்காச் சுட்டித்தான் எனக்குத் தனியா இந்த வீடு வச்சுத் தந்தது. எனக்குப் பிரியமில்லே ...''

''இனி எவ்வளவு நாள் இப்பிடித் தனியா?''

''தனி என்ன தனி? நீனாவைப் படிக்க வைக்கணும், வளத்து ஆளாக்கணும். திம்மன் ரெண்டு மூணு பெத்துப் போட்டான்னா அதை வளர்க்கணும். போராதா எனக்கு?''

கோமதியின் சிரிப்பில் கைப்பின் சாறு கரைந்திருந்தது.

''இன்னொரு ரொட்டி எடுத்துக்கோ!''

''இல்லே சோறு போட்டுகிடுகேன்''

''ஒரு சோத்து மாடன்! சரி, போட்டுக்கோ''

பூலிங்கம் மெதுவாகத் தின்று கொண்டிருந்தான். கையைக் கழுவி, வாயைக் கழுவி, தட்டத்தைக் கழுவி, தம்ளரைக் கழுவி விட்டு வந்து உட்கார்ந்தான். கோமதி அடுக்களையை ஒதுக்கிக் கொண்டிருந்தாள். நேரம் போய்க் கொண்டிருந்தது. அரவம் சுற்றிலும் அடங்கிக் கொண்டிருந்தது. கதவைச் சாத்திவிட்டு வந்து உட்கார்ந்தாள் கோமதி.

''என் கதையை இவ்வளவு கேக்கையே, உன் சமாச்சாரத்தைச் சொல்லு? ஏன் வீட்டை விட்டு ஓடி வந்தே?''

''ஓடி வந்தேனா?''

''சும்மா பெரட்டாதே. எனக்குத் தெரியும். திம்மனுக்கு கல்யாணத்துக்கு அண்ணைக்கு என் மடியிலே கெடந்து இடுப்பைக் கெட்டிக்கிட்டு அழச்சிலே எனக்கு தோணிச்சு!''

''இப்பம் கூட, உன் மடியிலே படுத்துக்கிட்டு, இடுப்பைக் கெட்டிக்கிட்டு அழலாம் போல இருக்கு''

பூலிங்கம் கண்களையே உற்றுப் பார்த்தாள் கோமதி. கண்வழி, கருத்து தெரிந்து விடுமோ என்ற கவலை வந்தது போலத் தலையைத் தாழ்த்திக் கொண்டான்.

சொல்லச் சொல்லக் கதை போலத்தான் இருந்தது. குறைத்தலும் நீட்டலும் இல்லாத கதை. அம்மாவை நினைக்கையில் கண்கள் கலங்கின. இப்போதும் உறக்கம் வராமல் புரண்டு கொண்டிருப்பாள். 'எந்த நாள் காண்பேன் இனி' என ஏக்கமாக இருந்தது.

"இவ்வளவு சங்கடப்படுகவன் போயிப் பாத்துக்கிட்டு வரப்பிடாதா?"

"இல்லே... அஞ்சாறு வருசம் ஆனாலும் சரி, ஆளானதுக்குப் பொறவுதான் போணும். ஆம்பிளை மாதிரி நிமிந்து நடந்து போணும்..."

அருகில் வந்தமர்ந்து, தலைமுடியைக் கோதிவிட்டாள் கோமதி. பூலிங்கம் அவள் மடிக்குத் தலையை நகர்த்திக் கொண்டான். ஒரு கையால் இடுப்பை வளைத்துக் கொண்டான். கோமதி குனிந்து நெற்றியில் முத்தமிட்டாள். சுகமாக இருந்தது. இவ்வளவு ஆறுதலானதோர் மனநிலை இதன்முன் வாய்க்கப் பெற்றதில்லை. சுசீலாவோடு சேர்ந்திருந்தபோது இருந்த பயம், அவசரம், பதட்டம் எதுவும் இல்லாத நிதானம் வாய்க்கப் பெற்றிருந்தது.

முதற்கோழி கூவியபோது எழுப்பினாள் கோமதி. பாயில் உட்கார்ந்து ஆடைகளைத் திருத்தினாள். கைகளைத் தூக்கி கூந்தலை முடிந்தாள். பூலிங்கம் எழுந்து உட்கார்ந்து மலங்க மலங்க விழித்தான்.

"எந்திரிச்சு பைய நடந்து போயிரு.... நேரம் ஆனா தெரு முழிக்க ஆரம்பிச்சிரும்"

புரிந்து கொண்டதைப் போல, பூலிங்கம் எழுந்து, துணிகளைத் தேடி அணிந்து கொண்டான். கதவைத் திறக்க வந்தவள் கைகளைப் பிடித்துக் கொண்டாள். மெதுவாகக் கதவைத் திறந்து தெருவை நிதானித்த பின் அவனைப் போகச் சொன்னாள். மனது திடுக்கிடத் திடுக்கிட நடந்து போனான். திரும்பிப் பார்த்தபோது தெருவில் விழுந்த விளக்கொளி இல்லை. தெருநாய் ஒன்று ஓடிவந்து பார்த்து விட்டுத் திரும்பிப் போனது.

திம்மன் வெளியே வந்த பிறகும் அவன் வீட்டுக்காரி திரும்பி வரவில்லை. போய்க் கூட்டிவர அவனுக்குக் கூச்சமாக இருந்தது.

அம்மாவும் அப்பாவும் போக முடியாது என்று சொல்லி விட்டார்கள். கோமதிக்கு தனியாகப் போகப் பிரியமில்லை. சொந்தக்காரக் கிழவரின் வசதி பார்த்து ஒரு நாள் போய்க் கூட்டி வந்தாள். கூப்பிடப் போன இடத்தில் பெரிய சண்டை போலத் தெரிந்தது.

கோமதி வீட்டு இராத்தங்கல்கள் திம்மனுக்குத் தெரிந்திருக்கும் போல. அவன் விட்டுக் கேட்கவில்லை. பூலிங்கமும் முந்திக் கொள்ளவில்லை.

ஒருநாள் இரவு அவன் கோமதியிடம் கேட்டான் - "நாம இங்கேருந்து ஓடிப் போயிரலாம். வேற எங்கயாம் போயி இருக்கலாம். நான் உன்னை வீட்டிலே வச்சுப் பாடுபட்டுப் போடுவேன்..."

கோமதி கேட்டாள் - "நீனாவையும் கூட்டுக் கிட்டா, விட்டுப் போட்டா?"

பூலிங்கத்துக்கு அவள் கிண்டல் புரியவில்லை.

"என்னத்துக்கு விட்டுக்கிட்டுப் போணும். நம்ம கூடக் கூப்பிட்டுப் போலாம். நீ கூட இருந்தேண்ணா நான் எந்தக் கஷ்டத்துக்கும் அஞ்சமாட்டேன்"

செல்லமாய்த் தலையில் தட்டினாள் கோமதி.

"அட கிறுக்கா, கிறுக்கா... உன்னை விட நான் அஞ்சு வயது மூப்பு. என்னை உனக்கு அக்காண்ணு நினைப்பாளா, வீட்டுக்காரிண்ணு நினைப்பாளா?"

"யாரு என்ன நினைக்கதுக்கு இருக்கு? நீ சரிண்ணு சொல்லு... பம்பாயோ, பூனாவோ போயிரலாம்..."

"புத்தி கெட்டுப் போயி பேசாத... என்காலம் இப்பிடியே ஓடீரும். நீ வாழ வேண்டிய பையன். அந்த எண்ணத்தை எல்லாம் மாத்தீட்டு பொழைக்க வழியைப் பாரு. தூரா தொலைக்கு நடந்து போகச்சிலே, இப்பிடியொரு மடத்திலே ரெண்டு நாள் தங்கிப்போன ஓர்மை மட்டும் இருந்தாப்போரும். மனசை அலைவிடப்பிடாது."

பத்துப் பதினைந்து நாட்கள் கடுமையான நெருக்கடி இருந்தது. சாலை வழியோ, இரயில் வழியோ சாத்தியமாக இல்லை. சரக்கு லோண்டாவிலும் இல்லை, பெல்காமிலும் இல்லை. தடம் பார்ப்பது போல் காலியாகப் போய் வந்தான் இரண்டு முறை. மடக்கி மடக்கிச் சோதனை போட்டும் ஒன்றும் கிடைக்கவில்லை போலும், சேட் கூப்பிட்டுச் சொன்னார்.

"இந்தப் பாதையிலே, இனிக்கொஞ்ச நாள் ஒண்ணும் செய்ய முடியாது போலிருக்கு. அதுக்காக நாமோ யாவாரத்தை ஏறக்கட்ட முடியாது. தந்தா எப்பிடியும் நடக்கணும். பம்பாய் போயிருக்கியா நீ?"

"போனதில்லே சேட், சொல்லுங்க, போயித்தான் பாத்திருவோம்..."

"பாம்பே, நீ நினைக்கது மாதிரி இல்லே. ரொம்ப நெரிபிரியான ஊரு. வெட்டையிலே முக்குளிக்கும் வேலைத்தரம் தெரிஞ்சிருக்கணும்"

"அதெல்லாம் பாத்துக்கிடலாம் சேட்..."

"நீ இங்கே டெலிவரி தராண்டாம், நேரே பெங்களூர்லே கொடுக்கணும்..."

"சொல்லுங்க..."

பாதை பழக்கப்படாத பயணம் குறித்த அச்சம் இருந்தது மனதில். இதுவரை போய் வந்ததெல்லாம் சின்னத் தடங்கள். பம்பாயில் வாங்கி பெங்களூரில் கொடுக்கச் சொன்னார் சேட். மனது சாகசங்களில் நிலைகொள்ளவில்லை என்றாலும் சூழ்நிலை நெருக்கிக் கொண்டே போயிற்று. பெரிய பணம் உண்டு என்றார் சேட்.

கோமதியிடம் சொல்லிக் கொண்டு போகலாம். அனாவசிய மாகப் பொய்கள் புனைய வேண்டியதிருக்கும்.

பம்பாயில் சரக்கு எடுக்க வேண்டிய முகவரியும் முத்திரை மோதிரம் போல் அடையாள அட்டையும் தந்தார் சேட். பெங்களூர் முகவரி தனியாக இருந்தது. இரண்டையும் மனப்பாடம் செய்தபின் கிழித்துப் போடச் சொன்னார். லோண்டாவில் இருந்து இரவில்

பெல்காம் வழியாக மீரஜ் போக வண்டி இருந்தது. ஏறிப்படுத்தால் விடியும்போது மீரஜ் என்றும் அங்கு பிளாட்பாரம் மாறினால் பம்பாய்க்கு நேரடியாக ரயில் இருக்கிறது என்றும் சொன்னார். எப்படியும் பம்பாய் சேர்ந்து, முகவரி தேடி, சரக்கு எடுத்து, பெங்களூர் போய்க் கொடுத்து விட்டு லோண்டா திரும்ப ஐந்தாறு நாட்கள் ஆகிவிடும். தொடர்பு வண்டிகள் கிடைக்காமல் போனால் அதிகமும் ஆகலாம்.

மாற்றுடைகள் வைத்திருந்த கைப்பெட்டியை சாமான்கள் வைக்கும் பலகைமேல் வைத்து அதன்மேல் துண்டை விரித்திருந்தான் பூலிங்கம். படுக்கை வசதி முன்பதிவு செய்துகொள்ளத் தோன்ற வில்லை. இரண்டாம் வகுப்பு சாதாரண ரயில் பெட்டிக்கும் தனக்கும் ஏதோ முற்பிறப்புத் தொடர்பு இருக்கும் போலும் என்று எண்ணிக் கொண்டான். வழிச் செலவுக்கான பணம் ‘சோர் பாக்கெட்’டில் இருந்தது. போகும் பயணத்தில் திகில் இல்லை.

இருட்டில் எதுவும் பார்க்கப் புலப்படவில்லை. சன்னலின் ஒளிச் சிதறல் மட்டும் ஓடியோடிப் போயிற்று. குளிரடிப்பது போல் இருந்தது. சன்னலை மூடி விடச் சொன்னார்கள். உட்கார்ந்திருந்தது போதும் என்று தோன்றியது. பிடித்துப் போட்டிருந்த இடத்தில் ஏறிப் படுத்தான்.

வாழ்க்கை எங்கெங்கோ இழுத்துக் கொண்டு போவதுபோல்... எந்த எதிர்ப்பும் இன்றித் தானும் உடன் போக்காய்ப் போவதுபோல்.. கோமதியும் இருந்தால்... கிடைத்த முதலே அதிகம். அதற்குமேல் ஆசைப்படக் கூடாது.

முழிப்பு வந்தபோது வண்டி பெல்காமில் ஓய்வெடுத்துக் கொண்டு நின்றது. சோம்பல் பூத்திருந்த ஸ்டேஷன். இரவு இரண்டு மணிக்கு எந்த ஸ்டேஷன் சுறுசுறுப்பாக இயங்கும்? சாய் சூடாக இருந்தாலும், புளிப்புச்சுவை தட்டியது. நேற்றுக்காலையோ மாலையோ இறக்கிய டிகாக்ஷனும் காய்ச்சிக் கலந்த பாலுமாக இருக்கும்.

பலபலா விடியும்போது வண்டி மீரஜ் நெருங்கிக் கொண்டிருந்தது. ஒன்பது மணிக்கு மேல்தான் பம்பாய்க்கு வண்டி என்றார்கள். பல்

தேய்த்துக் குளிக்கவும் காலை ஆகாரம் செய்யவும் நிறைய நேரம் இருந்தது. கடன்களை எல்லாம் முடித்துவிட்டு, 'கோலாப்பூர் டைம்ஸ்' வாங்கிப் படித்தான், சற்று நேரம். கோலாப்பூரில் இருந்து எக்ஸ்பிரஸ் வரும் என்று சொன்னார்கள். நகருக்குள் போய்க்கூட காலையாகாரம் சாப்பிட்டுத் திரும்பி இருக்கலாம். பிளாட்பாரத்துக் கடைகளை வேடிக்கை பார்த்தான். புத்தக ஸ்டாலில் நெடு நேரம் நின்றான். மருந்துக்குக்கூட ஒரு தமிழ்ப் பெயர் காணக் கிடைக்க வில்லை. இரவு ஏழு மணிக்கு மேல்தான் அந்த ரயில் பம்பாய் சேரும் என்றார்கள். நேரத்தோடு போனால் தங்குமிடம் தேட வசதியாக இருக்கும். தாதரில் இறங்கச் சொல்லியிருந்தார் சேட். தாதரில் இருந்து மாதுங்கா நடந்து போகும் தூரம் என்றும் அதிகச் செலவில்லாத விடுதிகள் அங்கு நிறைய உண்டு என்றும்.

பகல் பூரா சிந்தனை செறிந்த பயணச் சலிப்பு. சத்தாரா, சாங்லி, புணே என்று ஓடியது வண்டி. நல்ல வேளையாக வண்டி சமயத்தில் போய்ச் சேர்ந்தது. தாதரில் இறங்கி வெளியே வந்தான். சுற்றிலும் எங்கும் மக்கள் மயம். ஆனால் ஆளற்ற காட்டில் நின்று கொண்டிருப்பது போல் இதுவரை கண்டிராத காட்சிகள் கண் நிறைந்தன. மக்களுக்கு இவ்வளவு அவசரம் எதற்கு வந்தது என்று தெரியவில்லை. அவசர அவசரமாய் வாழ்ந்து, அவசர அவசரமாய்ப் பணம் தேடி, அவசரமாய் நோய் வந்து, அவசரமாய்ச் செத்துப் போவார்கள் போலும். இங்கு கருப்பையில் குடியேறும் சிசுக்கள் எப்படிப் பொறுமையுடன் இருநூற்று எழுபது நாட்கள் காத்திருக்கின்றன என்று தெரியவில்லை.

மாதுங்காவில், தபால் அலுவலகத்தின் எதிர்ப்புறம், ஒரு விடுதியில், எட்டுக்கட்டில்கள் கிடந்த அறையில், ஒரு கட்டில் கிடைத்தது. முன்னிரவாகி இருந்தது. குளியல் அறையில் கூட்டமில்லை.

பக்கத்தில் 'அரோரா' என்றொரு தியேட்டரில் தமிழ்ப்படம் ஓடிக் கொண்டிருந்தது. ஒன்பதரை மணிக்குத் துவங்கினால் ஒரு மணிக்கு விட்டு விடுவார்கள். விடுதி இருந்த சாலையில் இரவு நேர இட்டிலிக் கடைகள், பாவ்பாஜி கடைகள், ஆம்லெட் பிரட் கடைகள் - அதிகாலை மூன்று மணி வரை சாப்பாட்டுக் கவலை

181

இல்லை என்றார்கள். சாலை ஓரமாய்த் தமிழ் பேசி நடந்தார்கள் பயமில்லாமல், பத்திரிகைக்கடைகளில் தமிழ் இதழ்கள் தொங்கின. வார இதழ் ஒன்று வாங்கி ஆசை தீர முகர்ந்து பார்த்தான்.

எதிர்ப்பட்ட மக்களில் இவ்வளவு பிராம்மணர் எங்கிருந்து வந்தார்கள் எனத் திகைப்பாக இருந்தது. மாயக்கரம் ஒன்று தமிழ்நாட்டு ஊர்களில் இருந்து பிடுங்கி இங்கு கொண்டு வந்து நட்டது போல். அல்லது ஊர்களில் இருந்து மாயக்கரம் பிடுங்கி வெளியே வீசியதில் குவிந்து சேர்ந்தது போல்.

சாலையோரம் எல்லாம் தமிழ்க் காய்கறிகள், தமிழில் பேரம், தமிழில் ''அக்கா, ஆத்தா...'' இதற்குமுன் கண்டும் கேட்டும் இராத பண்பாட்டு அடையாளங்கள் பூலிங்கத்தை ஒரு நெருக்கடிக்கு உள்ளாக்கிக் கொண்டிருந்தது. திகைப்பிலும் சந்தோஷத்திலும் என்ன செய்வதென்று தெரியவில்லை. முகத்தில் ஒரு களை வந்து சேர்ந்திருந்தது. யாருடனாவது தமிழில் சற்றுப் பேசிக் கொண்டிருக்கலாம். எதற்கு சினிமாவில் போய் உட்கார்ந்து நேரம் களைய வேண்டும்?

மாதுங்கா சர்கிளில் ஒரு சிகரெட் வாங்கிப் பொருத்திக் கொண்டு நின்றிருந்தான்.

''தம்பி, தமிழா?'' என்றொரு குரல் கேட்டது.

வெற்றிலைக்காவி ஏறி மினுங்கும் பற்கள் தெரியச் சிரித்தபடி, அறுபதுக்குப் பக்கம் மதிக்கத் தகுந்த மனிதர். வேட்டியை அலட்சியமாய் மடித்துச் செருகி இருந்தார். நரைத்த மயிர்கள் நிறைந்த மார்பு தெரிந்தது. தொளதொளத்த சட்டையில் வடிந்து, சுண்ணாம்பு தீற்றி மறைக்கப் பார்த்த வெற்றிலைக் குழம்பு தெரிந்தது.

''எங்க தங்கி இருக்கேள்?''

''பக்கத்திலேதான், லாட்ஜிலே...''

''பனியன் கம்பனி ரெப்ரசென்டேடிவா?''

''ஆமா!''

''சொந்த ஊரு எது?''

''திருமங்கலம் பக்கம்''

‘‘திருமங்கலத்திலே எங்கே? எனக்கு கப்பலூர் கிட்டே கூத்தியார் குண்டு!’’

‘‘நீங்க எங்க வேலை செய்யயோ?’’

‘‘நானா? எனக்கு இன்ன ஜோலிண்ணு இல்லே. சகல ஜோலியும் செய்திருக்கேன். சமையல் வேலைக்குப் போவேன், டிரைவரா இருந்தேன் கொஞ்சநாள். பிள்ளையார் கோயில்லே பூசாரியா இருந்தேன். இப்பம் ஒரு ஸ்கூல்லே வாச்மேனா இருக்கேன். நீங்க சாப்டாச்சா?’’

‘‘இல்லே’ இனிமேத்தான்...’’

‘‘அப்ப வாங்க போவோம். மைசூர் மெஸ்ஸிலே இண்ணைக்கு வத்தக் கொழம்பு...’’

‘‘இல்லே, எனக்கு நேரமாகும்...’’

‘‘சரி! எனக்கு ஒரு பத்து ரூவா குடுங்க. சாப்பிட்டு வந்திர்றேன்..’’

‘‘எங்கிட்டே பணம் இல்லே, போயிட்டு வாங்க...’’

‘‘ஏண்டா? ஒரு பத்து ரூவா தந்தா கொறஞ்சா போயிருவே? பசிக்கிறதுண்ணுதானே கேக்கறேன். குடுறா... மும்பா தேவி நிறையத் தருவா...’’

‘‘தருவா வாரி... தெரியும் வே... ஓம்மா மாதிரி நிறையப் பேரைப் பாத்தாச்சு...’’

‘‘சாப்பிடப் பத்து ரூவா குடுறா படுவா...’’ என்று சட்டையைப் பிடிக்க வந்தார் கிழவர், வெறி வந்தது போல்.

பூலிங்கத்துக்கு ‘மூசுமூசெ’ன்று வந்தது. கிழவர் சட்டையைப் பிடித்து உலுக்க ஆரம்பித்தார். சடாரென்று ஓங்கி செவிட்டில் ஒன்று கொடுத்தான்.

‘‘ஏண்டா? மாதர் சோத்! சாப்பிடப் பத்து ரூவா கேட்டா அடிக்கவா செய்யறே?’’ என்று குனிந்து கீழே கற்கள் கிடைக்குமா என்று தேடினார்.

'இது என்ன பார இழவு! இப்போதென்ன செய்ய?' என்று கலவரப்பட்டு நின்றான் பூலிங்கம். அக்கம் பக்கம் நின்ற இரண்டொருவர் கூடினார்கள். கறுப்பாய், உயரமாய்த் தடியனாய்த் தென்பட்ட ஒருவன் கேட்டான்.

''ஏன்யா? கிழவனுக்குத்தான் கிறுக்குண்ணா, உனக்கும் கிறுக்கா? அந்த ஆளைப் போயி அடிக்கியே?''

கிழவரை யாரோ கையைப் பிடித்துக் கூட்டிக் கொண்டு போனார்கள். சுப்பையா, பூலிங்கத்தைத் தள்ளிக் கொண்டு போனான். ஒரு பக்கம் தன் மீதே கோபம் வந்தது. பேசாமல் பத்து ரூபாய் கொடுத்திருக்கலாம். கிழவர் அழுது கொண்டுக் திட்டிக் கொண்டும் போவதைப் பார்க்கச் சங்கடமாக இருந்தது.

சற்று முன்பிருந்த உற்சாகமெல்லாம் பாழுக்குப் பாய்ந்து விட்டதைப் போல. பேசாமல் விடுதிக்குப் போய்ப் படுக்கலாம் என்று தோன்றியது. நாளைய செயல்பாடுகளைத் திட்டம் செய்து கொள்ளலாம். கோலிவாடாவுக்கு ஒன்பதாம் எண் பேருந்து போகும் என்றார்கள். 'அம்பா பாயி' கோயிலுக்கு அடுத்த நிறுத்தம் என்றார்கள்.

சரக்கு எடுத்துக் கொண்ட பிறகு பெட்டியை விடுதிக் கட்டிலின் கீழே வைத்துக் கொண்டு ஊர் சுற்ற முடியாது. இரவு பெங்களூருக்கு உத்யான் எக்ஸ்பிரஸ் இருப்பதாகச் சொன்னார்கள். அதற்கு முன் தயார் செய்து கொள்ள வேண்டும். பிறகு பெங்களூர் போய் டெலிவரி கொடுக்கும் வரை உறக்கம் கூட நிம்மதியாக இருக்காது. பெரும்ப ாம்புகள் துரத்தும் பயணங்கள்.

காலையில் எழுந்து குளித்து சிற்றுண்டி செய்து ஒன்பதாம் எண் இரட்டை மாடி பஸ் பிடித்து, நிறுத்தத்தைப் பலமுறை கேட்டு இறங்கியபோது நேற்றுப் பார்த்த மாதுங்காவும் இன்று பார்க்கும் கோலிவாடாவும் பம்பாயின் பகுதிகள்தானா என்று தோன்றியது. நல்ல வெள்ளை நிறமொரு குட்டி காய்ந்த கறுப்பு நிறமொரு குட்டி.

கண்டமேனிக்கு ஓட்டுக் கூரை போட்ட 'சால்கள்'. ஒழுங்கற்று கண்டான் முண்டான் சாமான்கள் அடுக்கியதைப் போல். குப்பையும்

தூசும் அழுக்கும் பூத்த முகங்கள். பெட்டிக் கடையில் கேட்டதற்குப் பள்ளிவாசல் பக்கத்தில் போகும் தெரு என்றனர். அதைத் தெரு என்று எப்படிச் சொன்னார்கள் என்று வியப்பாக இருந்தது. நுழைந்த போது நேற்றிரவு பார்த்த சுப்பையா வந்து கொண்டிருந்தான். அவனைக் கவனிக்காத பாவனையில் தலைகவிழ்ந்து போய்விட யத்தனிக்கையில் அவன் எட்டி பூலிங்கம் கையைப் பிடித்தான்.

"இங்கே என்ன செய்யே?"

"ஒரு ஆளைப் பாக்கணும்!"

"யாரு?"

"தெரிஞ்சவரு.. நம்ம ஊரு..."

"அரே சோடோ யார்! மங்கல் சேட்டைப் பாக்கப் போறியா?"

"இல்லே, அவரை எனக்குத் தெரியாது. நான் போயிப் பாத்துக்கிடுவேன்..."

"ம்... தந்தாவுக்கு வந்தா இப்பிடித்தான் உஷாரா இருக்கணும்"

"எங்கேருந்து வாற?"

"லோண்டா ..."

"வா! சேட் உன்னைத்தான் எதிர்பார்த்தாரு"

கையைப் பிடித்து இழுக்காத குறையாக இழுத்துப் போனான். தெருதிடீரென மேலும் குறுகியது. வளைந்து வளைந்து, திசை மறந்து விடும் போலிருந்தது. மனதில் சற்றுப் படபடப்பு இருந்தது. இன்னொரு தெருவில் முட்டித் திரும்பி மறுபடியும் முடுக்குப் பயணம். உண்மையில் சுப்பையா இல்லாவிட்டால் கேட்டுக் கேட்டுத்தான் வர வேண்டியதிருக்கும். ஒரு சோடாக் கடை முன்னால் நிறுத்திவிட்டுப் போனான். சற்று நேரம் பொறுத்து, தள்ளி நின்று, 'வா' எனத் தலையசைத்தான்.

இரண்டு ஓட்டுச் சால் வீடுகளுக்கு இடையில் சின்ன முடுக்கு. ஒரு ஆள் மட்டும் போகலாம். முடுக்கு முடிந்த இடத்தில் சிறு

முற்றம் போல் இடைவெளி. மரப் பலகையில் செய்த மாடிப்படி ஏறித் திரும்பிப் போயிற்று. பூலிங்கம் எதிர்பார்த்திரா தோரணையில், திண்டு போட்டுச் சாய்ந்து கிடந்தார் சேட் மங்கல்தாஸ்.

"கோன் பேஜா ஹை ஆப் கோ?"

"லோண்டா ஸே... சேட் நாதுராம் ஜி!"

மஞ்சள் அட்டையில் ஏதோ எழுதி இருந்தது. என்ன லிபி என்று புரியவில்லை. மராத்தியோ, குஜராத்தியோ, அரபியோ? மங்கல் சேட் வாங்கிப் பார்த்தார்.

"எத்தனை வருஷமா தந்தா செய்யிறே?"

"நாலஞ்சு மாசமாச்சு"

"நாலஞ்சு மாசமாத்தானா? நாதுராமுக்கு உன்மேல் நல்ல அபிப்பிராயம் இருக்கணும்... ம். உஷார் ரெஹ்னா...."

சுப்பையாவைப் பார்த்துச் சொன்னார்.

"சுப்பு... இன்கோ பையாக்கா பாஸ் லே ஜானா..."

பூலிங்கத்திடம் திரும்பிச் சொன்னார் - "சமால்கர் லே ஜாவ்..."

பாத்திரம் தேய்க்கும் பவுடர் பொட்டலம் போலத் தயாராக இருந்தது. தயாரிப்பின் பெயரும், முகவரியும் அதிகபட்ச சில்லறை விலையும் மட்டும் குறிக்கப்பட்டிருக்கவில்லை. சுப்பு வேறொரு வழியில் இறக்கிச் சுற்றி வளைத்து சாலையில் கொண்டு விட்டான். 'மக்களே இனி நீ பாத்துக்கோ' என்பது போல் தோளைத் தட்டி விட்டுப் போனான்.

வந்து இறங்கிய நிறுத்தம் அல்ல. தாதர் பக்கம் போகும் பஸ் இந்த வழியில் வருமா, எந்தப் பக்கம் வண்டி பிடிக்க வேண்டும் என்றும் பிடிபடவில்லை. சற்றுத் தூரம் நடக்கலாம் என்று தோன்றியது.

பான்ட் பாக்கெட்டில் கூடிய கனம், விடுதிக்குப் போய் அழுக்குத் துணிகளுக்கிடையில் பொதிந்து வைத்துக் கொள்ளலாம். கனம் மனதிலும் ஏறி இருந்தது. கனம் தோன்றாமல் நடந்து கொள்ள வேண்டும். உள் மனத்தில் சின்னச் சங்கொலி,

எட்டுத் திக்கும் மதயானை

எதிரே வந்தவரிடம் மாதுங்காவுக்கு வழி கேட்டு, சற்றுத் தள்ளிப் போய், சாலையைக் கடந்து, வந்த நூற்றி எழுபத்து ஒன்றாம் எண் பஸ் பிடித்து, சாப்பிட்டு, விடுதிக்குப் போய்ப் படுத்திருந்து சாயங்காலம் பெங்களூர் புறப்பட்டான்.

ஒரு இரவும் ஒரு பகலுமான பயணம். அடங்கியொடுங்கி பொறுப்புடன்ஆன பயணம். டிக்கட் பரிசோதகர் வருவதே திடுக்கிட இருந்தது. பகலில் கிருஷ்ணா தாண்டிய போது பழைய நினைவுகள் வந்தன. ரெய்ச்சூர் ஸ்டேஷனில் பழைய முகங்கள் தட்டுப்படு கின்றனவா என்ற ஆர்வம் இருந்தது. கேன்டீனில் இருக்கலாம் இன்னும் மல்லப்பா, பழைய சாம்பார் வாளியுடன். போய்ப் பார்க்கலாமா என மனது துள்ளியது. என்ன முட்டாள்தனம் என்று தோன்றியது. ஐஸ்கிரீம் விற்கத் தந்த ஸ்டால் முதலாளி வியாபார மும்முரத்தில் இருந்தார். குத்துப்பட்டவனோ அவன் தோழர்களோ தட்டுப்பட்டுவிடக் கூடாதே என்ற அச்சம் தோன்றியது. பிளாட்பாரப் இருந்த திசையில் கள்ளக்கண் கொண்டு பார்த்துவிட்டு, மறுபக்கம் பார்ப்பது போல் தோற்றம் காட்டிக் கொண்டு.... இரயில் புறப்பட்ட பிறகுதான் நிம்மதி தோன்றியது. குண்டக்கல் ஸ்டேஷனில்கூட அவர்களில் யாராவது தட்டுப்படலாம் என்ற எச்சரிக்கை உணர்வு, இனி இந்தப் பாதையில் அடிக்கடி வந்து போக வேண்டியதிருக்கும். மேல் பெர்த் கிடைத்தால் ஏறிப் படுத்து உறங்குவதுபோல் பாசாங்கு செய்யலாம்.

இரவாகிவிட்டது பெங்களூர் போய்ச் சேர்கையில். சரக்கைச் சேர்த்தபின்தான் மனது சாவகாசம் கொள்ளும். இரயில் நிலையத் தங்கும் விடுதியில் இரவுக்குப் படுக்கை கிடைத்தது. பெட்டியை வெளியே வைத்துக் கொண்டு கக்கூஸ் போகக் கூட அச்சமாக இருந்தது. பெங்களூர் முகவரியை மறுபடியும் ஞாபகத்தில் புதுப்பித்துக் கொண்டான்.

கோலிவாடா சால்களில் அலைந்தது போல் அலைய நேரவில்லை. மிகுந்த நேர்மையான வியாபாரம் என்ற கணக்கில்

இருந்தது கடை கூட்டமில்லாத காலை நேரம். நொடியில் முடிந்து விட்டது கன பரிமாற்றம். மனது இலேசாகிப் போயிற்று. கடைக்காரன் பக்ஷீஷ் என்று நூறு ரூபாய் தந்தான். இனி உல்லாசப் பயணம் போல் லோண்டா போய்ச் சேரலாம். சேட் நாதுராம் சபாஷ் சொல்வார். எத்தனை ரூபாய் தருவார் என்று யூகிக்க முடியவில்லை. கோமதிக்கு இந்த முறை ஒரு சாரி வாங்கித் தரவேண்டும். பஸ் நிலையம் போய் லோண்டாவுக்கு பஸ் விசாரித்தான். நேராக வண்டி இல்லை என்றார்கள். மறுபடியும் குண்டக்கல் வழியாக ரயிலில் போகப் பிரியமில்லை. பிரூர் போய் அங்கிருந்து ஹூப்ளி போய் பிறகு லோண்டா போகலாம் என்றார்கள். இரவு ஆகிவிடும் என்று தோன்றியது.

எட்டு

பம்பாயில் இருந்து திரும்பிய வழியில் பெல்காமில் ரயில் வெகு நேரம் நின்றது. பெட்டியுடன் இறங்கினான். தண்டவாளத்தில் சேதம், மாற்றுவதாகச் சொன்னார்கள். பயணம் செய்த பெட்டிக்கு நேராக இருந்த சிமெண்ட் பெஞ்சில் அமர்ந்தான் பூலிங்கம். பக்கத்தில் பயண ஆயத்தங்களுடன் வந்தமர்ந்தார் யாரோ. சூட்கேஸ், ஏர்பேக் என, பெரிய அலுவலகத்தில் கண்ணியமான பதவியில் இருப்பவராகத் தோன்றினார்.

"ரயில் எப்பம் புறப்படும்ணு தெரியுமா?"

"தெரியாது. எப்படியும் இரண்டு மணி நேரம் இன்னும் ஆகும் என்கிறார்கள்."

"ச்சே.... சாயங்காலம் நாலு மணிக்கெல்லாம் மட்காவ் போய்ச் சேரலாம்ணு நினைச்சேன். ராத்திரி ஆயிரும் போலிருக்கு!"

"மட்காவ்லே வேலை பாக்கேளா?"

"ஆமா! பாங்கிலே, ஊருக்கு வந்திட்டுப் போறேன்"

ஆங்கிலப் பத்திரிகையை எடுத்துச் சற்று நேரம் புரட்டினார். மடித்து வைத்தார். நடந்து போன கறுப்புக் கோட்டுக்காரரிடம் தகவல் கேட்டு வந்தார்.

"ரொம்ப வெக்கையா இருக்கில்லே?"

"ஆமா! காலம்பற பத்து மணிக்கே வெயிலு காட்டமா அடிக்கு"

"தம்பி கொஞ்சம் பெட்டியைப் பாத்துக்கோ. கூல் டிரிங்க்ஸ் வாங்கீட்டு வாறேன்"

"காத்திருந்த சற்று நேரத்தில் வந்தார்.. இரண்டு கைகளிலும் இரண்டு பெப்ஸி பாட்டில்கள் இருந்தன. நின்று கொண்டே ஒன்றை அவனிடம் நீட்டினார்.

"எனக்கெதுக்கு சார்?"

"பரவால்லே... சும்மா குடிப்பா ..."

மிகப் பண்பாளராகவும் தயாள குணம் உள்ளவராகவும் இருப்பார் போலும் என்றெண்ணிக் கொண்டு வாங்கிக் குடித்தான். இரண்டு பாட்டில்களையும் ஸ்டாலில் கொடுத்துவிட்டு வருவதாகச் சொல்லிப் போனார்.

நாட்டுச் சாராயம், முதல் வாற்றில், குடித்தது போல் கண்கள் செருகிச் செருகி விழுந்தன. உறக்கச் சடைவு என்றெண்ணிக் கொண்டான். கைகால்கள் எல்லாம் ஓய்ந்து கொண்டிருந்தன. சுற்றிலும் உள்ள அரவங்கள் ஒடுங்கிக் கொண்டிருந்தைப் போல்.... தலை கவிழ்ந்து தொங்கியது. மயக்கம் சுருட்டிச் சுருட்டி அமிழ்த்துக் கொண்டிருந்தது.

கண் விழித்த போது எங்கிருக்கிறோம் என்று தெரியவில்லை பூலிங்கத்துக்கு.

புலப்படும் காட்சிகள் புத்திக்குச் சென்று பதிவாகாதது போல் மசங்கலாக இருந்தது. கண்கள் மீண்டும் உறக்கம் போலச் சொக்கிக் கொண்டு வந்தது. கைகளால் தேய்த்த போது இமை ஓரங்கள் பொருக்காடிக் கிடந்தது தெரிந்தது. என்ன நேரம், என்ன நாள், கிழமை, எந்த இடம் ஒன்றும் புலனாகவில்லை. ஆழ்ந்த போதை வயப்பட்டது போல் தலை தொங்கித் தொங்கி விழுந்தது. இருமுறை

மண்டையை உதறிக் கொண்டு, கண்களை அகலத் திறக்க முயன்றான். இரயில் இயந்திர ஊளை காதில் மோதி விழுந்தது. கண்கள் சூழலை மறுபடி தப்பரவின.

ஆள் நடமாட்டம் அதிகமில்லாத நான்காவது பிளாட்பாரத்தின் மேற்குக் கோடி போலத் தோன்றியது. நினைவின் மேல் மூடியிருந்த கரும் போர்வைகளை உரித்து உரித்து எறிந்ததில் கடைசியாக உட்கார்ந்த இடம் பெல்காம் ரயில் நிலையம் என்பது புரிந்தது. இதுவும் பெல்காம் ரயில் நிலையம் போலவே தோன்றியது. ஏன் இங்கு கிடக்கிறோம் என்று புரியவில்லை பூலிங்கத்துக்கு. எத்தனை நாளாகக் கிடக்கிறோம் என்றும் புரியவில்லை. உடைகள் எல்லாம் வியர்வையும் தூசியும் அழுக்குமாய்ப் பாண்டம் பிடித்துக் கிடந்தது.

தண்ணீருக்குள் தலை முக்கிய மைனா போல் மேலும் இரண்டு முறை தலையை உதறினான். காட்சிகள் சற்றுத் தெளிந்து வந்தன. பெல்காம் ரயில் நிலையம்தான். அனிச்சையாகப் பக்கத்தில் பெட்டி இருக்கிறதாவெனக் கைகள் துழாவின. வெறும் காற்றில் அலைந்த கைகள் சிமெண்ட் பெஞ்சில் தங்கின. ‘திடுக்’ கென்றிருந்தது. பெட்டி போய்விட்டிருந்தது. இலட்ச ரூபாய்க்கு மேல் பெறுமானமுள்ள சரக்கு. அடி வயிற்றில் தீப்பிடித்தது போலிருந்தது. எழுந்து போய்த் தண்ணீர்க் குழாயில் முகம் கழுவினான். உட்கார்ந்திருந்த பெஞ்சு இதுவல்ல என்று புலப்பட்டது. நடந்து போய் பிளாட்பாரம் முழுக்க இருந்த பெஞ்சுகளில் தேடினான். கால்கள் ஓய்ந்து ஓய்ந்து விழுந்தன. தலை சரியாகக் கனப்பது போலிருந்தது. வயிறு கொடூரமாய்ப் பசிப்பது போலுமிருந்தது. ஓங்கரித்துக் கொண்டும் வந்தது. நாசியில் ஒருவித மருந்து நெடி சுழன்றது.

‘தாயோழி சதிச்சிட்டான்’ என்று உதடுகள் முணுமுணுத்துக் கொண்டன. காற்சட்டைப் பையில் கைவிட்டுத் துழாவினான். பர்சைக் காணோம். பின் பக்கப் பையில் போட்டிருந்த சில்லறைகள் தட்டுப்பட்டன. எடுத்து எண்ணிப் பார்த்தான். இரண்டு ரூபாய் எண்பந்தைந்து காசுகள். நேரம் பார்க்க இடது மணிக்கட்டைத்

திரும்பினான். கடிகாரரும் இல்லை. புதிதாய்ப் போன மாதம் வாங்கிய டைட்டன். ஆயிரத்து இருநூறு ரூபாய். பர்சில் இருந்த காசு நானூறு ரூபாய்க்குக் குறையாது.

சேட்டுக்கு என்ன பதில் சொல்வதென்று தெரியவில்லை.

மறுபடியும் தலை சாய்த்துப் படுத்திருந்தால் போதும் என்று தோன்றியது. எழுந்த பெஞ்சிலேயே போய்ப் படுத்தான். மண்டை விண்ணென்று தெறித்தது. வயிறு புரட்டிக் கொண்டு வந்தது. எழுந்து உட்கார்ந்தான். இரயில்வே காவலர் பிரம்பைத் தட்டிக் கொண்டு வந்தார்.

''எழுந்திரடா, பெகன் சோத்.... நேத்துப் படுத்தவனுக்கு இன்னும் சடைவு மாறல்லியா?''

''பெட்டி களவு போயிட்டு சார்... கூல் டிரிங்கிலே என்னவோ போட்டுக் குடுத்திட்டுக் கொண்டு போயிட்டான் சார்''

''கண்டவன் வாங்கிக் குடுத்தா ஏன்டா குடிக்கிறே? மாதர் சோத்... எந்த ஊரு?''

''லோண்டா போகணும். இப்பட்ரெயின் இருக்கா சார்?''

''இனி ராத்திரி எட்டு மணிக்குத்தான். போ... எந்திரிச்சுப் போயி நிம்புப் பானி வாங்கிக் குடி, தெளியும்.''

மறுபடியும் எழுந்தான் பூலிங்கம். ஸ்டாலில் எங்கும் எலுமிச்சம் பழச்சாறு கிடைக்கும் தோது இல்லை. வெளியில் கிடைக்கும். யாரும் டிக்கட் கேட்கவில்லை. ஒன்றரை ரூபாய் சொன்னான், உப்புப் போட்ட எலுமிச்சை நீருக்கு. வயிற்றுப் புரட்டல் சற்று அடங்கியது போலிருந்தது. மறுபடியும் ஸ்டேஷனுக்குள் வந்து நாலாவது பிளாட்பாரத்தில் நடந்தான். களத்தில் வெற்றுப் பெட்டிகள் நிறுத்தி வைக்கப்பட்டிருந்தன. பயணிகள் வண்டியின் தொடுப்புகள். உறக்கம் சுழற்றிக் கொண்டு போயிற்று. ஆழ்கிணற்றின் தலைகுப்புற விழுந்து கொண்டே இருப்பது போல். காலம், வெளி எல்லாம் காணாமற் போனது போல்-

யாக்கை பொய்யாகி, இருப்புப் பொய்யாகி, நான் தேய்ந்து அழிந்து - நட்டாற்று வெள்ளம் சுழிபடுவதுபோல் நினைவுகள் சுழி போட்டுச் சுழன்று வெள்ளத்தின் ஓட்டத்தோடு ஓடி, சுழி, கலைந்து நீராகி -

பின் வெயில் முகத்தில் துரந்த போது விழிப்பு வந்தது. 'சளசள' வெனப் புறங்கழுத்தில் வியர்த்து வழிந்தது. சட்டை தொப்பலாக நனைந்து போயிருந்தது. கண்களில் பீழை குவிந்து, கடைவாயில் சளுவாய் வடிந்து, கஞ்சா அடித்து இரண்டு நாட்கள் மழைக்கும் வெயிலுக்கும் காற்றுக்கும் அடிபட்டு நிச்சலனமாய் நிச்சிந்தையாய்க் கிடந்தது போல....

எழுந்து உட்கார்ந்தான். களைப்பாக இருந்தது. பசி பேய் போல் தலை விரித்து ஆடியது. சூரியச் சாய்வில், நேரம் ஐந்தரைக்குப் பக்கம் இருக்கும் போலும். ரயில் பெட்டியின் கழிவறையில் தண்ணீர் இருக்குமா என்று பார்த்தான். கடைசிச் சொட்டுக்கள் சொட்டி முடிந்தன. பயணிகள் ஓய்வறைப் பக்கம் போகலாம் என்று தோன்றியது. துவைத்துக் குளிப்பது சாத்தியம் இல்லை. எல்லாவற்றையும் உரிந்து, கொக்கியில் தொங்கப் போட்டு, தண்ணீரை வாரி வாரி முகத்தில் அறைந்தான். விரலால் வாயின் இரண்டு நாள் ஊத்தையைத் தேய்த்துக் கொப்பளித்தான். தண்ணீர் முத்துத் திரளாய் உடம்பிலிருந்து வடியக்காத்திருந்து, கைகளால் துடைத்து, வழித்து, பழைய ஆடை களையே மறுபடியும் அணிந்து வெளியே வந்தான்.

இரண்டு நாட்களாய்ப் பட்டினி கிடக்கும் வெறும் வயிற்றில் தண்ணீர் குடித்தால் புரட்டும். இரண்டு இட்டிலிகள் தின்னக் கிடைத்தால் போதும். கிழவன் ஒருவன் வழி மறித்துக் கையேந்தினான். கொச்சையாய் ஒரு பழமொழி அடி நாக்கில் கைத்தது - பெருமாள் முஷ்டியில் முயக்கம் செய்தாராம் பூசாரி பெண்குறி வரம் கேட்டாராம். ஒரு பன்னும் டீயும் கூடப் போதும். ஒரு ரூபாய் முப்பத்தைந்து காசில் விருந்தா சாப்பிட முடியும்? கையேந்தக் கூச்சமாக இருந்தது.

ஸ்டாலில் பன் விலை கேட்டான். ஒன்றரை ரூபாய் சொன்னான். ஒரு வேளை வெளியே ஒரு ரூபாய்க்குக் கிடைக்கக் கூடும்.

இரண்டு வாய்த் தண்ணீர் குடித்து விட்டு வெளியே வந்தான். உதிரி வாழ்க்கை பழக்கப்பட்டு விட்டிருந்தது என்றாலும் கையில் சுத்தமாய்க் காசில்லாமல் இதுபோல் நின்றதில்லை. சிறையில் கிடந்தபோது கூட அகம் அழிந்து போகும் அச்சம் இலலை. சுயம் நசிக்கும் பயம் எதிர் நின்று வழி மறித்துப் பேசியது.

இரயில் நிலையத்திலிருந்தே நகரம் தொடங்கியது போலிருந்தது. சாலையில் மூலையில ஈரானி ஓட்டல் ஒன்று தென்பட்டது. கண்ணாடிப் பெட்டிகளினுள் கேக், பன், ரொட்டிகள் அடுக்கப்பட்டிருந்தன. உள்ளே நாலைந்து பேர் உட்கார்ந்து முக்கோண மூலைகளில் சாய் பருகிக் கொண்டிருந்தனர். வயதான கிழவர் அழுக்கானசரிகைக் குல்லாயுடன் கண்ணாடியைத் துடைத்துக் கொண்டிருந்தார்.

உட்கார்ந்து விலைப்பட்டியலைப் பார்த்தான்.

ஒரு பன் தின்பதற்குப் பதிலாக இரண்டு பாவ் தின்று தண்ணீர் குடிக்கலாம். வந்து நின்றவனிடம் ‘ஆர்டர்’ செய்தான்.

‘‘தோ பாவ’’

‘‘ஆம்லெட் ?’’

‘‘நொக்கோ’’

‘‘சாய் ?’’

‘‘நொக்கோ’’

விநோதமாய்ப் பார்த்துவிட்டுப் போனான் வெயிட்டர்.

மேல்புறம் ஓடாய்க் காய்ந்து, உட்புறம் பஞ்சு போல் நைந்திருந்த ரொட்டியை நிதானமாய்ப் பிய்த்து மென்று தின்றான். கடைவாய் நரம்பு சுளீரென வெட்டி இழுத்தது. இருமுறை தண்ணீர் குடித்தான். மெதுவாக எழுந்து காசு வாங்கிப் போடும் ஈரானிக் கிழவன் பக்கம் வந்து நின்றான்.

"ஏக் ரூப்யா" என்றான் சர்வர்.

"கியா?" என்றார் கிழவர்.

"தோ பாவ் காலி... ஏக் ரூப்யா"

"ஏன் சாய் குடிக்கலியா?"

"சாய் குடிக்கக் காசு பத்தாது..."

"ஐஸா கியா? பரவா நை... போய் உக்காரு. ஏய் சோக்ரா... இன் கோ ஏக் சாய் தேனா"

பூலிங்கம் வைத்த ஒற்றை ரூபாயைத் திரும்பத் தள்ளினார் அவனிடம்.

"பரவால்லே தம்பி. இந்த வயசிலே பசிச்சு இருக்கப்பிடாது. போய் குடிச்சிற்றுப் போ... சோக்ரா, அவுர் தோ பாவ் தேனா இன்கோ..."

மறுபடியும் இரண்டு பாவ் வந்தது. சாயில் தோய்த்துத் தின்ன சுகமாக இருந்தது. வெட்கம் தலையில் பாரம் கொண்டு அழுத்தியது. கண்கள் ஊறி நிறைந்தன. எப்படியும் லோண்டா போய்ச் சேர்ந்துவிட இது போதும் என்று தோன்றியது. கை கூப்பித் தொழுது விட்டு வெளியே வந்தான். போவதற்கும் வருவதற்கும் ரயில் நிலையங்கள் சொந்த வீடு போல் ஆகிவிட்டது.

மீரஜ் வழியாக வரும் ரயில் பெல்காம் வர இன்னும் அரை மணி நேரம் ஆகும். பாக்கெட்டில் மிஞ்சி இருந்த ஒரு ரூபாய் முப்பந்தைந்து காசில், நாலணாவுக்கு பீடி வாங்கினான். ஒன்றைப் பற்றவைத்து, மீதியைப் பாக்கெட்டில் போட்டான்.

காசு பெரும் மனத்திராணி. காசுடையவன் கற்பு நிலை கொண்ட அறம் சார் பத்தினி. காசற்றவன் விபச்சாரி போல. காவலர் கூட வன்புணர்ச்சிக்கு உரிமை பெற்றவர் போல நடந்து கொள்வார்கள்.

இன்னொரு பாக்கெட்டில் கிடந்த மோசையின் கத்தியை வேண்டு மானால் விற்று விடலாமா என்று யோசித்தான். வாங்கப் போனால் எழுபது எண்பது ரூபாய் ஆகும். விற்கப் போனால் பத்து ரூபாய் தரமாட்டார்கள். மேலும் எங்கு திருடியது என்று கேள்விதான் வரும். மோசையின் கூரான கண் வெட்டு ஞாபகம் வந்தது. வருவது போல் பார்த்துக் கொள்ளலாம் என்று தோன்றியது. பயம் உள்ளிருந்து கொல்லும் பகை.

சாதாரணப் பெட்டியில் கூட்டம் அடைசலாகக் கிடந்தது. வார இறுதி என்பதால் இருக்கும். அதுவும் ஒரு வசதிதான். ஏதாவது ஒரு இடுக்கில் செலுத்திக் கொண்டால் போதும். குளிருக்கு இதமாக இருக்கும். இன்னொரு உடம்புச் சூட்டுக்கு இணையாக வெப்பம் குளிருக்கு வேறில்லை. அதைத் தெரிந்து கொள்ள மகாத்மாகாந்தியின் பரிசோதனை அவசியமில்லை. எவர் தோளிலோ, முதுகிலோ, மடியிலோ, சாய்ந்து உறங்கிக் கொள்ளலாம். கால் வைக்க இடமில்லாமல் பரிசோதகர் எப்படிப் புகுந்து வருவார்? மேலும் நள்ளிரவு தாண்டி விட்டால் அனாவசியத் தொந்தரவு இருக்காது. அதிகாலையில் இறங்கிப் போய்விடலாம்.

அங்கிங்கெனாதபடி எங்கும் நிறைந்திருந்தார்கள் மக்கள். கோவா எல்லைக்குள் நுழைந்துவிட்டால், பெட்டியினுள் சாராயக் காற்று மோதி மோதிப் புரளும். காஜு ஃபென்னியின் கனத்த வாடை.

சேட்டிடம் போய் எப்படித் தகவல் சொல்வது என்று கவலையாக இருந்தது. உண்மையைத்தானே சொல்கிறோம், புரிந்து கொள்ள மாட்டாரா என்று தோன்றியது. இதற்கு முன் போய்வந்த திருப்புக்களில், எல்லாம் நேர்கோட்டில் நடந்தது. எல்லாம் பெங்களூர் டெலிவரி. இந்த முறைதான் லோண்டா கொண்டு வரச் சொன்னார். உள்ளூரின் சில்லறை உபயோகத்துக்கா இல்லை ஹூப்ளி, பெல்லாரி, ஹசன், குண்டக்கல் என்று விநியோகம் ஆகுமா என்று தெரியவில்லை. அதுவும் பாழாகிவிட்டது. நியாயமாகப் போயிருந்தால்

இதற்குள் டெலிவரி கொடுத்திருக்க வேண்டும். தாமதமானதற்கு அவர் கவலைப்படலாம். சந்தேகப்படலாம். 'எத்துவாளிப் பயல் ஓடிப் போயிட்டான்' என்று நினைத்துக் கொண்டிருக்கலாம்.

சேட் கடுமையான கோபத்தில் இரைந்தார்.

அறைக்கதவு சாத்தப்பட்டிருந்தது. சேட்டின் டிரைவரும் மெய்க்காப்பாளனும் முதலமைச்சனும் மூன்றாவது மகனின் தந்தையுமான பாண்டு நின்று கொண்டிருந்தான். கையில் கொடுவாளும் கேடயமும் இல்லை. வாயில் வீரப் பற்கள் இல்லை.

''சொல்லுடா? சோர் ஸாலா? எங்கே கொண்டு வித்தே சரக்கை?''

''இல்லே சேட். ஏமாந்திட்டேன் சேட். நான் மனப்பூர்வமா செய்வேனா?''

''உன்னை எப்பிடிடா நம்புகது? உன் முழியே சொல்லுதே! சொல்லீரு, எங்கே வித்தேண்ணு? லெச்சக் கணக்கிலே விலையுள்ள சரக்குடா மாதர் சோத்.... எத்தனை ரூவாய்க்கு வித்தே?''

''சேட், ஒரு அபத்தம் பற்றிப்போச்சு சேட்... வித்திருந்தா நான் என்னத்துக்கு திரும்பி வந்து உங்க கிட்டே சொல்லணும்? அப்படியே ஓடிப் போயிருக்கலாம்லா?''

''சும்மா சமாளிக்காதடா? நீ ஓடிப் போனா நான் விட்டிருவனா? உங்க அம்மைக்கு ஈரற்குலைக்கு உள்ளே போய் ஒளிச்சாலும் புடிச்சுக் கொண்டாந்து எலும்பை உருவீர மாட்டேனா? சொல்லுடா, பண்ணிக்குப் பொறந்த பயலே...''

பூலிங்கத்துக்கு ஆத்திரமாக வந்தது.

''ரெண்டு நாளு பட்டினி கெடந்து, எங்க உறங்கினேன்னு தெரியாம, கள்ள ரயிலேறி, கையிலே காசில்லாம வந்து சேர்ந்திருக்கேன் சேட். கொஞ்சம் நியாயமாப் பேசுங்க... திரும்பத் திரும்ப திருடி வித்தேண்ணு சொன்னா, நான் என்ன செய்யட்டும்?''

சடாரென பலமான கையொன்று முதுகில் இறங்கியது. யாதுமாகி நின்ற பாண்டுதான்.

''ஸாலா.. செய்யதையும் செய்திட்டு, சேட்டை எதிர்த்தா பேசுகே? இவன் இப்படிக் கேட்டா சொல்ல மாட்டான் சேட். ரெண்டு நாள் இடி மருந்து கொடுக்கணும். நீங்க தோட்டத்து வீட்டுச் சாவியைத் தாருங்க...''

சினிமாக்களில் பார்ப்பது போல, தலை கீழாகக் கட்டித் தொங்கவிட்டு, நகக் கண்களில் ஊசி ஏற்றி, ஐஸ் கட்டி மீது படுக்கப் போட்டு, கை கால்களை ஒடித்துச் சித்திரவதை செய்வார்களோ என அச்சம் சுரந்தது.

''என்னை நம்புங்க சேட். இந்தப் பணத்தை நான் எப்பிடியாவது சம்பாதிச்சுத் தந்திருவேன் சேட் என்னை விட்டிருங்க சேட்...''

''வாடா நாயே பேசாம... வழியிலே சத்தம் போட்டே, என் ராம்பூரி பாத்திருக்கையில்லா, சொருகீருவேன் சொருகி...''

சேட்டின் காரில் உட்கார வைத்துக் கூட்டிக் கொண்டு போனான். குதித்து ஓடத் தோதில்லாத வேகம். தொழில் பழகிய பாண்டுவின் கையுரம். நகருக்கு வெளியே ஹூப்ளி போகும் சாலை. நல்ல மழை பெய்து வழியெங்கும் மாமரங்கள் சிலிர்த்திருந்தன. புதிய இளங் குருத்துக்கள் சூரிய ஒளியைச் சுவாசித்துக் கொண்டிருந்தன. நெடுங்சாலையில் இருந்து இடப்பக்கம் சின்னச்சாலையில் திரும்பிப் போனது வாகனம். மூன்று நான்கு கிலோ மீட்டர் போனதும் தோட்டம் வந்தது. மெயின் கேட்டில் ஒலி எழுப்பினான். தோட்டக்காரனோ, காவல்காரனோ, ஓடி வந்து திறந்தான்.

இரண்டு பக்கங்களிலும் மாந்தோப்புக்கள். பூவும் பிஞ்சுமாகக் குலைத்திருந்தன. பல இன மரங்கள் போலும். மாவின் இலைகளிலும் வளர்ச்சியிலும் வித்தியாசம் இருந்தது. காற்றில் மாம்பூவின் மெல்லிய வாசனை. மாம்பூக்களைச் சுற்றி ஈக்களின் ஆய்வும் மெல்லிய 'ரும்'மென்ற இரைச்சலும். இருபது ஏக்கர் பரப்பு இருக்கும். சேட் கஞ்சா கடத்திய செழிப்பில் வாங்கிய தோட்டமாக இருக்கும்.

தோட்டத்தின் நடுவில் சின்ன ஓட்டு வீடு. முற்றத்தில் பூச்செடிகள். தூரத்தில் எங்கோ பம்ப் செட் ஓடும் இரைச்சல்.

கதவைத் திறந்து உள்ளே போனதும், நீண்ட சோபாவில் உட்கார்ந்தான் பாண்டு.

''நல்ல பிள்ளையா சொல்லுகதைக் கேளு. வீணா அடிபட்டுச் சாவாத... சேட்டு எவ்வளவு நல்லபடியா நடத்துகாரு.... ரொம்பக் கறாலான ஆளு. அவரை என்னத்துக்கு ஏமாத்தணும்?''

''இல்லண்ணா... நான் ஏமாத்தல்லே.. நடந்ததைத்தான் சொன்னேன். எனக்கென்னதுக்கு இன்னொருத்தர் மொதலு?''

''ரகசியமா, எங்கிட்டே மாத்திரம் சொல்லு. சேட்டு லேசிலே விடமாட்டாரு. வித்த பணத்தை எங்கே வச்சிருக்கே? ஆளுக்குப் பாதியா எடுத்துக்கிடலாம். சேட்டை நான் சொல்லி சமாளிச்சிருகேன்...''

''என்னண்ணா இப்பிடிச் சொல்லுகே? எனக்குப் பொய் சொல்லத் தெரியாதண்ணா! என்னை அடிச்சாலும் கொண்ணாலும் செய்யாத காரியத்தை எப்படி ஏக்க முடியும்?''

''அப்ப நீ நல்ல விதமாச் சொன்ன கேக்க மாட்டே, படுவா... பூசை போட்டாத்தான் சாமி வரும் உனக்கு.... பெகன் சோத்...''

அடி மாறி மாறி விழுந்தது. கையாலும் காலாலும். முடியைக் கொத்தாக அள்ளிப் பிடித்துக் கொண்டு முதுகில் குத்தினான். ''யம்மா...'' என்று அலறிக் கொண்டு கூனி உட்கார்ந்தான் பூலிங்கம். பொன்னாசி உடைந்து மூக்கில் இரத்தம் வடிந்தது. துடைத்தபோது புறங்கையில் பரவிய வெதுவெதுப்பு. இரண்டு கைகளாலும் கூப்பி தொழுதான் பூலிங்கம். துக்கம் தொண்டையை வறளச் செய்தது. வார்த்தை பெயரவில்லை. கண்களிலிருந்து பெருகிய கண்ணீரில் கரைந்திருந்த வேதனை, அவமானம் துக்கம்... மூக்கு ஒழுகியது.

''ரெண்டு நாள் பட்டினி கெட, குத்தா ஸாலா... உண்மையைச் சொல்லாம, உன்னை இங்கேருந்து விடமாட்டேன்...''

பூட்டிக்கொண்டு போய்விட்டான். சற்று நேரம் உட்கார்ந் திருந்தாள் பூலிங்கம். அடிபட்ட இடங்கள் எல்லாம் எரிந்தன. வெள்ளூர்க் குயவன், இப்படி அடிபட்டுச் சாக வேண்டும் என்று தலையில் எழுதிவிட்டான் போலும். செய்யாத குற்றங்கள் எல்லாம். ஒருவேளை, செய்த வேறு குற்றங்களுக்காக இருக்கும். ஐந்தொகை போட்டால் கணக்கு சரியாகிவிடும், உடனுக்குடன்.

எழுந்து நின்றான். சன்னல் திறந்திருந்தது. காவல்காரன் வந்து எட்டிப் பார்த்தான். ஒன்றும் கேட்கவில்லை. செவிடோ, ஊமையோ, செவிட்டு ஊமையோ?

இடதுபக்கம் குளியல் அறை இருந்தது. மூக்கை உதறிச் சிந்தினான். ரத்தமும் சளியுமாக வந்தது. தண்ணீர் தொட்டு ரத்தக் கறையைக் கழுவினான். முகம் கழுவினான். மூக்கின் ரத்த ஒழுக்கு நின்றிருந்தது. வேறெங்கும் ரத்தக் காயங்கள் இல்லை. கொத்தாகப் பற்றிய தலைமயிரின் வேர்கள் காந்தின.

ரயிலில் இருந்து இறங்கி, அதே கோலத்தில் போய் நின்றிருந்தால் ஒருவேளை சேட் நம்பி இருப்பார். காலை நாலரை மணிக்கு எப்படிப் போவது? மேலும் களைப்பாக வேறு இருந்தது. அறையில் போய் விழுந்து, நான்கு மணி நேரம் தூங்கி, குளித்து, உடைமாற்றி, காலை ஆகாரம் கழித்துப் போன போது பத்து மணி ஆகிவிட்டது. வீட்டுக்காரர் சொன்னார், முன் தினமே பாண்டு வந்து தேடிப் போனான் என்று.

குளியலறையில் இருந்து சன்னல் வழியாக வெளியே பார்த்தான். கண்ணுக்கெட்டிய தூரம்வரை மாமரத்தின் தூர்கள். கரும்பச்சை இலைகள் சூரிய ஒளியை வழிமறித்துக் கொண்டு படர்ந்திருந்தன. மண்ணில் வேறு புற்பூண்டுகள் கூட இல்லை. எங்கு வேண்டுமானாலும் துண்டு விரித்துப் படுத்துத் தூங்கலாம். குரல் நாண்கள் அறுபடக்கத்தினாலும் சாலைக்கோ பக்கத்துக் தோப்புக்கோ கேட்காது. கேட்க வேண்டுமானால் சுவிசேஷ எழுப்புதல்காரரின்

குரல்வளம் வேண்டும். முற்றத்தில் ஒரு நாய் படுத்துக் கிடந்து இளைத்தது. இரண்டு சாம்பல் நிறக் குருவிகள் மண்ணைக் கிண்டிக் கொண்டிருந்தன.

அறைச்சுவரோரம் கிடந்த சோபாவில் கையைத் தலைக்கு வைத்துப் படுத்தான். எழுந்து சட்டையைக் கழற்றிக் கொக்கியில் போட்டான். பக்கத்து அறை சமையலறை. கவிழ்த்த சில பாத்திரங்கள். சமையல் மேடையில் நின்றாலும் ஓட்டுக் கூரையின் பனங்கைகள் எட்டாத உயரத்தில் இருந்தன. படுத்து உறங்குவதைத் தவிர வேறு வழியில்லை.

துல்லியமாய்க் கேட்ட பறவை ஒலிகள். மாவிலை மேல் காற்று வலிக்காமல் நடக்கும் ஓசை.

பேசாமல் உள்ளூரிலேயே கிடந்திருக்கலாம். திருமங்கல்ய நேரியில் இருந்து குருமண் சுமந்து, திருவல் சுழற்றி, சுட்ட மண்பாண்டங்கள் சுமந்து... இந்த வெங் கொடுமைக்கெல்லாம் ஆளாக வேண்டியது இருக்காது. ஆனால் கையோ காலோ முன்னிரண்டு பற்களோ உடைந்து நொண்டியாகத் திரிந்திருக்கலாம். அல்லது சூளைச் சாம்பல் போலக் காற்றில் விரவிக் கலந்து மறைந்து போயிருக்கலாம்.

அம்மாவுக்கும் அப்பாவுக்கும் கவலை தெளிந்து வந்திருக்கும் இப்போது. தொடர்ந்து பணம் போய்க் கொண்டிருந்தது. இனிமேல் பணத்துக்கு என்ன செய்வதென்று தெரியவில்லை. யானை மூத்திரத்தை நம்பிக் கட்டுச்சோறு அவிழ்த்ததைப் போல, இந்தப் பணம் நெடுநாட்கள் நிரந்தரமாய் வரும் என்றெண்ணி, அம்மாபெரிய திட்டங்களில் இறங்கியிருக்கக் கூடாது. வண்டிக்காரன் கொலைப் பட்டினி, குதிரை நனைந்த கொள்ளும் கோதம்புத் தவிடும் கேட்டு அழுகிறது என்றாகிவிடும்.

எட்டு மாதங்கள் ஆகிவிட்டன. சுசீலா, பேற்றுக்கு ஊருக்குப் போயிருப்பாள். தூக்க முடியாமல் கனக்கும் வயிற்றைச் சுமந்து

கொண்டு வீடு பெருக்குவாளாக இருக்கும். அல்லது இதற்குள் பிரசவம் ஆகி இருக்குமோ என்னவோ? ஆணோ பெண்ணோ? இன்னும் எத்தனை நாட்கள் இப்படி உழன்று திரிவாய் எனக் கேட்டது அகப்பேய்.

சேட் இங்கேயே கொன்று பங்கனபள்ளி அல்லது கல்நீல மாமரத்து மூட்டில் புதைத்து விடுவாரோ என்னவோ? மண் உள்வாங்கிக் கொள்ளும். தடயமற்றுப் போகும் வாழ்க்கை. உறக்கமும் நினைப்புமாகக் கிடந்தான் நெடுநேரம். வெயில் உச்சி சரிந்து இறங்கி இருக்க வேண்டும். சன்னல் கதவில் கையால் தட்டும் ஓசை. படுத்த வாக்கில் திரும்பிப் பார்த்தான். அலுமினியத் தட்டில் ஏதோ வைத்துக் கொண்டு நின்றான் காவல்காரன். மக்காச்சோள ரவை போலிருந்தது. சூடு ஆவி பறந்தது. வாங்கி வைத்துக் கொண்டு தின்ன ஆரம்பித்தான்.

சாயங்காலம் வந்து தட்டை வாங்கிக் கொண்டு போனான். போகும்போது ஆதரவாய் ஒரு கை அசைவு. என்ன சைகையோ? ஒரு வேளை வீட்டுக்குப் போகிறானாக இருக்கும். இரவில் காக்க இன்னும் மரங்கள் காய்க்கவில்லை. இனி காலையில் வருவான் போலும். குடிக்கத் தண்ணீர் இருந்தது பானையில். சுற்றிலும் தனிமை இருந்தது. தவம் செய்யலாம்.

கண்களில் கோர்த்த முத்துக்களைக் காற்று கொய்து கொண்டு போயிற்று.

சன்னல் வழியாகப் பாம்பு இறங்கி வந்தால் கூடத் தெரியாது. பாம்பு என்ன செய்யும்? தனிமை முற்றுகையிட்டு மூச்சு முட்டச் செய்தது. முகத்தைக் கையால் தாங்கி நெடுநேரம் உட்கார்ந்திருந்தான். இருள் கவிந்து வந்தது. நூதனமான ஒலிகள் கிளர்ந்தன. பறவைகள் கூடடையும் ஓசையோ? இல்லை ஆளரவமற்ற போழ்தில் மரங்கள் தமக்குள் பேசிக் கொள்ளும் ஓசையோ? வாசலில் கிடந்த நாயெங்கு போயிருக்கும்? தோட்டத்தைச் சுற்றிக் காரணமற்று ஓடிக் கொண்டிருக்கும் அல்லது ஏதாவது மரத்து மூட்டில் மண் பறித்துப் புரண்டு கொண்டிருக்கும்.

மின்சார விளக்கில்லை. தீப்பெட்டி, மெழுகுவர்த்திக்கான அடையாளங்கள் இல்லை. மண்ணெண்ணெய் விளக்குக்கூட இல்லை. வானமோ மீன்களோ தென்படவில்லை. சன்னலில் முகம் புதைத்து நின்றவன் மேல் வண்டொன்று மோதி விழுந்தது. மாம்பூக்களின் வாசம் அடர்ந்து கொண்டு வந்தது.

நரியோ, நாயோ, மனித அவலமோ, திடீரென ஓலம் போலக் கேட்டது. நெஞ்சில் அச்சம் ஊடுருவிச் சென்றது. முன்னிரவுதான் ஆகி இருந்தது. இன்னும் நள்ளிரவானால் பிசாசுகள் தீப்பந்தங்கள் பிடித்து ஆடுமோ என்னமோ? காற்று குளிர்ந்து கொண்டிருந்தது. இப்படிப் பூட்டிவிட்டுப் போய் விட்டானே என்று கோபம் கோபமாக வந்தது. தப்பித்துப் போக எந்த மார்க்கமும் இல்லை. தப்பித்து எங்கு போக? காலால் கதவை ஒரு உதை உதைத்தான். 'சொத்'தெனக் கரும்பல்லி ஒன்று விழுந்து, அசையாமல் கிடந்து, பின் ஓடியது. நேர் நின்ற பொழுது எதுவும் செய்துவிட முடியாது பாண்டுவை. கைக்குண்டுகள் கிடைத்தால் எறிந்துவிட்டு ஓடிவிடலாம்.

பசிப்பது போலிருந்தது. பானைத் தண்ணீர் குளிர்ச்சியாய் இருந்தது. வயிறுவரை சில்லென்று குளிர்ந்து இறங்கியது. தலையோடு மூடிக் கொண்டு படுக்கலாம் என்றால் போர்த்துக் கொள்ள எதுவும் இல்லை. வேட்டி அல்லது சாரம் என்றால் உரிந்து மூடிக் கொள்ளலாம். பேன்டை என்ன செய்வது? கையது கொண்டுதான் மெய்யது போர்த்த வேண்டும். உறக்கம் வரவில்லை. தறி ஓடுவது போல் ஊடும் பாவுமாய் நினைவுகள் பின்னிப் பின்னியோடின. மேலே வண்டுகளும் பூச்சிகளும் வந்து விழுந்தன. குபீரென மாவிலைச் சலசலப்பு. காற்றின் சித்து விளையாட்டு. ஊடலும் கூடலுமாய்ப் போய்க் கொண்டிருந்தது இரவு. தண்டவாளங்களின் மீது ரயில் ஆவேசமாக ஓடும் ஓசை மனதில். பதமான பச்சை மண் பானையைத் தட்டி பின்பக்கம் அடைக்கும் மத்தள ஓசை. கொழுந்து விட்டெரியும் சூளைத் தீ. சுசீலாவின் உந்தியின் உதைக்கும் பிஞ்சுக்கால்கள். தலைவிரி கோலமாய்க் கிழட்டுக் காளி போல்

ஓடிவரும் அம்மா. சுட்ட பானைகளின் அடுக்கின்மீது மழைத்துளிகள் வேகமாய் வாசிக்கும் கடம். தென்னந்தடிகளும் வைக்கோல் கூளங்களும் தேங்காய்க் கதம்பையும் கருகும் வாசனை.

'கலகல'வெனப் புள்ளரவம். விடிவதற்கு முன்பாக ஏற்பாடுகள். காற்றில் காலை கமழ்ந்து வந்தது. நன்றாக விடிந்து வந்தது. இனித் தூங்க முடியாது. காற்று சன்னல் வழியாகப் பறத்திக் கொண்டு வந்து போட்டிருந்த பழுத்த மாவிலைக் காம்புகளைக் கடித்துப் பல் தேய்த்தான். இரண்டு தம்ளர் பச்சைத் தண்ணீர் குடித்தான். மறுபடியும் சன்னலோரம் வந்து நின்றான். இருட்டு தெளிந்து கொண்டிருந்தது. அந்தப் பாவிகள் என்று வருவார்களோ தெரியாது. உண்மையை மட்டும் உலகம் நம்பாது போலிருக்கிறது. அல்லது அவர்களுக்கு விருப்பமானவற்றை நம்பப் பிரியப்படுவார்கள் போலும். போதவிழ்ந்து காலை பூத்தது. என்ன மணி இருக்கும் என்று அனுமானிக்க முடிய வில்லை. ஒரு பீடி பிடித்தால் நன்றாக இருக்கும் எனத் தோன்றியது பூலிங்கத்துக்கு.

தோட்டக்காரன் எட்டிப் பார்த்து விட்டுப் போனான். சோர்வாக இருந்தது. கார் வரும் சத்தம் கேட்டது. சேட்டும் பாண்டுவும். கதவைத் திறந்ததும் ஓடிப் போய் சேட்டின் காலைப் பிடித்தான் பூலிங்கம்.

''சேட், நான் பொய் சொல்லல்லே சேட். என்னை அடிச்சுச் கொண்ணாலும் செய்யாததை நான் எப்படி செய்தேன்னு சொல்லுவேன்? இல்லே, சேட், நான் நம்பிக்கைத் துரோகி இல்லே... என்னை விட்டிருங்க சேட்...''

மாலை மாலையாகக் கண்ணீர் வடிந்தது.

உண்மையைக் கூடக் காலைப் பிடித்துக் கெஞ்சித்தான் விற்க வேண்டியிருந்தது. பொய் எனப்படுவது காசுக்கு இரண்டு.

''என்னை விட்டிருங்கோ சேட்! நான் போறேன். எனக்கு இந்தத் தொழிலே வேண்டாம். இரந்து குடிச்சாலும் குடிக்கலாம். ஆனால் இப்பிடி நம்பிக்கைத் துரோகிண்ணு பேர் வாங்கக் கூடாது. என்னை விட்டிருங்கோ சேட்...''

பாண்டுவுக்கு இன்னும் இரண்டு போட்டுப் பார்க்கலாம் எனத் தோன்றி இருக்கலாம். அல்லது சேட் முன்னால் தன் வீரத்தை நிரூபிக்க ஒரு சந்தர்ப்பமாகவும் எண்ணி இருக்கலாம். கையை ஓங்கிக் கொண்டு முன் நகர்ந்தான். சேட் கையைக் காட்டி நிறுத்தினார்.

"வெளீல அடிச்சு வெரட்டு நாயை.... சவம் தொலைஞ்சு போகட்டும். இனி இந்த ஊர்லே உன்னை பாக்கப்பிடாது" என்றார்.

ஒரு கையால் பூலிங்கத்தின் கையைப் பற்றி, பிடரியில் கை வைத்து வெளியே தள்ளினான் பாண்டு.

அழுகையும் கோபமுமாய் 'மூசுமூசெ'ன்று வந்தது. கையால் துடைத்துக் கொண்டு நடந்து தோட்டத்துக்கு வெளியே வந்தான். தோட்டக்காரன், என்ன என்பது போல் சைகை செய்தான். ஒரு பீடி வாங்கிக் கொளுத்திக் கொண்டான். கார் வந்த வழியை நினைவில் கொண்டு நடக்க ஆரம்பித்தான்.

வேலியோரம் காராம் பழங்கள் பழுத்துக் கிடந்தன. பழமும் செங்காயுமாய்ப் பறித்து வாயில் போட்டு உதப்பிக் கொண்டு நடந்தான். சற்று நேரத்தில் பின்னால் கார் வரும் சத்தம் கேட்டது. சேட்டாகத்தான் இருக்க வேண்டும். கை காட்டினால் நிறுத்துவாரோ என்ற ஐயம் இருந்தது. பாண்டு வேகமாகக் கடந்து போனான்.

நெடுஞ்சாலையை அடைந்தபோது வெயில் உச்சிக்கு நகர்ந்து கொண்டிருந்தது. லாரி ஏதும் வந்தால் கைகாட்டிப் பார்க்கலாம். இல்லாவிட்டால் பத்து கிலோ மீட்டர் இன்னும் நடந்துதான் ஆக வேண்டும்.

நடந்து கொண்டும் அரவம் கேட்ட போது திரும்பி, வந்த வண்டியைக் கைகாட்டி இரந்து கொண்டும் போய்க் கொண்டிருந்தான் பூலிங்கம். மாட்டுக்கு சோளத்தட்டை ஏற்றிய டிராக்டர் ஒன்று பின்னால் வந்து கொண்டிருந்தது. ஓட்டியவன் கொஞ்சம் வேகம் குறைத்தான். கம்பியைப் பிடித்து உன்னி ஏறி மட்கார்டின் மீது அமர்ந்து கொண்டான்.

மேலும் இரண்டு மூன்று பேர்கள் வண்டியில் இருந்தார்கள். பீடி புகைக்க ஆரம்பித்த ஒருவனிடம் ஒன்று இரந்து கொண்டு பற்ற வைத்தான்.

ஒரு மணிக்கு மேல் வீட்டுக்குப் போன போது வீட்டுச் சொந்தக்காரன் வழியை மறித்துக் கொண்டு நின்றார்.

"எல்லாத்தையும் காலி செய்துகிட்டுப் போயாச்சு... பாண்டு வந்து எடுத்துக்கிட்டுப் போனான். ரூமிலே உன் சாமான் ஒண்ணு கிடையாது. அடிச்சுத்தூத்து கழுவி விட்டாச்சு.''

ஏன் இப்படிச் செய்தார்கள் என்று தெரியவில்லை. பணமோ பொருளோ ஒளித்து வைத்திருப்பான் எனச் சோதனை செய்திருக்கலாம். ஆனால் எல்லாவற்றையும் அள்ளிக் கொண்டு போவானேன். சில்லறையாகக் கொஞ்சம் பணம், துணிமணிகள் மற்றும் வீட்டுச் சாமான்கள்.

"எப்படி நான் இல்லாத போது?''

"அதெல்லாம் அங்கே போய்க் கேட்டுக்கோ. எங்கிட்டே கார்வார் செய்யாண்டாம்''

"அட்வான்ஸ் பணம்?''

"எல்லாம் கணக்குத் தீத்து குடுத்தாச்சு...''

"என்னய்யா இது? நியாயமா இருக்கா?''

"நியாய அநியாயமெல்லாம் நீ எனக்கு சொல்லித் தராண்டாம்...''

பேசிப் பயனில்லை என்று தோன்றியது. இனி இங்கே இருந்தும் பயனில்லை. தலையின் இழிந்த மயிர் போன்ற வாழ்க்கையாக இருக்கும். மோசையின் கத்தி ஒன்றுதான் மூலதனம். 'இந்தத் தாயோளியின் கடை வயிற்றில் செருகி இழுத்தால் என்ன?' என்று தோன்றியது.

பேசாமல் பல்லைக் கடித்துக் கொண்டு திரும்பி நடந்தான். காலையில் இருந்து ஒன்றும் சாப்பிடாதது ஞாபகம் வந்தது.

சேட்டைப் பார்த்து இரண்டு வார்த்தை கேட்காமல் போகக் கூடாது என்று தோன்றியது. இன்னும் சாப்பிட்டு விட்டு வந்திருக்க மாட்டார். வழக்கமாய்ச் சாப்பிடும் மெஸ்ஸுக்குப் போய் சாப்பிட்டான். இனி அடுத்த வேளை உணவு எங்கிருந்து கிடைக்குமோ?

சாப்பிட்டுவிட்டு சேட் இருக்கும் டிரான்ஸ்போர்ட் கிட்டங்கிக்குப் போனான் பூலிங்கம். சேட்டின் கார் நின்றது. அலுவலக வாசலில் பாண்டு நின்றிருந்தான்.

"என்னடா வேணும்?"

"எனக்கு சேட்டைப் பாக்கணும்!"

"அவரைப் பார்க்க முடியாது!"

"எனக்குப் பாக்கணும்..."

"இப்பம் பாக்க முடியாதுடா.... போ வெளீல..."

"நீ யாருடா என்னைச் செறுக்கதுக்கு? மாறி நில்லு.... எனக்கு இப்பம் அவரைப் பாக்கணும்..."

பாண்டுவின் அடிக்க உயர்ந்த கையை எட்டிப் பிடித்தான். உரத்த குரல் கேட்டு மற்ற சிப்பந்திகள் வேலையை நிறுத்தி விட்டு எழுந்து நின்றனர். யாரோ சொல்லிக் கேட்டு, சேட் வெளியே எட்டிப் பார்த்தார்.

"என்ன இங்கே ரகளை?"

பூலிங்கம், பாண்டுவின் பின்னாலேயே வந்தான். பாண்டுவைப் பார்த்து உரக்கச் சொன்னான்.

"இந்த அடிக்க, பிடிக்க வேலை எல்லாம் வேண்டாம். பேசாமப் பொத்திக்கிட்டு நில்லு... உசிரு எனக்கு மசிருக்கு சமானம்.."

சேட் குறுக்கிட்டுச் சொன்னார் "பாண்டு, நீ சும்மாரு... உனக்கு என்னடா வேணும் இப்பம்?"

''என் ரூமை என்னத்துக்கு காலி செய்துக்கிட்டு வந்தான் இவன்? எனக்கு என் துணிமணி எல்லாம் வேணும். நான் வச்சிருந்த ரூவா வேணும். ரூமுக்குக் குடுத்திருந்த அட்வான்ஸ் வேணும்''

''நீ என்னடா சொல்றே?''

''சேட்டுக்குத் தெரியாதா? எல்லாம் பாண்டு மனம் போலயா?''

''என்னடா பாண்டு இது?''

''ரூமிலே போய்த் தேடிப் பாத்தேன் சேட். ஒளிச்சு வச்சிருக்கானாண்ணு. இனி இவன் இந்த ஊர்லே இருக்கப்பிடாது. அதான் ரூமைக் காலி செய்து சாமான்களை எடுத்துக்கிட்டு வந்தேன்''

''நான் இந்த ஊர்லே இருக்கப் போறதில்லே. என் துணிமணி களை வேணும்ணா நீயே வச்சுக்கோ... என் காசைக் குடு சேட்...''

''மரியாதையாப் பேசுடா நாயே'' என்றான் பாண்டு.

''மரியாதையா என் காசைக் குடுடா நாயே'' என்றான் பூலிங்கம்.

சேட் மறுபடியும் இடையில் புகுந்தார்.

''பாண்டு, இங்க வச்சு சண்டை வேண்டாம். இந்தாடா பூலிங்கம், இதிலே முந்நூறு ரூவா இருக்கு. கொண்டுக்கிட்டு எங்கேயாம் ஓடீரு.... இனி என் முகத்திலே முழிக்காதே!''

''எனக்கும் முழிக்கணும்ணு இல்லே சேட்.... பட்டது போரும். நல்லாருங்க...''

பாண்டுவை முறைத்துப் பார்த்துவிட்டு வெளியே வந்தான்.

எங்கு போவதென்று தெரியவில்லை. ஆனால் எங்காவது போய்த்தான் தீர வேண்டும். கோமதியிடம் சொல்லிவிட்டுப் போகலாமா என்று யோசித்தான். பன்னாட்கள் நிம்மதியாய்க் கண்ணுறங்கிய வெப்பமான மடி. கோமதியைப் பார்க்கப் போனால் மனம் தளர்ந்து போகலாம்.

பாண்டு மறுபடியும் கண்ணில்பட்டால் வெறிதே இருப்பான் எனச் சொல்ல முடியாது. லோண்டா ரயில் நிலையம் நோக்கி நடக்க ஆரம்பித்தான் பூலிங்கம்.

மேற்கில் வருணன், கிழக்கில் இந்திரன், வடக்கில் குபேரன், தெற்கில் எமதர்மன், தென் கிழக்கில் அக்னி, வடமேற்கில் வாயு, தென் மேற்கில் கணபதி, வடகிழக்கில் ஈசன். எல்லோருக்கும் ஒரு திசை இருந்தது. ஆட்சி செய்யவோ அல்லது நோக்கிச் செல்லவோ! அல்லது கிடந்து உழலவோ!

வானவெளியில் சுய ஈர்ப்பிலிருந்து கழன்று, பிற ஈர்ப்புகளின் உட்புக மறுத்து, எந்த விதியின் இயக்கத்துக்கும் ஆட்பட மறுத்த கோளத்தின் சுழற்சி போல் ஆகிவிட்டது வாழ்க்கை ... பலருக்கும் மயில் போல் அழகான தோகைகள். ஆனால் பறந்து எங்கும் போக முடியாமல்... பூலிங்கத்துக்குத் தோகையும் இல்லை, துடுப்பும் இல்லை....

* * * * *

ஈசான்ய மூலையில், ஆற்றில் வெள்ளம் கரையைப் பறித்துக் கொண்டு ஓடியது. வடக்கு மலையில் தொடர்ந்து அடைமழை விழுந்து கொண்டிருந்தது. பேச்சிப் பாறை, பெருஞ்சாணி அணைகள் எல்லாம் நிரம்பி, மறுகால் பாய்வதாய்ச் சொன்னார்கள். பழையாற்றங்கரையில் இருந்த குடிசைகள் எல்லாம் மதில் சரிந்து ஆற்றில் மிதப்பதாகச் சொன்னார்கள். பூதப்பாண்டியில், பூதலிங்கனின் காலைச் சுற்றிக் கொண்டு வெள்ளம் சுழித்தது. வசப்பட்டதை எல்லாம் வாரிச் சுருட்டிக் கொண்டு பாய்ந்தது பழையாறு. தொழி உழவில் அடுத்தநாள் உழவுக்கு வயலில் நிறுத்தி விட்டு வந்த கலப்பை, நுகம், மரம், வள்ளைக்கை எல்லாம் என்ன ஆகும் என்ற அச்சத்தில் இருந்தனர் உழவர். வல்லரக்கன் நட்ட வயல்கள் எல்லாம், பச்சை பிடித்து வந்த பருவத்தில், தண்ணீரில் முங்கி, சுவாசம் முட்டிக் கொண்டு கிடந்தன.

ஊருக்கு மேற்கே பெரிய குளம் தளும்பிக் கொண்டிருந்தது. ஆம்பல் கொடிகள், முள்ளிச் செடிகள், கோரை எல்லாம் தண்ணீருக்குள் மூழ்கிப் போயிருந்தன. செம்மண் கலந்த புது வெள்ள வரவில், விரால் மீன்கள், கெண்டை, கெளுத்தி மீன்கள், திலேபியா, ஆராங்கு, விலாங்குகள் எல்லாம் என்ன ஆயின என்றே தெரியவில்லை. மேற்பரப்பில் அடிக்கும் அலைகளுக்குப் பயந்து ஆழத்தில் ஓய்வெடுத்துக் கொண்டிருக்கும். காடுகரைகளில் இருந்து அடித்துக் கொண்டு வரப்பட்ட தண்ணீர்ப் பாம்புகளும் சாரைப் பாம்புகளும் காரணமற்றுக் குளத்து நீரில் நீந்திக் கொண்டிருந்தன.

பெரிய குளம் எழுபது எண்பது ஏக்கர் பரப்புக் கொண்டது. மேற்குப் பத்து பூராவுக்கும் இரண்டு பூவுக்கும் தண்ணீர் பாய்ச்சிக் கொண்டிருப்பது. நீந்திக் குளிக்கவும், மாடுகளை நீய்ச்சிக் குளிப்பாட்டவும் ஆழம் கொண்டது. ஆனால் வடக்குக் கரையில் இருந்து தொடங்கிய புறம் போக்கு ஆக்கிரமிப்பு, தென்னந் தோப்பு, வாழைத் தோட்டம், கோடையில் வெள்ளரித் தோட்டம், மழைக் காலத்தில் நெற்பயிர் என்று குளத்தின் மூன்றில் ஒரு பங்கைச் சன்னஞ்சன்னமாக தின்று கொண்டிருந்தது. குளத்தில் தூர் வாங்குவது என்பது சமஸ்தான அரசர்கள் காலத்தோடு முடிந்து போன சங்கதி. தகரும் கரைகளுக்கு சீரமைப்போ, மராமத்தோ, முடிவானுக்கு வாய்க்கரிசி போடும் உற்சாகத்தில்தான். குளத்தின் ஆக்கிரமிப்பு பற்றி யாருக்கும் அக்கறை இல்லை. பகுதிக் கச்சேரி பார்வத்தியக்காரர் ஆண்டுக்கு ஒரு முறை சுற்றிப் பார்த்து, ஆளுக்கு ஐம்பது ரூபாய் தண்டமும் இருநூறு ரூபாய் அன்பளிப்பும் பெற்றுக் கொண்டு போனார். புரவுக்காரர்கள் எழுதிப் போட்ட மனுக்கள் எதற்கும் அனக்கம் இல்லை. ஆனால் ஆறுகள், ஏரிகள், குளங்களை மிகுந்த கவனிப்புடன் பராமரிப்பதாக ஆண்டுதோறும் சட்டசபைகளில் பேசிக் கொண்டார்கள்.

இரண்டாண்டுக்கு ஒருமுறை ஆறுகள் கரை புரண்டன. குளங்கள், ஏரிகள் உடைத்தன. தண்ணீருக்குப் போக்கு வீடில்லை.

குளத்துப் புறம்போக்கில் போட்டிருந்த பயிருக்குச் சேதம் வரும் என்றால், இரவோடு இரவாக நான்கு பேர்கள் வந்து குளத்தங் கரையை வெட்டி விட்டுவிட்டுப் போய் விடுவார்கள். மழையும் வெறித்துத் தண்ணீரும் வடிந்தபின் மணல் சாக்குகள் அடுக்கிக் கரையைப் பலப்படுத்துவார்கள். பெருமழை பெய்தும் குளங்களில் அரைக்குளம் கால்குளம்தான் தண்ணீர் நிற்கும்.

மாறி மாறி வந்த அமைச்சுகள், தாக்கும் கடும் தாக்கும், எதிர்த் தாக்கும், மறுதாக்கும் நிகழ்த்திக் கொண்டிருந்தார்கள். ஆனால் குளங்கள் உடைத்துத் தண்ணீர் வீணுக்குப் பாய்ந்து கொண்டிருந்தது.

எந்த நேரமும் குளம் உடைக்கும் என்றார்கள்.

சுசீலாவின் தாய் வீடு ஆற்றங்கரையை அடுத்த அம்மன் கோயில் பக்கத்தில் இருந்தது. குளம் உடைத்தால் ஊருக்குள் வெள்ளம் வந்துவிடும். மண் வீடுகளின் சுவர்கள் கொவர்ந்தால் வீழும். சுசீலாவின் தாய் வீடு மண் வீடு அல்ல. கருங்கல் கட்டிடம். ஆனால் நகருக்குப் போகும் பாதை துண்டுபட்டுப் போகும்.

வீடெல்லாம் ஈரம் 'நசநச'த்துக் கிடந்தது. குனிந்து நிமிர்ந்து வேலை செய்தால் பிரசவம் சிரமமில்லாமல் இருக்கும் என்றாள் அம்மா. டாக்டர் சொன்ன கணக்கில் இன்னும் பத்து நாட்கள் இருந்தன. என்றாலும் இதுவரை எவரும் துல்லியமாகக் கணிக்க முடிந்ததில்லை.

பத்துப் பன்னிரண்டு ஆண்டுகள் தரிசாகக் கிடந்த நிலத்தில் பயிரேறி இருந்தது. இடதும் வலதுமாய்த் தலை முண்டிக் கொண்டிருந்தது வயிற்றுக்குள். உட்கார்ந்தால் எழுந்திருக்க சிரமம் இருந்தது. நடக்கும்போது பாதங்கள் பதிந்தன. உள்பாடி போடுவது நெஞ்சை இறுக்குகிறது என்று கழற்றிப் போட்டாயிற்று. ஜம்பரின் கீழ்க் கொக்கிகளைப் போடவே முடிவதில்லை. கால்கள் நீர் வாங்கி இலைப் பணியாரம் போல் வீங்கிக் கிடந்தன.

ஆறும் குளமும் உடைத்து திடீரென நோவும் எடுத்துவிட்டால் எப்படி ஆஸ்பத்திரிக்குக் கொண்டு சேர்ப்பது என்பது பெரும் கவலையாக இருந்தது சுசீலாவின் அம்மாவுக்கு.

பேறு சுகமாக இருக்க வேண்டுமே என ஏகப்பட்ட நேர்ச்சைகள். அணவடைத் துணிக்கு என்று நைந்து கிழிந்த வெள்ளை வேட்டிகளை எல்லாம் எடுத்து மடித்து வைத்திருந்தாள்.

சூலழைத்து வந்து இரண்டு மாதங்கள் ஆகிவிட்டன. எதிர்ப் பலகாரம் கொண்டு போனபோது வில் வண்டியில் செண்பகமும் போயிருந்தாள். பூலிங்கத்தைப் பற்றி ஒரு செய்தியும் தெரியவில்லை. அவனைப் பார்த்தால் 'கொள்ளாம்' என்றிருந்தது சுசீலாவுக்கு.

நினைத்துப் பயந்தபடி குளம் உடைத்தது. ஆறும் உடைத்தது. சாலை மறிந்து முட்டளவு ஆழத்தில் தண்ணீர் ஓடியது. இடுப்பில் வலி சுண்டிச் சுண்டி இழுத்தது சுசீலாவுக்கு.

சக்கடா வண்டியைப் பூட்டி, காளைகளின் தலைக் கயிற்றைப் பிடித்துக் கொண்டு இரண்டு பேரும் வண்டியடிக்க ஒருவரும், இரண்டு பைதாவிலும் இருவரும் தடம் பார்க்க முன்னால் நாலு பேரும் பக்கவாடுகளில் வண்டிக்குப் பாதுகாவலாக நாலு பேரும், ஒரு சின்னச் சேனை நகர்வது போல், வண்டியைக் கடத்தினார்கள். மழை அடர்ந்து பெய்வது நின்று சிணுசிணுத்துக் கொண்டிருந்தது.

ஆணோ பெண்ணோ கை கால்கள் குறைகளின்றிப் பிறக்க வேண்டுமே என்று விலக்கில் நின்று முழித்து முழித்துப் பார்த்துக் கொண்டிருந்த பேய்ச்சி அம்மனுக்கு சேவலறுத்துப் பொங்க லிடுவதாக வேண்டிக் கொண்டாள் சுசீலாவின் அம்மா.

மறுநாள் உருண்டைச் செம்பு போலப் பெண் குழந்தை பெற்றாள் சுசீலா.

மயக்கம் தெளிந்து பார்த்த போது சாடையைத் தேடினாள் பிள்ளையிடம். அடுத்த நாள் வந்து பார்த்த செண்பகம் சொன்னாள், ''சித்தீ, குட்டி சித்தப்பா சாடைதான்.''

எல்லோரும் அப்படித்தான் சொன்னார்கள். அப்படிச் சொல்லிச் சொல்லித்தான் உறுதி செய்வார்கள் போலும் என்று தோன்றியது சுசீலாவுக்கு. வித்துப் போட்டவன் என்ன செய்து கொண்டு எங்கு கிடக்கிறானோ? முகவரி தெரிந்தால் ஒரு வரி எழுதிப் போடலாம் பாளையங்கோட்டான் பழம் வாங்கி பஞ்சாரையில் முக்கித் திண்ணு, என்று. முலைகள் பொங்கிப் பூரித்து வழிந்தன. கண்கள் காரணமின்றிக் கசிந்தன. புதையல் கிடைத்தது போலிருந்தது.

பெற்றுப் பிழைத்து வீட்டுக்குப் போன பிறகு பப்படக்கார அக்காவுடன் பூலிங்கத்தின் அம்மா பிள்ளையைப் பார்க்கப் போனாள், கையில் ஒரு பியர்ஸ் சோப்புடன்.

"பூலிங்கம் லெட்டர் போட்டிருந்தானா அக்கா?"

"லெட்டர் வருகும்மா.. பணமும் வருகு. எங்க இருக்காம்ணு தான் தெரியல்லே... சவம் இப்படியும் உண்டுமா?"

"வருவான்க்கா... வந்திருவான், எம்பிள்ளையைப் பாக்கதுக்காவது வருவான்."

"மகராசி.. நல்லாரு... உனக்காவது அந்த நினைப்பிருக்கே! சொந்தத் தம்பி போல இப்பிடிப் பாசமாட்டு இருக்கே! ம்... எங்கயாம் நல்லா இருக்கட்டும். மூதி... தோணுக போது வரட்டும்..."

★ ★ ★ ★ ★

பூலிங்கம் நெடுநேரம் லோண்டாவில் நின்று கொண்டிருந்தான். எந்தப் பக்கத்து ரயிலேறிப் போவது என்ற யோசனை இருந்தது. மீட்டர் கேஜில் மீரஜ் போய் மாறிப் போகலாம். அல்லது ஹூப்ளி, நெல்லூர் வழியாகக் குண்டக்கல் போயும் போகலாம். இரவில் இரண்டு ரயில்கள் இருந்தன. மீரஜ் வரை போனாலும் குண்டக்கல் வரை போனாலும் வண்டி பாசஞ்சர் போல்தான் போகும். எப்படிப் போனால் என்ன? அவசரமாய்ப் போய் நாய்க் கண்காட்சியைத் திறந்து வைக்கவா?

முதலில் குண்டக்கல் போகும் வண்டி வரும் என்றனர். ஒரு டிக்கட் வாங்கிக் கொண்டான். மறுபடியும் சாமான்கள் எதுவுமற்ற, கை வீசிய பயணம். பம்பாய்க்குப் போகலாம் என்று தோன்றிக் கொண்டிருந்தது.

தொடர்ந்து புலம் பெயர்தல். கையிலிருந்த பணம் பம்பாய் போய்ச் சேரக் காணுமா என்று தெரியவில்லை. கடைசியாக லோண்டாவைக் கண் நிறைய வாங்கிக் கொண்டான். இனிமேல் இந்த ஊருக்கு வர நேருமோ நேராதோ? கோமதி ஞாபகம் இருந்தது. சொல்லாமல் போவது சரியில்லைதான்.

ரயில் நிலையத்தில் பாண்டுவின் தலை தென்பட்டது. கூட இன்னொருவனும். வலது கை, பாண்ட் பாக்கெட்டில் கிடந்த கத்தியைப் பற்றிக் கொண்டது. பூலிங்கத்தைத்தான் தேடுவது போலப்பட்டது. மேலும் என்ன வில்லங்கம் வரப் போகிறது என்று கிலேசம் ஏற்பட்டது. பிளாட்பாரத்தில் ஒளிந்து மறைவதற்கான தோதுக்கள் இல்லை. ஓடி ஒளிய முடியாது. இந்தச் சின்ன நகரில், எந்தப் புகலிடமும் இன்றி, எங்கு போய் மறைய? கடையின் ஓரத்தில் நின்று கவனித்தான். கண்டு கொண்டு, அவனை நோக்கி வருவது போலப் பட்டது. ஒருவேளை ஊரைவிட்டுப் போகிறானா என உறுதி செய்து கொள்ளவும் இருக்கும். போலீசில் போய் ஒரு அப்ரூவர் குற்றவாளியாக மொழி கொடுப்பானோ என்ற அச்சம் இருக்கலாம். எவ்வாறானாலும் இந்த சனக்கூட்டத்தில் வெளிப்படையாக எதுவும் செய்து விட முடியாது என்ற தெளிவும் ஏற்பட்டது.

முன்பகை எதுவும் இல்லாதது போல், கிட்டே வந்து தோளில் கை வைத்தான் பாண்டு. மனது திடுக்கிட்டது.

''கியாரே? சோக்ரா! காவ் ஜாத்தா ஹை?''

''ஆமா... ஊருக்குத்தான், வண்டிக்குக் காத்திருக்கேன்''

''சாய் பீயங்கா?''

''நொக்கோ''

''அரே, கே... பானி கம் தீன் சாய் தேவ் பாய்...''

எல்லோரும் அம்புகள்தான். யாராலோ ஏவப்பட்ட அம்புகள். இலக்கை எய்துபவை. எய்தாமல் விழுந்து முனை மழுங்குபவை. யாரை நொந்து என்ன செய்ய?

சற்று ஒதுங்கி நின்று கேட்டான் பாண்டு.

''ஹமாரா தந்தா கா பாரேமே கிஸிகோ குச் போலா ஹை?''

''காட்டிக் குடுக்கிற புத்தி எனக்கில்லே பாண்டு. யாருகிட்டேயும் எதுவும் சொல்ல மாட்டேன்!''

''மாப் கர்னா பாய்'' என்று தோளில் தட்டினான்.

அவன் வந்த காரியம் ஆகிவிட்டது. சாய்க்குக் கொடுத்து விட்டுப் போனான். நாற்பது நிமிடமோ ஐம்பது நிமிடமோ தாமதம் என்றார்கள். டிக்கட்தான் இருக்கிறதே என் ஸ்லீப்பர் கோச்சில் ஏறி நின்று கொண்டான் கதவோரமாய். காற்று சுகமாய் வந்து மோதியது. எல்லோரும் தூங்கும் அவசரத்தில் இருந்தனர். வண்டியில் அதிகக் கூட்டமில்லை. பரிசோதகர் பெர்த்துக்கு ரசீது போட்டு தந்து விட்டுப் போனார். நடுப்பலகை. கையைத் தலைக்கு வைத்த கௌரவமான கிடப்பு.

வண்டி அசைந்து கொண்டிருந்தது. நள்ளிரவுக்கும் மேலிருக்கும் ஹூப்ளி போய்விட்டது. கதக் போய்விட்டது. இனி பெல்லாரி வரும் எல்லோரும் தொட்டிலில் துயில்வது போல் துயின்ற கொண்டிருந்தனர். காட்டுத்தனமாய் குறட்டை விட்டுக் கொண்டு ஒருவர். அவர் குடவண்டி வயிறு அவருக்குச் சம்மந்தமில்லாத உறுப்புப் போலக் கிடந்தது. பலகைப் பக்கம் திரும்பிக் கொண்டு ஒருவர். சட்டையும் பனியனும் சுருண்டு உயர்ந்து, பேன்ட் பாதிப் பிருஷ்டம் காட்டிக் கொண்டு இறங்கி... மேல் பெர்த் இரண்டும் காலியாகக் கிடந்தன. லோண்டாவில் ஏறிய இன்னொருவர் விற்பனைப் பிரதிநிதி போலத் தெரிந்தார். அடுத்த நாள் அலைச்சலுக்கும் முன் தின அலைச்சலுக்குமான பயணமும் ஓய்வும் ஒன்று ஆக மாறிய வாழ்க்கை.

காற்றுத் தலையணை, பயணப் பை, சிறிய பெட்டி, மடித்தகை எல்லாமே தலையணைதான். பூலிங்கத்துக்கு உறக்கம் பிடிக்கவில்லை. மிகுந்த அலுப்பில், மனத் தத்தளிப்பில் உறக்கம் கலைந்து கிடந்தது. பம்பாய் போய் என்ன செய்வதென்ற யோசனை போய்ச் சேரும் வரை காசு போதுமாக இருக்கும். போய்ச் சேர்ந்தபின் அந்த பெரு நகரில் எப்படிச் சமாளிப்பதென்ற மலைப்பு. அடையாளம் இல்லாமல் கரைந்து போய்விட வேண்டும் போலிருந்தது. தண்ணீரில் உப்புக் கரைவது போல. போனால் ஏதேனும் வழி பிறக்கும். வெள்ளூர்க் குயவன் போற்றியும் பேணுவான், போட்டும் உடைப்பான். எல்லாம் ஏற்கனவே தீர்மானிக்கப்பட்டவை.

பூலிங்கத்தின் கிடப்பிலிருந்து பார்த்தால், மங்கிய விளக்கொளியில் மூன்று சூட்கேஸ்கள் தெரிந்தன. அடிபட்டு சிராய்ப்புகள் கொண்ட விற்பனைப் பிரதிநிதியின் பெட்டி ஒன்று அதில் அச்சிட்ட வண்ண வண்ணக் காகிதங்கள் இருக்கும் நிறைய. மேலும் விலைப் பட்டியல்களும் மூன்று நாளாய்த் துவைக்காத உள்ளாடைகளும். இன்னொன்று மிகப் பெரியதாக இருந்தது ஒற்றைக்கு ஏற்றி இறக்குவதே சாலச் சிரமமான வேலையாக இருக்கும். இவ்வளவு பெரிய பெட்டியில் என்னத்தைக் கொண்டு போவார்களோ தெரியாது! பிணம் கூட மடக்கிப் போட்டு எடுத்துப் போகலாம். மூன்றாவது பெட்டி அளவான விதத்தில். உள்ளே என்ன இருக்குமோ தெரியாது. நெல்லூர் வரும்போது எடுத்துக் கொண்டு இறங்கி விடலாமா எனத் தோன்றியது. 'சே! இது என்ன நினைப்பு' என்ற மறுப்புக் குரல். 'உலகம் ஒருவரை மற்றவர் வஞ்சித்துத்தான் வாழ்ந்து கொண்டிருக்கிறது' என்று ஓர் எதிர்ப்புக் குரல்.

தேவைக்கு ஒரு முறை திருடிக் கொள்ளலாம் எனத் தோன்றியது. பிரபஞ்சக் கூட்டல் கழித்தலில் எல்லாம் சரியாகிப் போகும். வண்டி தடதடத்துத் தண்டவாளம் மாறியது. நெல்லூர் நெருங்குமாக இருக்கும். நள்ளிரவுக்கும் அதிகாலைக்கும் இடைப்பட்ட பொழுது. எழுந்து,

பாத்ரூம் போவது போல், பெட்டி நெடுக ஒருமுறை நடந்தான். ஒரு குருவியும் விழித்திருக்கவில்லை. அரக்கனின் நச்சுப் பகழியின் மயக்கத்தில் எல்லோரும் கட்டுப்பட்டுக் கிடப்பது போல. வண்டி வேகம் குறைந்து நகர்ந்தது. மனது 'தடதட'வென ஓடியது. ரயில் நிற்கும் போலத் தோன்றியவுடன், அடக்கமான விதத்தில் இருந்த பெட்டியை எடுத்துக் கொண்டு, சத்தமில்லாமல் நடந்து, கடைசியில் இருந்த சாதாரண கோச்சை நெருங்கினான். இறங்கியவர்கள் நின்றார்கள். ஏறுபவர்கள் அவசரப்பட்டார்கள். கொஞ்சம் பேர் அங்கும் இங்குமாக நகர்ந்து கொண்டிருந்தனர். சுற்றிலும் பார்க்கையில் யாரும் தேடுவதாகவோ, ஓடி வருவதாகவோ, போலீஸ் நடமாட்டமோ இல்லை. என்றாலும் பதட்டமாக இருந்தது.

கூட்டத்தோடு ஏறி, பெட்டியைப் பலகையின் கீழே தள்ளி விட்டு உட்கார்ந்தான். எழுந்து வந்து வாசல் கதவோரம் நின்றான். வழக்கத்துக்கு மாறான எந்தப் பரபரப்பும் இல்லை. என்றாலும் நிதானமாக இருக்க முடியவில்லை. மறுபடியும் இருக்கையில் வந்து அமர்ந்தான். காலடியில் பெட்டி தட்டுப்பட்டது. தூக்கி வெளியே போட்டு விடலாமா என்று தோன்றியது. இடம் மாறி உட்காரலாம் என்று தோன்றியது. 'கூ'வெனக் கூவி மறுபடியும் ரயில் அசைய ஆரம்பித்தது. குளிரிலும் கூடக் கொப்பளித்த வியர்வை சற்று ஆறுவதாக இருந்தது.

மறுபடியும் மாய அரக்கனின் மயக்கப் பகழிகள். என்றாலும் இருளில் மறைந்திருந்த இரண்டு கண்கள் உறுத்துப் பார்ப்பது போல். பாலத்துச் சுடலைமாடன் விரல் பட்டு முலைக்காம்பு சிலிர்த்து நிற்கும் சுடலைப் பேய்ச்சியின் வெள்ளிக்கண்கள் போல. 'போ தூர' என்று முனகித் தலையை உதறினான். பெட்டியினுள் என்ன இருக்கும் என்று திறந்து பார்க்க ஆவலாக இருந்தது. எதுவும் உருப்படியாகத் தேறுமா இல்லை பல்தேய்க்கும் பிரஷ்ஷும் சோப்புப் பெட்டியும் அழுக்குத் துணிகளும்தானா என்று தெரியவில்லை.

தனக்கும் ஏதும் தெய்வ சகாயம் இருக்குமானால் பயனுள்ளதாய் ஏதும் கிடைக்கும். வேண்டுமானால் பெட்டியை எடுத்துக் கொண்டு பாத்ரூம் போய், அங்கிருக்கும் வாஷ்பேஸினில் பெட்டியை வைத்துக் கொண்டு திறக்க முயற்சிக்கலாம். யாரும் பார்த்தால் சந்தேகப்படுவார்கள். உறக்கமும் இல்லை; பொறுமையும் இல்லை. கொத்தான முள் மேல் துணியில்லாத குண்டியை வைத்துக் கொண்டு உட்கார்ந்திருப்பதைப் போலிருந்தது.

குண்டக்கல்லோடு இந்த வண்டி நின்று போகும். எல்லோரும் இறங்கியாக வேண்டும். பெட்டிக்காரன் கண்களில் பட்டுவிடக் கூடாது. விடிந்த காலையில் தென்பட்டுவிடக் கூடும்.

அவரவர் அவசரம் அவரவர்க்கு. ஆள் முகம் பார்க்கக் கூட நேரம் இலலை. இறங்கி விரைவதும், மூட்டை முடிச்சுக்களைத் தூக்குவதும், பிளாட்பாரம் மாறுவதும்... ஆறாவது பிளாட்பாரம் சரசரவெனக் காலியாகிக் கொண்டிருந்தது. சாவகாசமாய்ப் பல் தேய்த்து, முகம் கழுவிப் போகும் எண்ணத்தில் இருப்பவனின் பாவனையில், மேல் பலகையில் ஏறி உட்கார்ந்து கொண்டு பெட்டியைத் திறக்க முயற்சி செய்தான் பூலிங்கம். பூட்டப்பட்டிருந்தது. எதை வைத்துப் பூட்டைக் குடைவதென்று யோசித்தான். மோசையின் கத்தியை எடுத்து நிமிர்த்து, பெட்டியின் இடைவெளியில் புகுத்தித் தென்னலாம். ஒன்று கத்தி உடைந்து தெறிக்கும். அல்லது பெட்டி திறக்கும். இரண்டாவது தென்னலில் 'சடக்' எனத் திறந்து கொண்டது.

எதற்காகப் பயணம் புறப்பட்டாரோ, பாவம்! தேய்த்து மடித்து அடுக்கப்பட்டிருந்த துணிகள். துணிகளின் அளவுகளைப் பார்த்தால், தொந்தி சரியக் கிடந்தவரின் பெட்டியாக இருக்க வேண்டும். பல் தேய்க்கும், குளிக்கும், சவரம் செய்யும் உபகரணங்கள். பேனா, சென்ட் பாட்டில், மேற்பரப்பில் பணம் வைக்கும் இடங்களில், பணம் இருக்கும் தடயம் இல்லை. துணிகளுக்குள் கைவிட்டுத் துழாவிய போது, கவர் ஒன்று தட்டுப்பட்டது. திறந்து பார்த்தால்

நூறு ரூபாய் நோட்டுகளாக இருபந்தைந்து. எண்ணும் போது கை சற்று நடுங்கியது. பணத்தை மாத்திரம் எடுத்துப் பையினுள் திணித்துக் கொண்டு பெட்டியை மூடி சீட்டின் அடியில் தள்ளிவிட்டு, ஏதுமறியாத பாவத்தில் இறங்கி நடந்தான்.

எப்படியும் பம்பாய் போய் இறங்கியதும் மாற்றுடைகள் வேண்டும். குண்டக்கல் கடை வீதிக்குப் போய் சாரம், துண்டு, உள்ளாடைகள், சட்டை, பேன்ட்... ஊரில் இருந்து புறப்பட்ட பிறகு மூன்றாவது தடவையாக வாங்குவது. சின்னதாய் ஒரு ஏர்-பேக். டாய்லட் சாதனங்கள் எல்லாம் வாங்கினான். குண்டக்கல்லில் ஒரு நாள் தங்கி ஓய்வு கொண்டு போனால் என்ன என்று தோன்றியது. முகத்தில் ஒரு திடமான நோக்கம் இருந்ததாலோ என்னவோ, ஒரு சாதாரண விடுதியில் இடம் கிடைத்தது.

பல் தேய்த்து விட்டுக் கீழே இறங்கினான். கடையில் போய் முடியை ஒட்ட வெட்டிக் கொண்டான். முகம் வழிப்பது என்பது மூன்று நான்கு வாரத்துக்கு ஒருமுறை வரும் நிகழ்வு என்பதால் முகம் காந்தியது. குளித்துவிட்டுப் படுத்தான். கண்டபடி சாப்பிட்டுவிட்டு பகற்காட்சி சினிமா பார்த்தான். கால் குப்பி ஜின் வாங்கி லிம்காவுடன் சேர்த்துக் குடித்தான். சிகரெட் பொருத்திக் கொண்டு குண்டக்கல்லின் சாலைகளில் உல்லாசமாய் நடந்தான். இரயில்வே ஸ்டேஷன் போய், அடுத்த நாள் பம்பாய்க்குப் போகும் வண்டிகளைக் கணக்கெடுத்தான். சென்னை - பம்பாய் மெயில் தோதுப்படும் என்று தோன்றியது. இரவில் நிம்மதியாக உறங்க வேண்டும் என்று எண்ணினான்.

கோமதி முகத்தில் கடுஞ்சினம் காட்டி நின்று பேசினாள் ''நீயெல்லாம் ஒரு மனுசனா?'' என்று. மறுகணம் வாரி எடுத்து மடியில் போட்டு, பிடரி மயிரைக் கோதி விட்டுக் கொண்டு செல்லம் கொஞ்சினாள். புழுதி வாரிய காற்று சுருண்டு சுருண்டு வீசியது. காற்றில் கலந்த வைக்கோல் எரிந்த புகை. உதைக்கும்போது கால்

தூக்கி நின்ற தெய்வநாயகத்தின் தொங்கிய விதைப் பைகள். கொட்டைத் தேங்காய் போல் ஏன் இவ்வளவு பெரியதாக இருக்கிறது என்று தெரியவில்லை. சுசீலாவின் பால் மடுவிலிருந்து வெள்ளிக் கம்பியாய் முகத்தில் பீய்ச்சிய பாலின் இளஞ்சூடும் மெல்லிய இனிப்பும். அவள் பிள்ளைக்கு ஏதும் வாங்கிக் கொடுக்க வேண்டும். அவள் பிள்ளையா? தன் சாயல் வடிந்து இறங்கி இருக்கும் ஒரு வேளை. இராமசாமி வேளாரின் வாரிசுச் சங்கிலியின் தொடர் கண்ணி அறுந்து போகாமல்... வாரிசின் தொடர்ச்சி என்பது யாருக்குத் தெரியும்? யாரும் அறியாவிட்டால் தொடர்ச்சி இல்லையா? கோமதியின் கையைப் பிடித்து இழுத்துக் கொண்டு ஓடுகிறான் காடு மேடாய். முட்கள் முழங்கால்களைக் கீறுகின்றன. கையை முறுக்கி விடுவித்துக் கொண்டு ஓடுகிறாள். தொடரத் தொடரத் தூரம் விலகிக் கொண்டே போகிறது. பறவையாய்ப் புள்ளியாய்ப் பொசுக்கென்று மாய்ந்து மங்கிப் போய்விட்டது. வீட்டின் உள்ளறையில் கோமதியின் மடிமீது தலைவைத்துத் கதறிய ஓசையின் எதிரொலி. ''என்னைக் காப்பாற்று, என்னைக் காப்பாற்று...'' கோமதியின் அடிமடியின் வாசனை கொடுங்காற்றின் ஊளையுடன் பறந்து போயிற்று. அம்மி, குழவி, ஆட்டுரல் எல்லாவற்றையும் அள்ளி வீசி விட்டுப் பறந்தது காற்று. ஆடிக் காற்றின் கூடிய ஓசை. சுட்ட தோண்டிகள் கலயங்கள் 'சடசட'வென விழுந்து சரிந்து உடைந்தன. மஞ்சணை வாரித் தின்று, நாக்கைத் தொங்கப் போட்டு, பம்பையும் சூலமுமாய் ஓடி வரும் கள்ளியங்காட்டு நீலி போல் அம்மா...

'தடதட'வென பூட்ஸ் கால்கள். லாத்திகள் கதவைத் தட்டும் ஓசை. தூக்கம் சரியாகக் கலையவில்லை. எழுந்து கதவைத் திறந்தான் பூலிங்கம். கதவை அடைத்துக் கொண்டு ஒரு ஏட்டு. தொந்தியை விசேட கவனத்துடன் வளர்த்து வருவதைப் போலிருந்து.

''உள்ளே யாருடா தேவ்டியா மகனே?''

''யாருமில்லை சார்... நான் தான்...''

அறையினுள் புகுந்து கட்டிலின் கீழ் குனிந்து பார்த்து, பாத்ரூம் கதவைத் திறந்து பார்த்து -

''ம்... கதவைச் சாத்திக்கோ''

தேவடியாள் மகன் என்று எதற்குத் திட்ட வேண்டும் என்று புலப்படவில்லை. அதுதான் அதிகாரம். ஏன் என்று கேட்க முடியாது.

மாமூலான ரெய்டு போலும். அல்லது அந்த மாதக் காணிக்கை உண்டியலில் சென்று விழுந்திருக்காது. அல்லது புதிதாய்ப் பதவியேற்ற அதிகாரியின் முதல் அதிகாரப் பிரயோகம். அல்லது அம்மாதம் வழக்குகளின் போதாமை.

மணி என்னவாகி இருக்கும் என்று தெரியவில்லை. இரவு இன்னும் நிறைய மிச்சமிருக்க வேண்டும். தூரத்து அறையொன்றில் இருந்து நகைப்பொலி கேட்டது. போலீஸ்காரர்கள் காணவில்லையா அல்லது கண்டும் காணாமற் போய்விட்டார்களா அல்லது குற்றவாளிகள் செய்து கொண்டிருந்ததைத் தற்காலிகமாய்க் காவலர் செய்கிறாரா என்று தெரியவில்லை.

எல்லாம் வயிற்றுக்குத்தான். எல்லாம் விற்பனைக்குத்தான். கண்ணுக்குத் தெரியாத விலைப் பட்டியல்கள். யோக்கியமாக இருந்தால் கூட அவ்வளவு முக்கியமில்லை. யோக்கியமாகத் தென்படுதல் மிக முக்கியம். எதை விற்றேனும் காசு உண்டாக்கு. அது கூரிய எஃகு. எதையும் அறுக்கும். எதையும் உடைக்கும். எதையும் தாண்டிப் போகும். எல்லாப் புகழையும் பெருமையையும் கண்ணியத்தையும் தேடிக் கொண்டு வந்து சேர்க்கும்.

தோற்றுப் போனவனின் சித்தாந்தம்.

பத்தினிப் பெண் குறி பரதேசம் போயிற்றாம். ஐம்பத்தாறு தேசத்து ஆண் குறிகளும் எதிர் நின்று அழைத்தனவாம்.

பொருள் செய்யப்பா... எத்தை விற்றும், எத்தைத் திருடியும், எவரை ஏய்த்தும்... எல்லாம் செய்.

அணியும் ஆடைகள் நவீனமாக இருத்தல் வேண்டும். பேசும் மொழியில், தொனியில் கனவான் புலப்பட வேண்டும். கை நிறைய மோதிரங்கள் வேண்டும், பை நிறையக் காசுகள் வேண்டும். எல்லாப் பீ நாற்றத்தையும் போட்டுப் புதைக்கும் வாசனைப் பூச்சுக்கள், தெளிப்புக்கள் வேண்டும். மோசடிகள் மீதூர்ந்து போகும் வண்ண வாகனங்கள் வேண்டும்.

சூடு சுரணை, நல்லற வாசனைகள் எல்லாம் அற்றுப் போய், காசொன்றே குறியாக், பேய்த்தனமான ஓட்டத்திற்குத் தயாராக...

பூலிங்கம் தூங்கிப் போனான்.

ஒன்பது

நள்ளிரவு ஒன்றரை மணி ஆகிவிட்டது. போகலாம் என்றான் சுப்பு. இன்னும் ஒரு குவார்ட்டர் வாங்கு என்றான் பூலிங்கம். கிங் சர்கிள் ரயில்வே பாலத்தைத் தாண்டி, கோலிவாடா போகும் சாலையின் இடது பக்கம் அடுத்தடுத்து இருந்த மூன்று சர்தார்ஜி பார்களில், நடுவில் இருந்த பாரின் மெத்தை மேலிருந்த திறந்தவெளியில் உட்கார்ந்திருந்தனர். கீழே சாலையை ஒட்டி, ஏக வெளியில், ஒரு பக்கம் கோழியும் மீனும் பொரித்த புகை, அந்தணர் செய்த வேள்விப் புகை போல் வானோக்கி உயர்ந்து கொண்டிருந்தது. இன்னொரு பக்கம் பெரிய காளவாய் அடுப்பின் செங்கல் சுவர்களில் ஒட்டி வைக்கப்பட்ட தந்தூரி ரொட்டிகள் வெந்து கொண்டிருந்தன.

கீழே உட்கார்ந்து சாப்பிட்டுக் கொண்டிருந்தனர், டாக்ஸி ஓட்டும் சர்தார்ஜிகள், இரண்டாம் ஷிப்ட் வேலை முடித்தவர்கள், இரவுக் காட்சி சினிமா அல்லது நாடகம் பார்த்தவர்கள். கீழே அடுமனைக்கும் மேலே பாருக்கும் மரப்படிகளில் ஏறி இறங்கிய பதினைந்து பதினாறு வயதான பையன்கள். மரப்பலகைகளினால் தளம் செய்த மாடி நடக்கும் போது 'திடும் திடும்' என ஒலி எழுப்பிக் கொண்டிருந்தது.

காக்கி நிக்கர் பையிலிருந்து கால் குப்பி ரம் எடுத்து, மூடியைத் திருகித் திறந்து மேஜை மேல் வைத்தான் சோக்ரா. காலியாக இருந்த கண்ணாடித் தம்ளர்களில் அளவு பார்த்து ஆளுக்குப் பாதியாகச் சரித்தான் பூலிங்கம். பிளாஸ்டிக் ஜக்கில் இருந்து தண்ணீர் சாய்த்தான்.

''சோக்ரா, அவர் தோ பாங்டா ஃப்ரை''

மண்டையும் வாலுமாகச் சேர்த்து பொரிக்கப்பட்ட பெரிய அயிலைகள் 'சுடச்சுட' வந்தன. இன்னொரு தட்டில் கால் துண்டுகளாக வெட்டிய பெரிய வெங்காயமும், இரண்டு கால் துண்டுகள் எலுமிச்சம் பழமும். எலுமிச்சம் பழத் துண்டை எடுத்து எண்ணெய் மினுங்கி பொரித்த அயிலைமீது இரண்டு பக்கமும் துளித்துளியாகப் பிழிந்தான் பூலிங்கம். உப்பும் உறைப்பும் பிடிப்பதற்காக, குறுக்கு வாட்டில் கீறப்பட்டிருந்த அயிலை 'பொருபொரு'வென்றிருந்தது.

டிசம்பர் மாதத்தின் பனி நன்றாகப் பெய்து கொண்டிருந்து. இரண்டு மேசைகள் காலியாயின. பையன் துடைத்துக் கொண்டிருந்த போது ஏழெட்டுப் பேர் சளசளத்துக் கொண்டு வந்து அமர்ந்தனர்.

''டேய் இண்ணைக்கு செண்ட்ரல் ரோவிலே முதல் வரிசையிலே சூப்பர் ஃபிகர் பாத்தியாடா... ட்ராமா ஆரம்பிக்கச்சிலே சிரிக்க ஆரம்பிச்சவ கடைசி வரை நிறுத்தவேயில்லே...''

''ஆமாண்டா... நானும் பார்த்தேன். செம கட்டை... முருங்கைக்காய் ஜோக்குக்கு எப்பிடி விழுந்து விழுந்து சிரிச்சா பாத்தியா... பக்கத்திலே இருந்த மாமி கூட மோசமில்லேடா...''
''போடா.. இவனொருத்தன், எப்பப்பாரு மாமிதான்...''

'ஹோ ஹோ'வெனச் சிரிப்புச் சத்தம் கேட்டது. பக்கத்தில் 'பால முருகானந்தா'வில் நாடக விழா நடந்து கொண்டிருந்தது. சென்னையிலிருந்து வந்த கோமாளிக் கூட்டம் போலத் தெரிந்தது.

பேச்சும் சிரிப்பும் காது கொள்ளவில்லை. ஏற்கனவே இரண்டு ரவுண்டு போட்டுவிட்டு, 'சந்தேகத்துக்கு சாம்பார்' போல சர்தார்ஜி பாருக்கு வந்திருப்பார்கள் போலும்.

''டேய் மாது, ஜிங்கா சொல்லுடா... இங்க நன்னாருக்கும்'' என்றான் ஒருவன். வறுத்த இறால் மீன்கள் இரண்டு தட்டங்களில் எடுத்துக் கொண்டு போனான் பையன்.

சுப்பு எழுந்து நின்றான். ''எங்கய்யா போறே?'' என்றான் பூலிங்கம்.

''இரு வாறேன்''

எழுந்து நின்று பக்கத்து மேசைக்குப் போனான்.

''சார்! நீங்க ஆர்.வி.எஸ்.கோபு ட்ராமா கம்பனியா?''

''ஆமா, நாடகம் பாத்தேளா?''

''நேத்து வந்திருந்தோம். டே, பூலிங்கம். வாடா... சார் யாருண்ணு தெரியா? ஆர்.வி.எஸ்.கோபு''

''வணங்கங்க... நேத்து நானும் இவனும் நாடகம் பாக்க வந்திருந்தோம். ஒரேயொரு ஜோக் மட்டும் விளங்கலீங்க.. நாளைக்கு வெள்ளிக்கிழமைண்ணு நீங்க சொன்னதும் எல்லோரும் ஓகோண்ணு கை தட்டிச் சிரிச்சாள்ளா? அது எதுக்கு சார்?''

''அதுவா? உட்காருங்க ரெண்டு பேரும். செயரை இப்பிடித் திருப்பிப் போட்டுக்குங்க.... டேய் மாது, இன்னொரு ஆஃப் சொல்லு''

''வேணும்ணு இல்லே சார், ஏற்கனவே பூலிங்கம் ஆடீட்டிருக்கான்.''

''அது எப்பிடி சார், நீங்க நிண்ண உடனேயே ஆடியன்ஸ் சிரிக்க ஆரம்பிக்கிறாங்க?''

''அதுவா? எங்க நாடகம்னா வீட்லேருந்தே சிரிச்சுட்டேதான் பொறப்படுவா...''

பூலிங்கம் பேயாய்ச் சிரிக்க ஆரம்பித்தான். சிரித்துக் கொண்டே மேசையை ஒரு குத்துக்குத்தினான். இரண்டு தம்ளர்கள் சரிந்து நாடகக் கலைஞர்கள் உடைகள் மீது கொட்டின. சுப்பு, ''சாரி சார்... சாரி சார்'' என்று கவிழ்ந்த தம்ளர்களை நிமிர்த்துவதும் உடைகளைத் தட்டுவதுமாக இருந்தான்.

பூலிங்கம், சிரிப்புச் சாத்தானின் கண்ணியில் விழுந்து விட்டதைப் போல, தனது மேசையில் போய் உட்கார்ந்து மறுபடியும் மேசையைக் குத்திக் கொண்டே சிரித்தான்.

நாடகக் கலைஞரில் ஒருவன் எழுந்து போய் அவன் சட்டையைப் பிடித்துத் தூக்கினான்.

''என்னடா சிரிப்பு? பாஸ்டர்ட்.... டிரஸ்ஸெல்லாம் வேஸ்ட் பண்ணீ ட்டு ?''

பூலிங்கம் அவன் மேல் சாய்ந்து விழுந்து விடுவதைப்போல் நின்று கொண்டு கத்தினான்.

''கோன் ரே தும் மாதர் சூத்? சட்டையை விடுறா... நாடகம் போட்றான் நாடகம். ஒங்கம்மாட்ட சொல்றா இந்த பன்ன ஜோக்கெல்லாம். ஒங்கக்காவுக்கு முருங்கக்கா வாங்கிக் குட்றா... இதுக்காடா ரயில் புடிச்சு மெட்ராஸ்லேருந்து வந்தீங்க? சோட்ரே! சுப்பு தும்! ஸாலா கியா சமஸ்தா ஹை? மார் டாலேகா ஸாலா... யாரடா சொன்னே பாஸ்டர்ட்?''

''சும்மாரு பூலி.... போரும் ஸமாலோ..''

''தும் கோன் ரே முஜே போல்னே வாலா? ஏ ஸாலா முஜே பாஸ்டர்ட் போல்த்தா ஹை? ஃபில்த்தி ஸ்வைன்...''

ஆர்.வி.எஸ்.கோபு எழுந்து வந்தார்.

''போதும் தம்பி, அதோட விடுங்க...''

''விடல்லேண்ணா என்னடா செய்வே? ஜோக்கர் ஸாலா! என் மயிரைக் கூட அசைக்க முடியாது. படுவா... முஜே பாஸ்டர்ட் போல்த்தா ஹை?''

''மாப் கரோ பாய்... தப்பாச் சொல்லீட்டான்...''

''எப்படிடாதப்பாச் சொல்லுவான்? மாதர் சோத்... மார்டாலே கா ஸப் கோ... மேரா சூரி தேக்கா கியா? ராம்பூர் கா சூரி...''

"சே! இண்ணைக்கு மூடே ஸ்பாயில் ஆயிட்டுது. நான் அப்பவே வேண்டாம்ணேன். இந்த மாதிரி இடத்துக்கெல்லாம் வரப்பிடாது.."

ஒவ்வொருத்தராகக் கழன்று நகர்ந்து கொண்டிருந்தார்கள். பூலிங்கம் தொடர்ந்து புலம்பிக் கொண்டிருந்தான். சுப்பு அவனைத் தூக்கி, கைத்தாங்கலாய் இறக்கி, சாலையில் கொண்டு போய் நிறுத்தினான். நடிகர் பட்டாளம் போன இடம் புகை போலத் தெரிந்தது. சுப்புவின் கையை உதறினான் பூலிங்கம்.

"விடுடா என்னை! நான் நடப்பேன்... சிகரெட் வாங்கு..."

சிகரெட் ஒரு பக்கம் கோலிவாடாவில் இருந்தது என்றால் தீக்குச்சி நெருப்பு வேறு பக்கம் குர்லாவில் எரிந்தது.

"கொளுத்தித் தரட்டா?"

"வேண்டாம், நான் கொளுத்திக்கிடுவேன். நான் லெவல் இல்லாம நிக்கேண்ணு நினைச்சியா?"

பல்லக்கு போல அசைந்து அசைந்து நடந்தான். இந்த ரீதியில் கோலிவாடாவின் உட்பாகம் இருந்த சாலில் போய்ப் படுப்பதற்கு உதயம் ஆகிவிடும். இப்பவே மணி இரண்டரை இருக்கும். நாக்கா போனால் ஆட்டோ நிற்கும். பூலிங்கம் பால்வீதியில் நடப்பதுபோல் நடந்து வந்தான். எடை அதிகரித்து விட்டதா அல்லது எடை அற்றுப் போய்விட்டதா என்று தெரியவில்லை. பம்பாய் வந்து சேர்ந்தபோது கருவாடுபோல இருந்தான். இந்த ஆறு மாதத்தில் கொஞ்சம் சதை போட்டு விட்டான் என்று தோன்றியது சுப்புவுக்கு.

கோலிவாடா காமராசர் நகருக்குள் மூன்று முறை யாரோ தேடிவிட்டுப் போனதாகப் பான்வாலா சொன்னான். அவன் சொன்ன அடையாளத்தில் யாரென்று புரியவில்லை சுப்புவுக்கு. ஊரிலிருந்து யாரும் தேடி வந்திருப்பார்களோ எனச் சந்தேகமாக இருந்தது. பூலிங்கத்தின் ஞாபகமே இல்லை அவனுக்கு. "சார்ஸொபீஸ், சுப்பாரி கச்சா பக்கா" என பானுக்கு ஆர்டர் செய்துவிட்டு நின்றிருந்த போது நான்காவது முறை பூலிங்கம் தேடி வந்தான். 'இவன் எதற்குத் தேடி நடக்கிறான்' என சுப்பு நினைத்தான்.

சந்துகளை விட்டு வெளியே வந்து, கோலிவாடா ஸ்டேஷனுக்குப் போகும் வழியில் இருந்த ஈரானி ஓட்டலில் சொல்லச் சொல்லக் கேட்டுக் கொண்டிருந்தான்.

''சரி! இப்பம் என்ன செய்யணும்னு சொல்லு?''

''ரொம்ப நாளு மாட்டுங்கா லாட்ஜிலே இருக்க முடியாது. முதல்லே தங்கதுக்கு ஒரு இடம் வேணும். ரெண்டாவது தந்தாவுக்கு ஏதாம் வழி பாக்கணும்...''

சுப்பு என்ற சுப்பையாவுக்கு காவல் கிணறு. பிரதேசம் சார்ந்ததோர் பாசம் எழுந்தது.

''தங்குகது பாத்துக்கிடலாம். தற்சமயம் எங்க சாதிக்காரனுகோ தங்கப்பட்ட சால்லே இருக்கலாம். அங்க அட்ஜஸ்ட் செய்துக்கிடலாம். அவுனுகள்ட்டே ஒரு வார்த்தை கேட்டுக்கிடட்டும். நீ நாளைக்கு ராத்திரி, கிங் சர்கிள்லே, அண்ணைக்கு அந்த கிறுக்கன்கூட சண்டை போட்டையே, அங்கிணநில்லு. தந்தா காரியம் பொறவு யோசிச்சுச் சொல்லுகேன். இங்க உள்ளே சேட்டுக் கிட்டே போக முடியாது. இதுக்குள்ளே நியூஸ் வந்திருக்கும். அண்ணாச்சி கிட்டே கேக்கணும்...''

ஒன்பதாம் எண் பேருந்திலிருந்து இறங்கி நிறையத் தூரம் உள்ளே நடக்க வேண்டியதிருந்தது. மேலும் சற்றுத் தூரம் போனால் மலையடிவாரம் வந்துவிடும். சாலில், கீழே ஒரு குடும்பம் இருந்தது. பக்கவாட்டில் மரப்படி போட்டு, மரப்பலகைத் தட்டில் எட்டுப் பத்துப் பேர்கள். கீழே ஒரு தண்ணீர்க் குழாய் இருந்தது. தண்ணீர் வரும்போது குளித்துக் கொள்ள வேண்டும். துவைத்துக் கொள்ள வேண்டும். குடிக்கவும் சமைக்கவும் பிடித்துக் கொள்ளவேண்டும்.

சுப்பு சொன்னான் -

''இதுதான் நம்ம கொட்டாரம், பாத்துக்கோ... சாப்பிடதுக்கு பக்கத்திலே வேலாயுதன் நாயர் மெஸ் இருக்கு. காணிச்சுத் தாறேன். கணக்கு வச்சுக்கிடலாம். வெளீல எப்பிடி இருந்தாலும் சாலுக்குள்ளே

வந்தா அனக்கம் கேக்கப்பிடாது. கீழே வீட்டுக்காரர், மாரிமுத்துத் தேவர், கோவக்காரரு. வெளீல இருந்து யாரையும் கூட்டீட்டு வரப்பிடாது. பக்கத்திலே பொம்பிளைகள்கிட்டே அநாவசியமாப் பேச்சுக் குடுக்கப்பிடாது. முக்கியமா சாலில் அரசியல் பேசக்கூடாது. பயக்க எல்லாம் தேவம்மாரு... நீ என்ன பிள்ளையோ?''

''வேளாம்பிள்ளையோ''

''அப்படீண்ணா?''

''பானை, சட்டி எல்லாம் செய்வாள்ளா?''

''கொசப்பிள்ளோளா? அதை வேற யாரிட்டேயும் சொல்லாண்டாம். சால்லே தேவம்மாரை மாத்திரம்தான் சேப்பானுகோ... கேட்டா இறச்சகுளத்துத் தேவம்மாருண்ணு சொல்லீருகேன். நீ மூச்சுக் காட்டாண்டாம்...''

''சரி...''

''அப்பம் நாளைக்கு சாமானம் எல்லாம் எடுத்துக் கிட்டு வந்திரு''

காற்றில் எங்கும் சாராயக் கோடையின் வாசம். குடிசைத் தொழில் போல ஆங்காங்கே நடந்து கொண்டிருந்தது வாற்று. சாயங்காலம் ஆனால் சாராய நெடி மனிதர்களிடம் தாராளமாக வீசியது. சாலையோரங்களில் எண்ணெய்ச் சட்டிகளில் வறுபடும் சாளை, அயிலையின் காரமான கமறலும், சைக்கிள் ட்யூப்களில், வாலிபாலின் இன்னர்களில், அரை லிட்டர், ஒரு லிட்டர், இரண்டு லிட்டர் ஜெர்ரி கேன்களில் சாராயம் விநியோகம் ஆயிற்று. பெரும்பாலும் தொழுநோயாளிகள் வாற்றினார்கள். தொழுநோயாளிகள் கடத்தினார்கள்.

நாயர் மெஸ்ஸில் ஐந்நூறு ரூபாய் அட்வான்ஸ் கொடுத்துக் கணக்கு ஆரம்பித்தான். சாப்பிடுவதும் உறங்குவதுமாக இரண்டு நாட்கள் கழிந்தன. மாலைகளில் சயான் சாலையில் இருந்த தமிழ் மன்றத்துக்குப் போய்ப் பத்திரிகைகள் படித்தான்.

அண்ணாச்சியிடம் என்ன பேசினான் என்று தெரியவில்லை. முதல் நாள் சுப்புதான் கூடக் கூட்டிக் கொண்டு போனான்.

பெரிய கான்வாஸ் பை. அதனுள் ஐந்து லிட்டர் கேன். சுற்றிலும் மேலேயும் கேன் தெரியாமல் அடுக்கப்பட்ட முறுக்குப் பொட்டலங்கள். முறுக்கு என்றால் உளுந்து வறுத்துத் திரித்து அரிசி மாவு இடித்து அரித்துச் சேர்த்துப் பிசைந்து கறுப்பு எள் தூவி, கையால் சுற்றித் தேங்காய் எண்ணெயில் சுட்டவை அல்ல. மரவள்ளிக் கிழங்கு மாவில் செய்த அச்சு முறுக்கு. முதல் நாள் 'பொருபொரு' வென்றிருக்கும். பிறகு 'சவுக்கு சவுக்கு' என்றிருக்கும்.

கோலிவாடாவில் மின்சார ரயில் பிடித்து, வி.டி.யில் இறங்கி, மகாத்மா காந்தி ரோட்டில் நடந்து, ஃப்ளோரா ஃபவுண்டன் தாண்டி, காலாகோடா தாண்டி, ஜஹாங்கீர் ஆர்ட்கேலரி தாண்டி, மியூசியத்தின் மேற்கு நுழைவாயில் தாண்டியதும் நான்கு சக்கரத் தள்ளுவண்டிகள் சில நின்றன. பழைய புத்தகங்கள், சிறுவருக்கான விளையாட்டுச் சாமான்கள், கீற்று மாங்காய் என. அவற்றில் ஒன்றில், பெரிய சீனிச் சட்டியில் கடலை எண்ணெய் நுரைத்துக் காய்ந்து கொண்டிருந்தது. உருளைக் கிழங்கு வடைக்கான மசாலா - வேக வைத்த உருளைக் கிழங்கு, இஞ்சி, பூண்டு, பச்சை மிளகாய் சதைத்த உருண்டை, அரிந்த மல்லித்தழை, கறிவேப்பிலை, மஞ்சள் பொடி, உப்பு, பிசைந்து கரைத்த கடலை மாவு எல்லாம் தயாராக இருந்தன. அடுக்கடுக்காய், பன்னிரண்டு பாவ்கள் கொண்ட தடுக்குகள் இருந்தன. இரண்டு ஜெர்ரி கேன்கள் நிறையக் குடிநீர், கண்ணாடித் தம்ளர்கள், பிளாஸ்டிக் ஜக்கில் தண்ணீர்...

சாராயம் முதல் வியாபாரம் என்றும் 'பட்டாட்டா வடா - பாவ்' துணை வியாபாரம் என்றும் தோன்றியது. பதினோரு மணியிலிருந்து ஒவ்வொருவராய் வந்து கொண்டிருந்தனர். சாய் தம்ளரின் அளவு நூறு மில்லியாக இருக்கும். அவரவர் தகுதிக்கும் உடல் தெம்புக்கும் தக்கபடி, நூறோ இருநூறோ வாங்கி 'மடக் மடக்'கெனக் குடித்துவிட்டு, வடாபாவ் வாங்கித் தின்று விட்டுப்

போனார்கள். எதிரே இருந்த ஐ.என்.எஸ். ஆங்கரே கடற்படைத் தளத்தில் கூலி வேலை செய்யும் மஸ்தூர்கள் வந்து போனார்கள். இரண்டு போலீஸ்காரர்கள் வந்து போனார்கள்.

காசு வாங்கிக் கொண்டு, காலி செய்யப்பட்ட கேனையும் எடுத்துக் கொண்டு, மரச்சீனி மாவு முறுக்குகளை ஈராஸ் தியேட்டர் கான்டீன்காரருக்கு மொத்தமாய்ப் போட்டுவிட்டுத் திரும்பினார்கள்.

மறுபடியும் கோலிவாடா போய் வர வேண்டும். தினம் மூன்று நடைகள் என்றான் சுப்பு. மியூசியம் பக்கம் நிற்பவனுக்கு மொசம்பி - சாத்துக்குடித் தோல் ஊறிய கோடைத் தண்ணீரில் வாற்றியது. சௌபாத்தியில் நிற்பவனுக்கு சந்த்ரி - கமலா ஆரஞ்சுத் தோலில் ஊறிய கோடைத் தண்ணீரில் வாற்றியது.

கையில் காசு புரளத்துவங்கியது. இரயில்வே போலீசோ, மாநிலப் போலீசோ மறித்தால் கையில் தர மாற்றப்பட்ட புதுப் பத்து ரூபாய்த் தாள்கள் இருந்தன. ஆங்காங்கே இருந்த ஓட்டைகளி லெல்லாம் அடித்து இறுக்கப்பட்ட ஆப்புக்கள் இருந்தன.

என்ன காசிருந்தாலும் நடை உடைகளில் ஆடம்பரம் கூடாது என்பது அண்ணாச்சி கட்டளை. 'பக்கி' வேஷம் மிக நன்று. காய்ந்து பறந்த தலை மயிர், கசங்கி அழுக்கான ஆடைகள்.

சுப்புவுக்கு கொலாபா பஸ் ஸ்டாண்ட் பக்கமும் ஆர்.சி. சர்ச் அருகிலும் சசூன் டாக்கிலும் வாடிக்கைகள். மியூசியம் தாண்டிப் போக வேண்டும். அவன் வி.டி.யில் இருந்து மூன்றாம் நம்பர் பஸ் பிடிப்பான். சசூன் டாக் மாத்திரம் ஒரு நாளில் இரண்டு மூன்று தரம் போய் வருவான் சில சமயம்.

சொல்லி வைத்தாற்போல பைகுலா ஸ்டேஷனில் பிடித்தார்கள் ஒரு நாள். பூலிங்கத்துக்குச் சற்று பதற்றமாக இருந்தது. சுப்பு எதற்கும் அலட்டிக் கொள்ளவில்லை. எதிர்பார்த்தது போல் அடிக்கவோ மிதிக்கவோ இல்லை. சற்று நேரத்தில் அண்ணாச்சியின் ஆட்கள் வந்து இறக்கிக் கொண்டு போனார்கள்.

சரக்கு நடமாட்டத்தில் இருக்கும்போது குடிக்கக் கூடாது என்பது அண்ணாச்சியின் இன்னொரு உத்தரவு. வேலையெல்லாம் முடிந்தபின் பாவுசேர் குடித்துவிட்டு, நாயர் மெஸ்ஸில் சாப்பிட்டு விட்டு உல்லாசமாகத் திரியலாம். சில நாட்களில் சர்தார்ஜி பார்.

பூலிங்கத்தை சாலில் கொண்டு கிடத்துவதற்குள் அன்று பெரும்பாடாகி விட்டது சுப்புவுக்கு. இந்த நிலையில் யாரும் பார்த்தால் அண்ணாச்சிக்கு தகவல் போய்விடும். தேவையற்ற சிக்கல்களில் புகுந்து கொள்வதில் சுப்புவுக்குப் பிரியமில்லை. தெளிந்தபின் கறாராகச் சொல்லிவிட வேண்டும் என்று நினைத்தான் சுப்பு. பம்பாய்த் தண்ணீர் எல்லோரையும் ஒரு வழி செய்து விடுகின்றது. சவம் போலக் கிடந்து உறங்குவதைக் காண சங்கடமாகவும் இருந்தது.

என்ன தொந்தரவு இருந்தாலும் சுப்புவுக்கு பூலிங்கத்தின் மீதொரு பிரியம் இருந்தது. கைக்காசு செலவு செய்வதற்கு மடிப்ப தில்லை. கள்ளம் சொல்வதில்லை. பித்தலாட்டம் கிடையாது. குறளை சென்ற ஓதுவதில்லை.

லோனவாலா போகும்போது கூடக் கூட்டிக் கொண்டு போகச் சொன்னார் அண்ணாச்சி. மாத்தேரான், லோனவாலா, மட் ஐலண்ட் எலிஃபன்டா கேவ்ஸ் எல்லாம் அண்ணாச்சி ஆளுகையின் கீழ்தான். வெளியூர் விநியோகங்களுக்கு 'பக்கி' வேஷம் மாற்றி கனவான் வேஷத்தில் போக வேண்டும் என்பது அண்ணாச்சி கட்டளைகளில் ஒன்று.

அண்ணாச்சிக்கும் பூலிங்கம் பேரில் நல்ல அபிப்பிராயம் இருந்தது போலத்தான் சுப்புவுக்குத் தோன்றியது. வேறு பயல்கள் என்றால் இவ்வளவு விரைவில் உள்ளூர் சில்லறை வியாபரத்தில் இருந்து வெளியூர் பார்சல் சர்வீசுக்கு மாற்றமாட்டார்.

சசூன் டாக்கில், மீன்பிடிப் படகுகளுடன், மீனுடன் மீனாக கடத்தல் பொருட்கள் வரும். ஸ்ட்ரீமில் நின்றிருக்கும் வெளிநாட்டுச் கப்பல்கள். அண்ணாச்சிக்கு அவ்வப்போது சரக்கு வரும். ஐஸ்கட்டிகள்

நொறுக்கிப் போடப்பட்ட பிளாஸ்டிக் ட்ரேகளில் மீன்கள் நிறைந்திருக்கும். தோளில் சுமந்து டெம்போவில் ஏற்ற வேண்டும். சட்டையில் வடியும் மீன் தண்ணீர் பற்றி எல்லாம் யோசிக்க முடியாது. தேய்த்துக் கழுவினாலும் மூன்று நாட்கள் வாசனை நாசித் துவாரங்களில் நிறைந்திருக்கும்.

சில சமயம் அண்ணாச்சியின் கார் ஏற்றுமிடத்திலோ இறக்கும் இடத்திலோ கண்காணிக்கும். சந்தைக்குப் போகுமுன் மீன் டிரேக்கள் தனியாகவும் சரக்குகள் தனியாகவும் பிரித்து எடுத்து வைக்க வேண்டும். ஒரு நாள் லோடு இறக்கும்போது அண்ணாச்சி பூலிங்கத்தின் தோளில் தட்டினார்.

அண்ணாச்சியை நம்பினார் கெடுவதில்லை. பேத்து மாத்து அவருக்குப் பிடிக்காது. மாதவன், தங்கச்சி கல்யாணத்துக்குக் கடையநல்லூர் போக அனுமதி கேட்டபோது, அண்ணாச்சி பத்தாயிரம் ரூபாய் கல்யாணச் செலவுக்கு அன்பளிப்பாகக் கொடுத்ததை சுப்பு நேரில் பார்த்தான். ஊரில் உயர்நிலைப் பள்ளியில் புதிய கட்டிடம் கட்ட நன்கொடைக்கு ஐந்து ரசீது புத்தகங்கள் சுப்புவுக்கு வந்தன. அண்ணாச்சியிடம் ஒரு சீட்டுக்குப் பணம் கேட்டான். ஐந்த புத்தகங்களையும் வாங்கிக் கொண்டு ஐயாயிரம் ரூபாய் கொடுத்தார்.

அவர் கன்ட்ரோலில் எத்தனை சாராயம் வாற்றுமிடங்கள் இருந்தன என யாருக்கும் தெரியாது. எப்படி சரக்குகள் வரும், தகவல்கள் தெரியும், எப்படி பணம் பட்டுவாடா ஆகும் என்பதும் தெரியாது. கண்ணுக்குத் தெரியாமல் நூற்றுக் கணக்கான கரங்கள் அவருக்காக இயங்கிக் கொண்டிருந்தன.

அரசு இயந்திரங்களில், காவல்துறையில், சுங்கத்துறையில், கலால் துறையில் எண்ணற்ற பொத்தான்கள் அவர் கைக்கெட்டும் தூரத்தில் இருந்தன. சாலில் எல்லோரும் அண்ணாச்சிக்குத்தான் வேலை செய்தார்கள். யாருக்கு என்ன வேலை என்று அடுத்தவருக்குத் தெரியாது.

கோலிவாடாவில், சயானில், மாட்டுங்காவில், தாதரில் சாலையோரங்களிலும் சந்திகளிலும், சந்தைகளிலும் இருந்த எல்லாத் தள்ளுவண்டிகள், கடைகள், தரையில் சாக்கு விரித்த வியாபாரங்கள், மீன் சந்தை, காய்கறிக் கடைகள், மட்டன் ஸ்டால், சிக்கன் ஸ்டால், இரவு உணவு வாகனங்கள் எல்லாவற்றுக்கும் மொத்தப் பாதுகாப்புக் குத்தகை அண்ணாச்சிக்கு. பிரிவுக்கப்பம் எப்படி வசூலாகிறது, எப்படிப் போய்ச் சேருகிறது என்பது ஒரு மாயம்.

வேலையொன்றும் இல்லாத மாலையொன்றில், சாலில் உட்கார்ந்து ரம்மி விளையாடிக் கொண்டிருந்தபோது, பதைக்கப் பதைக்க ஓடிவந்தான், கட்டை மணி.

"ஏம்லே? நாய் மாதிரி இளைக்க இளைக்க ஓடியாறே?"

"நாலு பேரு ஓடி வாங்கலே! நம்ம சொள்ளமுத்து நாடார் கடைக்கு முன்னால நாலஞ்சு மராட்டிப் பயக்க கெடந்து துள்ளுகானுகோ..."

எல்லோருமாக இறங்கிப் போனார்கள். பொழுது போகாமல் சோம்பிக் கிடந்தவர்களுக்கு ஒரு வேலை வந்த உற்சாகம் இருந்தது. சாலின் சந்துகளைத் தாண்டி, காமராசர் நகரின் வாசலில் இருந்தது மளிகைக் கடை. நாடாருக்கு, ஒரு வியாபாரிக்கு வேண்டிய சிரித்த முகம். கன்னங்கரிய முகத்தில் சந்தனப் பொட்டும் வெள்ளைப் பற்களும் எப்போதும் தெரியும். காக்கி அரை நிக்கரும் கை வைத்த பனியனும் போட்டுக் கொண்டு காற்றாடி போலச் சுற்றிக் கொண்டிருப்பார். கண்ணுக்குத் தெரியாத கயிறு ஒன்று அவரைச் சுழற்றி விட்டுக் கொண்டிருப்பதைப் போல.

சுடலை முத்து நாடார் பதினான்கு வயதில் பம்பாய்க்கு வந்தாராம். அன்று போட்ட அரை நிக்கரை இன்னும் கழற்றவில்லை. ஊருக்குப் போகும் போது மட்டும் வேட்டி கட்டிக் கொள்வார். பேப்பர் போடுபவனாக, சாப்பாட்டுக் கேரியர் கூடை சுமப்பவனாக, ஐயர் வீட்டில் வேலைக்காரனாக, பைகுலா காய்கறிச் சந்தையில் மூடை இறக்குபவனாக, பலசரக்குக் கடையில் - மஜீத் பந்தரில் எடுபிடியாக,

முப்பது ஆண்டுகள் ஏகப்பட்ட தழும்புகள் பட்ட வாழ்க்கை. குடும்பம் குட்டி எல்லாம் நாங்குநேரி - களக்காடு சாலையில் இருக்கும் சூரங்குடியில். பத்திருபது ஏக்கர் புஞ்சை, பம்பு செட், களக்காட்டில் தூய அந்தோணியார் பள்ளிக்குப் பக்கத்தில் வாடகைக்கு விட்டிருந்த வீடு, மெயின் ரோட்டில் இரண்டு கடைகள் - எல்லாம் பலசரக்குப் பொட்டலம் மடித்ததில்தான். என்றாலும் நாடார் நீக்குப் போக்குள்ளவர். கடன் தருவதிலும் கறாலாகக் கடனைத் திருப்பிக் கேட்காதிருப்பதிலும்.

சின்னஞ்சிறு கூட்டம் கிடந்தது கடைக்கு முன்னால். நாடார் தனக்குத் தெரிந்த மராத்தியில் விளங்க வைத்துக் கொண்டிருந்தார்.

''நான் இப்பம் என்ன கேட்டுட்டேன்? பழைய பாக்கி கொஞ்சம் தரப்பிடாதாண்ணு கேட்டேன். அதுக்கு ஆளுகளைக் கூட்டி அடிவிடிக்கு வரணுமா? எனக்கு யாவாரம் கெடுகில்லா...''

''காய் ரே! அண்ணா! அண்டு குண்டு ஸாலா... படா சமஸ்த்தா கியா? பார் ஆவ் ஸாலா...''

''அபி ஜாவ் தும் லோக்... பின்னால பேசிக்கிடலாம்...''

''துஜி ஆய்லா... பாத்மே கியா பாத் கரேங்கா... மதராஸி ஸாலா...''

சண்டை பெரிய வெப்பத்தைக் கிளர்த்துக் கொண்டிருக்க வில்லை. என்றாலும் நாடாருக்கு ஒரு தார்மீக ஆதரவு தர வேண்டிய திருந்தது. மேலும் தமது அதிகார எல்லைக்குள் வேற்றுப் பிரதேச நாய்கள் பௌருஷம் செலுத்துவதை அனுமதிப்பது பின்னால் வரைமுறைகளைத் தகர்க்கும். அந்த நகரில் எங்காவது ஒண்டிக் கொண்டு காலம் கொண்டு செல்லும் நூறு நூற்றைம்பது பேருக்கு நாடார்தான் தொடர்பு முகவரி. ஊரிலிருந்து யார் தேடி வந்தாலும் அவனுக்குச் சாயா வாங்கிக் கொடுத்து, சாப்பாடு வாங்கிக் கொடுத்து சம்மந்தப்பட்ட ஆள் கையில் ஒப்படைப்பார் - செய்த செலவுக்கு என்ன வற்புறுத்தினாலும் காசு வாங்கிக் கொள்ள மாட்டார். எப்போதும்

நூல் கயிற்றில் கட்டிய எண்பது தொண்ணூறு கடிதங்கள் ஒரு ஓரமாய்க் கிடக்கும். முன்தினம் வந்தது முதல் ஐந்தாறு மாதங்கள் முன்பு வந்ததுவரை. தேவைப்பட்டவர் கட்டுக்குள் புகுந்து தேடிக் கொள்ள வேண்டும்.

பூலிங்கம், சுப்பு, கட்டை மணி, கைலாசம், வெள்ளைப் பாண்டி, கறுத்தப் பாண்டி எல்லோரும் நெருங்கியபோது, சின்னப் பயல் ஒருவன் மிகவும் சாடிக் கொண்டிருந்தான்.

''தும் பார் ஆவ் சூத்தியா ஸாலா...'' என்று

பூலிங்கத்துக்குத் தன்னை நிரூபித்துக் கொள்ள வேண்டிய திருந்தது. எகிறி விழுந்து, கொத்தாக முடியைப் பிடித்து ஒரு குத்து விட்டான், சரமாரியாக அடிகள் விழுந்தன. சுப்பு மண்டை கொடுப்பதில் வல்லாளி என்பதை அன்றுதான் பார்த்தான். புகை போலப் புழுதி பறந்து கவிழ்ந்து. ஒருவனுக்குப் பொன்னாசி உடைந்து ரத்தம் வழிந்தது. இன்னொருவருக்குப் பல் பாய்ந்து உதடு கிழிந்தது. சட்டென ஓய்ந்து விட்டது சண்டை.

கொஞ்ச நேரம் சண்டை பற்றிய விமர்சனக் கூட்டம் நடந்தது.

''தம்பி, கலர் குடிக்கேளா? இல்லே சாய் சொல்லுட்டுமா?'' என்றார் நாடார்.

''கலரெல்லாம் குடிச்சா உமக்குக் கட்டுபடியாகாது ஓய்... சாய் சொல்லும்'' என்றான் சுப்பு.

''எலே, லாரன்சு... ஓடிப்போயி, எட்டு சாயா... கிளாசை நல்ல விர்த்தியாக் கழுவி... புது டிக்காசன் போட்டு, கையோட எடுத்துக்கிட்டு வா... நான் சொன்னம்ணு சொல்லு... சொணங்கிக்கிட்டு நிக்காதே''

பூலிங்கத்தைப் பார்த்துச் சொன்னார் - ''தம்பிக்கு இம்புட்டு நெஞ்சூக்கம் இருக்கும்ணு நினைக்கல்லே... இந்தக் காலத்திலே அதுதான்டே சரி.... கறட்டுக் கம்புக்கு மொறட்டுக் கோடாலி...''

அவனுக்கு அந்தப் பாராட்டு தேவையாக இருந்தது. மற்றவரெல்லாம் இது அன்றாடக் காட்சி என்ற சுவாரசியமற்றுச் சாயா உறிஞ்சிக் கொண்டிருந்தனர். கூட்டம் கலையத் துவங்கியது. நாடார் பொட்டலம் மடிக்க ஆரம்பித்தார்.

அன்று இரவு அண்ணாச்சி பூலிங்கத்தைக் கூப்பிட்டு அனுப்பினார். வழக்கமாக இரவுகளில் அவர் இருக்கும் ''தளவாய் செக்யூரிட்டி சர்வீசஸ்'' அலுவலகத்தில் இருந்தார். எப்போதும் போல் இருபது முப்பது பேர் வாசலில் போடப்பட்டிருந்த பெஞ்சுகளில் இருந்தார்கள். கடன் கேட்க வந்தவர், இனாம் கேட்க வந்தவர், கட்டைப் பஞ்சாயத்துக்கு வந்தவர், புகார் கொண்டு வந்தவர், கருணை மனு கொண்டு வந்தவர்...

தெலாங் ரோடு முடிகிற இடத்தில், எப்போதோ ஆங்கிலேயர் கட்டிய பாரக்ஸ் வரிசை. ஓடு போட்ட கூரை. காம்பவுண்ட் சுவரினுள் முன்னால் சிறிய முற்றம், வராந்தா, ஹால், படுக்கை அறையாக உபயோகப்படக் கூடிய உள்ளறை. கடைசியில் பக்கவாடுகளில் சமையலறை, டாய்லெட். பின்னால் கொஞ்சம் காலியிடம். பின்பக்கச் சுவர் தாண்டி மத்திய ரயில்வேயின் தண்டவாளங்கள். பின் பக்கச் சுவரில் ஒரு திட்டிக் கதவு போட்டு அதைச் சாத்தி வைத்திருந்தது. கதவின் பக்கம் மர ஸ்டூலில் ஒருவர் சென்ட்ரி போல் உட்கார்ந்திருந்தார். பாரக்ஸின் மற்ற வீடுகளில் குடியிருந்தவர்கள் எல்லோரும் அண்ணாச்சிக்கு மிகவும் வேண்டியவர்கள். இஸ்லாமியர், மராத்தியர், சர்தார் என்று சர்வ ஜனக் கலப்பு. ஒருவேளை, தற்காப்பு முன்னேற்பாடாக, பக்கத்து வீடுகளுக்கான தடுப்புச் சுவரில் மறைவாகத் திட்டி வாசல்கள் இருக்கக் கூடும். சமையலறையை அகழ்ந்து ஒரு பதுங்கு குழியோ, ஸ்ட்ராங் ரூமோ இருக்கலாம்.

அண்ணாச்சி உள் அறையில் இருந்தார்.

பூலிங்கம் கைகட்டி நின்று கொண்டிருந்தான்.

''என்னய்யா, சாயங்காலம் நாடார் கடையிலே கலாட்டா?''

''அது, அண்ணாச்சி...''

''எல்லாம் எனக்குத் தெரியும். கவனமா இருக்கணும் இப்ப உன்னைக் கூப்பிட்டது அதுக்கில்லே. சூரத்துக்கு ஒரு லோடு போகணும். காதர்பாய் வண்டியிலே வழக்கமாய்ப் போற சாத்தையா ஊருக்குப் போயிருக்கான். நீ கூடப்போணும். உனக்குத் தெரியும்ல சூரத் குஜராத்லே இருக்கு. டிரை ஸ்டேட், ரிஸ்க் கூடுதல். வழியில் ஆக்ட்ராய் செக் போஸ்ட், சேல்ஸ் டாக்ஸ் செக் போஸ்ட் எல்லாம் உண்டு. காதர்பாய் எல்லாம் பாத்துக்கிடுவான். நீ கூடப் போனாப் போதும்''

''நீங்க சொன்னா சரி அண்ணாச்சி''

''அச்சா... போயிட்டு ராத்திரி பதினோரு மணிக்கு சயான் ஆஸ்பத்திரி கேட்லே நிண்ணு. எம்.டி.எல்.4147 டெம்போ தைரியமாப் போ...''

காகிதங்கள் எல்லாம் சரியான விதத்தில் இருந்தன. செல்லான் பாம் ட்வெண்டி, இன்வாய்ஸ், வே-பில், இருபத்தி நான்கு மரப்பெட்டி களில் அடைக்கப்பட்ட தறிச்சாமான்கள், தோலால் ஆன பிக்கர்ஸ்

பெட்டிகளின் உள்ளே, ஜெர்ரி கேன்களில் நாடன் வாற்றுச் சாராயம் ஐம்பது லிட்டர் கேன்கள். குஜராத் காந்தி பிறந்த தேசம் என்பதில் பூரண மதுவிலக்கு அமலில் இருந்தது என்றாலும் அவசியப்பட்டோர் எவரும் குடிக்காமலும் இல்லை. ஒன்றுக்கு இரண்டு விலை என்பதைத் தவிர, குடித்துவிட்டு உல்லாசமாகச் சாலைகளில் திரிய முடியாது என்பதைத் தவிர, எல்லா ரகங்களும் அந்தந்த ஈட்டான்களில் கிடைத்தன.

ஒவ்வொரு செக் போஸ்டிலும், காகிதங்களுடன் சேர்த்து காகித நாணயங்கள். உற்சாகமாக முத்திரை குத்திக் கொடுத்தார்கள். முன்னால் போலீஸ் ஸ்குவாட் ஜீப் எதுவும் வருகிறதா என்றும் சாலையோரங்களில் பதுங்கலாக நிறுத்தி வைக்கப்பட்டிருக்கிறதா என்றும் கண்காணிப்பில் இருந்தான் பூலிங்கம். பம்பாயில் இருந்து சூரத் மூன்று மணி நேரப் பயணம், சாலை வழியில்.

தேசீய நெடுஞ்சாலையில் 'சர்சர்'ரெனத் தூரம் தொலைந்து கொண்டிருந்தது. காதர் பாய் வண்டிக்கு நல்ல பிக்கப். முன்னால் போகும் லாரிகளிடம் இடம் வாங்கி, வேகமாய் வரும் பேருந்துகளுக்கு இடம் ஒதுக்கி, சாதுரியமாக ஓட்டிக் கொண்டிருந்தான்.

சூரத் நகரம் நெரிசலான ஊராக இருந்தது. கொத்துக் கொத்தாக, ஒழுங்கும் வரம்பும் அற்றுக் கட்டப்பட்ட தெருக்களும், சாலைகளும் சந்துகளும். மண்டியில் ஆட்கள் விழித்துக் கொண்டு காத்திருந்தனர். மாம்பழ மண்டிக்கு உள்ளேயொரு தடம் போயிற்று. இறக்கி முடிந்ததும், எண்ணிக் கட்டி வைக்கப்பட்டிருந்த காசை வாங்கி, காக்கித் துணிப்பையில் போட்டுப் பொதிந்து, சீட்டின் அடியில் இருந்த பெட்டியில் போட்டுப் பூட்டி விட்டுப் புறப்பட்டனர். பேருந்து நிலையம் உறங்காமற் போகும் சாபம் பெற்றதைப் போல, விழித்திருப்பின் சுமை தொனிக்கக் காத்திருந்தது. சூரத்தின் நான்கட்டாயும், சாயும், இலேசான குளிரும், பொறுப்புக் குறைந்த விடுதலையும் உல்லாசமாக இருந்தன.

ஐந்து மணி தாண்டி விட்டது, சயான் ஆஸ்பத்திரியில் இறங்கிய போது. கையில் அரைக்கிலோ சூரத் நான்கட்டாய் இருந்தது. சாலில் எல்லோருக்கும் காலையில் சாயுடன் கடித்துக் கொள்ள ஆகும். இப்போது பஸ் ஏதும் இருக்குமா என்று தெரியவில்லை. குறுக்குப் பாதையில் நடந்து போய் விடலாம். மைசூர் அசோசியேஷன் தாண்டி, ஹார்பர் பிராஞ்சு ரயில் தண்டவாளங்கள் தாண்டி, ஒழுங்கற்றதோர் கால் நடக்கும் பாதை.

நகரம் புலர்ந்து கொண்டிருந்தது. பால்கேன்கள் சுமந்தபடிச் செல்லும் சைக்கிள்காரப் பையாக்கள். பேப்பர் போடும் பையன்கள். முப்பத்தைந்து வயதிலும் அரைக்கால் சட்டை அணிந்து வீட்டு வேலைக்குப் போகும் ராமாக்கள். முதல் ஷிப்டுகள் விரையும் தொழிற்சாலை, நூற்பாலைப் பணியாளர். மும்பா தேவியின் அருளால் எல்லோரும் பிழைத்துக் கொண்டிருந்தார்கள்.

வேலாயுதன் நாயர் கடை திறந்து விட்டார். புதுப்பாலில் புது டிகாக்ஷனில் சாய் நன்றாக இருந்தது. பாக்கெட்டில் சிகரெட் மீதமிருந்தது. ஒன்றை எடுத்துப் பற்ற வைத்துக் கொண்டு கழிப்பிடம் போனான். சன்டாசில் கூட்டம் இல்லை. தண்ணீர் வர ஆரம்பித் திருந்தது. சால்காரர் சம்சாரம் காலிக் குடத்தைக் குழாய் மூட்டில் நகர்த்தி வைத்து விட்டு, நிறைந்த குடத்தை வெட்டித் தூக்கி இடுப்பில் வைத்தாள். இடுப்போரம் தண்ணீர் பட்டு வாயில் சாரி நனைந்திருந்தது. மெல்லிய விடியல் ஒளியில் முழங்காலும் கணுக்காலில் வெள்ளிக் கொலுசுகளும் தெரிந்தன.

"இப்பத்தான் வாறயா?" என்றாள்.

"ஆமாக்கா... சூரத்துக்கு போயிட்டு வாறேன். மொதலாளி எந்திரிக்கல்லியா?"

"இல்லை, இண்ணைக்கு ஆஃப் தானே!"

வீட்டுக்காரர் இல்லாவிட்டால், வள்ளியம்மை அக்கா ஏதாவது பேசுவாள். 'சாப்பிட்டாச்சா?' 'ஊரிலேருந்து காயிதம் வந்துதா?' 'அரோராவிலே என்ன படம் ஓடுகு?' என்பது போல. அதையே வீட்டுக்காரர் இருக்கும் போது கேட்டால் கற்பு என்ன பங்கப்பட்டுப் போகும் என்று தெரியவில்லை. பெண்ணுக்குக் கூட ஆண் மேல் சந்தேகம் இல்லை. ஆணுக்குத்தான் ஆண்மேல் சந்தேகம். பாம்பறியும் பாம்பின் கால்.

கையிலிருந்த 'நான்கட்டாய்' பொட்டலத்தை, 'பிள்ளைகளுக்கு குடுக்கா' என்று கையில் ஏற்பிக்கலாம். 'எப்போது தந்தான்?', 'ஏன் தந்தான்?' எனும் கேள்விகளுக்கு வள்ளியம்மை அக்கா பதில் தேடிக் கொண்டிருக்க வேண்டும்.

ஒருவிதமான நாடகம் ஆட வேண்டியதிருக்கிறது வாழ்வில். உண்மையாக இருந்தால் மட்டும் போதாது, உண்மையாக இருப்ப தாகக் காட்டிக் கொள்ளவும் வேண்டும். அடிக்கடி நிரூபித்துக் கொண்டும் இருக்க வேண்டும். நடமாடும் மனிதர்களும் படமாடும் மனிதர்களும்...

தொடர்ந்து நெருபிரியான வேலை வந்து கொண்டிருந்தது.

வாற்றுச் சாராயம் குடிப்பதை அன்றுடன் விட்டுவிட வேண்டும் என்று தோன்றியது பூலிங்கத்துக்கு. எதற்கு அங்கு வந்தோம் என்றிருந்தது. பார்க்கப் பார்க்கக் குமட்டிக் கொண்டு வந்தது. 'பென்ஹர்' படத்தில் பார்த்த தொழுநோயாளிகளின் வாழ்கிடங்கு போலிருந்தது.

மட்பாண்டத்துக்குச் சவட்டிக் குழைத்த மண் போல இழுவிக் கிடந்தது சர்க்கரை. இராட்சத மாடு போட்ட இளகிய சாணக்குப்பம் போல. கோடைப் பானைகளின் புளித்த நாற்றம். கால்விரல்கள், கை விரல்கள் கழன்று விழுந்த ரோகிகள் வாற்றும் தொழிலில் முனைந் திருந்தனர். இதற்கு முன் கண்டிராத அளவுகளில் மண் பானைகள், கண்ணாடிக் குடுவைகள். குலுக்கை செய்வதில் தேர்ச்சி பெற்ற குயவர் மட்டுமே இந்த அளவுப் பானைகளை வனைய முடியும். ஒரு தொழிற்சாலைக்குரிய கண்டான் முண்டான் சாமான்கள். இவ்வளவு பெரிய அளவில் இயங்கும் எனப் பூலிங்கம் எதிர்பார்த்திருக்கவில்லை.

ஊரில் தேரடி மூட்டில் காப்பிக்கடை போட்டிருந்த பண்டாரம் சாராயம் வாற்றுவதாகச் சொன்னார்கள். ஐந்தாவது படிக்கையில் பண்டாரத்தின் மகன் சுபாஷ், பூலிங்கத்தின் வகுப்பு. தோராயமாக எப்படி வாற்றுவார்கள் என்றும் முதல் வாற்றுச் சாராயம் என்ன வீரியத்துடன் இருக்கும் என்றும் ஒரு நாள் விளக்கிக் கொண்டிருந்தான். நாலைந்து மாதங்கள் போய், போலீஸ் சோதனை வந்த போது கோடைப் பானையைப் பண்டாரம் தலையில் வைத்து அடித்துக் கூட்டிக் கொண்டு போனார்கள். பண்டாரத்தின் மனைவி, பெரிய முலைகள் தொங்க அடித்துக் கொண்டு அழுதாள். அந்தப் பானைகூட பத்துபடி அரிசி வேகும் அளவில்தான் இருந்தது. அத்துடன் பண்டாரத்தின் குடித்தனமும் ஊரில் இருந்து எடுபட்டுப் போய்விட்டது.

ஊரில் கொடை, திருவிழா நடக்கும் போது, கல்யாணம், மறுவீடு அடியந்திரங்கள் நடக்கும் போது, இரண்டு மூன்று குப்பிகள் முளைக்கும். வாழையிலையில் அவியல் பொதிந்து கொண்டு போவார்கள், தொட்டுக் கொள்ள. வேண்டப் பட்டவர்களை எல்லாம் 'குசுகுசு'வெனச் சங்கேத மொழியில் பேசி அழைத்துக் கொண்டு

போவார்கள். சற்று நேரத்தில் அவர்கள் வாயைத் துடைத்துக் கொண்டும் தொண்டையைச் செருமிக் கொண்டும் வருவதைப் பார்த்திருக் கிறான். மகன் குடித்துவிட்டு வந்து ரகசியமாய் அப்பனைக் கூட்டிப் போவதும் உண்டு. ஆனால் இங்கு எல்லாம் இராட்சத அளவில் நடப்பதாகத் தோன்றியது.

விநாயக சதுர்த்தி நெருங்கிக் கொண்டிருந்தது. நகரெங்கும் 'கண்பதி பப்பா மோரியா, புட்சா வர்ஷி லோக்கர் யா' என்று மராத்திய விளி கேட்டுக் கொண்டிருக்கும். மலர் மணங்கள், ஊதுபத்திப் புகைகள், மோதகம் வேகும் வாசனையுடன் 'தேசிதாரு'வின் மணமும் காற்றில் கலந்திருக்கும். வழக்கத்தைவிட மூன்று நான்கு மடங்கு. சாராயம் விற்று முதலாகும் நாட்கள். நல்ல சரக்கு கிடைப்பதில் சிரமம் இருந்தது. என்றாலும் அண்ணாச்சி தரக் கட்டுப்பாட்டில் கவனமுடையவர். மற்ற இடங்களில் நடப்பது போல், ஆஸ்பத்திரிகளில் இருந்து கடத்தப்படும் பிணங்கள் ஊறவைத்த ஸ்பிரிட்டுகள், பெயின்ட் கலவைகளுக்கும் பிற இரசாயனத் தொழிற்சாலை உபயோகங்களுக்குமான நச்சுச் சாராயம் எல்லாம் அவர் மட்டத்தில் நடப்பதில்லை. குஷ்டரோகக் கிருமிகள் வாற்றிவரும் சூட்டில் மாண்டுவிடும் என அவர் நினைத்திருக்கக் கூடும்.

கோலிவாடா தாண்டி, அன்டாப் ஹில்லின் இடுக்கில் இருந்து வரும் புகை மூட்டத்தை எக்சைஸ்காரர்கள் கண்டு கொள்வதில்லை. ஒருவேளை சூரியக் கதிருக்கு இதமான ரேபான் சன் கண்ணாடிகள் அண்ணாச்சி காசில் வாங்கப்பட்டதாக இருக்கும்.

ஜீப்பில் ஏழெட்டுக் கேன்களை அடுக்கிக் கொண்டு பூலிங்கத்துக்கு லேபர் கேம்ப், வடாலா, சயான் மேம்பாலத்தின் அடிவாரம், சாக்கி நாக்கா, கோவண்டி, மான்கூர்ட் எனப் போக வேண்டியதிருந்தது.

சில சமயம் எதற்கு மக்கள் இவ்வளவு கிடந்து பறக்கிறார்கள் எனத் தோன்றியது. கீழ்த்தட்டு மராத்தியர், ஆண்களும் பெண்களுமாய்க் குடித்தார்கள். இத்தனைக்கும் சாராய வியாபாரத்தையும் அரசாங்கமே

செய்தது. அரசாங்கம் அதிகாரபூர்வமாகச் செய்யாத ஒரே தொழில் விபச்சாரம்தான். ஆனால் அரசு சம்மந்தப்பட்ட எதிலும் மக்களுக்குப் போதை இல்லை போலும். சரியாகக் கடிக்க மாட்டேன் என்கிறது என்கிறார்கள். அண்ணாச்சி சாராயம் நல்ல பாம்பு போல் கடித்தது.

கூட்டிக் கழித்துப் பார்த்தால், சாராயம் வாற்றுவதிலும் கடத்துவதிலும் குற்றம் என்பதன் பங்கு, எச்சைஸ் வரி நாற்பது சதமானம் கட்டாதது மட்டும்தான் என்று தோன்றியது. அந்த இடைவெளி சதமானத்தில்தான் அண்ணாச்சியும், வாற்றுக்காரர்களும், கடத்தல்காரர்களும் சில்லறை வியாபாரிகளும் தேரோட்டிக் கொண்டிருந்தார்கள்.

பூலிங்கம் பம்பாய் வந்த பிறகு இது இரண்டாவது 'கண்பதி', மாதுங்கா சந்தை பக்கமிருந்த திடலில் அண்ணாச்சி ஆண்டு தோறும் மிகப் பிரம்மாண்டமான விழா நடத்தினார். அவர் நடத்தும் பதினேழாவது 'கண்பதி' என்றார்கள். பத்து நாட்கள் அலங்காரங்கள், சிறப்புப் பூசனைகள், நைவேத்தியங்கள், பாட்டுக் கச்சேரிகள், வாண வேடிக்கை என அமர்க்களப்படும். சாயங்காலம் ஐந்து மணி ஆனால் கண்பதி அலங்காரம், விளக்கு வரிசை அழகுகள் காண வருபவரும் இன்னிசை மழையில் நனைய வருகிறவரும்...

மாலை ஐந்து மணி முதல் இரவு இரண்டு மணி வரை, காக்கி நிக்கரும், சட்டையும், பெல்ட்டும் தொப்பியும் கையில் மூங்கில் தடியுமாய் - சாரணர் அணிவகுப்புப் போல, கூட்டத்தை ஒதுக்கிக் கொண்டு, ஆற்றுப் படுத்திக் கொண்டு...

ஒதுங்கி நின்ற இரண்டு பேர்கள் பேசுவதைக் கவனித்தான் பூலிங்கம்.

''இவ்வளவு கூட்டம் இருக்குல்லா! ஒரு திருட்டுக் கிடையாது. அலை மோதற கூட்டத்திலும் ஒரு பிக்பாக்கெட் கிடையாது''

''அதான் பிக்பாக்கட் அடிக்கிறவன் எல்லாம் காக்கி யூனிபார்ம்மிலே நிக்கிறான்லா...''

"மெதுவாப் பேசும் ஓய். எவனும் கேட்டாண்ணா பின்னீருவான் பின்னி.... இவாள்ளாம் கஞ்சா, சாராயம், கடத்தல் யாவாரம்தான் செய்வா. பிக்பாக்கெட்டெல்லாம் அடிக்க மாட்டா... நம்ம ராகவன் இல்லே, அஞ்சாறு மாசம் மிந்தி சம்பளம் வாங்கீட்டு விரார் ஃபாஸ்ட்டிலே வந்திருக்கான். நாலாயிரம் ரூபாய் பணால். அழுது அடிச்சுக்கிட்டுப் போயி அண்ணாச்சி கால்லே விழுந்திருக்கான். மறுநாள் சந்திக்கு வரச் சொல்லீருக்கார். ஏழெட்டுப் பர்சை முன்னால எடுத்துப் போட்டு உன்னது எதுவோ எடுத்துண்டு போன்னாராம்..."

"அவாள்ட்டேயும் ஒரு தொழில் சுத்தம் உண்டுண்றே..."

"ஆமாம்.... வாரும் போலாம். பக்கத்திலே அந்தத் தடியன் நம்மையே பார்க்கறான்."

சுற்றுச் சூழ இருந்த கடைகளுக்கெல்லாம் நெரிபிரியான வியாபாரம். கணிசமான 'மகிமை'யும் வசூலாக்கி இருந்தார் அண்ணாச்சி. கடைக்குத் தகுந்தாற் போல. ஐந்நூறில் இருந்து பத்தாயிரம் வரை.

பெயருக்குப் போலீஸ்காரர்கள் நின்றிருந்தார்கள். 'ஜெய் ராம் ஜீகி' சொல்லி அண்ணாச்சி கையில் மாமூல் வாங்கிப் போனார்கள். 'கோமத்' ஓட்டலிலும் 'ஆனந்த பவனி'லும் சாப்பாட்டுக்கு கூப்பன்கள். பம்பாய் மராத்தியருக்கு ஒருவகையில் பெருமையாக இருந்தது. 'மதராஸி'கள் எவ்வளவு சிறப்பாக 'கண்பதி பப்பா' கொண்டாடுகிறார்கள் என்று. ஒரு வகையில் பொறாமையாகக்கூட இருக்கலாம். பத்து நாட்களும் பெரும் கொண்டாட்டம். எல்லா கணபதிகளும் மூன்றாவது நாளிலிருந்து பத்தாவது நாள் வரைகடலில் சென்று சமாதியாகும். அண்ணாச்சியின் கணபதி பதினோராவது நாளில் போகும்.

இரண்டாண்டு கால பம்பாய் வாழ்க்கை பூலிங்கத்தின் நடையுடை பாவனைகளில் பெரிய மாற்றங்கள் கொண்டு வந்திருந்தது. 'தந்தா'வில் ஈடுபட்டிருக்கும் போது எப்படி வேண்டுமானாலும் இருப்பான். மற்ற நேரங்களில் தோற்றத்தில் யாரும் சொல்ல முடியாது.

காதர் பாயுடன் தொடர்ந்து போய் வந்ததில் முழுமையாக வண்டி ஓட்டக் கற்றுக் கொண்டான். கனரகங்கள் ஓட்டும் லைசென்ஸ் இருந்தது. காதர்பாயைப் பக்கத்தில் இருத்திக் கொண்டு சில சமயம் சூரத் வரை பூலிங்கமே ஓட்டினான். காதர்பாய், அண்ணாச்சியிடம் சொல்லிருப்பார் போல. ஒருமுறை லோனவாலா கூட்டிக் கொண்டு போனார். ஓட்டுபவன் பக்கத்தில் பூலிங்கம். பின்னால் அண்ணாச்சியும் சாம்ராஜ் ஐயாவும்.

கொஞ்சம் பணம் கொண்டு கொடுக்க சாம்ராஜ் ஐயா வீட்டுக்குப் பூலிங்கம் போயிருந்த போது நெடுநேரம் பேசிச் கொண்டிருந்தார். சாயா குடிக்கச் சொன்னார்.

''நானும் அவனும் சேந்துதான் பம்பாய் வந்தோம். எனக்கிப்ப முன்னைப் போல முடியல்லே. ஒரு காலு சூலைக்கூறு. கழிய மாட்டங்கு.... போரும் இதுவரைக்கும் வெட்டினதும் குத்தினதும். இப்பம் எம்பாட்டுக்கு ஒதுங்கி வந்திட்டேன். இண்ணைக்கும் ரொம்ப முக்கியமான விஷயம்ணாகூப்பிட்டு விடுவான். மாட்டம்ணு சொல்ல முடியாதுல்லா...''

பூலிங்கம் கேட்டான். -

''ரொம்ப நாளு இதுலே இருந்துக்கிட்டு திடீர்னு வேண்டாம்ணு மாறி நிக்க முடியுமாய்யா?''

''அவனுக்கு முடியாது. அவன் நிண்ணா விழுந்திருவான் ஓடிக்கிட்டேதான் இருக்கணும் அவனுக்கு. நான் அந்த அளவுக்கு போகல்லே... ஆனா ஒண்ணு, எல்லாத்துக்கும் கணக்கு சொல்லணும். சித்திரபுத்திர நயினார் கிட்டே அல்லது பரலோகத்து பிதாவுக்கு... கண்ணை மூடிட்டாலே குற்றம் மறைஞ்சிராது''

வீட்டில் மற்றவர் கேளாமல் குரலைத் தாழ்த்திக் கொண்டு பூலிங்கம் கேட்டான்.

''ஐயா எத்தனை கொலை செய்திருப்பியோ?''

சற்று நேரம் அமைதியாக இருந்தார் சாம்ராஜ்.

''இதெல்லாம் யாரு கணக்கு வச்சிருக்கா? அவனை விட நாலைஞ்சு கூடுதல்தான் செய்திருப்பேன். இதெல்லாம், யோசிச்சும் பாத்தா, கொலை கெடையாதப்பா. ஒரு யுத்தத்தில் செயிக்கணும்ணா, கொண்ணாத்தான் ஆகும்ணா, கொண்ணுதான் தீரும். இல்லாம நமக்கும் செத்தவனுக்கும் வரப்புத் தகராறா, பொண்ணு கெட்டினதிலே தகராறா? எதிராளி சாகல்லேண்ணா நான் செத்துப் போயிருப்பேன், அவ்வளவுதான்...

''இருந்தாலும் ஐயா, ஒரு உயிரைப் பறிக்கதுக்கு நமக்கு என்ன அதிகாரம்?''

''நீங்கஎெல்லாம் சாம்ராஜ்யம் வளந்த பொறகு வந்து சேந்ததுனால் இப்பிடித் தோணுகு. நாங்க பாடுபட்டு சாம்ராஜ்யத்தைக் கெட்ட வேண்டியதிருந்தது. கொலை இல்லாம மனுச வரலாறு கிடையாது தம்பி. மத வரலாறு கிடையாது. கீதையிலே கிருஷ்ணர் சொல்லல்லியா, 'கண்ணனே கொலை செய்கின்றான்'ணு - ஆதி மனிசனுக்கு அடுத்த சந்ததியிலேருந்து இது ஆரம்பிச்சாச்சு தம்பி.....

''ஐயா என்ன பேசுகியோ? தர்மத்தைக் காக்க கண்ணன் செய்ததும் நாம செய்யதும் ஒண்ணா?''

''எல்லாத் தர்ம பரிபாலனத்துக்கும் ஆதாரம் சுயநலம்தான் தம்பி. இதெல்லாம் நான் பொஸ்தகம் படிச்சுக்கிட்டுப் பேசல்லே. நான் படிச்சதே பாளையங்கோட்டையிலே மூணாங்கிளாஸ் வரைதான். ஊரிலே கேட்டிருப்பியே, 'கொண்ணாப் பாவம் திண்ணாத் தீரும்ணு அது மாதிரிதான். உன் தேவைக்கு, உன் லாபத்துக்கு, உன் ஜெயத்துக்கு நீ கொண்ணாப் பாவமில்லே... நீ கொல்லாட்டா, எதிராளி உன்னை தீத்திருவாண்ணா என்ன செய்வே? அவரவர் நிலைமையிலே அவரவர் செய்யது நியாயம்பா''

''அப்பம், ஐயா, நீங்க செய்தது எல்லாம் தற்காப்புக்காக மட்டும்தானா? அதாவது நீங்க உயிர் தப்ப வேண்டித்தானா?''

''அப்படீண்ணும் சொல்ல முடியாது. எல்லாம் நடந்து முடிஞ்சு போச்சு, வெளையாட்டுப் போல. இப்பம் நான் செத்துக் காய வச்சு கருவாடு கூட திங்கதில்லே தம்பி. எல்லாம் போரும்ணு ஆயிப்போச்சு. வெறுத்துப் போச்சு...''

''ஐயா இந்த வெறுப்புக்கு மூலாதாரம் எது? நாம் செய்தது பாவம் என்கிற நினைப்புதானே?''

''இருக்கலாம் தம்பி, இப்பம் தோணுகு.... ஆனா அப்பம் தோணல்லியே! எல்லாம் பட்டுத்தான் தெரிய வேண்டியதிருக்கு. இப்பம் என் அனுபவத்தை வச்சு நான் சொல்லுகேன் தம்பி - இந்தப் பொழைப்பு வேண்டாம். வேறு தொழில் பாருண்ணு. நீ கேப்பையா? உன்னால இப்பம் விட முடியுமா?''

''ஐயா நான் ரொம்ப யோக்கியமான பையனாத்தானே இருந்தேன்''

''ஆங்.... இப்பச் சொன்ன பாரு, அதை யோசிச்சுப் பாரு... ஏன் உன்னால மூட்டை தூக்கிப் பொழைச்சிருக்க முடியாதா? முறுக்கு, வடை, சுண்டல் வித்துப் பொழைச்சிருக்க முடியாதா? கஞ்சா விக்கதும் கள்ளச் சாராயம் விக்கதும்தான் ஒரே மார்க்கமா? எங்க மதத்திலே ஒரு சங்கீதம் வரும் தம்பி. ''கர்த்தர் வீட்டைக் கட்டாராகில் - அதைக் கட்டுகிறவர்களின் பிரயாசம் விருதா'' அப்படீண்ணு. எங்கூர்லே, பிள்ளைமாரு ஒருத்தர் கூண்டு வண்டியிலே ஒத்தக்காளை கெட்டித்தபால் கொண்டுக்கிட்டுப் போனாரு. பெறகு ஒரு லொடக்கு மோட்டார் வாங்கினாரு. பெறகு ஜங்சனுக்கும் டவுனுக்கும் பஸ் ஓட்டினாரு. இப்பம் அவுரு மகன் கிட்டே நாப்பத்தஞ்சு பஸ் ஓடுகு. ஆனா அவன் கம்பனியிலே ஒருத்தன் கண்டக்டரா ஓடினான் முப்பது வருசமா. எனக்கு சொந்தக்காரன்தான். போன மாசம் ரிட்டயர் ஆனான், கண்டக்டராட்டுதான். இப்பம் அவன் மகன் கண்டக்டரா ஓடுகான் பாத்துக்கோ. ரொம்ப நியாயமாப் பாடுபட்டுத்தான் அவன் மொதலாளி நாப்பத்தஞ்சு பஸ் உண்டாக்குனானா தம்பி?

எத்தனை டிரைவரு, கண்டக்டரு குடும்பங்களைக் கொண்ணுருப்பான்? கொலைங்கது உயிரை உடனே வாங்குவது மட்டும்தாண்ணு நினைச்சுக்கிடப்பிடாது...''

''ஐயா இதெல்லாம் நமக்கு நாமே சொல்லக் கூடிய நொண்டிச் சமாதானம் இல்லையா?''

''எனக்கு அப்பிடிப் பெரிய மனக் கொடைச்சல் எல்லாம் கிடையாது தம்பி! ஏதோ அண்ணைக்குச் சரிண்ணு தோணிச்சு செய்தேன். இண்ணைக்கு சரிண்ணு தோணல்லே செய்யல்லே. எதுக்கும் பொது நியாயம்ணு ஒண்ணும் கிடையாது தம்பி. ஆட்டிறைச்சி திங்கோம்ணா நமக்கு அது நியாயம். ஆட்டுக்கு அது அநியாயம் தானே! இதுலே பொது நியாயம் என்னது தம்பி? அதுலே இன்னும் ஒரு கசவாளித் தனம் பாத்துக்கோ. நாலு ஆட்டைக் கூட்டீட்டு வந்து ஒண்ணைக் கறி போட்டு தொங்கப் போட்டு வித்துக்கிட்டிருப்பான். மத்த மூணும் பாத்துக்கிட்டே நிக்கும். அதுக்கு மொகத்திலே எதாம் வருத்தத்தைப் பாத்திருக்கியா நீ? ஒரு புண்ணாக்கும் கிடையாது. அதே போலத்தான். நாமோ ஒருத்தனுக்குக் குடலைச் சரிச்சாலும் ஒரு வருத்தமும் படாமப் பாத்துக்கிட்டே போவான்.... அதான் தம்பி உலகம்...''

அண்ணாச்சியும் ஐயாவும் தணிந்த குரலில் என்ன பேசிக் கொண்டு, வந்தார்கள் என்று கவனிக்கக் கூடவில்லை. அண்ணாச்சியின் புதிய வெளிநாட்டு இறக்குமதிக் கார் அது. எப்படி ஓட்டுகிறான் என்ற கவனத்தின் ஊடே தெறித்துத் தெறித்து விழுந்து மாய்ந்து போன மின்மினிக் கூட்டம். பூலிங்கத்தைக் காரில் இருத்திவிட்டு ஐயாவும் அண்ணாச்சியும் விருந்தினர் மாளிகையினுள் நுழைந்து போனார்கள். ஐயாவின் குதிகாலில் பட்ட வெட்டுக்கு அவர் நீண்ட நாட்களாகக் கிந்திக் கிந்தி நடந்தார். அண்ணாச்சியின் தொழில் கூட்டாளி என்பதிலிருந்து மாறி, சொந்த நண்பர் என்ற பதவியில் இன்னும் இருந்தார் போலும்.

மப்டியில் நிற்கும் போலீஸ்காரர்களைப் போலக் கண்காணிப்புப் பணி பூலிங்கத்துக்கு. அண்ணாச்சி, தனது படையினரின் எல்லோர் முகங்களையும் காட்சிப்படுத்தவும் பிரியப்படவில்லை. மேலும் அண்ணாச்சியின் கண்வீச்சுப்படும் இடத்தில் நின்று கொண்டிருக்கவும் வேண்டும். ஒவ்வொரு 'கண்பதி' திருவிழாவும் சொந்த மகள் கல்யாணம்போல அவருக்கு. ஒரு குறையும் இருக்கக்கூடாது. ஒரு அவப் பெயர் வரக்கூடாது. ஆனால் 'தந்தா'வும் முடங்கக் கூடாது.

இரண்டு போலீஸ் ஜீப்புகள் கூட்டத்தை விலக்கிக் கொண்டு மெதுவாக வந்து நின்றன. மாதுங்கா சரகத்தின் இன்ஸ்பெக்டர்களை அவனுக்குத் தெரியும். அவருடன் இருந்தவர் ஐ.பி.எஸ்.காரர் போலும். நடைவழக்கமான ஆதிதாளம் பேசாமல் கண்ட ஜாதி திரிபுடை பேசியது. இடுப்பில் இருந்த ரிவால்வர், கையிலிருந்த உருட்டுக் கம்பு, தோள்பட்டைகளில் ஏறி இருந்த சிங்க முக முத்திரைகள்...

அண்ணாச்சிக்குத் தகவல் போன வேகம், அவர் ஓடி வந்த துரிதம், உடலின் மொழி காட்டிய குழைவு, பண்பு...

ஒரு மனிதனுக்கு எத்தனை முகங்கள்? அழகானதும் ஆபாசமானதுமாக?

சுப்பு எங்கு கிடக்கிறானோ தெரியவில்லை. கண்ணில் தென்பட்டால் ஒரு ஆஃப் வாங்கி ஆளுக்குப் பாதியாக அனத்திவிட்டு வரலாம். காட்டிக் கொள்வதில்லை என்றாலும், அண்ணாச்சி அடுப்பமாய் இருப்பதில் சுப்புவுக்கு சின்ன பங்காளிக் காய்ச்சல் உண்டு பூலிங்கத்தின் மேல்.

போன மாதம் ஒரு சின்னத் தகராறு. சயான் பாலம் இறங்கி, லேபர் கேம்புக்குத் திரும்பும் முனையில் 'ஹோட்டல் கனகா'! பெரிய கட்டித் தோசை, இட்டிலி, ஆப்பம், ரசவடை எல்லாம். ஓட்டல்காரருக்குச் சேர்மாதேவி. நகரின் நாகரீகமான ஓட்டல்களில் எல்லாம் மூன்றுவிரல்கள் சேர்ந்து நுழையாத கிண்ணங்களில் சட்டினி சாம்பார் தரும் போது, கனகாவில், வாளியில் அகப்பை போட்டுக் கோரி ஊற்றினார்கள். சுப்புவின் ஊர்க்காரப் பையன்

ஒருவன் அங்கு வேலைக்கு நின்றான். சாயங்காலம் சூடாகத் தோசை தின்ன வந்த மூன்று பேரில் ஒருவன் மேல் தற்செயலாய் சாம்பார் சிந்திவிட்டது. வந்தவன் சட்டென அறைந்துவிட்டான். அழுது கொண்டு வந்தவனைத் திரும்பக் கூட்டிக் கொண்டு போனான் சுப்பு.

சேர்மாதேவிக்காரர் சேதுராமலிங்கம்பிள்ளை சொன்னார்.

''போட்டும், விடு தம்பி, ஏதோ கோவத்திலே அடுச்சிட்டானுகோ... இவனும் கெவனமா இருந்திருக்கணும். சொன்னாக் கேக்காம உங்கிட்டே ஓடி வந்திட்டான்... நாளைக்கு நான் சொல்லுகேன் அவுனுக்கிட்டே''

''அது எப்பிடி அண்ணாச்சி விடமுடியும்? அடிச்ச பயக்கோ யாருண்ணு சொல்லுங்கோ...''

''போட்டும்டே.... நமக்குள்ளே இதெல்லாம் பெரிசுபடுத்தப் பிடாது''

''அவுனுகளுக்கு அடிக்கதுக்கு என்ன அவகாசம் இருக்கு அண்ணாச்சி? பொடிப் பயண்ணா என்னமும் செய்திரலாமா? அவ்வோ அம்மை என்னை நம்பீல்லா அனுப்பி இருக்கா!''

''சரி.. நான் கேக்கேன். நீ பொடியனை விட்டுக்கிட்டுப் போ அந்தால...''

''நீங்க பயக்களை யாருண்ணு சொல்லுங்கோ?''

''அதும் நம்ம பிள்ளையோ தாம்பா... சூத்தமல்லிக்காரனுகோ... 'பாட்டக்' குமாரவேலுக்கு ஆளுகோ..''

ஒரு போருக்கான தயாரெடுப்புப் போல இருந்தது, சாலில். பரண் மேல் கிடந்த, ட்யூட் லைட்கள் வரும் அட்டைப் பெட்டியில் இருந்து எடுக்கப்பட்ட ஆயுதங்கள். பூலிங்கம் அதுவரை கோயில் கொடைகளில்தான் கோமரத்தாடிகள் வைத்து ஆடும் வாள், வெட்டுக்கத்தி, குந்தம், ஈட்டி போன்ற பெரிய ஆயுதங்களைப் பார்த்திருக்கிறான். அவை அலங்காரத்தகடுகளும் ஓசை எழச்

சிறுமணிகளும் கோர்க்கப் பெற்றவை. ஆனால் இவை எண்ணெய் தடவிப் பாதுகாக்கப்பட்ட கூரிய நெடிய வாள், வீச்சரிவாள், கையில் பெல்ட் போல முறுக்கிச் சுற்றக் கூடிய சுருட்டு வாள், பதினாறு அங்குலத்துக்குக் குறையாத கத்திகள்.

மோசையின் கத்தி எல்லாம் பழம் நறுக்கப் பயன்படும் ஆயுத போலத் தோன்றியது. நாலைந்து நாட்கள் ஓட்டல் கனகாவைச் சுற்ற சுற்றி வந்தனர். சேதுராமலிங்கம்பிள்ளை சொல்லி அனுப்பினாரா இல்லை சுத்தமல்லிக்காரர்களுக்கு ஆயுதம் மணத்ததோ? ஒருவரும் தென்படவில்லை. சுப்பு போட்ட கூப்பாடு பொறுக்காம அண்ணாச்சியிடம் சொன்னான் பூலிங்கம்.

''அண்ணாச்சி கொஞ்சம் கூப்பிட்டுக் கேளுங்கோ. சுப்பு பைத்தியம் புடிச்ச மாதிரி அலையான். நான் சொன்னேன்னு சொல்லாதீங்க. பொறுக்க மாட்டான்''

அவரவர் பீடத்தில்தான் ஆட வேண்டும் என்று அண்ணாச்சிக்கு நிர்ப்பந்தம் உண்டு.

ஏ.சி.பி. வந்து போன பரபரப்பு முடிந்துவிட்டது. ஒன்பது மணிக்குமேல் சினிமாப் பின்னணிப் பாடகர் கச்சேரி. ஏழு மணிதான் ஆகி இருந்தது. மேடையில் மராத்திய நாட்டு நடனங்கள் போய்க் கொண்டிருந்தன. நிகழ்ச்சிகள் முடிய இரவு இரண்டு மணி ஆகிவிடும். இப்போது சாப்பிட்டாலும் கூட இரவு, எல்லாம் முடிந்தபின் இன்னொரு முறை சாப்பிட வேண்டும். சுப்பு எப்படியும் ஒன்பது மணிக்குள் வந்துவிடுவான்.

போதார் கல்லூரிக்குப் போகும் வழியில் இடது பக்கம் திரும்பினால் ஒரு பார் உண்டு. இப்போது போனால் பிராம்மணக் கிழவர்களின்கூட்டமாக இருக்கும். சுப்பு வந்தால் ஓல்ட் மங்க் வாங்கி, ஒரு கோலா வாங்கி, கலந்து ஆளுக்குப் பாதியாகக் குடித்தால் நெடுநேரம் நிற்பதன் அலுப்புத் தெரியாது. ஒரு சிகரெட்டாவது பிடித்துவிட்டு வரலாம் என்ற நினைப்பில் சற்று முன்னகர்ந்தபோது தான் செண்பகம் அவனைக் கவனித்தாள்.

பூலிங்கம்தானா எனச் செண்பகத்துக்கு சந்தேகமாக இருந்தது. சாயலில் மீசை முற்றும் வடிவம் பெற்றிராத முந்தைய முகம் தெரிந்தது. ஆனால் இந்த மிடுக்கும் நடையும் அவனுக்குக் கிடையாது என்றாலும் மூன்று ஆண்டுகள் பழையாற்று வெள்ளமாய்ப் பாய்ந்து போயிருந்தது ஞாபகம் வந்தது. மறுபடியும் திரும்பிப் திரும்பி பார்த்தாள். மங்கலான இருள் பிரிவது போல் ஐயம் பிரிந்து கலைந்தது. எதற்குச் சந்தேகம் என்று, ஒருவேளை அவனாக இல்லாமற்கூட இருக்கலாம் என்று இன்னொரு திரும்பல். விளக்குக் கம்பத்தின் அடியில் வீசிய ஒளியில் தெளிவாகவே தெரிந்தான். இங்கென்ன செய்கிறான் என்று தோன்றியது அவளுக்கு. ஒருவேளை காணாமற் போன இத்தனை நாட்களாக இங்குதான் இருக்கிறானோ என்னவோ!

பக்கத்தில் தோளை இடித்துக் கொண்டு நடந்த சுகுமாரன் செண்பகத்தின் கையைப் பற்றிக் கொண்டு, கேட்டான்.

''என்னத்தைக் கூட்டத்திலே திரும்பித் திரும்பிப் பாக்கே? பட்டிக்காட்டான் முட்டாய்க்கடை பாக்கது போல...''

''ஒண்ணுமில்லே... அன்னா அந்தக் கடையிலே மாவு அரிப்பு தொங்கப் போட்டிருக்கான்''

''கூட்டத்திலே பரக்கப் பாக்காம வா... திரும்பிப் போகச்சிலே பாப்பம்...''

ஏதோ ஒரு ஆசுவாசம் பிறந்தது போலிருந்தது செண்பகத்துக்கு. மாற்றுக் கவலைகளிலும் ஊரிலிருந்து நெடுந்தூரம் வந்து சேர்ந்த ஏக்கத்திலும் இது ஒரு சின்னச் சோலை போல. அவனைக் கண்டு காரியங்கள் பேச வேண்டும் என்ற ஆவல் பிறந்தது.

செண்பகத்துக்கு எல்லாம் ஆச்சரியமாக இருந்தது. இந்தப் பெரு நகரம், இந்தப் பரபரப்பு, கூச்சமற்று ஆண்களும் பெண்களும் இடித்துக் கொண்டு நடக்கும் வேகம், தலையற்ற முண்டங்கள் விரைவது போல் முகங்கள் அற்ற விரைவு...

அவளுக்குக் கல்யாணமாகி இருபத்திரண்டு நாட்கள் ஆகி இருந்தன. தாலி பெருக்கிப் போட்ட இரண்டாவது நாளிலேயே

பம்பாய்க்குப் புறப்பட்டாயிற்று. நாலைந்து நாட்கள் அம்மாவும் அப்பாவும் இருந்து குடியமர்த்திக் கொடுத்து, பம்பாய் சுற்றிப் பார்த்து புறப்பட்டுப் போய் விட்டார்கள். அவர்கள் இருந்தவரை வாட்டம் தெரியவில்லை. ஒரு வாரமாக சுகுமாரன் வேலைக்குப் போனவுடன் வாசல் கதவை அடைத்தால் முன்னிரவில் அவன் வந்த பிறகுதான் திறப்பாள். செண்பகத்துக்கு மொழியும் தெரியாது, தெரிந்த மனிதர்களும் இல்லை.

பகல் பூராவும் உறங்காத நேரங்களில் அழுகை அழுகையாக வரும் அவளுக்கு. இந்த ஆளற்ற அத்துவானக் காட்டில் கொண்டு தள்ளி விட்டார்களே என்று. ஆளற்ற நகரமா அது? பாடத்தில் படித்த ஆங்கிலச் செய்யுள் போல இருந்தது.

'தண்ணீர், தண்ணீர் எங்கெங்கும்! குடிக்க இல்லை ஒரு சொட்டு!'

அப்பாவும் என்ன செய்வார் என்று தோன்றும்.

பூலிங்கத்தை அடித்துத் துவைத்து, அவன் படப்புக்குத் தீ வைத்து ஊரை விட்டு ஓடிப் போனது எல்லாம் ஊர் முழுக்கச் சாயம் பிரிந்தது, பச்சையும் சிவப்பும் நீலமும் மஞ்சளுமாய். மஞ்சள் அதிகமாகப் பிரிந்தது.

''அந்தப் பயலுக்கும் இந்தக் குட்டிக்கும் லவ்வாம். கன்னியாரிக்கு எல்லாம் சேந்து போயிருக்காளாம். கிருஷ்ணா தியேட்டர்லே மாட்னிக்கு சேந்து பாத்ததா நம்ம நமச்சிவாயத்துக்கு மகன் சொன்னான்''

''அந்தப் பயலை அதுனாலதானே ஊரிலேருந்து வெரட்டி விட்டுட்டானுகோ... இப்பமும் ரெண்டு பேருக்கும் எளுத்து போக்குவரத்து உண்டுமாம்...''

''பாத்துக்கிட்டே இரி, இந்தக் குட்டி சத்தம் மூச்சுக் காட்டாய் பொறப்பிட்டுப் போயிரும்''

''இல்லேண்ணா பின்னே! அறுவது பவுனு உருப்படி போட்டு, கோட்டை விதைப்பாடு எழுதிக் குடுத்து, அம்பதினாயிரம் ரொக்கமும்

குடுத்து, கலியாணமும் கழிச்சு விடுகோம்ணு சொன்னபொறவும் மாப்பிளைத் தரம் அமைய மாட்டங்கு பாத்துக்கோயேன்...''

தெய்வநாயகம் பிள்ளைக்கும் ஏகப்பட்ட பகைவர்கள். முன்நின்று மோத முடியாதவர்கள், மாடு குடிக்கிற கழுநீர்த் தொட்டியில் சாணம் கரைத்துக்கலக்குவார்கள். பூலிங்கம் ஊரைவிட்டு ஓடிய பிறகு புறஞ்சொல் கூடி விட்டது. எப்படியும் நல்ல தரம் பார்த்துக் கெட்டி அனுப்பிவிட்டால் சரியாகிப் போகும் என்று நினைத்தார். ஒன்றும் கூடிவரவில்லை. அக்கம் பக்கத்தில் உள்ளவர்கள், சொந்தக்காரர்கள் கொண்டான் கொடுத்தான்கள் எல்லாம் பெண் பார்த்துப்போய் உறைப்பிக்கும் நிலை வரும் போது சொன்னார்கள்-

''அந்தப் பொண்ணு வேண்டாம் நமக்கு. அதுலே கொறைஞ்சு போரும். உருப்படியும் விதைப்பாடும் காணிச்சு வெளுக்கக் கூடிய சங்கதி இல்லே இது''

எட்டுப் பத்துத் தரங்கள் கூடாமற் போனபோது தெய்வநாயகம் பிள்ளைக்குக் கிலி பிடித்துக் கொண்டது. எவனோ தனக்கு வேண்டாதவன், பேசி முடிவாகக் கூடிய சம்மந்தத்தை எல்லாம் கட்டுச் சோறு கட்டிக் கொண்டு போய்க் கலைத்துவிட்டு வருகிறான் என்று எண்ணினார். யாரிடமும் மூச்சுக் காட்டாமல் சம்மந்தம் பேசினால்கூட, தண்ணீருக்குள் விட்ட குசு மாதிரி எப்படியோ எல்லோருக்கும் தெரிந்து போய்விடுகிறது.

ஆளற்ற வீட்டிலிருந்து, கண் நிறைய நிறைய அதையெல்லாம் யோசித்துக் கொண்டு கிடப்பாள் செண்பகம். அம்மாவே ஒரு நாள் அப்பாவிடம் சண்டை போட்டாள்.

''ஊராருக்குச் செய்யக்கூடிய பாவமெல்லாம் எங்க போகும்? நம் பிள்ளையோ தலையிலேதான் வந்து விடியும். நாமோ சொன்னா யார் கேக்கா? நம்மோ ஒரு படிக்காத பட்டிக்காடு. இப்பம் தெரியில்லா எல்லாம்? ஆற அமர யோசிச்சுச் செய்யணும். எல்லாத்திலேயும் ஒரு எடுத்துச் சாட்டம். அந்த கொசக்குடிக்காரி அண்ணைக்கு என்ன சாபமெல்லாம் விட்டா? எனக்கு அதை நினைச்சா இன்னும் வயிறு கலக்குகு...''

கண்பதி பார்த்துவிட்டு, வீட்டிற்கு வந்து சாப்பிட்டுப் படுத்தும் வெகு நேரம் உறக்கம் வரவில்லை, செண்பகத்துக்கு. அன்டாப் ஹில்லில் இருந்த மத்திய அரசு ஊழியர் குடியிருப்பு அது. ஒரு முன்னறை, ஒரு சமையலறை, இடையில் கக்கூசும் குளியலும் சேர்ந்த அறை, லீவ் லைசென்சில் அந்த வீட்டை வாடகைக்குப் பிடித்திருந்தான் சுகுமாரன்.

கட்டில் இல்லை, உட்கார நாற்காலிகள் இல்லை. கல்யாணத்துக்குக் கொடுத்த மெத்தை சுற்றிய சாக்குத்துணியைக் கீழே விரித்து அதன் மேல் மெத்தையை விரித்து - படுக்கையாகவும் இருக்கையாகவும் உபயோகிக்க வேண்டியதிருந்தது.

பகலில் துணை ஒரு டிரான்சிஸ்டர் ரேடியோ மட்டும். ஊரில் வீட்டைத் தூத்து வாருமுன் குறுக்கு ஒடிந்துவிடும். தெருப்படிப்புரை, மங்களா, சாய்ப்பு, அரங்கு, பத்தயப்புரை, படுக்கையறைகள், அடுக்களை, புறக்கடை....

பம்பாய்க்கு அனுப்பப் பிரியமே இல்லை அப்பாவுக்கு. தூராத் தொலைவு, மண்டையிடி, காய்ச்சல் என்றால் திக்கென்று போய் எட்டிப் பார்க்க முடியாது. ஆத்திர அவசரத்துக்கு வந்து சேர முடியாது. ஆண்டுக்கு ஒருமுறை அவர்களாக வந்தால்தான் உண்டு. போவதற்கு இரண்டு நாட்கள், வருவதற்கு இரண்டு நாட்கள். வீட்டில் கோட்டை கோட்டை ஆக நெல் அவித்துக் குத்திப் புழுங்கலரிசி, பச்சரிசி, தேங்காய்க்குத் தேங்காய், மாங்காய்க்கு மாய்காய், புளிக்குப் புளி, எப்போதும் கட்டித் தூக்கி இருக்கும் ரசகதலிக்குலை. எல்லாம் விட்டு விட்டு, பம்பாயில் போய் விலை அரிசி வாங்கித் தின்ன வேண்டும்.

''சென்ட்ரல் கவர்ன்மெண்ட் வேலை, இந்தத் தரத்தை விட்டிரப்பிடாது'' என்றார் இந்த மாப்பிள்ளைத் தரத்தைக் கொண்டு வந்த சொக்கலிங்கம்பிள்ளை பாட்டா.

''நேவியிலே வேலைண்ணாலும் இவுனுக்கு கிளார்க் உத்தியோகம்தான். யுத்தத்துக்கு ஒண்ணும் போகாண்டாம். ரெண்டு வருசம் செண்ணு மெட்ராசுக்கு மாத்தம் வாங்கீட்டு வரலாம்''

அப்பா லேசில் பிடிகொடுக்கவில்லை.

‘‘அப்பிடி இப்பம் என்ன அவசரம்? அவுளுக்கு இருபது வயதுதானே ஆகு? இங்கிண எங்கிணயாம் நல்ல தரம் கிடைக்காமலா போயிரும்?’’ என்றாள் அம்மா.

‘‘நீ வாயை மூடீட்டு கெட சவமே! ஓனக்கு என்ன எளவாம் தெரியுமா? இருவது தரம் வந்துக்கிட்டுப் போயாச்சு இதுவரைக்கும். உருப்படியை எழுவத்தஞ்சு பவுனுக்குக்கூட்டியாச்சு. பொறவும் இங்க ஆளு கெடைக்க மாட்டங்குண்ணா இனிமேலு சீமையிலே இருந்தா இறங்கி வருவான்’’ என்றார் அப்பா.

காலையில் தோசை சுட்டுக் கொடுத்து, மோரு தாளிச்சு சோறும் கட்டி, ஏதோ ஒரு பொரியலும் ஊறுகாய்த் துண்டும் வைத்துக் கொடுத்து வேலைக்கு அனுப்பியாயிற்று என்றால், சாயங்காலம் வரை வேறு வேலை கடந்த காலப் புல்வெளிகளில் மேய்வதுதான். மிக்ஸி இருந்தது தோசைக்கு அரைக்க. குக்கர் இருந்தது துரிதத்துக்கு. இரண்டு மண்ணெண்ணெய் ஸ்டவ்வுகள் இருந்தன. நேவிகான்டீன் உபயத்தில் சாமான்களுக்குக் குறைவில்லை.

புரண்டு புரண்டு படுத்தாள் செண்பகம். இன்று பூலிங்கத்தைப் பார்த்திருக்க வேண்டாமோ எனத் தோன்றியது. பெரு வெள்ளத்தில் அடித்து வரும் குப்பை கூளங்களைப் போல, நினைவுகள் மறிந்து மறிந்து வந்தன. தனக்கு இந்தப் பாடென்றால் பூலிங்கத்துக்கு மூன்றாண்டுகளாய் என்ன பாடிருக்கும்? பெற்ற தாய் தந்தையரைக் கூடப் பார்க்காமல் எப்படி இத்தனை நாட்கள் கடத்தினான் என்று தெரியவில்லை. எல்லாம் பழகிப்போய்விடும். மென்று தின்னும் வேப்பங்கொழுந்தின் கசப்பு பழகிப் போய்விடுவதைப் போல.

நாளை சித்திக்குக் கடிதம் எழுதிப் போட வேண்டும், பூலிங்கத்தைப் பம்பாயில் கண்ட விவரத்துக்கு என்று எண்ணினாள். சித்தி மூலமாய் எப்படியும் அவன் அம்மாவுக்குச் சேதி போகும். மகன் உயிரோடும் திடனாகவும் வசதியாகவும் இருக்கிறான் என்று

தெரிந்த தாய் விடும் நெடுமூச்சின் காற்று, காடுகரைகளைத் தாண்டி வந்து, தனது புண்கள் மீது பட்டு வலியை மாற்றும்.

சுகுமாரன் எந்தக் கவலையும் அற்று உறங்கிக் கொண்டிருந்தான். இருபத்தி நான்கு நாட்களாய் இப்படித்தான் உறங்குகிறான். எரிச்சலாய் வந்தது அவனைப் பார்க்கப் பார்க்க. என்ன கேட்டாலும் வாங்கித் தந்தான். படிக்க வாராந்தரிகள் வாங்கிப் போட்டான். சோற்றுக் கவலை இல்லை. வாரம் ஒரு நாள் தமிழ்மன்ற நூலகத்தில் இருந்து நாவல்கள் எடுத்துத் தந்தான். நீண்டதொரு பெருமூச்சுப் பறிந்தது செண்பகத்திடம் இருந்து.

அவர்கள் குடியிருந்த மூன்றாவது மாடியின் அடுக்களையில் இருந்து பார்த்தால் எதிர் வரிசையில் இரண்டாவது தளத்தின் அடுக்களை தெரியும். அவர்கள் வீட்டு அடுப்பில் என்ன வேகிறது என்பது உட்பட. ஒரு நாள் காலையில் பத்துமணிக்கு அந்த வீட்டில் குடியிருந்த பார்வையற்றவன், வேலைக்குப் புறப்படுமுன், அடுக்களையில் அவன் மனைவியை முத்தமிட்டுக் கொண்டிருந்தான். அவன் தாயார் முன்னறையில் இருப்பாள் போலும். 'என்ன இப்படி?' என்று சற்றுத் திடுக்கிட இருந்தது செண்பகத்துக்கு. இரண்டாவது நாள் அந்த நேரத்தில், அடுக்களையில் வேலை இருப்பதைப்போல பாவலா செய்துகொண்டு, மறைந்து ஆனால் பார்வை மறையாமல் கவனித்தாள். தினசரி அது ஒரு அட்டவணை போலாகிவிட்டது.

வெப்பமாகக் கிளர்ந்த மூச்சுக்களும் உறக்கமற்ற படுக்கைப் புரளல்களும். யாரிடம் போய்ச் சொல்வதென்று தெரியவில்லை.

மிகுந்த பதட்டத்துடனும் கலவரத்துடனும் பால் செம்பைக் கையில் வாங்கிக் கொண்டு முதல்நாள் படுக்கையறைக்குப் போனபோது எல்லாச் சுவையும் கலந்த பானம் பருகுவது போலிருந்தது செண்பகத்துக்கு. வெட்கம், ஆவல், கிளர்ச்சி, அச்சம், மகிழ்ச்சி, சோர்வு. சுற்றிலும் மணந்த கல்யாணக் காற்றின் மிச்சம் மீதிகள்... நிறைய எங்கும் நிறங்கள் பூத்திருந்தன. நெஞ்சடிப்பு காதில் இசையாய்ப் பெருகி வழிந்தது.

மிகுந்த ஆதரவுடன் அழைத்துப் போய் கட்டிலில் உட்கார வைத்தான் சுகுமாரன். நிதானமாய் முகர்ந்து பார்த்தான். கன்னத்தில் முத்தமிட்டான். மெலிதாகத் தழுவினான். நீண்ட நேரம் பேசிச் கொண்டிருந்தான்.

அவன் பேசப் பேசத் திகில் ஏறிக் கொண்டிருந்தது அவளுக்கு.

''நீயொரு நாலஞ்சு மாசம் பொறுத்துக்கிடணும் எனக்காச் சுட்டி. மருந்து குடிச்சுக்கிட்டிருக்கேன். கண்டிப்பாச் சரியாயிரும். ரெண்டு மூணு டாக்டர்கிட்டே கேட்டாச்சு. எல்லாரையும் போல ஆயிருவேன். ஒண்ணும் பயப்பிடாண்டாம். இதை நான் யாரு கிட்டேயும் சொல்லலே. எங்க அம்மைக்குக் கூடத் தெரியாது. நீ இதை யாருகிட்டேயும் சொன்னா, என்னை ரொம்பக் கேவலமாப் பாப்பா. பலரும் பல விதமாப் பேசுவா. எனக்குத் தலை நிமிந்து நடக்க முடியாது. உன்னை நான் மகாராணி மாதிரி வச்சுக்கிடுவேன்... நாலஞ்சு மாதம் நீ பொறுத்துத்தான் ஆகணும். என்னைக் காட்டிக் குடுத்திட மாட்டேயில்லா? சத்தியமா? என் தலையிலே அடிச்சு சத்தியம் செய்யி, யாருட்டேயும் சொல்மாட்டண்ணு... சும்மா தலையாட்டினா மட்டும் போராது.... என் தலையிலே கை வச்சுச் சொல்லு...''

செண்பகத்துக்கு என்ன செய்வதென்று தெரியவில்லை.

ஒரே கட்டிலில்தான் படுத்து உறங்கினார்கள். அவரவர் கவலையை அவரவர் பயிர் செய்து கொண்டு. படுத்துப் புரண்டதில் பிச்சிப் பூக்கள் கசங்கிச் சிவந்தன. கட்டில் பூதத்தின் மெல்லிய நகைப்பொலி காற்றில் கரைந்து அறையைச் சுற்றிச் சுற்றி வந்தது.

காலையில் எழுந்து கதவைத் திறந்து கொண்டு வெளியே வந்ததும் சுசீலாச் சித்திதான் முதலில் பார்த்தாள். காதருகில் கேட்டாள், ''பண்டம், பத்திரமா இருக்கா?'' அழுகையை அடக்கிக் கொண்டு தலையை அசைத்துவிட்டு, செண்பகம் பல் தேய்க்கப் போனாள்.

அம்மையின் கண்களில் பூரிப்புத் தெரிந்தது. கேலி போல கேட்டாள்.

''ஏட்டீ, மருமகன் எந்திரிக்கல்லியா?''

செண்பகம் பிறர் கேட்காமல் முனகினாள், ''நீயும் உன் மருமகனும்'' என்று.

பூலிங்கத்தின் அம்மையின் கும்பித் தீ அணைந்தால், ஒரு வேளை தன்னைப் பிடித்த துன்பம் நீங்குமோ என்று அவளுக்குத் தோன்றியது.

சாப்பிட்டுவிட்டு வந்து சுப்புவுடன் கதைத்துக் கொண்டிருந்த பூலிங்கத்துக்கு, பச்சை வெங்காயமும் ஓல்ட் மங்க் ரம்மும் கோழிக் குழம்பும் கலந்த ஏப்பம் வந்தது.

பாட்டுக் கச்சேரிக்காரரின் அடுத்த எடுப்புக் கேட்டது. எல்லாம் முடிந்து இன்றிரவு கடையைக் கட்ட இரண்டரை மணி ஆகும் போலும்.

போய்ப் படுக்கையில் விழுந்தால் போதும் போலிருந்தது.

பத்து

திடீரெனக் கெடுபிடி அதிகமாகிவிட்டது.

தந்தாவுக்கு தற்காலிய ஓய்வு கொடுத்துவிட்டு, போலீசுக்குப் போக்குக் காட்டும்படி அண்ணாச்சி உத்தரவு. 'பஸ்தி'களெல்லாம் படம் ஒடுக்கி, உடல் சுருட்டி, பொந்துக்குள் ஒளிந்து கொண்ட பாம்புகள் போல் எந்தச் சினமும் காட்டாமல் சீறலும் இன்றி இருந்தன. நடுச்சாமங்களில் சாவு போல் எதிர்பாராமல் எதிர் கொண்டு அச்சுறுத்திய ரெய்டுகள். துணிந்து தந்தா செய்தவரெல்லாம் உள்ளே போய்விட்டனர். அரசாங்கம் மாறியதும் எல்லாம் சீரியசாகிவிட்டது. கமிஷனர்கள் தொடங்கி சப்-இன்ஸ்பெக்டர்கள்வரை ஏகப்பட்ட இடமாற்றங்கள். நேற்றுவரை 'அப்தா' வாங்கிய போலீஸ்காரன் அடித்த அடி பொய்யடியாக இருந்தது போக, விழும் அடிகள் எலும்பு முறியும்படி இருந்தன என்றான் சுப்பு. அரசாங்கத்துடனும் அதிகாரி களுடனும் பேரம் படிவது வரைக்கும் இப்படித்தான் இருக்கும். எல்லாவற்றுக்கும் அடிப்படைக் காரணம் பிவான்டியில் கள்ளச் சாராயம் குடித்து எழுபத்து மூன்று பேர் ஆணும் பெண்ணுமாய் இறந்து போனதுதான் என்றார்கள்.

கல்யாண மண்டபத்தில் சமுக்காளம் விரித்துத் தூங்குபவர்கள் போலக் கிடத்தி வைக்கப்பட்டிருந்த சடலங்கள். பத்திரிகைகளில் பார்க்க மனங்கசிவதாக இருந்தது. எதற்கு இப்படி நச்சுச்சாராயத்தை விற்றுக்காசு உண்டாக்க வேண்டும் என்று தோன்றியது பூலிங்கத்துக்கு. தான் எதற்கு சாராயமும் கஞ்சாவும் அபினும் விற்றுப் பிழைக்க வேண்டும்? அதெல்லாம் தேச சேவையா என உள்மனம் கேள்வி கேட்டது.

அரசாங்கம் ஓட்டும் ரயில் மறிந்து, விமானம் விழுந்து நொறுங்கி, பஸ்கள் மோதி ஆட்கள் சாகவில்லையா? கவனிப்பற்று, பிழைக்கும் வாய்ப்புள்ள எத்தனை நோயாளிகள் சாகவில்லை அரசு மருத்துவ மனைகளில்? தப்பான வைத்தியத்தில் எத்தனைபேர் சாகவில்லை? உயிர் காக்கும் மருந்தை விற்று நக்கி விட்டுப் போகும் சிப்பந்தி களால் சாகவில்லையா? மூச்சு வாங்கத் துடித்துக் கொண்டிருக்கும் மாரடைப்பு நோயாளி முகத்தில் காலி ஆக்ஸிஜன் சிலிண்டர் பொருத்தி எத்தனை பேர் சாகவில்லை? உயிர்த்தலங்களில் அடிபட்டுக் காவல் நிலையங்களில் சிறைக்கூடங்களில் செத்தவர் கணக்கென்ன? அரசுகளின் பிடிவாதங்களால் துப்பாக்கிச் சூடுகளில் இறந்தவர் ஐந்தொகை என்ன? குற்றம் செய்யாத எத்தனை பேர் இதுவரை தூக்கில் தொங்கி இருப்பார்கள்!

வேலிக்கு ஓணான் சாட்சி என்று தோன்றியது பூலிங்கத்துக்கு யாரும் யாரையும் நியாயம் கேட்கும் தகுதியற்றுப் போய்விட்டார்கள்.

கடும் துறவறம் காத்த மடாதிபதிகள் தங்கள் வைப்பாட்டி மகன்களுக்குப் பட்டம் கூட்டுகிறார்கள். நியாயத் தலங்களில் குற்றங்கள் வௌவால்கள் போல் தலை கீழாகத் தொங்கிக் கிடக்கின்றன. பகலெல்லாம் தூங்கி, இரவில் இரை தேடி, வாய் வழியாய் மலம் கழிக்கும் வௌவால்கள்.

"முன்பெல்லாம் ஏரைச் சுற்றி இயங்கியது உலகம். இப்போது காரைச் சுற்றி இயங்குகிறது. புறம்போக்கு நிலங்களில் குப்பைமேனியும் அருகும் குருக்கும் குப்பைக்கீரையும் வளர்ந்து கிடந்த காலம் போக

இன்று எங்கும் பார்த்தீனியம் பல்கிப் பெருகுகிறது. குப்பைமேனியை அரைத்துப் பூசினால் சொறி சிரங்கு ஊரல் போகும். சிறுநீரில் அரைத்துக் கடிவாயில் வைத்தால் தேள், பூரான், பூனைக்காலி கடிந்த விஷங்கள் இறங்கும். குப்பைக்கீரை எளிய மக்களுக்கு உணவாக இருந்தது. 'குப்பைக் கீரை கொய்கண்ணகைத்து உப்பிலி வெந்ததை'த் தின்றதாகப் பேசுகிறார் புறநானூற்றுப் பெருஞ்சித்திரனார். பார்த்தீனியத்தால் என்ன பயன் சாதாரண சமையல் உப்பையும் சாம்பலையும் கரைத்து தெளித்தால்தான் பார்த்தீனியம் கருகும் என்கிறார்கள். ஆனால் இப்படிக் காசைப் பற்றி அலையும் மாயையை எதைக் கரைத்து ஊற்றிக் கருக்குவது? பகவான் சொல்கிறார், ஆசையை அறு என்று. பக்தி என்கிற உப்பையும் துறவு என்கிற சாம்பலையும் கரைத்து ஊற்றி பார்த்தீனியம் எனும் பணத்தாசையைக் கருக்க வேண்டும்.''

படபடவெனக் கைதட்டல் விழுந்தது. சொற்பொழிவாளர் சற்ற நிறுத்திவிட்டு ஒரு மடக்கு சோடா குடித்தார்.

''நல்ல பிராக்டிகலா பேசறார். நல்ல ஞானம்'' என்றார் பக்கத் சீட்டில் இருந்தவர். பூலிங்கம் நேரம் கொல்வதற்காக உட்கார்ந்திருந்தான். எல்லாம் பேசுவார்கள்! ஊரிலிருந்து பம்பாய்க்கு விமானப் பயணச்சீட்டுக்கள், ஒரு சொற்பொழிவுக்கு இரண்டாயிரம் ரூபாய், ஒவ்வொரு வேளை உணவும் ஒவ்வொரு தொழிலதிபர் அல்லது பெரிய அதிகாரி வீட்டில், திரும்பும்போது பரிசுகள், நினைவுச் சாமான்கள், ஆசையை அறுக்கச் சொல்லுகிறார் அங்குலம் அங்குலமாக. வலிக்காமல், மாதாமாதம் வெட்டும் தலைமயிர் போல.

''எம்பெருமான் கிருஷ்ணனுக்கு அவல் கொண்டு போனான் சுதாமன். பிரதியாக அவன் எதையும் எதிர்பார்க்கவில்லை. வறுமையின் கொடுமையிலும் பகவானின் தோழனாக இருந்தவன் எதையும் கேட்வில்லை. அதுதான் பக்தி. பகவான் கேட்டுத் தருகிறவன் அல்லன். கேளாமலேயே தருகிறவன்.''

சொற்பொழிவாளர் தொடர்ந்து பேசிக் கொண்டு போனார். இன்னும் ஒரு மணிக்கூர் ஆகும் பேச்சு முடிய. அதற்குள் எல்லோர்

எலும்புகளும் பாகாய்க் கரைந்து உருகிவிடும். எல்லாம் தேஜோமயானந்தப் பெருவெளி. சொற்பொழிவு முடிந்து அரைமணி ஆனதும் திரும்பவும் எலும்புகளாகக் கூடிச் சேர்ந்துவிடும். பிறகு எல்லோருக்கும் வாழ்க்கை என்பது மகா மயானத்தில் எரியும் சிதையில் வேகும் கால்களைப் பிடுங்கும் நரிகள் போல. எழுந்து மேலே முதல் மாடியில் இருந்த நூலகத்துக்கு போனான் பூலிங்கம். நூலகத்தில் கூட்டமில்லை. எல்லோரும் சொற்பொழிவாளரிடம் கோகுலத்துப் பசுக்கள் போலக் கட்டுண்டு கிடந்தனர்.

நூலகப் பணியாளர் ஒருவர்தான் இருந்தார். பேரிளம் பெண் ஒருத்தியிடம் காதலாகிக் கசிந்து கண்ணீர் மல்கிக் கொண்டிருந்தார். ‘என்ன எழவுக்கு நேரங்கெட்ட நேரத்தில் வந்தோம்’ என்று தோன்றியது. நாளிதழ் ஒன்றை எடுத்துக் கொண்டு மூலையில் போய் உட்கார்ந்தான். கவனம் ஒன்றிலும் ஒன்றவில்லை.

தொழிலுக்குப் போக முடியவில்லை. கிடைத்த காசைக் கருதிக் கூட்டி வைத்ததில் டெம்போ ஒன்று ஓடிக் கொண்டிருந்தது. காதர் பாய் ஏற்பாடு செய்து தந்த மராத்திக்கார டிரைவர் சக்காராம். காலையில் ‘சசூன்டாக்’கிலிருந்து ஐஸ் கொட்டி நிறைத்த பச்சை மீன் பெட்டிகள் இரண்டு லோடுகள் தினமும் பதிவு சவாரி. பிறகு வருவது போல - வீடு மாறுகிறவர்கள், விசேடங்களுக்கு பைகுலா சந்தையில் காய்கறி வாங்குகிறவர்கள், காஸ்டிங், கொய்லா, அலுமினியம் ஸ்க்ராப் என்று எது கிடைத்தாலும் விடுவதில்லை. சில சமயம் பூலிங்கமே ஓட்டுவான். பூனாவுக்கோ, சூரத்துக்கோ, நவ்சாரிக்கோ வாடகை கிடைக்கும்.

ஊருக்குப் போக வேண்டும் என்று தோன்றிக் கொண்டிருந்தது. நான்கு நீண்ட ஆண்டுகள். ஊரில் என்ன ஆயிற்று என யாதொரு தகவலும் தெரியாமல், மாதா மாதம் பணம் போய்க் கொண்டு இருந்தது. பணம் என்பது மகனாகுமா? தெய்வநாயகம் பிள்ளையின் பகை இன்னும் கனன்று கொண்டிருக்குமா என்று தெரியவில்லை. நாடார்கடை முகவரி வைத்து அம்மாவுக்கு ஒருகடிதம் எழுதிப் போட வேண்டும் என்று தோன்றும்.

இரவில் அதிகம் நடமாட வேண்டாம் என்று சொல்லியிருந்தார் அண்ணாச்சி. பக்கத்துச் சாலில் நான்கு பேரைப் பிடித்துக் கொண்டு போய்விட்டார்கள். அவர்களது தொழில் இரவில் வழிப்பறி. இரவு பதினோரு மணிக்கு மேல் ஆள் நடமாட்டம் குறைந்த இரயில்வே நடை பாலங்கள், மாட்டுங்கா ரோடு பாலம், கார்ரோடு பாலம், உல்லாஸ் நகரில்கேம்புக்கு நடந்து போகும் பாலம்...

சீக்கிரம் படுக்கப் போய்விடுவதால் ஆழ்ந்த உறக்கம் பிடிப்ப தில்லை. சில நாட்களில் நெடுநேரம் ரம்மி ஆட்டம் நடக்கும். பாயின்டுக்கு பத்து காசு. ஒருவர் பணத்தை மற்றவர் என மாற்றி மாற்றிப் பறித்துக் கொள்ள முடியும்.

கள்ளச் சாராயம் சப்ளை குறைந்து போனதால் அரசாங்க சாராயத்தின் விலைக்குச் சரியாகப் போய்க் கொண்டிருந்தது. என்றாலும் அரசாங்கச் சாராயத்தில் 'கிக்' இல்லை என்றார்கள். பழச் சந்தைகளில் அழுகல் பழங்கள் எல்லாம் வீணாகிக் கொண்டிருந்தன. வியாபாரிகளும் நஷ்டப்பட்டுக் கொண்டிருந்தனர்.

நெடுநேரம் சீட்டுக்களித்து விட்டுப் படுக்கப் போயும் தூக்கம் பிடிக்கவில்லை. படுத்திருந்த பத்துப் பன்னிரண்டு பேரில் பெரும்பாலும், எல்லோரும் சடலங்களாகி இருந்தனர். நாலைந்து பேர் தாண்டி, 'உஸ், புஸ்' என்று சத்தம் கேட்டது. இருளுக்குக் கண்பழகி, தலையைத் தூக்காமல் ஒருச்சாய்த்துப் படுத்துப் பார்த்த போது இருட்டில் அசைவுகள் புலப்பட்டன. செல்லையாவும் பாலுவுமாக இருக்க வேண்டும். அல்லது செல்லையாவும் சின்னச்சாமியுமாக இருக்க வேண்டும். எழுந்து உட்கார்ந்தாலோ சத்தம் கொடுத்தாலோ கலைந்து போகும். பாவம் என்று தோன்றியது பூலிங்கத்துக்கு, எல்லோருக்கும் எல்லாமும் தேவையாகவே இருந்தது.

சுப்பு இரண்டு முறை வற்புறுத்திக் கூப்பிட்டான். நவால்கர் லேன் போய் வரலாம் என்று. ஆசை இருந்தது. ஆனால் போகப் பிடிக்கவில்லை. நோய் பற்றிய அச்சம். இரண்டாவது தனது அந்தரங்கம் அறிந்து கொள்ளக் கூட்டாளி எதற்கு என்று. சுப்பு இல்லாமல் ஒற்றைக்கு, அறுபத்தாறாம் நம்பர் பஸ் பிடித்து, கிராண்ட்

ரோட்டில் இறங்கி, நடந்து, நவால்கர் சந்தில் நுழைந்தான் பூலிங்கம். ஒரு பக்கம் நீண்ட காம்பவுண்ட் சுவரும் மறுபக்கம் ஓட்டுக் கூரை ஒற்றை மாடி வீடுகளும். வீட்டுப் படிப்புரைகளில் ஒன்றிரண்டு பெண்கள் உட்கார்ந்தனர். வெற்றிலை குதப்பிக் கொண்டும், எம்ராய்டெரி பின்னிக் கொண்டும். எல்லாம் நாற்பதைக் கடந்த முகங்கள். மாத விலக்கம் கூட நின்று போயிருக்கலாம். அதிகப் பணி செய்த களைப்புத் தோய்ந்த முகங்கள். பூச்சுகளும் வாசனைப் பொடிகளும் இறுக்கமான மார்க்கச்சுக்களும் எண்ணெய் தேய்த்து அழுந்த வாரிய தலைமுடியும் நிறங்கள் அடர்ந்த உடைகளும் இல்லாவிட்டால் இன்னும் பத்து வயது அதிகமாகத் தெரியும் போல. ஓரக்கண்ணால் பார்த்துக் கொண்டு கடைசிவரை போய்த் திரும்பினான் பூலிங்கம். ஆறாவது வீட்டுக்காரி கூப்பிட்டாள்.

''காய் மதராஸி.... பைட்தா ஹை? காலி பச்சாஸ் ரூப்யா?''

கேட்டதும் சுரம் இறங்கிவிட்டது போலிருந்தது. விடுவிடென நடந்து டெல்லி தர்பாரில் தந்தூரி சிக்கனும் தந்தூரி ரொட்டிகளும் தின்றுவிட்டு சினிமா பார்க்கப் போனான்.

சுப்புவுக்கு நோய் பற்றிக் கொண்டு விட்டது. இரண்டு தொடைகளுக்கும் நடுவில் இருபக்கமும் கூருள்ள கோணி ஊசியை வைத்தது போல் நெளிந்து நெளிந்து நடந்தான் இரண்டு நாட்கள். பூலிங்கத்துக்கு ஒருவிதமான யூகம் இருந்தது. துன்பம் காணச் சகியாமல் ஒரு நாள் கேட்டான்.

''என்னலே ஆச்சு? கவுட்டுக்கிடையிலே?''

''கொடி மரம் தீப்பிடிச்ச மாதிரி இருக்குலே?''

''யாரு தந்தா? சம்பா பாயியா?''

''இல்லலே... நவால்கர் லேன் நேப்பாளி...''

''வேண்டாம்ணு சொன்னா கேட்டயா? சாயங்காலம் டாக்டர் கினி கிட்டே போவோம்...''

''அவுருகிட்டே வேண்டாம். போன முறையே சண்டை பிடிச்சாரு''

சாயங்காலம் சயானில் இருந்து மாட்டுங்கா வரை டாக்டர்கள் போர்டு பார்த்துக் கொண்டே நடந்தார்கள். தமிழ்ப் பெயர் பார்த்தால் வேண்டாம் என்றான். கூட்டம் கிடப்பதைக் கண்டால் வேண்டாம் என்றான். கடைசியில் அதிகக் கூட்டமில்லாத சிந்திக்காரர் டாக்டர் மீர்ச்சந்தானி.

''அரே, இது என்ன செய்து வச்சிருக்கே?'' என்றார்.

பரிசோதிக்கும் போது பூலிங்கமும் உடன் நின்றான். சுண்ணாம்புக் காடியில் முக்கி எடுத்தது போலிருந்தது. அருவருப்பில் உடல் சிலிர்த்தது. ஊசி மருந்து எழுதித் தந்து வாங்கி வரச் சொன்னார்.

ஏழு நாட்கள் காலை ஒன்று, மாலை ஒன்று என ஊசிகள். வண்ண மாத்திரைகள். கழுவிக் கட்ட லோஷன். புட்டச் சதையில் ஆழச் செருகிய ஊசித்தடத்தைத் தடவிக் கொண்டு, ''யாருட்டயும் சொல்லாத என்ன?'' என்றான் சுப்பு.

''ஆமா, எனக்கு அதுதானே சோலி? சொல்லாட்டாலும் நீ நடக்க வாக்கிலே தெரியாதாக்கும்!''

''கேட்டா தொடை இடுக்கிலே பருவுண்ணு சொல்லீரலாம்''

''என்ன எழவாம் சொல்லு. இனியாவது நல்ல இடமாப் பாத்து போ. எந்தப் பொந்திலேயும் கொண்டு விட்டிராதே!''

''உனக்கு இளக்காரமா இருக்கு! எல்லாம் நேரந்தான்...''

ஊசிகள் போட்டு முடிந்து, ரத்தப் பரிசோதனை செய்து, நோய் தெளிந்த பின்புதான் டாக்டர் விட்டார்.

செல்லையா கூட்டாளிகளின் இயக்கங்கள் முடிந்து ஆசுவாசப் பெருமூச்சுக்கள் பறிந்தன. பூலிங்கத்துக்கு உடல் பரபரத்துக் கொண்டிருந்தது. நினைவுத் தடங்கள் பின்னோக்கி ஓடின.

சுசீலாக்கா பிள்ளைக்கு மூன்று வயது தாண்டியிருக்க வேண்டும் ஆணா பெண்ணா என்று தெரியவில்லை. இல்லை பிள்ளை பிறந்ததோ கருக்கலைந்ததோ என்றுகூடத் தெரியவில்லை. வசதியா சந்தர்ப்பம் ஏற்படுத்திக் கொண்டு ஊருக்குப் போக வேண்டும் என்றும் இராப்பூரா

அவளுடன் இருக்க வேண்டும் என்றும் தோன்றியது. கோமதியின் கதகதப்பான அடிமடி ஞாபகம் வந்தது. வேலை செய்த வியர்வை போக வெந்நீரில் குளித்த உடம்பின் வெதுவெதுப்பு சுசீலாவுக்கு மறக்க முடியாது. ஆனால் கோமதி ஞாபக வைத்திருப்பாளா? ஒருமுறை லோண்டா போய்வர வேண்டும் எனத் தாகம் ஏற்பட்டது. சொல்லாமல் கொள்ளாமல் ஓடிவந்து மூன்றாண்டுகள் பொறுத்துப் போனால் முகம் கொடுத்துப் பேசுவாளா என்று கேள்வி எழுந்தது.

பத்திரிகையின் பக்கங்கள் புரண்டனவே தவிர, எதுவும் மூளையில் சென்று பதிந்ததாகத் தெரியவில்லை.

எண்ண ஊற்று இடையறாது ஊறிக் கொண்டிருந்தது.

சாலுக்குப் போகலாம் எனத் தோன்றியது. போகிற வழியில் சாப்பிட்டுவிட்டு, நாடார் கடையில் டிரைவர் சக்காராம் கொடுத்திருக்கும் டெம்போ வாடகைப் பணத்தை வாங்கிக் கொண்டு போய்ப் படுத்துறங்கலாம்.

மணி ஏழு கூட ஆகி இருக்கவில்லை.

நூலகப் பணிக்காரர் சொல்லிக் கொண்டிருந்தார்.

''ஏம்மா, கொஞ்சம் நேரத்தோட வரப்பிடாதா? பூட்டற நேரத்துக் வாறேளே?''

உத்தேசம் இல்லாமல் பூலிங்கம் திரும்பிப் பார்த்தால் பக்கவாட்டில் தெரிந்த முகம், பார்த்த பெண் போலத் தோன்றியது. இரண்டு புத்தகங்களை எடுத்துக்கொண்டு திரும்பிய போது பூரணமாய் முகம் புலப்பட்டது. செண்பகம்தானா என்று சந்தேகமா இருந்தது. உடம்பு சற்றுக் கனத்தது போல். பாவாடை தாவணி மாறி சாரி சுற்றிக் கொண்டு... சின்னக் கறுப்புச் சாந்துப் பொட்டு போய். மரூன் சிவப்பில் ஸ்டிக்கர் பொட்டு. சாயங்காலம் குளித்து உடைமாற்றி, தலை சீவிப் பூ வைத்த துலக்கம்...

அவள் புறப்பட்டபோது எழுந்து போய் முன்னால் நின்றான் பூலிங்கம். சொற்கள் புரள மறுத்தன.

''நீங்க.... நீ... செம்பகமில்லா? என்னைத் தெரியா?''

செண்பகத்துக்கு 'திடுக்'கென்றிருந்தது. ஆமாம் என்பது போலத் தலையசைத்தாள். பூலிங்கம் கண்கள் 'கரகர'வெனச்சுரந்து நிறைந்தது. தனது ஊரைப் பார்த்ததுபோல், தெருவைப் பார்த்தது போல், அம்மா அப்பாவைப் பார்த்தது போல் நெஞ்சப் படபடப்பில் கொட்டு முரசு கேட்பதைப் போல்...

"நீ... நீ...எப்படி இங்கே?"

"என்னை இங்கதானே கெட்டிக் குடுத்திருக்கு...?"

"எங்க தாமசம்?"

"அன்டாப் ஹில்"

"எப்பம் கல்யாணம் ஆச்சு?"

"ஒரு வருஷம் ஆகப் போகு..."

"ஊருக்குப் போனியா?"

"ரெண்டு மூணு மாசத்திலே போகணும்"

"எங்க அம்மையும் அப்பாவும் எப்பிடி இருக்கா தெரியுமா?"

"நான் பாத்து நாளாச்சுல்லா? போன கண்பதிக்கு நான் உன்னைப் பாத்தேன். நீ என்னைப் பாக்கல்லே... பரபரண்ணு போய்க்கிட்டிருந்தே... சித்திக்கு எழுதி இருந்தேன் உன்னைப் பாத்ததை. சித்தி உங்க அம்மைக்கு சொல்லீருப்பா."

படிக்கட்டுக்களில் இறங்கி நடைபாதையில் நடந்து கொண்டிருந்தனர்.

"நீ ஏன் ஊருக்கே போகல்லே?"

"போகணும். நாலு வருஷமாச்சு. உன்னைப் பாத்ததே ஊருக்குப் போயிட்டு வந்த மாதிரி இருக்கு... உனக்கு மாப்பிள்ளைக்கு என்ன சோலி?"

"நேவல் டாக் யார்ட்லே. ஏழரை மணிக்கு வந்திருவா... நான் போட்டா ..."

"கொஞ்ச தூரம் நானும் கூட வாறேன். சாயா குடிக்கியா?"

''வேண்டாம். ஒரு நாளு வீட்டுக்கு வா என்னா? சி பிளாக்கிலே நூத்தி எழுபத்தாறாமத்த கட்டிடம். மூணாம் மாடி, பதினஞ்சாம் நம்ப ர்....''

''சரி வாறேன்.. சுசீலாவுக்காவுக்கு என்ன பிள்ளை?''

''சித்தி உண்டாயிருந்தது உனக்கெப்படித் தெரியும்? பொம்பளைப்பிள்ளை. மூணு வயசாகு. பிள்ளை நல்ல செவப்பு. சித்தப்பாவைப் போல குண்டு குண்டுண்ணு இருக்கும்...'

''சுசீலாக்கா இங்க வருவாளா?''

"எங்க போட்டு வரப் போறா? நாமதான் போயிப் பாக்கணும். எங்க அம்மையும் அப்பாவும் கொண்டு விட்டுக்கிட்டுப் போனதோட சரி. பொறவு அவ்வோ அம்மையும் அப்பாவும் ஒருக்க வந்திருந்தா. வழி கிட்டேயா கிடக்கு, நினைச்ச உடனே வாறதுக்கு?''

''நீ அப்பம் வீட்டுக்குப் போ செம்பகம். ரோட்டிலே வச்சு எல்லாம் பேச முடியாது. எனக்கு உங்கூட ஒருவாடு பேசணும். ரொம்ப சந்தோஷமா இருக்கு இப்பம். நான் வாறன் என்னா?''

மிகுந்த குதூகலமாக இருந்தது. நேரே சர்தார்ஜி பாரில் போய் உட்கார்ந்து ஒரு குவார்ட்டர் ரம்மும் இரண்டு வறுத்த அயிலையும் சொன்னான். செண்பகம்கூட வீட்டுக்குப் போயிருக்கலாமா என்று தோன்றியது.

தூரமும் காலமும் எல்லாவற்றையும் மறக்கச் செய்துவிடும் போல. பகை கூட மெலிந்துவிடும்போல. இல்லையென்றால் அவளுக்கு இத்தனை தூரம் உரையாடத் தோன்றியிருக்காது. ஏன் தனக்கும்தான். எந்தப் பழைய ஞாபகமும் இல்லாமல், காணாததைக் கண்டதைப்போல.

மனம் மெதுவாக அலைந்து கொண்டிருந்தது.

அசம்புச் சாலையின் விலக்கில் இருந்த வெண் தாமரைக் குண்டு. அகன்று பரந்திருந்த தாமரை இலைகளின் மேல் பொத்தினாற்போல் வந்திறங்கிய நாரைகள். கால்பாவியும் பாவாமலும் நின்று கொண்டு, மீனைக் கொத்திக் கொண்டு, கால் மடக்கிப் பறந்த போன வேகம்.

நாரையின் கனத்தில் தாமரை இலையின்மேல் ஏறிய தண்ணீர் பாதரசமாய் உருண்டுருண்டு அசைந்த வண்ணம்...

எல்லாம் இனிமையாக இருந்தது போல். சர்தார்ஜியின் ஒழுங்கற்ற தாடியும் அழுக்குப் பிடித்த தலைப்பாகையும்கூட அழகாக இருந்தன. துளித்துளியாய் உள்ளே இறங்கிய மதுவின் சாரம் வெதுவெதுப்பைக் கிளர்த்திக் கொண்டிருந்தது. தூரத்துக் குடிசைகளில் மீன் குழம்பு கொதிக்கும் வாசனை காற்றில் சுருண்டு சுருண்டு வந்தது.

ஊரில் போய் உட்கார்ந்து கொண்டு, எண்ணெய் தேய்த்துக் குளித்து, வாழையிலை போட்டு, ஆவி பறக்கும் உளுந்தஞ் சோறும் பாரமீன் கருவாட்டுத் துண்டமும் முட்டையும் போட்டு வைத்த அவியலும், எள்ளுத் துவையலும், சேனைப் பொரியலும் வைத்து வயிறார உண்டு கால் நீட்டிப் படுத்து உறங்க வேண்டும் போலத் தோன்றியது. அம்மாவின் நைந்து கிழியக் காத்திருக்கும் வெளுத்த கண்டாங்கி வாசனையில் முகத்தைப் புதைத்துக் கொண்டு, நெடுநேரம் உறங்க வேண்டும்.

சர்தார்ஜியின் ஸ்டீரியோவில் பழைய பாட்டுக்கள் கானம் பரப்பிக் கொண்டிருந்தன. 'ஏக்கு பரதேசி மேரா தில்லு லேகயா...' மனதின் கவலைகளை எல்லாம் களைகளைப் போல் பிடுங்கிக் கொண்டு போய்விட்டதைப்போல். உடனே எழுந்து செண்பகம் வீடு நோக்கி நடக்க வேண்டும்போல...

'சே' என்றிருந்தது. இந்தச் சிவந்த கண்களும் மதுவும் மீனும் நாறும் மூச்சுமாய் எப்படிப் போய் நிற்பது? சித்தப்பாவைப் போலக் குண்டுகுண்டாய் இருக்கும் மூன்று வயதுப் பெண் குழந்தை. கோதானம், பூதானம், கன்னிகாதானம் போல ஈதோர் கர்ப்பதானம். தன் குழந்தை என்று சொல்லிக் கொள்ள முடியாது. கடவுளைத் தவிர அறிவது வாதியும் பிரதியும்தான். காலங்காலமாய்ப் புதைந்து போகும் ரகசியக்காப்பகங்கள். பாலாழியின் ஆழம்காணக் கைவிரல் மோதிரம் கழற்றி நூலில் முடிந்துவிட்ட அனந்த பத்மநாபன் கோயில் போற்றி.

செண்பகம் ஊருக்குப் போகும்போது, சுசீலாக்காவின் மகளுக்கு ஏதும் வாங்கிக் கொடுத்து அனுப்ப வேண்டும் ரகசியமாய். தான் பார்க்க நேர்கையில் அவள் மகளை மார்புடன் இறுக்கி ஒரு முத்தம் கொடுக்க வேண்டும். எப்படிச் சாத்தியம் என்று தெரியவில்லை. எவனெவனோ சொந்தம் கொண்டாடி முத்திக் கொண்டிருப்பான். சொந்த அப்பா சூளைச் சூட்டில் வெந்து கொண்டிருப்பான்.

என்றாவது சுசீலா சொல்ல நேரலாம் - இன்னார்தான் உன் தகப்பன் எனத் தன் பிள்ளையிடம். எந்தத் தாயார் சொல்வாள் தன் புணர்ச்சி ரகசியங்களைப் பெற்ற பெண்ணிடம். காலம் சுழன்று கொண்டிருக்கும். வாரிசுச் சங்கிலியின் கண்ணிகள் வளர்ந்து வரும். எப்போது எங்கு எந்த விகிதத்தில் கலந்தது என்று தெரியாத ஐம்பொன் சங்கிலிகள்.

பூலிங்கத்தின் மேசையில் வேறு யாரோ வந்து உட்கார்ந்தனர். என்னவோ கேட்டார்கள். பார் நிரம்பி வழிந்தது. வழக்கமாக இரைச்சல். சிகரெட் புகை, மராத்தி, பஞ்சாபி, இந்தி, ஆங்கிலக் கலவை ஒலிகள்.

பையன் வந்து நின்று கேட்டான் - ''காய் அண்ணா ! ஜாலா காய் ?''

''அவுர் ஏக் குவார்டர்... ஜிங்காப்ரை ... பாத் மே பாவ், ஆம்லட்...''

எப்படி மாறிப்போனோம் என்று தோன்றியது பூலிங்கத்துக்கு. முன்பு பீடி, சிகரெட் பழக்கமில்லை. மாலைப் பதனீர் தவிர வேறு பானங்கள் பழக்கமில்லை. பனங்கள்கூடக் குடித்ததில்லை. வயது வந்த பிறகுதான் பெண்களின் மார்பகங்கள் கண்களில் பட ஆரம்பித்ததே. வேறெந்த முறைகேடான செயல் கிடையாது. சுசீலா ரகசியமாய் வைத்த விருந்துகூடத் தற்செயல்தான். அவள் கதுக்கட்டியது அல்ல. இன்று எல்லாம் பார்த்தாயிற்று, சிறை வாழ்க்கை கூட....

எப்படி மாறிப்போய்விடுகிறது எல்லாம் ?

ஒழுங்காக பி.காம். படித்து முடித்து எம்.காம். போயிருக்கலாம், சி.ஏ. படித்திருக்கலாம். நியாயமான வேலைகளில் ஒன்றை பிடித்திருக்கலாம். பரந்த சட்டியும் மீன் சட்டியும் எலிக்கலயமும் தோண்டியும் வனையும் காய்த்த கைகளுக்கு சக்கரம் சுழற்றுவதிலும் வெடிப்பு விழுந்த கால்களுக்கும் மண் மிதிப்பதிலும் இருந்து சற்று ஓய்வு கொடுக்கலாம். இருபத்தி நான்காவது வயதில் அம்மா பெண் கூடப் பார்க்க ஆரம்பித்திருப்பாள்.

சுசீந்திரம், வள்ளியூர், குறத்தியறைக் குயக்குடிகள் எல்லாம் பாண்டிய வம்சம். கொள்வினை கொடுப்பினை இல்லை, சகோதரர் முறை. தாழக்குடி, தேரேகால்புதூர், கோட்டாறு, ஆரல்வாய்மொழி, தலக்குளம், திருநாயினார்க் குறிச்சி குயக்குடிகள் சேர வம்சம். அங்கெல்லாம் பெண் தேடுவாள் அம்மா.

முறையாக ஒன்பதாவது வயதில் உபநயனம் செய்து பூணூல் போட்டிருக்க வேண்டும். பிரம்ம புத்திரர்களாய, காஸ்யப கோத்திரத்துக்கு குலாலர்கள்... திரிகால சந்தியா வந்தனம், சூரிய நமஸ்காரம், காயத்ரி ஜெபம்....

இப்போது கல்யாணச் சடங்கில் பூணூல் போட்டு, கல்யாணப் முடிந்ததும் கழற்றிக் கொள்வதாகிவிட்டது. அன்றுபோல் இன்றும் மண மேடை போடுவது கிடையாது. வேதியல் வரைந்து, கும்பம் வைத்து, "இந்திராய நம, அக்னியாக நம, தர்மாய நம..."திக் பந்தனம் செய்து, ஹோமம் வளர்த்து, காஸ்யப கோத்திரம், போதாயன் சூத்திரம், மகா சாஸ்தா தர்ப்பணம்.... சாஸ்தா சகல பூதங்களுக்கும் அதிபதி. சாஸ்தா பிறந்த பிறகுதான் சகல பூஜைகளும் ஆரம்பமாகும்.

அம்மிக் குழவியை லிங்கமாகப் பாவித்து, மாப்பிள்ளை அணியக்கூடிய வேட்டி, மாலை, பூணூல் எல்லாம் முதலில் அம்மி குழவிக்கு சாத்தி வணங்கி...

காஸ்யப கோத்திர மாப்பிள்ளை, கௌதம கோத்திரப் பெண், கன்னிகாதானம் செய்து, சங்கல்பம் செய்து...

எல்லாம் எடப்பாறை கண்ட சாஸ்தா காவல் நின்று பார்த்துக் கொண்டிருப்பார்.

ஆனால் வெள்ளை வேட்டியில் பாலுடன் பறித்துப் போட்ட கொல்லாங் கொட்டைகளின் நீங்காத கறைகள் போல, வேட்டி கிழிந்தாலும் போகாத இந்தக் கறைகளை யாரிடம் போய்க் காட்ட?

செத்துக் கருக்கிக் கரைத்துப் பத்தாவது நாள் திருநீலகண்டன் அகவல் வாசிக்கும்வரை கழுவ முடியாத கறைகள்.

தெய்வநாயகம்பிள்ளைமீதும் செண்பகம்மீதும் மூண்டு எழுந்தது சினம். பாவம் செண்பகம் என்ன செய்வாள் என்றும் தோன்றியது. இருந்தாலும் இரண்டு வார்த்தை முகம் ஏறிட்டுப் பார்த்துக் கேட்க வேண்டும் போல.

"நான் என்னம்மா தீம்பு செய்தேன் உங்கள் குடும்பத்துக்கு, இப்படிக் கருவறுத்து விட்டீர்களே!" என்று.

வசமாக வந்து சிக்கிக் கொண்டிருக்கிறாள் கடத்திக் கொண்டு போய் ஃபால்க் லேன்ட் ரோட்டில் விற்றுவிடக் கூடச் செய்யலாம். தெய்வநாயகம் பிள்ளையின் தறவாட்டுக் குடும்பத்தின் வாரிசு பம்பாயின் இருட்டும் சிவப்பும் வெருட்டிக் கொண்டிருக்கும் சந்தில் நாற்பது ரூபாய்க்கும் ஐம்பது ரூபாய்க்கும்.

குமுறிக் குமுறிச் சிரிப்பு வந்தது, பூலிங்கத்துக்கு.

மது மண்டையில் தீப்பாய்ச்சிக் கொண்டிருந்தது. தனது டெம்போ போதும். சுப்புவைக்கூடக் கூட்டிக் கொள்ளலாம். முதலில் இடமும் தோதும் பார்த்து வரலாம் என்று தோன்றியது.

சர்தார்ஜியிடம் கணக்குத் தீர்த்துவிட்டு, அன்டாப் குன்றை நோக்கி நடந்தான். நுழைவில் குப்பம் குப்பமாய்ப் பாலுண்ணிகள் போலக் குடிசைகள். குடிசைகள் தாண்டி நான்கு மாடிக் கட்டிடங்கள். அலுப்பில்லாமல் சலிப்பில்லாமல் கட்டி அடுக்கி இருந்தார்கள். பத்துக்கு மேல் பிளாக்குகள் இருக்கும். ஒவ்வொரு பிளாக்கிலும் இருநூற்றுப் பக்கம் கட்டிடங்கள் கட்டிடத்துக்கு நான்கு மாடி. மாடிக்கு நான்கு வீடுகள்.

இரவு முற்றிலும் இறங்கி ஆள் நடமாட்டம் குறைந்து கொண்டிருந்தது. எண்ணும் எழுத்தும் மங்கி மங்கித் தெரிந்தன.

எவரிடம் போய் வழி கேட்பது என்று தெரியவில்லை. நட்ட நடுரோட்டில் நின்று கொண்டு செண்பகம் என்று கத்தலாம் போலத் தோன்றியது. சாலையின் குறுக்கே ஓடைபோல் ஓடியது, நதியுமல்ல புழையும் அல்ல. பாதாளச் சாக்கடை. அதன் மேல் பாலம் போல் கட்டியிருந்தது. அதன் கலுங்கில் சற்றும் நேரம் உட்கார்ந்திருந்தான். மழை மாதங்கள். இலேசாக மழை தூற ஆரம்பித்தது. வலுக்க ஆரம்பித்தது. வசமாக அடித்துப் பெய்ய ஆரம்பித்தது.

எழுந்து நடக்க ஆரம்பித்தான் பூலிங்கம். முகத்துக்கு நேரே அடித்தது மழை. எருமை மாடுகள் மழைக்கு எதிராக முகத்தைத் தாழ்த்திக் கொள்வதைப்போல, தலையைச் சாய்த்துக் கொண்டு நடக்க ஆரம்பித்தான். கடைசி ஒன்பது, நூற்று எழுபந்தொன்று எல்லாம் போயிருக்கும். ஆட்டோ எதும் வந்தால் ஏறிக் கொள்ளலாம். மழை பற்றிப் பயமில்லை. இனி நனைவதற்குப் பாக்கியில்லை. தவளைகள் சாலையின் நடுவில் வழிமறித்துக் கேள்வி கேட்டன.

"க்ரோக்... எங்கடா போயிற்று வாறே?"

"சும்மா இப்பிடிக் காலாற நடந்து..."

"க்ரோக்.... இந்த மழையிலேயா மாதர் சோத்?"

"நடக்க ஆரம்பிச்சேன். மழை பிடிச்சுக்கிட்டு..."

"க்ரோக்.... ரா இருட்டினா வீடங்கிக் கிடக்க முடியாதா?"

கண்களைக் கூசுவதுபோல் வெளிச்சம் பாய்ச்சிக் கொண்டு ஜீப் ஒன்று வந்தது. ஒதுங்கிய பூலிங்கத்தை அடித்துச் சாய்ப்பது போல் முட்டும் வேகத்தில் வந்து நின்றது.

தவளைகள் கேட்ட அதே கேள்விகளுக்கு மறுபடியும் பதில் சொல்ல வேண்டியதிலிருந்தது.

"சரி! ஜீப்பிலே ஏறு!"

"இல்ல சார்.. வந்து ஃபிரண்ட் வீட்டுக்கு..."

"ஏறுடா மதராஸி ஸாலா..."

மழைநீர் சொட்ட, பின். பக்கமாய் ஏறி ஓரமாய் ஒதுங்க உட்கார்ந்தான். வண்டியினுள் இருந்த ஹவில்தார் கேட்டான்,

''குடிச்சிருக்கியா ஸாலா?''

''கொஞ்சமாகத்தான் சேட்...''

''எங்க குடியிருக்கே?''

''கோலிவாடா சேட்... பீதாம்பர் கல்லி...''

''சாராய தந்தாவா?''

''நை சேட்... டெம்போ ஓட்டுகிறேன்...''

காலனியை நாலைந்து முறை சுற்றிச்சுற்றி வந்தது ஜீப். தவளைகள் தவிர வேறு நடமாட்டமும் இல்லை. அனக்கமும் இல்லை. நனைந்த பெருச்சாளி ஒன்று நிர்வாணமாய் ஓடிப் போயிற்று. கடைசி பஸ் நிறுத்தத்தில் இருந்த பெட்டிக்கடை பூட்ட ஆரம்பித்திருந்தான்.

''இறங்கிப் போயி ரெண்டு பாக்கெட் கோல்ட் ஃப்ளாக், அவுர் மாச்சஸ் லேக்கர் ஆவ்... அவுர் தோ பாக்கெட் மாரி பிஸ்குட்....''

மழைக்குத் தலைசாய்ந்து ஓடி, பொருட்களை வாங்கி நனையாமல் பாலிதீன் கவரில் போட்டுப் பிடித்து, ஜீப்புக்கு வந்தான். மறுபடியும் நாலைந்து சுற்றல்கள். இன்றிரவு எந்த ஸ்டேஷனில் நனைந்த ஜட்டி மட்டும் போட்டுக் கொண்டு, இந்தக் குளிரில் விடியும்வரை குத்த வைத்து உட்கார்ந்திருக்க வேண்டுமோ என்று தோன்றியது. அண்ணாச்சி சொன்னது சரியாகப் போயிற்று - அதிகம் இரவில் நடமாட வேண்டாம் என்று. மற்ற விவகாரங்கள் என்றால் அண்ணாச்சியின் ஆள் வரும் ஜாமீனில் எடுக்க. இப்போது தகவல் எப்படிப் போகும்? போனாலும் இருக்கும் கெடுபிடிகளுக்கு நடுவில் எப்படி உதவி வரும் என எண்ணிக் கொண்டான். கொஞ்சம் கூடுதலாக மாலையில் சந்தோஷப்பட்டு விட்டோமோ எனத் தோன்றியது. கெட்ட நினைப்புக்கு உடன் பலன் கிடைத்து விட்டது போலும். போதை கொஞ்சம் தளர்ந்து இறங்கிக் கொண்டிருந்தது.

கோலிவாடா பாலத்தின்மீது ஏறி நின்றது ஜீப்.

''இறங்குடா ஸாலா'' என்று குரல் கேட்டது. எத்தனை ஸாலா சொல்கிறார்கள். தன் சகோதரியை அவன் கட்டி இருக்கிறானா அல்லது அவன் சகோதரியைத் தனக்குக் கொடுக்கப் போகிறானா? இனி என்ன என்று எண்ணிக் கொண்டு இறங்கினான்.

''விர்'' ரென்று ஜீப் புறப்பட்டுப் போயிற்று.

''என்னைப் பெத்த அம்மா'' என்ற எண்ணிக் கொண்டு சால் நோக்கி நடக்க ஆரம்பித்தான் பூலிங்கம்.

பேரம் படிந்து விட்டது போலும். முன்னத்தனை கெடுபிடிகள் இல்லை. ஒரு மாத கால வியாபார முடக்கம் எல்லோர் பைகளையும் மெலியச் செய்திருக்கும். காதர் பாயுடன் முதல் லோடு சூரத் போய் வந்தான் பூலிங்கம். வெளியூர்த் தாகங்கள் முதலில் தணியட்டும் என்று அண்ணாச்சி நினைத்திருப்பார். எந்தக் கட்டுப்பாடானாலும் சாராயம் வாற்றுவதையும் குடிப்பதையும் இந்தியனால் இனி எங்கே நிறுத்த முடியும்? யார் இதைத் துவங்கி வைத்தவரானாலும் அல்லது பரவலாக்கியவரானாலும் அவரது 'தொலை நோக்குச் சிந்தனை'யைப் பாராட்டாமல் இருக்க முடியாது. பத்து நாட்களில் விநியோகம் சீராகிவிட்டது. பழச் சந்தைகளில் மறுபடியும் அழுகிய பழங்களுக்கு நல்ல கிராக்கி.

சாலில் இருந்து மாறி, கோலிவாடாவில் ஹவுசிங் போர்டு காலனியில் ஒன் ரூம் கிச்சன் வாடகைக்கு எடுத்திருந்தான் பூலிங்கம். டெம்போ ஓடிக் கொண்டிருந்ததில் தினமும் இருநூறு ரூபாய்க்குக் குறைவில்லை. சக்காராம் டீசல் போட்டுக் கொள்ள வேண்டும். தினம் எவ்வளவு ஓடினாலும் இருநூறு போக மிச்சம் அவனுக்குத்தான். புதிய வண்டி. மேட்டடார் இன்ஜின். பெரிய பராமரிப்புச் செலவுகள் இல்லை. இன்னும் இரண்டாண்டுகள் போனால் போட்ட முதல் வசூலாகி விடும்.

சுப்புவுக்கு பம்பாய் - பூனா டாக்ஸி ஒன்று ஓடிக் கொண்டிருந்தது. டிக்கியில் சில சமயம் இரவுகளில் சாராய கேன்கள் லோனாவாலாவுக்கும் பிம்ப்ரிக்கும் போகும். அண்ணாச்சி விசைப் படகு ஒன்று வாங்கி

இருந்தார். மீன் பிடிப் படகு. எலபண்டா குகைத் தீவுகள், மட் தீவு என்று கடல் மார்க்கமாகச் சாராயம் சப்ளை ஆனது. சில சமயம் தூரத்தில் நீரோட்டத்தில் நிற்கும் விதேசிக் கப்பல்களில் இருந்து சிகரெட் கார்ட்டன்கள், விஸ்கி குப்பிகள், துணிகள், வாச்சுகள், பால்பேரிங்குகள், உலர்கனிகள் கடத்திக் கொண்டு வரும் அதற்கு வேறு வகை வாடிக்கையாளர்கள், வேறு வகைச் சந்தைகள்.

பூலிங்கம் இப்போதெல்லாம் கேன்களைத் தூக்கிக் கொண்டு உள்ளூர் சாவடிகளுக்கு அலைவதில்லை. வாரம் ஒரு லோடு சூரத் மாத்தேரான். சில சமயம் காதர் பாயுடன் அவனது டெம்போவையும் ஓட்டிக் கொண்டு போனான். இரவுகளில் நெடுஞ்சாலைகளில் வண்டியோட்டுவது சுவாரசியமான வேலை.

குளிப்பறை, கழிப்பறை, தலைக்குமேல் தண்ணீர்த் தொட்டி சமையலறை, உட்காரவும் படுக்கவும் தோதான இருக்கை அமைப்பு களுடன் கூடிய வண்டியொன்றில் நாடு பூராச் சுற்றிவரவேண்டும் என்று தோன்றும் அவனுக்கு. பகலில் சமையல், சாப்பாடு ஓய்வு, தூக்கம். இரவுகளில் நெடுஞ்சாலைகளிலும் குறுஞ்சாலைகளிலும் நிலவொளியில், நட்சத்திர ஒளியில், மழை இருட்டில், கொட்டும் மழையில், சீரான வேகத்தில் ஓட்டம். பம்பாயில் இருந்து தொடங்கி சுருள் கம்பி போலச் சாலைகளை தேர்ந்தெடுத்துச் சுற்றிவர வேண்டும்.

பத்து நாட்கள் இருக்கட்டும் என்று காலையில் சுப்பு, பரமுவை வீட்டில் விட்டுவிட்டுப் போனான். சுப்பு செய்திருக்கிற உபகாரங்களுக்கு அவன் என்ன சொன்னாலும் மறுப்புச் சொல்ல முடியாது. பரமு ஒரு விதமாய்க் கள்ள முழி முழித்துக் கொண்டு நின்றான். சுப்பு போன பின்பு பூலிங்கம் பேச்சுக் கொடுத்தான், பத்தொன்பது இருபது வயதுக்குள்தான் இருக்கும். வேறு ஒரு சாமானும் இல்லை. போட்டிருந்த உடைகளில் நான்கு நாட்கள் அழுக்கும் வியர்வையும் இருக்கும்.

"தம்பி எந்தூரு?"

"களக்காடு"

"களக்காடுண்ணா எங்கே?"

''களக்காட்லேருந்து இடது கைப்பக்கம் ஒரு ரோடு போகுல்லா அதுலே ரெண்டு கிலோ மீட்டர் போகணும்''

''சுப்பை எப்படித் தெரியும்?''

''அவுருக்கு அக்காளை எங்க ஊருலேதான் கெட்டிக் குடுத்திருக்கு...''

''சரி! மொதல்லே குளி. அந்த சட்டை பேன்ட் எல்லாம் அவுத்துப் போடு. எனக்கு சாரமும் துண்டும் தாறேன். உடுத்துக்கோ. எனக்கு சட்டை பேன்ட் ஒனக்கு கொஞ்சம் பெரிசா இருக்கும். இன்னா வச்சிருக்கேன். எடுத்துப் போட்டுக்கோ. மொதல்லே பல்லு தேய்ச்சுக்கிட்டு வா... சுப்பு சாய் வாங்கித் தந்தானா? சரி.... ஆம்லெட் போடுகேன். பாவு வாங்கீட்டு வந்து திங்கலாம்.''

சிறுவனின் மிரட்சி இருந்தது பரமுவிடம். பெரிய காரியம் செய்துவிட்டு வந்திருப்பான் போல. சாப்பிட்டு முடிந்தபின் அவனே எல்லாவற்றையும் ஒதுங்க வைத்தான்.

''படுத்து உறங்கு. நான் கொஞ்சம் வெளீல போயிட்டு வாறேன்... மத்தியானம் சாப்பிடதுக்கு காசு வச்சிருக்கியா?''

''சுப்பத்தான் தந்திருக்காரு''

''பக்கத்திலே மேனோன் மெஸ்ஸுன்னு கேளு சொல்லுவா... போயிச் சாப்பிடு. சாயங்காலம் பாப்போம்....''

டெம்போவை சர்வீசுக்கு விட்டிருந்தான். அதைப் பார்க்க வேண்டும். சகூன்டாக்கில் பழைய பாக்கி கொஞ்சம் நின்றதை வசூல் செய்ய வேண்டும். வரும் போது நாடார் கடையில் கொஞ்சம் சாயாத்தூள், சீனி, மண்ணெண்ணெய் முதலியவை வாங்கிக் கொள்ள வேண்டும்.

செண்பகம் வீட்டுக்குப் போக வேண்டும் என்ற நினைப்பே இல்லாமல் ஆகிவிட்டது. எதற்கு இந்தக் குரோதம்? அவரவர் பாரத்தை அவரவர் சுமக்கட்டும். இயல்பற்ற மனநிலையில் எப்படிப் போய்ப் பேசுவதென்று தெரியவில்லை. என்றாலும் ஒரு நாள் போய்ப் பார்த்துவிட வேண்டும் என்றும் தோன்றியது.

மூன்றுமணிக்கு வீட்டுக்கு வந்தபோது, பரமு இன்னும் உறங்கிக் கொண்டிருந்தான். பாவமாக இருந்தது. வீட்டை விட்டு ஓடி வந்து தான் பட்டபாடு நினைவுக்கு வந்தது. பல்லக்குக் கை போல் வளைந்து உறங்கினான். சாப்பிட்டானோ இல்லையோ? சாப்பாடும் உறக்கமும் கிட்டாத போதுதான் அதன் அருமை தெரிகிறது. சற்றுப் படுத்துக் கிடந்தான் பூலிங்கம். அவனாக எழுந்து சோம்பல் முறித்து, திருதிருவென விழித்து, எழுந்து போய் முகம் கழுவினான்.

"சாப்பிட்டயா?"

"இல்லண்ணேன், நாலு நாளத்த உறக்கம். சேத்து வச்சு உறங்கினேன்."

"இப்பம் உனக்கு யாரு சோறு வச்சிருப்பா? போயி நாலஞ்சு வடா பாவ் திண்ணுக்கிட்டு வா... டீ போடுகேன்"

ஒரு அறையும் அடுக்களையும் கொண்ட ஃபிளாட் என்றாலும் உட்கார நாற்காலி, படுக்கக் கட்டில் ஒன்றும் கிடையாது. சுருட்டிய படுக்கையில் சாய்ந்து கொள்ளலாம். மடித்த பாயில் அமர்ந்து கொள்ளலாம்.

"எத்தனை வரை படிச்சே?"

"பிளஸ் டூ வரை போனேன். பொறவு நிண்ணுற்றேன். அப்பாவுக்கு வெள்ளாடு யாவாரம். வாங்குவாரு, கொஞ்ச நாள் போட்டிருந்து விப்பாரு... அதுகளைச்சந்தைக்கு ஓட்டிட்டுப் போறது கொழை ஒடிச்சுக்கிட்டு வந்து போடகதுண்ணு ஏதாம் சோலி இருக்கும், கொஞ்சம் காடு உண்டும். வாழை இல்லேண்ணா மொளகா, சில சமயம் கத்திரி, தக்காளி. காட்டு வேலைக்குப் அம்மைக்குக் கூட போவேன். ஆராம்புளியிலே அண்ணா காலேஜுக்கு எதுக்க ஒரு கடை வைக்கதுக்கு தோது பாத்துக்கிட்டு இருந்தேன்..."

"பின்னே எதுக்கு ஊரிலேருந்து ஓடியாந்தே?"

சற்று நேரம் மௌனமாக இருந்தான். எழுந்து வெளி வராந்தாவில் போய் நின்றான். பக்கத்து கோலிவாடா ஸ்டேஷனில்

ரயில்கள் தடதடத்து ஓடின. முதல் ஷிப்ட் முடிந்தவர்கள் திரும்பிக் கொண்டிருந்தனர். ஸ்டேஷனில் இருந்து வெளியே இறங்கும் கல்சுவர் உடைத்த தொண்டுப் பாதையில் இரு பக்கமும் சில்லறைக் கடைகள். இடது தோளில் முன்னும் பின்னும் தொங்கிய கூடைகளில் காய்கறிகள் சுமந்த பையா. பச்சை வாழைப்பழ வண்டிகள். உட்கார்ந்து ஈயோட்டிக் கொண்டிருந்த கருவாட்டுக்காரி. சாம்பல் வெள்ளை தடியன்காய்த் துண்டுகளில் சீனிப் பாகேற்றி உலரவைத்து 'பேண்டா' என்று கூவி விற்றவர். சூடாக உருளைக்கிழங்கு 'வடா' போட்டு 'பாவ்' எனும் நாட்டு ரொட்டியை இரண்டாகப் பிளந்து அதனுள் வைத்து விற்றவர். கூட்டமாய் வந்திறங்கி இரை கொத்திய புறாக் கூட்டம். சாக்கு, அட்டைப் பெட்டி, பலகைத் துண்டுகள், டப்பா பிரித்த தகரம், உடைந்த அஸ்பெஸ்டாஸ் துண்டுகள் எல்லாமே வீடு கட்டத் தோதானவை என்று சாற்றிக் கொண்டு நின்ற குடிசைகள். இரைந்து கேட்ட இந்தி 'கவாலி' சினிமாப் பாடல். நேரங்கெட்ட நேரத்தில் கருக்கிப் பொடித்த புகையிலையால் பல் தேய்த்து நின்ற முலைகள் தொங்கிய மராத்திக்காரி.....

டெம்போ வாங்கியதில் சாம்ராஜ் ஐயாவிடம் கொஞ்சம் கடன் இருந்தது பூலிங்கத்துக்கு. கொடுத்துவரும் வேலை இருந்து அன்றைக்கு. அந்த நேரத்தில் நகரில் இருந்து வெளிச்சாடும் கூட்ட ஆரம்பித் திருக்காது. ஐந்தரை மணி தாண்டி விட்டால் பெருவிரல் ஊன்றலில் தொங்கிக் கொண்டு பிரயாணம் போக வேண்டியதிருக்கும்.

"கொஞ்சம் டோம்பிவிலி வரைக்கும் போயிட்டு வரலாம், வாறியா பெரமு?"

"வெளீல நடமாட பயமாட்டு இருக்குண்ணேன்"

"இந்த சன சமுத்திரத்திலே ஒண்ணும் கண்டு எத்திக்கிட முடியாதுடே! வா போலாம். உள்ளேயே கிடந்தா போரடிக்கும்."

"நான் என்னத்துக்குண்ணேன்"

"அட சும்மா வாடே! பதுங்கிப் பதுங்கிப் பொழைக்க முடியாது பாத்துக்கோ.. வெட்டையிலே முக்குளிக்கணும். உலகம் ரொம்பத்

தந்திரமானது. இரும்பை இரும்புதான் அறுக்கும் பாத்துக்கோ. சின்னப் பாம்புண்ணா கூடப் பெரிய கம்பால அடிச்சிரணும். ஈவிரக்கம் பாக்கக் கூடாது...''

சாம்ராஜ் ஐயா வீட்டில் இருந்தார். தோள் பட்டையில் வேப்பெண்ணெயில் செய்த ஏதோ ஒரு எண்ணெய் சளம்பப் போட்டிருந்தார். மருந்தெண்ணெய்க்கே ஆனதோர் நூதனமான மணம். மயிர்கள் நரைத்த வெற்று மார்புடன் பால்கனிச் சுவரில் சாய்ந்து ஏகவெளியில் ஈடுபட்டிருந்தார்.

''தம்பி வாடே! கூட யாரு?''

''நம்ம சுப்பையாவுக்கு மச்சான். ஊருலே சின்னக் கோளாறு செய்துகிட்டு வந்திருப்பான் போல''

''அப்பிடியா? ஓடி ஒளியதுக்கு பம்பாய் நல்ல இடந்தான். மூணு கொலை, நாலு கொலை செய்த பாவி மக்க நிறையப் பேரு தாராவியிலேயும் கோலிவாடாவிலேயும் கெடக்கானுவோ. ஒரு பெயலும் அசைச்சுக்கிட முடியாது. தைரியமா இரி என்னா? இவனை என்ன செய்யப் போறே பூலிங்கம்?''

''சுப்பு என்ன ஏற்பாடு வச்சிருக்கானோ?''

''என்ன செத்த ஏற்பாடு செய்வான்? சாராயம் விக்கச் சொல்வான்...''

''ஐயா அதை ஏன் இளக்காரமாச் சொல்லுகியோ? பெரிய கம்பனிக்காரன் மெஷின்லே வாற்றி, குப்பியிலே அடைச்சு, லேபிள் ஒட்டி விக்கான். நாமோ லேபிள் இல்லாம விக்கோம். அவன் பாதிக்குப் பாதி வரி கெட்டிக்கிட்டு நல்லபிள்ளையாகத் திரியான். நாமோ குடிசைத் தொழில் மாதிரி செய்யதுனாலே வரி கெட்டுகதில்லே. வேற என்ன வித்தியாசம்?''

''போடு வக்காளி! பேசப் படிச்சுக்கிட்டே டே''

''ஐயா நான் காரியமாகத்தான் கேக்கேன். லைசென்ஸும் பெர்மிட்டும் வாங்கீட்டு நாமோ காய்ச்சல்லே... எக்சைஸ் வரி

குடுக்கல்லே. அவ்வளவு தானே? பாக்கித் தொழில் செய்யக் கூடியவன் - பிவான்டியிலே பவர் லூம் ஓட்டக் கூடியவன் எல்லாம் ஒழுங்காத்தான் வரி கட்டுகானா? ஜவுளிக் கடைக்காரன், பலசரக்குக் கடைக்காரன், காப்பிக் கடைக்காரன் எல்லாம் ஒழுங்காத்தான் வரி கெட்டுகானா? ஆனா இது கள்ளச் சாராயம், கிரிமினல் குற்றம். போலீஸ்காரன், எக்சைஸ்காரன் எல்லாவனுக்கும் பல்லைக் காட்டணும். முட்டைச் சொறியணும். லாத்தி அடி வாங்கணும். ஜட்டியோட உட்கார்ந்திருக்கணும். ஜெயில்லே களி திங்கணும்...''

''ஆனா, தம்பி லே, சாராயம் குடிச்சு எவ்வளவு பேரு குடல் அவிஞ்சு, ஈரல் அவிஞ்சு சாகான். அதைப் பாக்காண்டாமா?''

''ஐயா, அது அரசாங்கச் சாராயம் குடிச்சா குடல் அவியாதா? பச்சைப் பிள்ளையோ குடிக்கப்பட்ட பால் பவுடரிலே கலப்படம் செய்யப்பட்டவன் எல்லாம் பெரிய மனிசன். திங்கக் கூடிய தக்காளி, முட்டைக் கோசு எல்லாத்தையும் பூச்சிக் கொல்லி விஷத்திலே முக்கி எடுத்து யாவாரம் செய்யக் கூடியவன் எல்லாம் பெரிய மனுசன், நாமோ மாத்திரம் கள்ளச் சாராயம் காய்ச்சக் கூடிய கசவாளி...''

''இப்பம் அதுக்கு என்ன செய்யணும்ங்கே?''

''ஒண்ணும் செய்ய முடியாது ஐயா! எல்லாப் பெரிய மனுசன் குண்டியும் கூட நாறத்தான் செய்யும். ஃபால்க் லேண்ட் ரோட்டிலே விபச்சாரம் செய்தா வாராவாரம் 'அப்தா' குடுக்கணும். குடுத்தாலும் ரெய்டுதான். ஃபைவ் ஸ்டார் ஓட்டல்ணா எவுனும் கிட்டப் போவானா? அங்க எல்லாம் இது நடக்கதில்லையா?''

''அது அப்பிடித் தாம்பா... பாவப்பட்டவன் கடன் பாக்கிண்ணா கதவைப் புடுங்கு, நிலையைப் புடுங்கும்பான். கோடிக் கணக்கிலே சினிமா நடிகன் வரி பாக்கிண்ணாலும் அவன் கலியாணத்துக்குப் போயி இளிச்சுக்கிட்டு நிப்பான். ஆனா என்ன செய்யது? நமக்கு ஒரு மரியாதை வேணும்ணா, ஒரு அளவோட மாறி நிண்ணுக்கிடணும். ஆம்புட்டுக்கிட்டா அயோக்கியன், ஆம்புடலைண்ணா அப்புராணி. கருங்குருவி நியாயமெல்லாம் கழுதைப் பூழலுக்குள்ளேங்கிற கதைதான், பேசப் போனா!''

சுக்குக் காப்பி சூடாக இருந்தது. நல்ல உடங்குடி கருப்பட்டி போலும். ஊரில், கொதுகொதுவென்றிருக்கும் காலங்களில் அம்மா போடுவாள். ஊதி ஊதிக் குடிப்பது ஒரு ரசம். பரமு மலங்க மலங்கப் பார்த்துக் கொண்டிருந்தான்.

''ஐயாவுக்கு வேற ஒரு விசயம் தெரியுமா? நம்ம மாரியப்பனுக்குத் தம்பி வேலை செய்தாம்லா...''

''ஆமா, கோங்கன் பவன் பக்கம், நியூ பாம்பேயிலே ஒரு கெமிகல் கம்பனியிலே...''

''அவன்தான்... கான்ட்ராக்டு ஜோலி. கேஸ் அடிச்சுச் செத்துப் போனான்''

''அடப்பாவி.. எப்பம்?''

''போன வாரம்''

''வேற யாருக்கும் ஒண்ணும் ஆகல்லியா?''

''வேற பெர்மனண்ட் ஓர்க்கர் ஒருத்தரும் இந்தச் சோலி செய்ய மாட்டான். பிளான்டுக்கு உள்ளே டேஞ்சரான ஜோலி செய்யது எல்லாம் கான்ட்ராக்டு ஓர்க்கர்தான். நாளைக்கு நூறு ரூவா சம்பளம். கான்டீனிலே ரெண்டு ரூவாய்க்கு சாப்பாடு. வடை நாலணா, சாயா நாலணா...''

''கம்பனிக்காரன் என்னமாங் குடுத்தானா?''

''பத்தாயிரம் குடுத்து அமுக்கிப் போட்டான் பாத்துக்கிடும். கோடிக் கணக்கிலே தந்தா நடக்கு. வம்பாக் கொண்ணு கோட்டானுகோ, ஏம்னு கேக்க நாதி உண்டா?''

சாம்ராஜ் ஐயா நெடுநேரம் மௌனமாக இருந்தார். வெள்ளிகள் ஒன்றன்பின் ஒன்றாய்த் துலங்கிக் கொண்டிருந்தன. காற்று லேசாகத் தணுத்தது. சற்றுத் தொலைவில் வெங்காய பஜ்ஜி கடலை எண்ணெயில் முறுகும் வாசனை.

''இருந்து சாப்பிட்டுக்கிட்டுப் போறேளா?''

''இல்லைய்யா... பொறப்படுகோம். சுப்பு தேடீட்டு வந்தாலும் வருவான்''

திரும்புகாலில் ரயிலில் அவ்வளவு கூட்டம் இல்லை. டோம்பிவிலி - தாணா - குர்லா ஃபாஸ்ட். தடதடவென ஓடிக் கொண்டிருந்தது. குர்லாவில் இறங்கி வண்டி மாறி, கோவிவாடாவில் இறங்கி சாப்பிடப் போனார்கள். மேனோன் கடையில் புளிசேரி சுள்ளென்றிருந்தது.

மனம் அலைந்து கொண்டிருந்தது. போய்ப் படுக்கலாம் என்று தோன்றியது. மீண்டும் செண்பகம் ஞாபகம் வந்தது. தமிழ்மன்ற நூலகத்தில் பார்த்துப் பதினைந்து நாட்களுக்கு மேலிருக்கும். தேடியிருப்பாளோ என்னவோ? இதற்குள் சுசீலாவுக்கு அவள் மூலம் அம்மைக்கும் செய்தி போயிருக்கும். அம்மையின் நெடுமூச்சின் வேகம் சற்றுக் குறையும்.

பரமு கவலையற்று உறங்கிக் கொண்டிருந்தான். உடுத்திருந்த சாரத்தை உரிந்து தலையோட மூடி இருந்தான். நள்ளிரவில் அலறிப் புடைத்து எழுவானோ என்னவோ? குற்றங்கள் துரத்தும் வாழ்க்கை. குற்றமென்றும் அல்லவென்றும் தீர்மானிப்பது யார்? வென்றவன் எழுதுகிறான் நியாயத்தின் அத்தியாயங்களை. தோற்றவன் என்பவன் தூர் வாங்காத கிணறு; அழுகி நாறும் தண்ணீர்; பெற்று வீசிய கள்ளக் குழந்தைகளின் சவங்களைக் கோரைப் பற்களில் கடித்துச் சிரிக்கும் இசக்கி வாழும் பாழ்க்குகை...

வாழ்க்கையில் வெல்வது முக்கியம். வெல்வார் தாம் கோட்டையைப் பிடிக்கிறார்கள். வெல்வதற்கு என எதையும் செய்யலாம். கூடப் பிறந்தவளைக் கூட்டிக் கொடுக்கலாம். தமையனைத் தனையனைக் கொன்று புதைக்கலாம். உண்மையின் சங்கைப் பிடித்து மூச்சை இறுக்கி விட்டுப் பொய்மைக்கும் கயமைக்கும் கொடி பிடிக்கலாம். புதைக்கக் கொடுத்த பிள்ளையிலும் பாதிப் பிள்ளையை எடுத்துக் கொள்ளலாம். சவம் தோண்டி அறுத்தெடுத்து எலும்பில்லாத கறிவகைகள் செய்யலாம். தாய்ப் பொன்னிலும் மாப்பொன் எடுக்கலாம்.

உள்ளே என்ன ஆபாசம் இருந்தால் என்ன?

என்னவாயினும் வெல்வது முக்கியம். வெல்வது என்பது பணம் சேர்ப்பது. மனச்சாட்சிப் புண்ணாக்கை மாட்டுக்குப் போடு. மதிப்பீடுகளை, உண்மையை, நியாயத்தை, தர்மத்தை உலர்த்தி நூற்று, நெய்து, சானிடெரி நாப்கின்கள் தயார் செய்....

உறக்கமா நினைப்பா என்று தெரியவில்லை. உடம்பு கொதித்துக் கொண்டிருந்தது. ஏன் இப்படிச்சிந்தனை தறி கெட்டோடுகிறது என்று தெரியவில்லை பூலிங்கத்துக்கு. குற்ற மனத்தின் கோணற்களியா? அப்படி என்ன பெரிய குற்றம் என்று புலப்படவில்லை. தர்மம் என்றும் அதர்மம் என்றும் போதிக்கப்பட்டவைகளுக்கு எதிரான சமர் இதென்று தோன்றியது. எதைப் பிடுங்கி வெளியே வீசுவது என்று தெரியவில்லை. பார்த்தீனியம் படுவேகமாய்ப் பல்கிப் பெருகுகிறது. கருவேப்பிலைக் கன்றைப் பொத்திப் பொத்திப் பார்க்க வேண்டிய திருக்கிறது.

சாம்ராஜுக்கு இந்தக் குற்ற போதம் வந்துவிட்டது. அண்ணாச்சிக்கு இருக்குமா என்று தெரியவில்லை. மூன்று ஆம்புலன்ஸ்கள் ஓடிக் கொண்டிருந்தன. எல்லோருக்கும் இலவசம். பேறுக்கு, விபத்துக்கு, தீவிர நோய்க்கு, ஆஸ்பத்திரியில் கவனிப்பாரற்றுச் செத்த பிணங் களுக்கு, கைவிடப்பட்ட சாகும் பிணங்களுக்கு.... இரவில் மூன்று ஆம்புலன்ஸ்களும் சாராய விநியோகம் செய்தன.

நடைபாதைக் காய்கறிக்கார நோயுற்ற கிழவியிடம் வாரப் பணம் வசூல் செய்கிறார். பெண் கல்யாணத்துக்குப் பணம் இல்லை என்று இரந்து நின்றால் முகச்சுளிப்பே இல்லாமல் ஐந்தாயிரம், பத்தாயிரம் இடதுகையால் எடுத்துத் தருகிறார். பவுதாஜி சாலையில் கோயில் பட்டருக்கு மகாலட்சுமி பிருஷ்டத்தைக் காட்டிக்கொண்டு திரும்பி நின்றபோது அண்ணாச்சி கொடுத்தார் பத்தாயிரம். ஒருவேளை மகாலட்சுமிதான் அண்ணாச்சி மூலம் செயல்படுகிறாளோ அப்போது? இரவில் அண்ணாச்சி மூலம் செயல்படுவது யார் சாத்தானா? இபிலீசா? துஷ்டப் பேய் பிசாசுகளா?

எவர் வலுவானவர்? எது சரி? எது தப்பு?

உறக்கத்தில் பரமு ஏதோ புலம்பிக் கொண்டிருந்தான். சொற்கள் தெளிவாகக் காதில் விழவில்லை. அச்சமும் கலவரமும் கலந்த சொற்கூட்டம். என்ன துன்பம் நடந்ததோ பாவம்? வெளியேயும் சொல்லக் கூடாத மாயத் துன்பம்! பேய் கண்டு திகைத்து, வெருண்டு, சத்தம் உள்ளுக்குப் பாதியும் வெளியில் பாதியுமாய்ப் பிரிந்து பறிந்தது போலிருந்தது.

அக்கா வீட்டுக்குக் காவல் கிணறு போன பரமு அன்றிரவு திரும்பவில்லை. டூரிங் கொட்டகையில் நல்ல படம் ஓடிக் கொண்டிருந்தது. காலையில் வெந்தயக் கொழுக்கட்டை அவித்துக் கொடுத்து, தூக்கு வாளியிலும் நிறைத்து அவனை வண்டியேற்றி அனுப்பி வைத்தாள் உடன்பிறந்தாள். வண்டி ஏறிய போது மணி பத்து தாண்டிவிட்டது. ஆடுகளைப் பட்டியில் இருந்து அவிழ்த்துப் பத்த வேண்டும் என்று அவசரமாக வீட்டுக்கு நடந்தான்.

வீட்டில் அப்பாவைக் காணவில்லை. அன்று சந்தை முறை. நாலைந்து வெள்ளாடுகளைப் பத்திக்கொண்டு போயிருப்பார். வீட்டு முற்றத்தில் இருந்த பட்டி காலியாக இருந்தது. அம்மாவும் இல்லை. ஆடுகளை அம்மாவே ஓட்டிக்கொண்டு போயிருப்பாள் என்று எண்ணினான். வாளியைக் கீழே வைத்தான். அடுக்களைக்குள் எட்டிப் பார்த்தான். அடுப்பின் மேலிருந்த மண் பானையில் பழையது கிடந்தது. சட்டியின் மூடியின் மேலிருந்த கிண்ணத்தில் அரைத்து உருட்டி வைக்கப்பட்டிருந்த புளித் துவையலில் பாதி செதுக்கப்பட்டிருந்தது.

அப்பா வருவதற்குப் பொழுது அடைந்துவிடும். மேய்ந்த ஆடுகளைப் பத்திக்கொண்டு அம்மா எப்போது வருவாளோ தெரியாது. தோட்டத்தில் மிளகாய் போட்டிருந்தது. ஆடுகளைப் பார்த்துக் கொண்டால் அம்மாவுக்குக் களை கொத்தத் தோதிருக்கும். வாளியில் கொண்டு வந்த கொழுக்கட்டைகளைக் கொஞ்சம் எடுத்து, வேறொரு கிண்ணத்தில் மூடி வைத்துவிட்டு, சட்டையைக் கழற்றிக் கொடியில் வீசிவிட்டு, துண்டை எடுத்துத் தலையில் சுற்றிக் கொண்டு, சிறு மண்வெட்டியைத் தோளிலும் வெட்டுக்கத்தியை மடித்துக் கட்டிய வேட்டியின் பின்புறத்திலும் கொழுவிக் கொண்டு புறப்பட்டான் பரமு.

வெயில் நெற்றிக்கு நேரே ஏறிவிட்டது. வெம்மையும் கூர்மையும் கொண்ட கதிரணிகள். ஊர் வெறிச்சென்று கிடந்தது. பிள்ளைகள் பள்ளிக்குப் போயிருப்பார்கள். ஆணும் பெண்ணும் காடுகளில் அலையும். கண் தெரியாதது, கால் நடக்க முடியாதது என ஊசலாடும் உயிர்கள் வெயிலுக்கு அஞ்சி வீட்டுக் குகைகளுக்குள் உள்வாங்கிக் கொண்டிருக்கும்.

ஊரைத் தாண்டி, ரோட்டில் இருபுறமும் பயிராகிக் கிடந்த கத்தரியை, வாழையை, வெண்டையைப் பார்த்துக் கொண்டு பரமுவின் காட்டுக்குப் போகும் தடத்தில் நடந்தான். வாழை நன்றாக வந்து கொண்டிருந்தது. கரும்பச்சை இலைக் கூட்டங்கள் காற்றுக்குத் தோதாக அலைந்து கொண்டிருந்தன. வெண்டை காய்ப்பு முடிந்து முற்றிய காய்களை நீட்டிக் கொண்டு வெளிறிய இலைகளைக் காட்டிக் கொண்டு குச்சிகளாய்த் தெரிந்தன. பக்கத்துக் காட்டில் களை கொத்திக் கொண்டிருந்தனர். நிழலுக்கு நின்ற உடை மரக்கிளைகளில் தொங்கிய பித்தளைத் தூக்குவாளிகள் பொன் போல வெயில்பட்டுத் தெறித்தன. தூரத்தில் வெள்ளாட்டுக் கூட்டம் ஒன்று புல்கரம்பிக் கொண்டிருந்தது. நல்லவர்க்கும் கெட்டவர்க்கும் வெயில் ஒன்று போல் காய்ந்து கொண்டிருந்தது. வேப்பமரக் கிளையொன்றில் இரண்டு பஞ்சவர்ணங்கள் உரையாடிக் கொண்டிருந்தன. மூக்கையாத் தேவர் தோட்டத்தில் மோட்டார் ஓடும் சத்தம் 'மொடமொட'வெனக் கேட்டது.

தூரத்தில் தரிசாகக் கிடந்த காட்டில் தரையோடு பற்றிப் படர்ந்திருந்த புல் பூண்டுகளைக் கரம்பிக் கொண்டு அசைந்த ஏழெட்டு வெள்ளாடுகள். பரமுவின் ஆடுகள்தான்.

வெட்ட வெளியில் அம்மாவைக் காணோம். மிளகாய்ச் செடிகள் நன்கு வளர்ந்திருந்தன. குத்த வைத்து உட்கார்ந்து மிளகாய்ச் செடியின் மூடுகளைக் கிளைத்துக் கொண்டிருப்பாள். நெருங்கிப்போன பிறகும் தோட்டத்தில் ஆளவரம் இல்லை. பக்கத்தில் பேயன் வாழைக் குலைகள் வெட்டி உறைபோடும் பருவத்தில் விடைத்துக் கிடந்தன. வாழை மரத்தின் இடுப்பில் சுற்றப்பட்டிருந்த உலர்ந்த வாழை

மடல்கள் மெலிதாகக் காற்றில் அசைந்தன. தோட்டத்தின் உள்ளே திட்டுத்திட்டாய் மண்டிக் கிடக்கும் ஆனையறுகுப் புற்களை அறுக்கப் போயிருப்பாள் என்று தடத்தில் நின்று பார்த்தான். தோட்டத்திலும் அரவமில்லை.

தோட்டத்தின் விலாப்பக்கம், பக்கத்து வாழைத் தோட்டத்திற்கான வரப்பு எல்லையில் மூடு கனத்துக் கொண்டிருந்த மாங்கன்று ஒன்று மரமாகிக் கொண்டிருந்தது. நிழலில் அமர்ந்திருப்பாள் எனப் பார்க்கப் போனான் பரமு.

ஒளி புகுந்து கொண்டிருந்த இடைவெளியில் வாழைத் தோட்டக்காரனின் இடுப்பைப் பின்னிக் கொண்டு கிடந்த அம்மாவின் கால்கள்...

தரையில் ஓங்கி விழுந்த தாம்பாளம் போலச் சுருள் சுருளாக அதிர்ந்து கொண்டிருந்தது மனம். படமெடுத்தாடும் பாம்பின் கவர்ச்சியும் அச்சமும் அடித்துக் கொன்று போட வேண்டும் என்ற வேகமும்... சூழலை மறந்த முயக்கத்தின் முகடுகள் பிரபஞ்ச வெளியை முட்டிக் கொண்டிருந்தன. தாங்க முடியவில்லை பரமுவுக்கு. இடுப்பில் கொழுவிக் கிடந்த வெட்டுக் கத்திக்குப் போயிற்று கை. போன கை அங்கேயே நின்று திரும்பியது. வாழைத் தோட்டக்காரன் எழுவதற்கு முயன்று கொண்டிருந்தான்.

பின்வாங்கி அரவமற்று நடந்தான் பரமு. கண்கள் தீக்கொண்டு காய்வது போல் கனன்று கொண்டிருந்தன. கட்டுப்பாடற்ற பரபரப்பில் உடலும் மனமும் இருந்தன. பதைப்பும் கோபமும் கேவலமும் அலைக்கழித்துச் சுழித்துப் பாய்ந்தது. இந்த அம்மையையும் அந்த ஆளையும் வெட்டிப் போட்டுவிட வேண்டும் போல. தோட்டக்காரனை முதலில் சாய்த்துவிட வேண்டும்போல. அப்பாவிடம் சொல்லி, சூரிக் கத்தியால் வெள்ளாட்டின் குரல்வளை யை அறுப்பது போல் துள்ளத் துடிக்க, குருதி பொங்கிப் பாய்ந்து மண்ணில் நுரை பறிக்க....

'தாயோளி, உனக்கு வச்சிருக்கேன் வா...' என்று குரல் தெளிவாகக் கேட்டது பூலிங்கத்துக்கு. நன்றாக முழிப்பு வந்துவிட்டது.

விடிவிளக்கின் வெளிச்சத்தில் பரமுவின் முகம் முறுகிக்கொண்டு போயிற்று. மெதுவாகத் தோளைத் தட்டினான். திடுக்கிட விழித்து, ''என்னண்ணேன்?'' என்றான்.

''ரொம்பச் சத்தம் போட்டனாண்ணேன்?'' என்றான்.

''சொப்பனமா? ஒரே வாய் உளறலா இருந்து.... யாரையோ சத்தமாப் பேசுகது கேட்டு... சரி, தண்ணி குடிச்சுக்கிட்டு வந்து படு...''

கைக்கடிகாரம் ஐந்து மணி காட்டிக் கொண்டிருந்தது. இனி எங்கே உறங்க என பாத்ரூம் போய்விட்டு வந்து பல் தேய்த்தான் பூலிங்கம். பரமுவும் பல் தேய்த்து முகம் கழுவினான்.

''கடுங்காப்பி போடட்டாண்ணேன்?''

''போடு'' என்று சொல்லி விட்டுப் பாயில் சாய்ந்து உட்கார்ந்தான். முன் தினம் வாங்கிய மாத நாவலை எடுத்துப் புரட்டினான். இளம் குளிருக்கு, சூடான கடுங்காப்பி நன்றாக இருந்தது. காப்பியைப் கையில் பிடித்தபடி பரமுவும் உட்கார்ந்தான். சற்று நேரம் காலண்டரில் சிரிக்கும் வட இந்தியக் கடவுள் முகத்தைப் பார்த்துக் கொண்டிருந்தான்.

''எண்ணேன், நீ யாருட்டேயும் சொல்லக் கூடாது, ஒரு ஆளைத் தீத்துப்போட்டேன்...''

''அது நான் யூகிச்சதுதான். எதுக்குண்ணுதான் சொல்ல மாட்டங்கே ...''

''நான் அதை சுப்பத்தான் கிட்டே கூடச் சொல்லல்லே. நீங்களும் சொல்லக் கூடாது. தெரிஞ்சா ரெம்பக் கேவலம். ஏதோ சண்டை போட்டு, வாக்குத் தர்க்கமாகிக் கோவத்திலே செய்தேன்னு நினைச்சுக்கிடட்டும்''

சின்னத் தப்பட்டை தட்டிப் பாடும் பாணன், துயரம் தொனிக்கப் பாடுவது போலிருந்தது. அவலம் சுரம் சுரமாய்ப் பிரிந்து இறங்கியது. தூக்கிப் பிடித்த அறுபட்ட விரலில் இருந்து இரத்தம் ஒழுகி மூட்டு வழியாக வடிவது போலிருந்தது.

''யாருக்கும் தெரியாம எப்பிடிச் செய்தே?''

''பத்து நாளு கதுக்கட்டி வச்சு அலைஞ்சேன். சரியா உறக்கம் வரல்லே. சோறு கஞ்சி இறங்கல்லே. அப்பா ஆடு உரிக்க வச்சிருந்த கத்தியை எடுத்துத் தீட்டித் தீட்டி வாள்போல் வச்சிருந்தேன். அம்மைகூட ஒரு நாளு கேட்டா, 'ஏம்லே ஒரு மாதிரி பித்துப் பிடிச்சவன் மாதிரி அலையே? மேலுக்கு சொகமில்லையா'ண்ணு. எனக்கானா சவத்து மூளிக்கு முகம் ஏறிட்டுப் பாக்கவே பிடிக்கல்லே. அப்பாட்டே போயி என்னத்தைச் சொல்ல? வெட்டி வெலி போட்டிருவாரு. பொறவு அவுரும் செயிலுக்குப் போணும்...''

''அதுனால நீ செய்திட்டேயாக்கும்?''

''நாலு நாளு தடம் பாத்தம்ணேன். ராத்திரி வெளைஞ்ச வாழைக்குலை களவு போகுண்ணு செறுக்கிவிள்ள தினமும் பத்து மணிக்கு காவலுக்குப் போயிப் படுத்துக்கிடும். கூட ஒரு பறட்ட நாயும் உண்டும். அந்த மூதியைத்தான் எப்பிடிச் சமாளிக்கதுண்ணு யோசிச்சேன். ரெண்டு நாளு கருப்பிட்டித் துண்டு போட்டுப் பழக்கினேன். பொறவு வாலாட்டிக்கிட்டு ஓடிவரும் செறுக்கி மவனுக்கு சாமானம். வெள்ளிக் கிழமை ராத்திரி, காண்டா மிருக வண்டுக்கு தென்னம்பிள்ளைக்கு மூட்டிலே கொதஞ்சு வக்கதுக்கு ஒரு குளிசை உண்டும்லா. அதைக் கருப்பட்டியிலே பொதிஞ்சு நாய்க்கு வீசினேன். சவம் அரை மணிக்கூர்லே சுருண்டுட்டு. நல்ல நெலவு அடிக்கு பாத்துக்கண்ணேன். சாத்தப்பிள்ளை நல்ல உறக்கம். மாதா கோயில்லே மணி ஒண்ணு அடிக்கு. சருகிலே சமுண்டாம, பொய்க்காலு வச்சுப் போயி, தேவடியா மவனுக்குக் கொதவளையை அறுத்துப் போட்டேன். ரெண்டு நிமிசம்தான். ஆடு பெடைக்கமாதிரி கெடந்து பெடைச்சான். எல்லாம் அடங்கிப் போச்சு...''

''நீதாண்ணு எப்பிடிக் கண்டு பிடிச்சா?''

''யாரு கண்டு பிடிச்சா?'' எனக்குத்தான் அங்கிண நிக்கப் பிடிக் கல்லே. ராத்திரியே கத்தியை விர்த்தியாக் கழுவி, மண்ணெண்ணெய் போட்டுத் துடைச்சு எறவாணத்திலே சொருவினேன். காலம்பற எந்திரிச்சு வேட்டி சட்டை எல்லாம் தொவைச்சுக் குளிச்சேன்.

எங்கிட்டே கொஞ்சம் பணம் உண்டும் பாத்துக்கண்ணேன். அக்கா வீட்டுக்குப் போறேண்ணு சொல்லீட்டுக் கம்பியை நீட்டீட்டேன்...

''அந்த ஆளு சாவதுக்கும் நீ ஊரை விட்டு ஓடுகதுக்கும் கணக்குக் கூட்டிப் பாக்க மாட்டாளா?''

''அங்கிண நிண்ணா எப்பிடியும் மாட்டிக்கிடுவண்ணேன். என்னால அடி தாங்க முடியாது, என்னமாம் ஒளறீருவேன். அதான் ஓடி வந்தேன்...''

''இனி திரும்பிப் போனா பிடிக்க மாட்டாளா? செத்தவனுக்க ஆளுகோ உன்னைச் சும்மா விட்டுருமா?''

''அது போகச்சிலே பாத்துக்கிடலாம். செய்யணும்ணு நெனைச்சேன். செய்தாச்சு, இனி அதையும் இதையும் யோசிச்சா முடியுமாண்ணேன்.''

பூலிங்கம் நெடுநேரம் மௌனமாக இருந்தான். எல்லாம் மண் விசேஷம் என்று தோன்றியது. ஊரில் சொல்வார்கள் - கள்ளுப்பானை செய்ய வேண்டுமானால் நல்ல காய்வு கொண்டு தலைக்குளம் பெரிய குளத்தில் மண் எடுக்க வேண்டும். கள்ளில் புளிப்பின் விசை ஏறும். தயிர் ஊற வைக்கத் தாழக்குடிக் குளத்து மண். வேறு சில குளங்களில் மண்ணெடுத்துச் சட்டி செய்து, தயிர் உறை ஊற்றினால், தயிர் புளிப்பேறுவதற்குப் பதில் ஊளைவாடை அடிக்கும் - என்றெல்லாம். சரியாகத்தான் இருக்கும் போலிருக்கிறது.

குளியல் ஆயிற்று. 'நாஷ்டா' சாப்பிடச் சொல்லி பூலிங்கம் பரமுவுக்குக் காசு கொடுத்தான். அவனுக்கு அமர்நாத்வரை போக வேண்டியதிருந்தது. முன்னிரவில் திரும்புகையில், பாவ் வாங்கி, முட்டை வாங்கி, ஆம்லெட் போட்டுத் தின்றதற்கான அடையாளம் இருந்தது. கதவை அடைத்துக் கொண்டு உள்ளேயே கிடந்திருப்பான் போலும். பூலிங்கத்துக்குச் சங்கடமாகவும் இருந்தது. எரிச்சலும் வந்தது. சுப்பு வெளியூர் போயிருப்பான் போல. தலையையே காணக் கிடைக்கவில்லை. பகலெல்லாம் வெயிலில் அலைந்துவிட்டு வந்து படுத்தபோது ஒன்றரை மணி ஆகிவிட்டது.

பகலெல்லாம் தூங்கியதால் பரமு உறக்கம் வராமல் புரண்டு கொண்டிருந்தான். இப்படிச் செய்து போட்டானே என்று பூலிங்கத்துக்குச் சிந்தனையாக இருந்தது.

''தம்பி, சொல்லுகம்ணு தப்பா நினைக்காதே! நானும் ஒன்னை மாதிரி, சின்ன வேலைத்தரம் காட்டீட்டு வீட்டை விட்டு ஓடி வந்தவன்தான்.. வருசம் நாலாச்சு. இன்னும் திரும்பப் போக முடியல்லே. வயசும் வேகமும் சில சமயம் நம்மளைக் கொழப்பிப் போடுகு...''

''அண்ணனா இருந்தா இதைச் செய்திருக்க மாட்டயா?''

''செய்திருப்பேன், செய்யாமலும் இருந்திருப்பேன். நிச்சயமாச் சொல்லுகதுக்கு இல்லே. மனிசம்புத்தி சண நேரத்திலே எப்படிப் போகும்ணு சொல்ல முடியாது. ஆனா என்ன அவஸ்தை எல்லாம் பட வேண்டியதிருக்கு பாரு.... வேறொரு காரியம் இதுலே எனக்கு மனசிலாகல்லே... நான் உன்னைத் தப்புச் சொல்லல்லே... உங்க ஆளுகள்ளே, தப்பா ஒரு ஆள் ஒனக்க அம்மை மேலே கை போட்டிருந்தா கொடுக்கரிவாளை வச்சுக் கொத்திப் போட்டிருக்க மாட்டாளா?''

''ஆமாண்ணேன், நிச்சயமாச் செய்திருப்பா''

''ஆனா அவ அப்பிடிச் செய்யல்லே. அந்த ஆளு தப்பா நடக்கப் பாக்காண்ணு ஒங்க அப்பா கிட்டே சொல்லல்லே... இல்லியா? நீ எங்கிட்டே கோவப்படாம யோசிச்சுப்பாரு... காசுக்காச்சுட்டி போகப்பட்ட பொம்பிளையா? இல்லேல்லா? பின்னே எதுக்கு அவுளும் உடைகுடுத்தா?''

''.... ....''

''இதெல்லாம் நம்ம கணக்கிலே ஆம்பிடாத விசயம்டே. நம்ம அம்மையில்லாண்ணு ஒனக்கு வெப்ராளம் வந்திட்டு. பாத்தம் பொறவு எப்பிடிச்சும்மா விடுகதுண்ணு! நீங்க பின்னே லேசுப்பட்ட ஆளுகளா? ஆனா நாமோ நினைக்கது மாதிரி இல்லே சங்கதிகளு...

உன் கணக்கிலே பாத்தாலும், ரெண்டு பேரும் குத்தவாளிண்ணா, ஒருத்தரை மாத்திரம் கொண்ணா தீந்து போச்சா? ரெண்டு பேரையும் கொண்ணுருக்கணும்ணு நான் சொல்லல்லே. யாரையும் தண்டிக்கதுக்கு நமக்கு அதியாரம் இல்லே!''

''அண்ணன் அப்பம் என்னதான் சொல்லவாறே?''

''நான் தர்க்கம் பண்ணல்லேப்பா பரமு.... எல்லா விசயத்துக்கும் ரெண்டு வசம் இருக்கு. அதையும் பாக்கணும். எனக்கு இருபத்தினாலு வயசாகு. இன்னும் கல்யாணம் ஆகல்லே. மூணு வயசிலே, எனக்குப் பொறந்த பொம்பிளைப் பிள்ளே இருக்கு. அடி வாங்கீட்டு, வைக்கப் படப்பை எரிச்சுக்கிட்டு, கொண்ணு போடுவாம்ணு பயந்துகிட்டு ஓடியாந்தது அதுக்காக இல்லே. செய்யாத வேற ஒரு குத்தத்துக்கு... இப்பம் யோசிச்சுப் பாத்தா தோணுகு, அதுக்கு இது சரியாப் போச்சுண்ணு.... என்னா?''

''நான் செஞ்சது தப்புண்ணு இப்பவும் எனக்குத் தோணல் லேண்ணேன்...''

''இப்பம் தோணாது. கொஞ்ச நாள் போனாத் தோணும். வாழைத் தோப்புக்காரனைக் கொண்ணது நீதாண்ணு இப்பம் 'ஊசுஊசு'ண்ணு எல்லோருக்கும் தெரிஞ்சிருக்கும். உங்க அம்மை யோசிக்க மாட்டாளா? விக்கவும் முடியாமக் கக்கவும் முடியாம அவளுக்கு எவ்வளவு சித்திரவதை பாரு? பெத்த பிள்ளையைப் பரதேசம் அனுப்பிக்கிட்டு, இனிமே நிம்மதியா இருக்க முடியுமாடே? உங்க அப்பாவை யோசிச்சுப் பாரு...''

''வேண்டாண்ணேன், போரும், விடு...''

''சரி, விடு. இனி ரூமுக்குள்ளே அடஞ்சு கெடந்து பிரயோஜனம் இல்லை. எல்லாத்தையும் மறந்திட்டு - மறக்க முடியாதுண்ணாலும் போலீசுக்குப் பிடி குடுக்காம, அகடம் பகடம் செய்து ஆளாக வழியைப் பாக்கணும்... என்னா? பயப்படாதே, நானிருக்கேன்.. நம்ம அண்ணாச்சியை மீறிப் போலீசுக்காரன் இங்கே ஒரு புல்லும் புடுங்க முடியாது...''

நீண்டதொரு மௌனம் நட்டுவாங்கம் செய்து கொண்டிருந்தது. கூட்ஸ் வண்டியொன்று போகும் ஓசை. இன்னும் சற்று நேரத்தில் ரயில் ஓட ஆரம்பிக்கும். மேனோன் சாயாக் கடை திறக்கும். ஸ்டவ்வுகள் இரையும். ரொட்டிகள் தீயில் வேகும். ஓய்வில் கிடந்த மனித இயந்திரங்கள் ஆலைகளுக்கும் தொழிற்கூடங்களுக்கும் அலுவலகங் களுக்கும் வியாபாரத்துக்கும் சலிக்க ஆரம்பிக்கும்.

பரமுவின் கண்கள் இருளில் 'பளபள' வென்றிருந்தன. சின்னப் பையன் என்று பாவமாக இருநுதது. இவனுக்குப் பத்தொன்பது வயதென்றால் இவன் அம்மாவுக்கு வயது நாற்பதின் முன்பின்னாக இருக்கும்.

காவல், கற்பு, குலம், பெருமை என்ற சொற்கள் எல்லாம் மனித அகராதியில் என்று வந்து சேர்ந்தவை என்று தெரியவில்லை.

சொற்கள் மட்டுமே மேலும் மேலும் சேர்ந்திருக்க வேண்டும். கரையான் புற்று வளர்வதைப்போல.

சொற்களுக்கு அச்சப்பட்டுப் பதுங்கித் திரியும் மனிதன். சொற்களைத் தூக்கித் தூர எறிய முடியாமல், சொற்களைச் சுமந்து திரியும், முகமூடியாய் அணிந்து திரியும், வெறுமனே வாயிலிட்டு வெற்றிலை பாக்குப் போலக் குதப்பித்திரியும் மனிதன்.

தொண்டைக்குள் மீன்முள்போல் சொற்கள் சிக்கிக் கொண்டதைப் போலத் தோன்றியது பூலிங்கத்துக்கு.

பதினொன்று

முன்தினம் இரவில் மாத்தேரானில் இருந்து திரும்ப நெடுநேரம் ஆயிற்று. போகும்போதே வண்டி இருசு முறிந்து விட்டது. பட்டப் பகலில், மலைப்பாதை ஏற்றத்தில், வண்டி நிறையச் சாராயக் கேன்களை அடுக்கித் தார்ப்பாய் போட்டு மூடி வைத்துக் காத்து நிற்பது என்பது அவ்வளவு சுகம் தரும் காரியம் அல்ல. வண்டியை விட்டுவிட்டு ஓடிப் போகவும் முடியாது. எதிர் வரும் லாரி பிடித்துக் கீழே இறங்கி, ஆக்சில் தேடி வாங்கி, மெக்கானிக் பிடித்து, மேலேறி, உடைந்ததைக் கழற்றிப் புதியது மாற்றி... சாப்பாடு கிடக்கட்டும், சாய் குடிக்கப் பொழுது இல்லை.

நள்ளிரவில், குளிர் குத்தும் காற்றில், 'அட்டா'க் காரனைத் தேடிப் பிடித்து இறக்கிய பிறகுதான் வயிற்றுப் பசி உறைத்தது. கம்பளித் தொப்பியும் கம்பளிக் கோட்டும் போட்டுக் கொண்டு, பஸ் நிலையம் பக்கம் தேநீர் வண்டி நிறுத்தியிருந்தவன் மூச்சில் நீராவி பறந்தது. இரண்டு வர்க்கிகள் கிடைத்ததே பெரிசு. பொறுக்கப் பொறுக்கத் தலைக்கு இரண்டு சாய் பூலிங்கமும் பரமுவும் குடித்தனர். இனி காலையில் மேனோன் கடை திறந்துவிடும், மும்பை போய்ச் சேருகையில்.

வண்டியைக் கேரேஜில் ஒதுக்கிவிட்டு, குளிரில் கைகளை மடித்து நெஞ்சுக்கட்டி, நடந்து, வீட்டில் வந்து விழும்போது பால்கேன்கள் மோதி ஒலிக்கும் நேரமாகிவிட்டது. கிடந்து உறங்கியதில் 'நாஷ்டா' நேரம் கடந்து 'கானா' நேரம் தாண்டிக் கொண்டிருந்தது. குளிக்கையில் கண் சிவந்து காந்தியது. சாப்பிட்ட பிறகு மறுபடியும் செல்லத் தூக்கம். மூன்றரை மணிக்கு எழுந்து, முகம் கழுவி, உடை மாற்றிக் கிழே இறங்கினான் பூலிங்கம். பரமு, சுப்பையாவைப் பார்த்து வரப் போனான்.

செண்பகம் நினைவு வந்தது. போய்ப் பார்த்துவிட்டு வரலாம் என்று தோன்றியது. முதல் முறையாகப் போவதால் மனம் கலைக்கும் கூச்சம். என்ன வாங்கிப் போவதென்று தெரியவில்லை. குழந்தைகள் இல்லை, பிஸ்கட் அல்லது சாக்லெட் வாங்கிப் போக. நாடார் கடையில் புதியதாய்க் கேரளத்தில் இருந்து வந்த ஏத்தன்காய் வற்றல் இருந்தது. சாலையோரம் வாசனை மிகுந்த பெரிய சப்போட்டாப் பழங்கள் இருந்தன. அன்று சனிக்கிழமை, செண்பகத்தின் மாப்பிள்ளையும் வீட்டில் இருப்பான்.

ஒன்பதாம் எண் பேருந்தில் கடைசி நிறுத்தம்.

தோராயமாய் நடந்து வழி கேட்டு, கட்டிடம் கண்டுபிடித்து, மூன்றாவது மாடிக்கு ஏறும்போது, என்னத்துக்கு இந்த வேலை மெனக்கெட்ட காரியம் செய்கிறோம் என்று தோன்றியது. ஊர்ப்பாடு பேசுவது தவிர, செண்பகத்தின் மாப்பிள்ளைக்காரன் முன் நெளிந்து நெளிந்து உட்காருவதைத் தவிர, ஒரு சாயும் இரண்டு பார்லே குளுகோஸ் பிஸ்கட்களும் தின்பதைத் தவிர -

கதவு எண் சரிதான். காலிங் பெல் இருந்தது. கதவில் மாஜிக் கண் இருந்தது. அழைப்பு மணியை அழுத்திய சில நொடிகளில் வந்து கதவைத் திறந்த செண்பகத்தின் முகம் காணத் திகைப்பாக இருந்தது. கன்னங்கள் கண்ணீர்க் கறைகளில் பளபளத்தது. கண் இமைகள் உப்பி, தூக்கமா சோர்வா என்று சொல்லத் தெரியாத கலவையில் மனம் குமைந்தது.

எதிர்பாராமல் அவனைக் கண்டதும் அவளுக்கும் ஒரு திகைப்பு இருந்திருக்கும் போலும். உட்காரச் சொல்லிவிட்டு அவசரமாய் உள்ளே ஓடினாள். எங்கு உட்காருவது என்று தெரியவில்லை. சுவரோரமாய் நிரந்தர கதியில் விரிக்கப்பட்டிருந்த, தம்பதியர் படுத்துப் புரளும் மெத்தையில் போய் உட்கார முடியாது. அடுத்து, ஒட்டி வைக்கப் பட்டிருந்த சமையறையில் நிச்சயமாய் நாற்காலிகள் கிடக்க வாய்ப்பில்லை. வெறும் தரையில் உட்காரக் கூச்சமாக இருந்தது. மாப்பிள்ளைக்காரன் வெளியில் போயிருக்கிறான் போலும். அல்லது அன்று அலுவலக நாளோ? கேரிபேக்கில் தொங்கிய வத்தலையும் சப்போட்டாவையும் பிடித்தபடி, சுவரில் கிடந்த பாலமுருகன் படம் போட்ட காலண்டரைப் பார்த்துக் கொண்டு நின்றான். மெத்தை மேல் பைன்டிங் செய்த இரண்டு நூலகப் புத்தகங்களும் ஒன்றிரண்டு வாராந்தரிகளும் கிடந்தன.

இரண்டு மடக்கு நாற்காலிகள், ஒரு மடக்குக் கட்டில், ஒரு மடக்கு மேசை கூட இல்லாமல் என்ன குடித்தனம் நடத்துகிறாள் என்று தோன்றியது. ஒரு வேளை தொடர்ந்து மாற்றங்களை எதிர்பார்த்துக் கனமற்ற வாழ்க்கை பழகிக் கொள்கிறார்கள் போலும். மாலை ஐந்து மணிக்கு, என்ன வேலை கிடந்தாலும், முகம் கழுவிப் பொட்டிட்டு, இலேசாகப் பவுடர் பூசி, ஒரு தயார்நிலை சாரி உடுத்தி, சாயங்காலத்தை எதிர்பார்த்து நிற்கும் மற்ற பெண்களைப் போலல்லாமல், மூதேவி அடைந்த முகத்துடன் இவள் எதற்கு வாடிக் கிடக்கிறாள் என்ற கேள்வி குழப்பிக் கொண்டிருந்தது.

"இன்னும் நிண்ணுக்கிட்டா இருக்கே? நல்ல சீராப் போச்சு... சும்மா மெத்தையிலே இரி. இந்த ஊரிலே அதெல்லாம் பாக்க முடியுமா?"

ஒதுங்கினாற் போலவும், தும்பைப் பிடித்துத் தொங்குபவன் போலவும் ஓரத்தில் மெதுவாக அமர்ந்தான் பூலிங்கம். வாசற்கதவை வெறுமனேசாத்திக் கொண்டு வந்தவளிடம் கேரிபேக்கை நீட்டினான்.

"இதெல்லாம் என்னத்துக்கு? நீ அண்ணைக்கே வாறம்ணு சொன்ன ஆளா? ஒரு மாசத்துக்கு மேலாச்சு. இவ்வளவுதான் அக்கறை!"

சோப்புப் போட்டு முகம் கழுவி இருப்பாள் போலும். மேச்சியைக்கழற்றி எறிந்துவிட்டு, சாரி உடுத்திருந்தாள். முகம் சற்றுத் தெளிந்தாற் போலவும் பூத்தாற் போலவும் இருந்தது. கல்லூரி மாணவி என்ற சட்டை உரிந்து கழன்று விட்டிருந்தது. ஓராண்டாய் தாம்பத்யத்தில் ஈடுபட்ட இருபத்தியோரு வயசுப் பெண்ணாக... கல்லூரி நாட்களில் பார்த்த மிரட்சி, நாணம், கூச்சம் எல்லாம் தொலைந்து போயிருந்தன. மிச்சம் மீதி இருந்தாலும் இந்நகரம் கழற்றி வீசி எறிந்திருக்கும்.

''நான் உன்னை பார்த்ததை சித்திக்கு எழுதிப் போட்டு அவள் போட்ட பதிலும் வந்தாச்சு. உன்னைத்தான் ஆளே காணல்லே. சித்திக்கு எழுத்துக்குக் கூட உனக்கு அம்மை எழுதின லெட்டரும் இருந்தது. இரி, எடுத்துக்கிட்டு வாறேன்...''

தனி உறையில் போட்டு ஒட்டாமல், பள்ளிக்கூட நோட்டுப் புத்தகத்தில் இருந்து கிழித்த தாளில், பக்கத்து வீட்டுப் பொண்ணோ பையனோ எழுதி, நான்காக மடித்து...

அம்மா முகம் எதிர் நின்று பேசுவது போலிருந்தது. கண்கள் கலங்கிச் சில சொட்டுக்கள் உதிர்ந்தன. நான்கு நீண்ட ஆண்டுகள். துயரக் குமிழிகள் பொங்கி வந்து தொண்டையை அடைத்தது போல. ''மக்கா, நீ ஒருக்க வந்து எங்களை எல்லாம் பாத்துக்கிட்டுப் போனாப் போரும்'' என்று சொற்கள் நெஞ்சுக் கூட்டினை முட்டி முட்டித் தகர்த்துக் கொண்டிருந்தன. உட்கார்ந்த வாக்கில், நெளிந்து, கைக்குட்டையை எடுத்துத் கண்களைத் துடைத்துக் கொண்டு, விம்மிக் கொண்டு வந்த அழுகையை அடக்கிக் கொண்டு, மிக மெதுவாய்ச் சிரிக்க முயன்றான். தனக்கு மீண்டும் ஒரு முகவரி கிடைத்தது போலிருந்தது.

''நீ ஒருக்க ஊருக்கு போயிட்டு வா... அப்பாவுக்குப் பயந்துக்கிட்டு இருக்காண்டாம். முன்னை மாதிரி இல்லே இப்பம். எல்லாம் கொறஞ்சு போச்சு. எல்லாருக்கும் பழசெல்லாம்கூட மறந்தாச்சு. சித்தி உன்னை ரொம்பக் கேட்டு எழுதி இருந்தா! இன்னும் வேற ஒரு காரியம் இருக்கு...''

மறுபடியும் எழுந்து உள்ளே போனாள். ஊரில் இருந்து சொந்தக்காரன் வந்த நினைப்பில் இருந்தது போலத் தோன்றியது. முகம் புதிய பொலிவில். ஒரு புகைப்படம் கொண்டு வந்து தந்தாள். பெண் குழந்தையின் படம். சின்னப் பற்களைக் காட்டிச் சிரித்த அபூர்வ கணம் போலத் தோன்றியது.

''யாருண்ணு தெரியா?''

''...............''

''சுசீலா சித்திக்கு மக. சித்தி உங்கிட்டே காட்டச் சொல்லி அனுப்பி இருக்கா.... பக்கத்து வீட்டுக் காரியில்லா... உம் பேர்லே அவுளுக்கு ரொம்பக் காரியம்''

மிக நுணுக்கமாகப் பார்த்துக் கொண்டிருந்தான் பூலிங்கம். காது மடல்களில், நெற்றி மேட்டில், மூக்கின் வளைவில், உதட்டின் மடிப்பில், நாடியின் குமிழில் எங்காவது தான் ஒளிந்திருக்கலாமோ என. மெதுவாக ஒரு முத்தம் கொடுக்கலாம் எனத் தோன்றியது. செண்பகம் என்ன நினைத்துக் கொள்வாள் என அறைப்பாக இருந்தது.

''நல்லா சிரிச்சுக்கிட்டு அழகா இருக்குல்லா? யாருக்குச் சாடை, சித்திக்குச் சாடையும் இல்லே. சித்தப்பா சாடையும் இல்லே. சித்திக்கு அப்பாக்குச் சாடைண்ணு சொல்லுகா. எனக்குத் தோணல்லே... இன்னா வாறேன்''

''நீ இப்பம் எனக்கு அவசரமா சாயா போட்டுத் தந்து அனுப்பி வைக்காண்டாம். உன் வீட்டுக்காரரு இல்லியா?''

''வேலை முடிஞ்சு ஏழு மணிக்குத்தான் வருவா. நீ பாத்த தில்லைல்லா? இரி, வந்திருவா''

''அவுருக்குப் பேரென்ன?''

''ம்... மாப்பிள்ளைக்குப் பேரைச் சொல்லக் கூடாது. இப்பம் அவுரு இல்லைல்லா? சுகுமாரன், கொட்டாரம் சொந்த ஊரு...''

''உங்க வீடே கொட்டாரம் போல இருக்கும். அதுல நடமாடீட்டு இப்பிடி இந்த தீப்பெட்டி மாதிரி வீட்டிலே எப்படி இருக்கே?''

"அது கூடப் பரவால்லே. கல்யாணம் ஆயி வந்து ஒரு வருசம் ஆகப் போகு. இன்னும் ஊருக்குப் போக முடியல்லே. அம்மையையும் அப்பாவையும் கூடப் பொறந்ததுகளையும் பாத்து எவ்வளவு நாளாச்சு?"

"இவ்வளவு தூரத்திலே கெட்டிக் குடுக்க மாட்டாளே? அவ்வளவு தூரம் போக்கத்தா போச்சுண்ணுல்லா கேப்பா?"

"எல்லாம் உன்னாலதான்"

"என்னாலயா? உங்க அப்பாக்கும் சித்தப்பன்மாருக்கும் அண்ணன்மாருக்கும் பயந்து நாமில்லா நாலு வருசமா ஓடி ஒளிச்சுக்கிட்டுத் திரியேன்..."

"அது சரிதான், அதுனாலதான் உன்னோட சேத்துச் சேத்து ஊரெல்லாம் பேசி, வந்த மாப்பிள்ளைத்தரம் எல்லாம் தட்டிப் போச்சு. நம்மூர்லே பின்னே கேக்கவா வேணும்? பொறவு பம்பாயிண்ணா என்னா, பசிபிக் சமுத்திரம்ணா என்னா?"

"நான் அதுக்கு எப்பமாவது உங்கிட்டே தப்பா நடந்திருக்கேனா? தப்பா பேசியிருக்கேனா? எவனும் குசும்பு புடிச்சவன் சொன்னாம்ணுட்டு உங்க ஆளுக அப்பிடிச் செய்யலாமா?"

"அதிலே என் தப்பு ஒண்ணும் கிடையாது. இதெல்லாம் மனசிலாக அப்பாக்கு ரெண்டு வருசம் ஆச்சு. பின்னே தலை விதிண்ணு ஒண்ணு இருக்குல்லா! அதை மாத்த முடியுமா?"

"அதை நினைச்சுத்தான் நான் வரச்சிலே அழுதுகிட்டுக் கிடந்தையா?"

"அதெல்லாம் ஒண்ணுமில்லே" என்று சொல்லிக் கொண்டு எழுந்து சாய் போடப் போனாள்.

காலைக்காலைச் சுற்றிக் கொண்டு, விலங்கு போலக் கிடக்கிறது. உதற உதறப் போகாமல் கவ்விப் பிடித்துக் கொண்டு. யாரை என்ன சொல்ல என்று தெரியவில்லை. ஊருக்குப் போய்வர வேண்டும் என்று தோன்றியது. காற்றிலும் வெயிலிலும் மழையிலும் பத்திருபது

நாட்கள் பறந்து திரிய வேண்டும்போல. செண்பகத்தின் முகவரிக்கு அம்மா அப்பாவின் புகைப்படம் ஒன்று அனுப்பச் சொல்ல வேண்டும். இதுவரை புகைப்படமே எடுத்துக் கொண்டிருக்க மாட்டார்கள்.

ஒரு தட்டில் வற்றலும் சாயும் கொண்டு வந்தாள். சாய் பொறுக்கும் சூட்டில் நன்றாக இருந்தது.

"ம்... சாய் கொள்ளாம்... இந்தக் காரியம் எல்லாம் உன் மாப்பிள்ளைக்குத் தெரியுமா?"

"இனி தெரிஞ்சுதான் என்ன செய்ய? எழுதினதை அழிச்சா எழுத முடியும்?"

"ஒரே தத்துவமாப் பேசுகே!"

"ஒத்தேல இருந்தா எல்லாருக்கும் தத்துவம் வரும்"

கேட்கலாம் போலத் தோன்றியது, பூலிங்கத்துக்கு. ஏன் இன்னும் தாய்மைக்கான காலம் வரவில்லையா என்று. சற்றுக் கூடுதல் அந்தரங்கமாகிப் போகுமென்றும் தோன்றியது.

"சரி, நான் வரட்டா? அப்பம் இன்னொரு நாளைக்கு வாறன்..."

"போலாம்... அவ்வோ இப்பம் வந்திருவா... இருந்து சாப்பிட்டுக்கிட்டுப் போலாம்..."

"என்னையெல்லாம் உங்க வீட்லே கூட இருத்தி சாப்பாடு தரலாமா?"

"என்ன இப்பிடிப் பேசுகே நீ? எனக்கு எவ்வளவு சந்தோசமா இருக்கு தெரியுமா? உன்னைப் பாத்தது, ஊருக்கே போயிட்டு வந்ததுபோல இருக்கு. செய்யாத தப்புக்கு நீ பட்ட பாட்டுக்கு மாப்பு கேட்டதுபோல இருக்கு..."

"இல்லே, இன்னொரு நாளு வாறேன். எனக்குக் கொஞ்சம் வேலை இருக்கு. ஒரு பார்ட்டியைப் பாக்கணும்"

"நீ என்ன வேலை பாக்கேண்ணு சொல்லல்லியே!"

"அது ஒரு நீண்ட கதை. இன்னொரு நாளு சொல்லுகேன். அப்பம் நான் வரட்டா? ஒன் மாப்பிள்ளைக்கிட்டே சொல்லு. சித்திக்கு லெட்டர் போட்டா நான் ரொம்ப கேட்டேன்னு எழுது...

சட்டைப் பாக்கெட்டில் அம்மாவின் கடிதத்துடன் சுசீலாவின் மகள் - சுசீலாவின் மகளென்று என்ன? தன் மகளும்தான் - ஃபோட்டோவும் இருந்தது. பேரென்ன என்று கேட்கத் தோன்றவில்லை,

மனம் காற்றில் அலைவது போல் மெதுவாக இருந்தது. எல்லாம் கூடிவரும் போல. கெட்ட காலம் மாறிவருவதைப் போல. உடனே கையில் கிடைக்கும் காசை எடுத்துக் கொண்டு ஊருக்கு வண்டியேற வேண்டும் போலிருந்தது.

எந்த நோக்கும் இன்றி, பஸ் ஏறி, பூலிங்கம், சுப்புவின் சாலுக்குப் போனான். சாலில் ஒரு குருவியும் இல்லை. மாலையில் எல்லோரும் நகர்வலம் போயிருப்பார்கள். மனம் உல்லாசமாக இருந்தது. வீட்டுக்குப் போய் மகளின் புகைப்படத்தை ஆரத்தழுவி முத்தமிட வேண்டும் போலிருந்தது. என்றுமே உரிமை கொண்டாட முடியாத, சங்கிலிப் பூவத்தான் நள்ளிரவுகளில் இழுத்துக் கொண்டு நடக்கும் முத்தும் பவழமும் முழு மணிப் பூண்களும் நிறைந்த செப்புக் கிடாரம். தலை கொய்து கையில் வைத்து வேண்டினாலும் கைக்குக் கிட்டாத புதையல்.

கொஞ்சம் பணம் சேர்த்துக் கொண்டு ஊருக்குப் போய் செட்டில் ஆகிவிட வேண்டும் என்று தோன்றியது. கொஞ்சம் பணம் என்றால் எவ்வளவு பணம்? எவ்வளவு பணம் போதுமானதாக இருக்கும்? ஊரில் போய் சாராயக் கச்சவடம் செய்ய முடியாது. கடை கண்ணி வைக்கலாம். உள்ளூரில் சரிப்படாது. போனவுடன், மீண்டும் கால் பறிக்காமல் இருக்க கல்யாணம் செய்து கொள்ளச் சொல்வார்கள். குயக்குடி இருக்கும் ஊர்களில் எல்லாம் கல்யாணப் பெண்களும் இருக்கும்.

சுசீலா பிள்ளையைக் கொஞ்சும் போதெல்லாம் தன்னையும் சேர்த்துக் கொஞ்சுவதாய்ச் செய்த கற்பனையில் சிலிர்த்தன

உடலெங்கும் மயிர்க்கால்கள். கால்போன போக்கில் நடந்து கோலிவாடா சர்தார்ஜி பாரில் போய் உட்கார்ந்தான். மூடி திறந்து கால் குப்பி ஓல்ட் மங்க். வேக வைத்த கடலை. சுட்ட பப்படம். தோலுரித்து நான்காய்ப் பிளந்த பெரிய வெங்காயம். கால் துண்டு எலுமிச்சம் பழம். சுப்பு இருந்தால் நன்றாக இருக்கும். பரமுவைக் கூப்பிட்டால் வருவான். சிறுவனை எதற்கு இதில் கொண்டு பழக்க வேண்டும் எனத் தோன்றியது. நட்சத்திரங்கள் சிமிட்டிச் சிமிட்டிப் பார்த்தன. மாலை விழுந்து இரவு ஆரம்பிக்கவில்லை. பாரில் கல்லூரி மாணவர்கள் பீர் குப்பிகளில் பயின்று கொண்டிருந்தனர். மீன் பாடு இல்லாத மாதங்கள். தந்தூரி அடுப்பில் - உரித்து மசாலா தடவிய கோழிகள் சுடப்படும் வாசனை.

வீட்டுக்கு வந்தால் பரமு சாய்ந்து உட்கார்ந்து வார நாவல் படித்துக் கொண்டிருந்தான். பூலிங்கம் படுக்கும் பாயைக் காலால் எத்தி விரித்துச் சாய்ந்தான்.

''எனக்கு இண்ணைக்குச் சந்தோஷமான நாளுடா.... எங்க அம்மை லெட்டர் குடுத்து விட்டிருக்கா. எம் பிள்ளைக்குப் படத்தைப் பாக்கியா? இன்னா...''

''நல்லாருக்குண்ணேன். என்ன பேரு?''

''பேரு கேக்க மறந்து போச்சுடா... அடுத்த வாரம் சொல்லுகேன்.. சுப்பு எங்கடா போய்த் தொலைஞ்சான்? பொங்காட்லே காணோம்.''

''கொலாபா போனவரு வரல்லேண்ணேன்...''

''பரமு குடிச்சிருக்கியாடா நீ?''

''பனங்கள்ளு குடிச்சிருக்கண்ணேன். சாராயம் குடிச்சதில்லே. அப்பா அடிக்கடி குடிப்பாரு. எனக்கு அந்த நாத்தம் புடிக்காது...''

''சாராயம் என்னத்துக்குடா குடிக்கணும்? எந்திரிச்சு சட்டை போட்டுக்கிட்டு வா, நல்ல ஐயிட்டம் வாங்கித் தாறேன்...''

''எனக்கு வேண்டாம். மீன் கறி வச்சு சாப்பிட்டு ரொம்ப நாளாச்சுண்ணேன்... எங்கேயாம் கூட்டீட்டுப் போ...''

''சரி, எந்திரிச்சு வா, போவோம். அந்த சுப்புப் பயலைக் காணோம். எங்கே போயிக் கெடக்கானோ? வா போவோம்...''

கிங்சர்கிள் பாலத்தின் கீழே ஒரு மலையாளி மெஸ். மீன் குழம்பும் வறுத்த மீனும் காரசாரமாக இருக்கும். சாளையோ, நவரையோ, அயிலையோ சுக்காவாகப் பொரித்து பெரிய வட்டத் தட்டத்தில் அதிரசம் போல அடுக்கப்பட்டிருக்கும்.

பரமு திருப்தியாகச் சாப்பிடுவதைப் பார்க்க மகிழ்ச்சியாக இருந்தது. பத்தொன்பது வயதில் கருதிக்கூட்டியதோர் கொலையும் செய்தவன் என்றால் யாரும் நம்ப மாட்டார்கள். கொஞ்ச நாள் டெம்போவில் கிளீனராக ஓடட்டும். கொஞ்சம் கொஞ்சமாக டிரைவில் கற்றுக் கொள்வான். ஒரு லைசென்ஸ் வாங்கிக் கொண்டால் பிழைக்க மார்க்கமாயிற்று.

அள்ளியள்ளித் தின்று கொண்டிருந்தான் பரமு. மீன் முள்ளை, ஒரு ஓவியன் தூரிகையைக் கையாள்வதைப் போலக் கையாண்டு கொண்டிருந்தான்.

பசியைப் புரிந்து கொள்வதற்குத் தத்துவம் தெரிந்திருக்க வேண்டியதில்லை. மனித குல வரலாறு தெரிந்திருக்க வேண்டிய கட்டாயம் இல்லை. அதற்கு மொழி கூடத் தெரிந்திருக்க வேண்டிய நிர்ப்பந்தம் இல்லை.

இரண்டாவது சோறு வாங்கி மறுபடியும் மீன் குழம்பு கேட்டுக் கொண்டிருந்தான் பரமு. இரண்டு வறுத்த சாளை மேலும் வைக்கச் சொன்னான் பூலிங்கம். மெஸ் வாசலில் வந்து நின்றது சுப்பு போலத் தெரிந்தது. கிட்டே வந்த சுப்பு முகத்தில் கலவரம் இருந்தது.

''டேய், இலையை மூட்டு வாங்க வெளீல...''

''என்ன சுப்பு?''

''என்ன ஏதெல்லாம் வெளீல போயிச் சொல்லுகேன். கையைக் கழுவீட்டு வாருங்கோ...''

அவசரமாய் இலையை மூடிய பரமு முகத்தில் ஏமாற்றமும் சஞ்சலமும் இருந்தன. இருளோடு இருளாக நடந்து கொண்டிருந்தனர். கோலிவாடாவுக்குப் போகும் குறுக்குப் பாதை. சுப்பு சன்னக் குரலில் பேசிக் கொண்டு வந்தான்.

''உனக்குக் கொஞ்சமாவது வெவரம் இருக்கா பூலிங்கம்?''

''ஏன் சுப்பு? நான் என்ன செய்தேன்?''

''கிங்சர்கிளுக்கு அந்தப் பக்கம் மாட்டுங்கா போலீஸ் ஸ்டேஷன். நீ இந்தப் பயலையும் கூட்டீட்டு இந்தப் பக்கம் இருக்க மெஸ்ஸுக்கு சாப்பிட வந்திருக்கே!''

''நாம என்னா புதுசாட்டா வாறோம்? பதறாம விசயத்தைச் சொல்லு...''

''ரெண்டு போலீசுக்காரனுகோ என்னைப் பொங்காட்லே வந்து தேடீட்டுப் போயிருக்கான்''

சுப்புவை, பொங்கல் வீட்டில் போலீஸ் வந்து தேடுவது ஒன்றும் புதிய செய்தி இல்லை.

''அதுக்கு ஏன் கெடந்து வெப்ராளப் படுகே?''

''கூடத் தமிழ் நாட்டுப் போலீஸ்காரன் ரெண்டுபேரு, களக்காட்டுக்காரன், அந்த செத்துப்போனவனுக்குச் சொந்தக்காரன் ஒருத்தன், ஆளு அடையாளம் காட்ட....''

பூலிங்கத்துக்கு திகைப்பாக இருந்தது. கொக்கென்று நினைத்தாயோ கொங்கணவா என உட்குரல் கேட்டது. கையில் பற்றியிருந்த பரமுவின் உள்ளங்கை துடித்துக் கொண்டிருந்தது.

''எங்கூட இவன் இருக்கது யாருக்காவது தெரியுமா?''

'தெரியாது, இருந்தாலும் எச்சரிக்கையாட்டு இருக்காண்டாமா? எட்டுப்பத்து நாளாவது சுத்திச் சுத்தி வருவானுகோ, அதுவரைக்கும் இவனை வெளீல நடமாட விடப்பிடாது...'

பூலிங்கத்தின் வீட்டுக்கு வந்து கதவை அடைத்துக் கொண்டு நெடுநேரம் பேசிக் கொண்டு கிடந்தனர். யாருக்கும் உறக்கம் பிடிக்கவில்லை. யாரும் பின்தொடர்ந்து வந்திருப்பார்களோ என்ற அச்சத்தில் மெதுவாகக் கதவைத் திறந்து எட்டிப் பார்த்தான் சுப்பு. சந்தேகமான நடமாட்டங்கள் இல்லை. கொலைக் குற்றத்திற்கான வகுப்புப் போல, கொலைக் குற்றத்தையும் குற்றம் செய்தவனையும் மறைத்த வகுப்புக்களும் சட்டத்தில் தீவிரமானவை.

பரமுவைக் கொட்டும் பனியில் ''உன் சோலியைப் பாத்துக்கிட்டுப் போ'' என அடித்துத் துரத்திவிட முடியாது.

''அண்ணாச்சி கிட்டே சொல்லி, ஸ்டேஷன்லே சொன்னா என்னா?''

''சொல்லலாம், அவுரும் பாத்துக்கிடணும்ணுதான் சொல்லுவாரு...''

''சூரத் அல்லது பரூச் பக்கம் ஏதாம் 'அட்டா'விலே கொஞ்ச நாள் கொண்டு விடுவோமா?''

''இவன் மிரளாம நிக்கணும்...''

''வேற ஒரு காரியம் செய்யலாம் சுப்பு. எனக்க டிரைவர் சக்காராம் லேபர் கேம்பிலே இருக்கான். ஏழெட்டு நாள் மேக்கப் பண்ணச் சொல்லுவோம்...''

''அந்தக் கூட்டத்திலே எப்பிடிக் கெடப்பான் பத்து நாளு...''

''வீட்டுக்குள்ளேயே என்னத்துக்குக் கெடக்கணும்?'' அவங்கூட வண்டிக்குக் கூட போயிட்டு வரட்டும். எவனுக்கும் பாத்தாத் தோணாது. இடைக்கிடையே நான் பாத்துக்கிடுவேன். உன்னை வந்து பாக்காண்டாம் கொஞ்ச நாளைக்கு...''

கீழே சாலையில் பலமாக நடப்பது கூடத் திடுக்கிடச் செய்வதாய் இருந்தது. தொண்டைக் கனைப்பு, நாய் குரைப்பு எல்லாம் இன்று புதிதாய்ச் செவியில் விழுந்தன.

''பரமு, நீ ஒண்ணுக்கும் பயப்பிடப்பிடாது. கொஞ்ச நாளு, பொறவு எல்லாம் மறந்து போகும். இங்கிண உள்ள ஆளுகள் கிட்டே எனக்குத் தம்பின்னு சொல்லி வச்சிருக்கேன், ஏற்கனவே. வேற யாருக்கும் தெரியாது. பேரு கேட்டா சங்கரன்னு சொல்லு. முடியை நாளைக்குக் காலம்பற பத்த வெட்டி, நிறைய எண்ணெய் போட்டு நேர் வகுப்பு எடுத்துச் சீவி, தெம்பா நடக்கணும், பேசணும், என்னா? ஒண்ணும் ஆகாது பயப்படாதே!''

சுப்பு கேட்டான், ''அப்பம் நான் போட்டா...''

''பாத்துப்போ, போலீஸ்காரன்கிட்டே தெனாவட்டாப் பேசாதே. பையனைப் பாத்து நாலஞ்சு வருசம் இருக்கும். இப்பம் பாத்தாக்கூட அடையாளம் தெரியாது அப்படீண்ணு சொல்லீரு, என்னா?''

சுப்பு இருளில் சாரைப்பாம்பு ஊர்வதுபோல் நெளிந்து நெளிந்து போனான். 'திடுக்'கென்றுதான் இருந்தது. ஊர்ப்புறமானால் எங்கேயாவது ஓடிப் பார்க்கலாம். இங்கே வாசல் கதவை வந்து தட்டினால், கைகளை உயரே தூக்கிக் கொள்வதைத் தவிர வேறு வழியில்லை. பரமுவின் கண்கள் இருளில் மினுங்கிக் கொண்டிருந்தன.

''கொஞ்சம் ரூவா இருந்தாத்தாண்ணேன், இப்பிடியே எங்கேயாம் ஓடிப்போயிருவேன்''

''அடப் பைத்தியாரா? எங்கே ஓடுவே நீ? வாறது போலப் பாத்துக்கிடலாம். நானும் இதெல்லாம் தாண்டித்தான் வந்திருக்கேன். நேத்தைப் போல இரி. நடபடியிலே சந்தேகம் வரப்பிடாது. பாம்பு கடிச்சுச் செத்தவனைவிட பயம் புடிச்சுச் செத்தவன்தான் அதிகம் பாத்துக்கோ.... எல்லாத்துக்கும் துணிச்சல் வேணும். ஊக்கம் வேணும். புத்திசாலித்தனமும் தந்திரமும் வேணும். பேசாமப் படுத்து உறங்கு, பாத்துக்கிடலாம்''

சொல்லிவிட்டானே தவிர, பூலிங்கத்துக்கும் உறக்கமில்லை. அடுத்து ஊர்வது முந்தியதை ஒத்ததாக இருப்பதில்லை என்பதுபோல, மாலையில் உல்லாசத்தைத் துரத்திக் கொண்டு வந்த கலக்கம்.

போதை முற்றாகத் தெளிந்து விட்டது. மணி பன்னிரண்டரை அடித்து ஓய்ந்தது. வராந்தாவில் வந்து நின்று பார்த்தான். நகரம் தூங்க முற்படுவதற்கான முன்னேற்பாடுகள். ஒன்று முதல் நான்குவரை இரவு மூன்று மணி நேரமே தூங்கும் ஊர். இறங்கி நடந்து போனால் சயான் ஆஸ்பத்திரி வாசலில் சாய் வண்டி நிற்கும். அல்லது சயான் சர்கிளுக்குப் போக வேண்டும்.

பக்கத்து வீட்டுக்காரர் சிகரெட் கொளுத்திக் கொண்டு வராந்தாவில் வந்து நின்றார்.

''காய், நீந்த் நை ஆலா கா?''

''இல்லே, பகலில் கொஞ்சம் உறங்கினேன்''

''சோட்டா பாய் சோப்லா காய்?''

''தூங்கிட்டான்...'' குளிரை அனுபவித்துக் கொண்டு சற்று நேரம் நின்றார். வீட்டினுள் போய், கதவைத் தாழிட்டுக் கொண்டார்.

எங்காவது பத்துப் பதினைந்து நாட்கள் போய்வரத் தோன்றியது. விடுமுறை எடுத்துக் கொள்கிற அலுவலக வேலையா? லோண்டா ஞாபகம் வந்தது. கோமதியின் கதகதப்பான மடிப்புரளலுக்கு ஏங்கியது மனம். ஹூப்ளி கூடப் போய் வரலாம். பாபி என்ன தீர்மானித்திருப்பாளோ? பானுமதி அக்கா இன்னும் நினைவில் வைத்திருப்பாளோ என்னவோ?

எல்லோரும் எக்கவலையும் அற்று, குளிருக்கு அடக்கமாய்ப் போர்த்துக் கொண்டு படுத்திருப்பார்கள். பாதுகாப்பற்று, ரயிலின் கூரைமேல் அமர்ந்து பயணம் செய்வது போலிருந்தது வாழ்க்கை. குளிருக்கும் இரவுக்கும் விழித்திருந்து, மேம்பாலங்கள் வரும்போது குனிந்து கொடுத்து, காற்றின் வீறலுக்குத் தலை சாய்த்துக் கொடுத்து....

பரமுவுக்கு ஓட்டமும் நடையுமான கொடும் பயணம் தொடங்கியதுதான் உண்டு. அழுதாலும் அடிகள் அவன்தான் பொறுத்துக் கொள்ள வேண்டும். உலகில் செய்யப்பட்ட முதல் கொலை

இதுதான் என்பதுபோல் வெறி கொண்டு அடிப்பார்கள். சமூகம் தன்மீது பாய்ச்சும் அடிகளை எல்லாம் திருப்பிக் கொடுப்பதுபோல.

உலகில் இதுவரை எத்தனை கோடிக் கொலைகள் செய்யப் பட்டிருக்கும்? அதில் எத்தனை குற்றவாளிகள் பிடிகொடுத்திருப் பார்கள். பிடிகொடுக்காத எத்தனை பேர், நன் முகத்துடன், இன் முகத்துடன், கலந்து உரையாடிக் கொண்டு, நடந்து திரிந்து கொண்டு, பீடங்களில் அமர்ந்து தர்மோபதேசங்கள் செய்து கொண்டு....

பிடிபட்டபின்தான் திருடன், கொலையாளி, விபச்சாரி எல்லாம். பிடிபடாதிருப்பது இன்றியமையாதது.

அஸ்திவாரங்கள் எல்லாம் அமிழ்ந்து கொண்டிருப்பது போலத் தோன்றியது பூலிங்கத்துக்கு. விரிசல்பட்டுக் கொண்டிருக்கின்றன. காற்றில், மழையில், வெயிலில், பேராசைக்கார மனித சமூகம் விடும் மூச்சுக் காற்றில் தகர்ந்து கொண்டிருப்பதாகத் தோன்றியது.

சுப்புவை ஸ்டேஷனுக்குக் கூட்டிக்கொண்டு போய்விட்டனர் நான்கு நாட்களில். சுப்பு சரியான கல்லுள்ளி மங்கன். மிரட்டல்கள் எதுவும் அவனிடம் சாயாது எனத் தெரிந்தும் அச்சமாக இருந்தது. பரமுவை இடம் கடத்தியாயிற்று. அண்ணாச்சியிடம் போய்த் தகவல் சொன்னான் பூலிங்கம். அவர் நிதானமாகச் சொன்னார்.

''கொலைக்கேசு. தமிழ்நாட்டுப் போலீசு வேற வந்திருக்கான். இவுனுக சும்மா இருக்க முடியாது. ஏதாவது செய்தாகணும். ஏதானாலும் நீங்க செய்தது வரை சரிதான். ஒண்ணும் ஆகாது. நீ சுப்புவை ஸ்டேஷனிலே போய்ப் பாத்து என்னமாவது வாங்கிக் குடு. கூட யாரையாம் கூட்டீட்டுப் போ... அடிக்கப் பிடிக்கக் கொள்ளாம நான் பாத்துக்கிடுகேன். பயலை மட்டும் கண்ணுலே காட்டீராதே''

ஒரு அரசு அலுவலகம், சட்டம் ஒழுங்கைக் காப்பாற்றும் இடம் என்பதற்கான எந்தத் தடயமும் இல்லாமல் இருந்தது. இறந்தவருக்குப் படைக்கும் உணவை, இறந்து போனவரின் தூல வடிவமாகப் பாவிக்கப்பட்டவர் தின்று தின்று, ஒரு சவக்களை

வந்துவிடுவதைப்போல, காண்பவர் முகங்களிலும் காவலர் முகங்களிலும் ஒரு குற்றக்களை துலங்கியது. உடைந்த பெஞ்சுகள், நாற்காலிகள், அழுக்கும் இருட்டும் வாழும் மூலைகளில் தாம்பூல உமிழல்கள். ஈ மொய்த்துக் கிடந்த காலி சாய் கிளாசுகள்... காற்றில் கனமான சாராய வாடை.

சுப்பு கலங்கிப் போயிருக்கவில்லை. என்றாலும் ஒரு ஆத்திரத்துடன் இருந்தான். பூலிங்கம் சாய் வாங்கிக்கொண்டு போய்க் கொடுத்தான். இரவுச்சாப்பாட்டுக்கு இன்னும் வெகு நேரம் இருந்தது.

“வெளீல வரட்டும், அந்தக் களக்காட்டுக்காரன், ஆள்க்காட்டிக்கு ஆப்பு வச்சிருகேன். தாயோளி எங்கிட்டேயில்லா வேலைத்தரம் காட்டுகான்”

நல்ல வேளையாகக் கொலை செய்தவனும் கொலையுண்டவனும் ஒரே சாதிக்காரர்களாகிப்போனார்கள். இல்லாவிட்டால் ஒரு சாதிக் கலவரத்துக்கு இது போதும். ஹவில்தாருக்கு ஐம்பது ரூபாய் கொடுத்துக் கேட்டபோது சொன்னான்.

“தும் ஜாவ்,,, குச் நை ஹோகா... காலைலே விட்டுருவோம்...”

என்றாலும் இந்தக் கொசுக் கடியில், மூத்திர வாடையில், இராத் தூக்கம் இல்லாமல் விழித்திருக்க வேண்டும் சுப்புவுக்கு. ஒரு பொட்டலம் பிரியாணியும் இரண்டு பச்சை வாழைப்பழங்களும் வாங்கிக் கொடுத்தான். பரமுவுக்குத் தகவல் தெரிந்தால் பதறிப் போவான். ஒரு வேளை தன்னையும் யாரேனும் பின் தொடரக் கூடும். இரண்டு நாட்கள் பரமுவைப் பார்க்காமல் இருப்பது நல்லது. சக்காராமுக்கு முழு விவரம் தெரியாவிட்டாலும் ஏதோசிக்கல் என்பது தெரியும். நீக்குப் போக்குகள் அறிவான்.

சற்று நேரம் காவல் நிலைய வாசலில் நின்றான். நின்றும் பயனில்லை. இனி அண்ணாச்சி சொல்லி, காலையில் இன்ஸ்பெக்டர் வந்து பார்த்து, விசாரித்து, எப்படியும் மறுநாள் மத்தியானம் தாண்டிப்

போகும் என்று தோன்றியது. பொங்கல் வீட்டிலிருந்து நாலைந்து பேர்கள் வந்து காவல் கிடந்தார்கள். எவர் காத்துக் கிடந்து என் செய?

பத்திருபது நாட்களுக்குப் பிறகு, பரமு இல்லாமல், வீட்டில் தனியாகப் படுத்துறங்க வேண்டும் பூலிங்கத்துக்கு. மணி எட்டுத்தான் ஆகி இருந்தது. மிச்சமுள்ள பொழுதை என்ன செய்வதென்று தெரியவில்லை. கொஞ்ச நேரம் கிங்சர்கிள் ஆனந்த பவன் வாசலில் வேடிக்கை பார்த்துக் கொண்டு நிற்கலாம். வழியில் ஃபக்ருதீன் எதிர்ப்பட்டார்.

''என்ன இந்தப் பக்கம் லாந்துகே?''

''இங்கே பக்கத்திலே ஐயரு கார் சர்வீஸ் பண்ணுனதிலே கொஞ்சம் பாக்கி. வாங்கீட்டு வாறேன். நீ இங்கே என்ன செய்யே?''

''சும்மா தான்...''

''வா ஓர்க் ஷாப்புக்குப் போகலாம். வண்டி அரோரா பக்கம் நிக்கி...''

அன்டாப்ஹில் அடிவாரத்தில் ஃபக்ருதீன் ஓர்க்ஷாப். செண்பகத்தின் கட்டிடம் இருந்த சாலையில் கார் திரும்பியது.

''ஃபக்ருதீன் பாய், கொஞ்சம் வண்டியை நிறுத்து, இங்கிண ஒரு ஆளைப் பாக்கணும். நீ போ... நான் பொறவு வாறேன்...''

''உங்கிட்டே இதானே ஒரு கிறுக்கு.... வேலையை முடிச்சுக் கிட்டு ரெண்டு குவார்ட்டர் வாங்கி அடிக்கலாம்ணு நினைச்சேன்...''

''இல்லே நீ போ... நாளைக்கு வாறேன்...''

இறங்கி நடக்கும்போது ஃபக்ருதீன் கியர் மாற்றும் சத்தம் கேட்டது. இந்த நேரத்தில் தொந்தரவு செய்ய வேண்டுமா எனத் தோன்றியது. பம்பாயில் வீடுகள் உறங்கக் குறைந்தது பதினோரு மணி ஆகும். இதொன்றும் அகாலமல்ல. ஊர் பற்றிய கனவுகளை இங்கு சற்றுப் பேசி ஆற்றிக் கொள்ளலாம். கதவின் முன்னால் நின்று காலிங்பெல்லுக்குக் கை உயர்ந்த போது, உள்ளே உரத்துக் கேட்ட ஆண்குரல்.

''சவத்து மூதி! எந்த நேரமும் என்ன அழுதடிப்பு? இப்பம் நான் என்ன சொல்லீட்டேண்ணு மூலை புடிச்சு அழுகே? இப்பம் என்ன ஆயிப்போச்சு? மாப்பிள்ளை செத்துப் போயிட்டானா?''

மறுபேச்சுப் பெண் குரல் இல்லை. தொடர்ந்த ஆண் குரல். செண்பகத்தின் வீட்டுக்காரனாகத்தான் இருக்க வேண்டும். அந்தத் தளத்தில் தமிழ் புரிந்து கொள்ளும் மனிதர்கள் எவரும் இல்லை என்ற சுதந்திரத்தில் பேசிக் கொண்டு போனான்.

''வேற என்ன குறை வச்சிருக்கேன் உனக்கு? மனிசனை மனசிலாக்கக் கழியாண்டாமா? தினமும் வீட்டுக்கு வந்த உடனே ஆரம்பிச்சிரு... உனக்கெல்லாம் தூக்கிப்போட்டு சமுண்டக் கூடியவன்தான் லாயக்கு. என்னை மாதிரி பொலம்பிக் கிட்டிருந்தா போராது. என்ன கொள்ளை எளகீட்டுண்ணு தெரியல்லியே!''

இப்போது போய் எப்படி வீட்டுக் கதவைத் தட்டுவது என்று தெரியவில்லை. வேண்டாத விருந்தாளியாக இருக்கும். கணவன் மனைவிக்குள் இருக்கும் ஆயிரம். வெளியாள் தலையீடு சரியாக இருக்காது. செண்பகத்தை நினைத்தால் பாவமாக இருந்தது. மறைமுகமாக இதற்கெல்லாம் தானும் ஒரு காரணம் என்று மனம் குற்றப் பத்திரிகை படித்தது. ஒன்றுக்குள் ஒன்றாகச் சிக்கிக் கொண்டு போகிறது நூல். இழுத்தால் பிரிந்து விடும் சங்கதி அல்ல. எங்காவது முடிச்சு இறுகிப்போகும்.

மிக மெலிதான விசும்பல் ஒலி. மூக்குறிஞ்சல். எந்தப் பாதுகாப்பும் அனுசரணையும் அரவணைப்பும் அற்ற நகர வனாந்திரம் போட்டு அழுத்திக் கொண்டிருக்கிறது. கையறு நிலையில் அழுவதைத் தவிர வேறென்னசாத்தியம்? நாளை பகலில் வந்து விசாரித்துப் பார்க்கலாம் என்று எண்ணினான். மெதுவாகப் படி இறங்க ஆரம்பித்தான் பூலிங்கம்.

புறத்தே தோன்றுவது ஒன்றும் அகத்தில் இருப்பு வேறொன்றுமாக இருக்கிறது மனித வாழ்க்கை. சொல்வார்கள், எந்தப் புற்றில் எந்தப்

பாம்போ என்று. ஆனால் புற்றென்றிருந்தால் பாம்பென்றும் இருக்கும் போலும். காண்பதற்கு அருகிலிருப்பது போல் தோற்றம் தரும் உண்மை, உண்மையில் வெகு தூரத்தில் இருக்கிறது. எப்படிச் சொல்ல முடியும் வெளிப் பார்வையில் வைத்து? காவிக்குள்ளும் வெள்ளை அங்கிகளுக்குள்ளும் கயமை பயிராகிறது. வெள்ளைக் கோட்டுக்குள்ளும் வியாபாரிகள் இருக்கிறார்கள். கறுப்புக் கோட்டுக்குள்ளும் கமிஷன் ஏஜண்டுகள் இருக்கிறார்கள்.

இருட்டில் படிக்கட்டுக்களில் இறங்கி வந்தான். வாசலில் இரண்டு அந்தி மந்தாரை மூடுகள். வஞ்சனையற்றுப் பூத்திருந்தன குங்கும நிறத்தில் - வாசமின்றி, பறித்தும் தொடுத்தும் சூடுவாரின்றி. தெரு விளக்கின் பூச்சொரிதலில், கரும்பச்சை இலைகளின் பின்புலத்தில், அபாரமாக இருந்தது குங்குமத்தின் வீச்சு. இதைப் பார்த்து மகிழும் இந்தக் கணம்தான் இந்தப்பூக்களில் வாழ்வின் பொருள் போலும்.

என்ன பொருள் வேண்டிக் கிடக்கிறது? எல்லாம் மனிதனின் லாப நட்டக்கணக்கில் தீர்மானமாகிற விஷயங்கள். புல்லும் பூண்டும் மரஞ் செடி கொடிகளும் பூப்பதும் காய்ப்பதும் கனிந்து உதிர்வதும் மனிதனின் லாபம் கருதி மட்டும்தான் போலும்.

ஏதாவது விதத்தில் செண்பகத்துக்கு உதவ வேண்டும் என்று தோன்றியது. ''செறுக்கி விள்ளா, ஒழுங்கா இரி, இல்லேண்ணா பல்லுப் பறிஞ்சிரும்'' என்று மாப்பிள்ளைக்காரனை மிரட்டுவதோ, இரண்டு பிடரியில் போடுவதோ பெரிய விஷயமல்ல, இப்பவே கூடச் செய்து விடலாம். என்னவென்று கேட்டறிய வேண்டும் என்று எண்ணினான் பூலிங்கம்.

வீட்டுக்குப் போனதும் காதர்பாய் வந்தார். காலி டெம்போ கீழே ஒதுக்கி நிறுத்தி இருந்தது. மலையடிவாரத்துக்குப் போய் கேன்களை ஏற்றிக் கொண்டு வாப்பி போய் வரலாம் என்றார். வாப்பி என்ன வார்தாகூடப் போய் வரலாம். காலையில் சுப்புவைப் போய்ப் பார்க்க வேண்டும். சாப்பாடு, சாலில் உள்ளவர்களும் வாங்கிக்

கொடுப்பார்கள். மாலையில் சுப்புவை விட்டு விட்டார்கள். அவன் வாயிலிருந்து எதுவும் பிடுங்க முடியவில்லை. ஆனால் மப்டியில் அவன் பின்னால் ஒரு போலீஸ்காரன் வெகு சிரமம் எடுத்துக் கொண்டு அலைந்து திரிந்தான்.

சுப்புவின் சாலுக்குப் போகும்போது, பெட்டிக் கடையில் தாம்பூலத்துக்கு, 'கச்சா, பக்கா, ஏக் ஸௌ பீஸ்' எனக் குறிப்பாணைகள் பிறப்பித்துக் கொண்டு நின்ற பூலிங்கம் அந்தப் போலீஸ்காரனை அறிவான். கிட்டே நெருங்கிப் போனான்.

''சலோ சேட்! சாய் பீக்கர் ஆயங்கா...'' என்றான். தாம்பூலத்தைத் தயாராக வைத்திருக்கும்படிக் கடைக்காரரிடம் சொன்னான்.

''தாரு கேணார் காய் சேட்?''

''நை யார்.. இப்ப டூட்டி நேரத்திலே போய்...''

''அரே! சோடோ சேட்... பாவ் சேர் குடிச்சா என்ன வித்தியாசம் தெரியும்?''

பார்வதி பெஹன் சாலுக்குக் கூட்டிப் போய் மொசம்பி ஆளுக்கு நூறு மில்லி ஊற்றச் சொன்னான். வேக வைத்த முட்டைகள் இருந்தன. வறுத்த சிங்காடா மீன் துண்டங்கள் இருந்தன. சுண்டல் கடலைக் கறி இருந்தது.

''அவர் ஏக் கிளாஸ்...''

''நொக்கோ... டூட்டிலே குடிக்கிறது தப்பு''

''டீக் ஹை சேட்.... ஃபிர் சலோ...''

திரும்பி நடந்து வரும்போது கேட்டான்.

''எதுக்கு சுப்புக்குப் பின்னால அலையே சேட்?''

''கொலைக் கேசுல்லா... கொஞ்சம் கவனமாக இருக்க வேண்டியதிருக்கு''

''ஆனா சுப்பு என்ன செய்தான்?''

"தமிழ்நாட்டுப் போலீஸ் கூட வந்திருக்காம்லா, துமாரா காவ்வாலா, அவன் தீர்க்கமாச் சொல்லுகான் - சோக்ரா இங்கதான் எங்கேயோ ஒளிச்சுக்கெடக்கணும்ணு..."

"உண்மையிலேயே ஒளிச்சு வச்சிருந்தா, நீங்க பிடிச்சிருவேளா?"

"ஹைரான் மத் கரோ யார்.. அவுனுக போறவரைக்கும் எங்க வேலையை நாங்க செய்யாண்டாமா?"

தெலாங் ரோட்டில் பத்ம விலாசம் விடுதியில் களக்காட்டுக்காரன் அறையைக் கண்டுபிடிப்பது சிரமமாக இருக்கவில்லை. கூட வந்த போலீஸ்காரர்கள் பக்கத்து அறையில் இருந்தனர். எப்படி ஆள்க்காட்டியை மட்டும் தனியாகப் பிரிப்பது என்று யோசனையாக இருந்தது பூலிங்கத்துக்கு. எதற்கும் இருக்கட்டும் என மராத்திக்காரன் ஒருவனைக் கூடக் கொண்டு போயிருந்தான்.

மத்தியானம் நல்ல கோழிக்கறி தின்றிருப்பார்கள் போலும். போலீஸ்காரர் இருவரும் 'மக்க மல்லாக்கக்' கதவைத் திறந்து போட்டுத் தூங்கிக் கொண்டிருந்தனர். வயிறுகளின் முகடுகள் பக்க வாட்டில் சரிந்து இவர்கள் என்ன ஓடி, எந்தத் திருடனைப் பிடிப்பார்கள் எனும் விதத்தில் கிடந்தன. யதேச்சையாக நடந்து பார்த்தபோது, களக்காட்டுக்காரன் சுவாரசியமாகப் பல் குத்திக் கொண்டு சாய்ந்திருந்தான். பூலிங்கம் மெதுவாகக் கீழே இறங்கிப்போய் ஜாதவை அனுப்பி வைத்தான். அவனும் ஒரு ஒற்றுப் போய் வந்தான்.

போலீஸ்காரர்கள் வெளியே போனால் அறையிலேயே அமுக்கி விடலாம் என்று தோன்றியது. ஆனால் அவர்களின் குறட்டைச் சத்தம் உறக்கத்தில் உறுதியாக நிலைகொண்டு விட்டார்கள் என்று தோன்றியது. போர்த்திக் கொண்டு உறங்கத் தோதான பின் குளிர்காலம்.

ஜாதவ் சுவாரசியமாகத் 'தம்பாக்கூ' கசக்கிக் கொண்டு நின்றிருந்தான். எத்தனை நேரம் நிற்பது, எத்தனை சிகரெட் குடிப்பது என்று தெரியவில்லை. வாராந்தரி ஒன்றைப் படித்துத் திரும்பவும் கொடுத்தாயிற்று. மோரே எங்கிருந்து முளைத்தான் என வியப்பாக இருந்தது.

அவனை நிறுத்தி வைத்துவிட்டு, பாழடைந்து கிடந்த போஸ்ட்டாபீஸ் சுவர் பக்கம் போய் ஓரமாக ஒன்றுக்குப் போய்விட்டு வந்தான். அரசு அலுவலகங்கள் இதற்கெல்லாம் மிகவும் உபயோக மானவை என்று அவனுக்குத் தோன்றியது. திரும்பி வரும்போது மப்டியில் இருந்த மாட்டுங்கா போலீஸ்காரன் விடுதியின் உள்ளே போவதைப் பார்த்தான் பூலிங்கம். சற்று நேரத்தில் சீருடை இல்லாமல் தமிழ்நாட்டுப் போலீஸ் இருவரும் கூட இறங்கிப்போனார்கள்.

களக்காட்டுக்காரனை மேலேயே போய் அமுக்கலாமா, கீழே தானாக எதற்கேனும் அவன் இறங்கி வரும் வரை காத்திருக்கலாமா என யோசித்தான். ஜாதவ் பொறுமை போக எண்ணிக்கை கடந்த அரைச்சாய் பருகிக் கொண்டிருந்தான். களக்காட்டுக்காரன் சாவகாசமாக இறங்கி வந்தான். சினிமாவுக்குப் போகும் உத்தேசமா, இல்லை சற்று உல்லாசமாக உலாத்திவர எண்ணமோ? நடைபாதைக் கடைகளையும் ஊரில் பார்க்க முடியாத வெண்தோல் வசீகரங் களையும் கண்டுகளிக்கும் நினைப்பாகக் கூட இருக்கலாம்.

மோரேயைத் தட்டிக் கழித்து விட்டுத் தொடர்ந்து போனார்கள். சற்று நேரம் போஸ்ட்டாபீஸ் சந்திப்பில் நின்றான். மாட்டுங்கா ரயில் நிலைய வாசலில் நின்றான். திரும்பி மகாராஜா உத்யான் நோக்கி நடந்தான். ஆஸ்திக சமாஜம் தாண்டியதும் பூலிங்கம் மெதுவாகப் பக்கத்தில் போய்த் தணிந்த குரலில் பேசினான், நடந்து கொண்டே.

''சார் களக்காடா?''

''ஆமா தம்பி! எப்பிடித் தெரியும்?''

''எங்க அக்காளை அங்கேதானே கெட்டிக் குடுத்திருக்கு. நான் போன வருசம் வந்திருந்தம்லா? பஸ் ஸ்டாண்டுக்கு எதுக்க ஒரு காப்பிக் கடை இருக்குல்லா, அங்க உங்களைப் பாத்த ஓர்மை இருக்கு....''

''ஆமா... எனக்க மச்சான் கடைதான். அங்க பாத்தியா? அதானே பார்த்தேன்! இங்க என்ன சோலி பாக்கே?''

"நான் பூனா பக்கம் பிம்பரியிலே உரக் கம்பனியிலேவேலை பாக்கேன். இங்க ஒரு வேலையா வந்தேன். சாயங்காலம் கொஞ்சம் ஜாலியாட்டு இருந்துக்கிட்டுப் போலாம்னு..."

"கூட வாறது யாரு?"

"மராத்திக்காரன், அவன்தான் இடம் காமிச்சுத் தரணும். இங்கே ஒரு முடுக்கிலே ஒரு வீடு இருக்காம். நல்ல ஆந்திரா சரக்குங்கான்."

"ரேட்டு என்னா?"

"ரேட்டு என்னவாட்டு இருந்தா என்னா? அண்ணாச்சிக்கு வேணுமா? ஒரே ஊருகாரர்கிட்டே வித்தியாசம் பாக்க முடியுமா?"

"இருந்தாலும்..."

"இருந்தாலும் என்ன இருந்தாலும்... நீங்க அதைப் பத்தி யோசிக்காண்டாம். சவம் நூறு ரூவா உங்களுக்காச் சுட்டி நான் செலவாக்கப்பிடாதா?"

"அது சரிப்படாது. எங்கிட்டே காசு வாங்கிக்கிடணும், அப்பிடிண்ணா வாறேன்..."

"நீங்க வாங்க, பணத்தைப் பத்திப் பொறவு பேசுவோம்"

பௌதாஜி சாலை தாண்டி, லேபர் காம்புக்குப் போகும் ரயில்வே பாட்டக் கடந்து நடந்து கொண்டிருந்தனர்.

இருள் லேசாகத் தங்கிக் கொண்டிருந்தது.

ஜாதவிடம் மராத்தியில் சொன்னான் பூலிங்கம். பூலிங்கத்தையும் களக்காட்டுக்காரனையும் நிற்கவைத்துவிட்டு, ரயில்வே லைன் பக்கம் இருந்த ஒற்றையடிப் பாதைப் பக்கம் போய்த் திரும்பினான்.

"சலோ... பார்ட்டி தய்யார் ஹை" என்றான்.

"சார், பாதை கொஞ்சம் மோசம், பாத்து வாங்க"

காட்டுச் செடிகள் புதரடைந்து கிடந்தன இருமருங்கும். அதிக வியாபாரம் இல்லாத சாராய அட்டாவுக்குப் போகும் பாதை. இடது பக்கம் தொழிற்பேட்டை ஒன்றின் மதில். மறுபக்கம் ரயில்வே பாட்டக்.

பாதி வழி போனதும் ஜாதவ் திரும்பி நின்று கொண்டான். நடுவில் வந்து கொண்டிருந்த களக்காட்டுக்காரன் சட்டையைப் பிடித்துக் கொண்டு இரண்டு உலுக்கு உலுக்கினான். களக்காட்டுக் காரனுக்கு அதிர்ச்சியும் பயமும் முகத்தில் எழுதி ஒட்டி இருந்தது.

''என்ன... என்னடா இது?''

''என்ன டாவா?'' என்று கேட்டுப் பூலிங்கம் பிடரியைப் பிடித்துத் தள்ளினான்.

''ஆளு காட்டவா வந்திருக்கே? இங்கேருந்து உயிரோட போயிருவியா நீ தாயளி?''

பாக்கட்டில் கிடந்த மோசையின் கத்தியை எடுத்துப் பிரித்தான். ஜாதவ், அவன் இரண்டு கைகளையும் பின்புறமாக நின்று சேர்த்துப் பிடித்துக் கொண்டான்.

களக்காட்டுக்காரனின் முகத்தில் பீதி பாய்ந்து பரவியது.

''தம்பி என்னை விட்டிருப்பா... பிள்ளை குட்டிக்காரன், நான் ஊருக்கு ஓடிப் போயிருகேன்...''

''அப்பம் பரமுவை யாருடா ஆள்க்காட்டுவா?''

''ஐயோ எனக்கு வேண்டாம் தம்பி. என்னை விட்டிரு... என்க்கு யாரையும் புடிச்சுக் கொடுக்காண்டாம்...

''எவ்வளவு ரூவா வச்சிருக்கே?''

''அஞ்சாயிரம் கொண்டாந்தேன் தம்பி. கூட வந்தவனுகளுக்கு அழுதாச்சு. ஊருப்பட்ட செலவு. ஓட்டலுக்குக் குடுக்கணும். திரும்பி ஊருக்குப் போகணும்...''

''இதைப் பத்தி அவுனுக கிட்டே சொல்லுவியா?''

‘‘மூச்சு விடமாட்டன் தம்பி... யாரைப் புடிச்சா என்னா, விட்டா என்னா? என்னை விட்டிருங்கோ...’’

‘‘பிள்ளை குட்டிக்காரன்னுட்டு விடுகேன். நம்மூருக்காரனா வேற போயிட்டே. ஓடீரு இந்தால... மூச்சு விட்டே, ஊருலே வந்து குடலைச் சாச்சிருவேன்...’’

திரும்பிப் பார்க்காமல் ஓடிக் கொண்டிருந்தான் களக்காட்டுக்காரன்.

‘‘அரே! பர்ஸ் நிகால்லேனேக்காத் தானா?’’ என்றான் ஜாதவ்.

‘‘பாவப்பட்டவன் பணம் நமக்கு என்னத்துக்குப்பா?’’

பரமு முன்னால் வந்து நின்றாலும் காட்டிக் கொடுக்க மாட்டான் என்று தோன்றியது. இன்றோ நாளையோ ஊருக்கு ஓடி விடுவது நிச்சயம். மறுநாள் மல்லுராமை அனுப்பி நிச்சயம் செய்து கொள்ளலாம். சுப்புவிடம் தகவல் சொல்ல வேண்டும். இப்போது வேண்டாம் என்றும் எண்ணினான். அவ்வளவு இலோக எடுத்துக் கொள்வதற்கில்லை. நிழல் போல் யாரும் இன்னும் ஒற்றாடக் கூடும்.

ஜாதவை அனுப்பிவிட்டு வீட்டுக்குத் திரும்பிக் கொண்டிருந்தான். சாப்பிட்டு விட்டே போய்விடலாம். பரமு இல்லாதது உற்சாக மில்லாமல் இருந்தது. துணையற்றுப் போய்க் கொண்டிருந்த வாழ்வில் ஒரு தோழன் போலத் தெரிந்தவன்.

செண்பகம் ஞாபகம் வந்தது.

எதற்கு அழுதாள் என்று தெரியவில்லை. என்ன சண்டை என்றும் புரியவில்லை. மறுநாள் காலை போய்ப் பார்க்க வேண்டும் என நினைத்தான். அங்குமிங்கும் அலைந்து ஒன்பது மணிக்குப் போனபோது வீட்டு வாசலில் எபநேசர் நின்றிருந்தான். அவன் அண்ணாச்சியின் உளவுப் பிரிவின் சேவகன்.

‘‘அண்ணாச்சி கையோட கூட்டியாரச் சொன்னார்’’

என்னத்துக்கு என்றெல்லாம் கேட்டுவிட முடியாது. அண்ணாச்சி சாம்ராஜ்யத்தில் பகலிரவு என்றெல்லாம் கிடையாது.

வெயில் மழை கிடையாது, ஞாயிறு திங்கள் கிடையாது. பணத்தில், கட்டளைகளில், பரபரப்புக்களில் சுழலும் காலச் சக்கரம் அண்ணாச்சி தர்பாரில் இருந்தார்.

''நீ மனசிலே என்ன டே நினைச்சிருக்கே?''

''.... ....''

''அந்த களக்காட்டுக்காரனைக் கூட்டிப் போய் மிரட்டினயா?''

''அது வந்து... அண்ணாச்சி''

''பெரிய தாதா ஆயிட்டோம்னு நினைப்பா? அந்தப் பொடியனை எங்கே வச்சிருக்கே?''

''டிரைவர் சக்காராம் வீட்டிலே...''

''போட்டும், அதாவது ஒரு காரியம் யோசிச்சு செய்திருக்கே! களக்காட்டுக்காரன் என்ன ஆனான் தெரியுமா?''

''நாளைக்கு ஓடிப் போயிருவான் அண்ணாச்சி''

''இண்ணைக்கே ரெயில் அடிச்சுத் தூக்கி எறிஞ்சாச்சு... பறத்தத்திலே முன்னேப் பின்னே பாக்காம பாட்டக் கிராஸ் செய்திருக்கான்...''

''அண்ணாச்சி நான்...''

''தெரியும் எனக்கு.... கொலைகாரனைத் தேடி வந்தவன் ரயில்லே அடிபட்டுச் செத்துக் கிடக்கான்ணா, விபத்துண்ணு நினைப்பானா, அடிச்சுத் தூக்கி பாட்டக்கிலே போட்டோம்னு நினைப்பானா?''

''அண்ணாச்சி எனக்கு நோக்கம் அதல்ல...''

''தெரியும் டே! வியாக்யானம் பண்ணாண்டாம். ரெண்டு ஸ்டேட் போலீசும் முட்டாக்கூதிண்ணு நினைச்சுக்கிட்டு இருக்கியா? நீ களக்காட்டுக்காரன் கூடப் போறதை யாரெல்லாம் பாத்தா?''

''ஜாதவ் கூட இருந்தான். மோரேக்கு லேசாத் தெரியும்...''

''உங்களுக்கு என்ன எழவுக்குடே இந்த எடுத்துச்சாட்டம்? தன் மூப்புப் போல என்ன தாலியறுப்போ செய்துக்கிட்டு வந்து நிக்கே!''

பூலிங்கத்துக்கு அடிவயிறு கலங்குவது போலிருந்தது. 'சவத்துப் பயல் இப்படிச் செய்து கொண்டாடுவான் என யார் கண்டார்கள்?'

''அண்ணாச்சி, இப்பம் நான் என்ன செய்யட்டும்?''

''செய்யது என்னத்தை? ரயில்வே போலீஸ்காரனுகளைச் சரிப்படுத்தணும். அடி பெலமாக் குடுத்தேளா?''

''இல்லை அண்ணாச்சி, ஜாதவ் லேசா ரெண்டு தட்டுத் தட்டினான், அவ்வளவுதான். காயம் ஒண்ணும் இல்லே. சும்மா பயமுறுத்தி அனுப்பலாம்ணுதான்....''

''அந்த வரைக்கும் நல்லது. எதுக்கும் நாலைஞ்சு நாளு வீட்டிலே படுக்காண்டாம் நீ... எங்கிணயாம் வெளியூர்லே சுத்தீட்டு வா... பரமு காரியம் நான் பாத்துக்கிடுகேன். கையிலே காசு வச்சிருக்கியா?''

''நானூறு ஐந்நூறு இருக்கும்...''

''பழனி, இவனுக்கு ஒரு ஆயிரம் ரூவா குடு. ராத்திரியே ரயில் பிடிச்சு ஸ்தலம் விட்டிரு.... நாலு நாள் கழிச்சு ஃபோன் பண்ணு. நான் சொன்னதுக்குப் பெறவு வந்தால் போரும்...''

எபநேசர் தாதர் ஸ்டேஷனில் இறக்கி விட்டுப் போனான். எலியரசுக்குப் பயந்து புலியரசுக்குப் போனது போல் ஆகிவிட்டது. செத்துப் போனவன் மேல் கோவங் கோவமாக வந்தது. சாவதற்கு இடமும் நாளும் பார்த்திருக்கிறான் நாய்க்குப் பிறந்த பயல்.

சடாரென எங்கு போவதென்று தெரியவில்லை. எல்லா இரவு ரயிலும் நகரை விட்டு வெளியேறி இருக்கும். நாசிக் அல்லது பூனா அல்லது புசாவல் பாசஞ்சர் கிடைக்கக் கூடும். ஒரு வேளை சோலாப்பூர் போகும் கடைசி வண்டி கிடைக்கலாம்.

மறுபடியும் திட்டமில்லாததோர் ஓட்டம். படபடப்பாக இருந்தது. இப்படியாகும் என்று எண்ணவில்லை. மறைமுகமாக வேனும் தானோர் குற்றவாளி தானே என்ற பதைப்பு இருந்தது. நகரின் சஞ்சாரமற்ற விளிம்புக்கு அவனைக் கொண்டு போய் மிரட்டியிராவிட்டால் இது நிகழ்ந்திருக்காது. ஒரு கொலையை மறைக்கச் செய்த திட்டமிட்ட கொலை இதென்று போலீஸ் எண்ணுவதற்கான சாத்தியக்கூறுகள் அதிகம். நாமொன்று நினைக்கத் தெய்வம் வேறொன்று நினைக்கும் என்பார்கள். தற்செயலான விபத்து என்ற உண்மை ஒரு பிரகாசமில்லாத கூழாங்கல். தடயங்களைச் சேகரிக்க ஆரம்பித்தார்களானால் சிக்கல்தான். மறுபடியும் வேறொரு மாநகருக்கு ஓட வேண்டியதிருக்கும். இதென்ன தட்டழிவு வாழ்நாள் பூரா எனத் தோன்றியது. சப்தாவர்ணத்தின் போது சுசீந்திரம் தாணுமாலையசுவாமி தட்டழிவதைப் போல.... அல்லது அப்பா சுழற்றும் திருவல் தனக்கு விதிக்கப்பட்டிருக்கிறதோ என்னவோ? திருவலின் மேல் குமிந்திருக்கும் பச்சைக் களிமண், சலித்து மிதித்துக் குழைத்தது. வனையும் கைகள் யாருடைவை என்று புலப்படவில்லை.

என்றாலும் உயிரொன்று போவதற்குக் காரணமாகத் தான் யார் என்ற கேள்வி பூலிங்கத்தை வதைத்துக் கொண்டிருந்தது. அவன் பெயர்கூடத் தெரியாது. எத்தனை பிள்ளைகள்? சாப்பாட்டுக்கு என்ன செய்வான்? அவன் மனைவியும் மக்களும் கதறும் ஓசை காதுகளை அறுப்பது போல் தலையை உலுக்கிக் கொண்டான். வேதாந்தமாகச் சொல்லிவிடலாம். எவர் செயலுக்கும் யாரும் பொறுப்பல்ல என்று. அப்படித்தானா உண்மையில்?

எல்லோரும் எல்லாமும் செய்து கொண்டிருக்கிறார்கள். எந்தத் தனியனும் கூர்மையான அர்த்தத்தில் சமூகத்தின் எதிரி. சமூகம் என்பதும் பொதுவான அர்த்தத்தில் தனியனுக்கு எதிரி. எல்லாம் வெளிப்புனிதம் - தத்துவப் பன்னீர் தெளித்து, சமயப் புகை போட்டு, அற நூல் சாந்து பூசினாலும்....

தோற்றுப் போனவனின் வேதாந்தம் என்று தோன்றியது பூலிங்கத்துக்கு. பின்கால் புழுதி பறத்த ஓடுபவனின் கைத்த

தத்துவச்சாறு ஊறும் வாய். இடம் கிடைத்தால் சுகமான நித்திரையில், இதமான கனவுகளில், உல்லாச வேடிக்கைக் களிப்பில் பயணம் செய்வான். இடம் கிடைத்தாகதவன் அதே கட்டணம் கொடுத்தாலும், ஆடிக் கொண்டு, அடுத்தவன் மேல் சாய்ந்து கொண்டு, கால் மாற்றி நின்று கொண்டு, நெருக்கலில் வியர்வையை ஊசுஊசென்று ஊதிக் கொண்டு பயணம் செய்வான். எல்லோரும் போவது பயணம்தான். அவனவன் நியாயம் போல், அவனவன் வசதிபோல்...

இரயில் போய்க் கொண்டிருந்தாலும் உறக்கம் இல்லை. இந்த வேகத்தில் வண்டி பூனா போய்ச் சேர விடிந்து விடும். வேகமாய்ப் போயென்ன, போகாவிட்டால் என்ன?

லோண்டா போகலாமா என்று எண்ணினான். திம்மனைக் காணும் வேகம் இல்லாவிட்டாலும் கோமதியைப் பார்க்கலாம் போலிருந்தது. இல்லாவிட்டால் ஹூப்ளி போகலாம். பாபியைக் கண்டு வரலாம். எந்தத் தவறையும் மறந்து விட்டுப் பார்க்கும் தாயின் கனிவு புரளும் கண்கள். ஊருக்கே கூடப் போய் வரலாம். ஆனால் உடுக்க மாற்றுடை இல்லாமல், கையில் போதிய காசில்லாமல்....

பூனாவில் பொழுது விடிந்தது. காலைக் கடன்கள் முடித்து விட்டு, நாலைந்து ஜிலேபிகள் தின்று சூடாகப் பால் குடித்தான் பையா கடையில். பண்டர்பூர் போகும் பஸ் ஒன்று நின்றது நிறுத்தத்தில். மத்தியானம் பண்டர்பூரில் இறங்கி சந்திரபாகா நதியில் துவைத்துக் குளித்தான்.

அதிகம் பக்தர் நெருக்கமில்லாத சாதாரண நாட்கள். காவியும் கமண்டலமும் சூலமும் தாடியும் சடை முடியுமாகத் திரிந்த துறவிகள். நாலைந்து நாட்கள் தங்கிவிடலாம் என்று தோன்றியது. யாத்ரி நிவாஸில் முப்பது ரூபாய்க்கு அறை கிடைத்தது. பார்ஷி சிவாலயம் அதிகத் தொலைவில் இல்லை. எந்தச் சிவாலயமும் செய்த குற்றங்களைக் கரைக்க முடியாது. எல்லாம் ஆத்ம சமாதானம். அல்லது வேறு விதத்தில் சொன்னால் சுய ஏமாற்றுதல்.

பூரியும் கிழங்கும் இரண்டு கிண்ணம் சோறும் பருப்பும் பயறு வகைகளின் உசலுமாகப் போய்க் கொண்டிருந்தன உணவு நேரங்கள். குடிக்கப் பிடிக்கவில்லை. சந்திரபாகா நதியின் மீனை உண்ணப் பிடிக்கவில்லை. இன்னும் சினிமாவில் அமிதாப்பச்சன் ஆடிக் கொண்டிருந்தான்.

பண்டரிநாதன் பாண்டுரங்கனுக்கு எந்தக் கவலையும் இல்லை. கவலை இருக்கிறவன் அல்லவா கவலையை உணர்ந்து கொள்வான்? சுட்ட சட்டி சட்டுவம் அறியுமா கறிச்சுவை? உறக்கமற்றுக் கழிந்து கொண்டிருந்தன இரவுகள்.

செண்பகத்தைப் பார்க்க வேண்டும் என்று தோன்றியது. என்ன துயர் உட்கிடந்து உயிர் வாங்குகிறது என்று தெரியவில்லை. களக்காட்டுக்காரன் சடலம் ஊர் போய்ச் சேர்ந்திருக்கும். எரிக்கப் பட்டு, காற்றில் புகையாகி, மண்ணில் சாம்பராய்க் கலந்திருக்கும். அல்லது புதைக்கப்பட்டு புழுக்கள் தின்ன ஆரம்பித்திருக்கும். கொலைகாரனைக் காட்டிக் கொடுக்க வந்தவன். நகரமும் கிராமமும் இயங்கிக் கொண்டிருக்கும் வழக்கம்போல.

தன்பெயரில் எஃப்.ஐ.ஆர். போட்டார்களா அல்லது விபத்தென்று தடம் தெரியாமல் அழித்தார்களா தெரியவில்லை. சராசரியாய் தினத்துக்கு இரண்டு மூன்று பேர்கள் லோக்கல் ரயிலில் அடிபட்டுச் செத்துக் கொண்டிருந்தார்கள். படித்தவனும் செத்தான், பாமரனும் செத்தான், கல்யாணமாகாத உதிரி இளைஞனும் செத்தான், குடும்பத்தில் தளைப்பட்ட சராசரி இந்தியக் குடிமகனும் செத்தான்.

மறுபடியும் தத்துவம். 'ச்சே' என்றிருந்தது பூலிங்கத்துக்கு.

பன்னிரண்டு

பாண்டுரங்கன் கூடப் பல்லைக் காட்டினான்.

'என்னடா எத்துவாளிப் பயலே! பயலே! நீ என்ன வேணும்ணாலும் செய்துக்கிட்டு எங்கிட்டே வருவே, நான் உனக்கு மாப்பு தந்து, காவலு நிண்ணு, காப்பாத்தி விடணும் என்னா?'

அவன் கேட்பதிலும் நியாயம் இருந்தது. பிறகு ஏன் கூட்டம் கூட்டமாய், மந்தைகள் போல், கடவுளர் பால் சாய்கிறார்கள் சனங்கள் என்று தெரியவில்லை. 'குற்றமிலாதவர் முதற் கல் எறிக' என்பது போல், நெஞ்சினால் பிழைப்பிலாதவர் மட்டும் சிவனாண்டி முன்னும் ஏழுமலையான் முன்னும் போய் நிற்கத் தகுமா என்று தெரியவில்லை.

விளக்கும் வெளிச்சமும் உள்ளேதான் இருக்கிறது. வெளியே எங்கும் சுற்றிலும் இருள் எனத் தோன்றியது.

பரமு விஷயத்தில் அநாவசியமாய்த் தலை யிட்டது போலத் தோன்றியது. களக்காட்டுக்காரனை அழைத்து வந்து மிரட்டாமல் இருந்திருந்தால், அவன் ரயில்வே பாட்டக்கைத் தாண்ட முனைந்திருக்க

மாட்டான். மறைமுகமானால்தான் என்ன, சாவின் முக்கிய காரணம் என்பது அறுத்துக் கொண்டிருந்தது, நெஞ்சைக் கூர்ங்கத்தி கொண்டு.

பாண்டுரங்கன் என்ன செய்வான் பாவம்? யார்தான் என்ன செய்வார்கள்?

சுப்புவை ஒற்றுப் பார்த்த போலீஸ்காரனிடம் உரையாடியது ஒன்றே கூடப் போதும் தன்னைக் கொலைகாரன் எனும் சங்கிலியில் பிணைத்துத் தளையில் அறைய. என்ன நடக்கும் என்று சொல்ல முடியாது. இப்படியே வேறெங்கும் ஓடிவிடலாமா என்றும் தோன்றியது.

பூங்காவின் புற்றரையில் கைகளைக் கோர்த்துக் தலைக்கு வைத்துப் படுத்துக் கிடந்தான். நிறைய மரங்கள். பழ மரங்களும் பன்னீர் மரங்களும் பெயர் தெரியாத பல்வகை விருகங்களும், குருவிகள் கூடடைந்து கொண்டிருந்தன. கீச்சுக்கீச்சென்று பேச்சரவம். உணவைச் சுமந்து திரியாத, உணவைச் சேமித்துத் திரியாத, இவை என்ன பேசிக் கொள்ளும் மாலை மயங்கலில்? பகல் பூரா உலகில் பார்த்த அதிசயங்களை? உணவு தேடுவதில் பட்ட பாடுகளை? மனிதரின் புன்மைகளை? நாளைய உணவு தேடும் திட்டங்களை? குடும்பக் கூறுகளின் நலன்களை? அரவம் அதிகரித்துக் கொண்டே போய், நேரமாக ஆக அடங்கிக் கொண்டிருந்தது.

''சலோ! தேர் ஹோகயா!'' எனக் காவலாளி கையில் மூங்கில் கழியுடன் தட்டிக் கொண்டு வந்தான். எழுந்து போய்க் கோவில் வாசலில் சற்று நேரம் உட்காரலாம். அல்லது பக்கத்து மண்டபத்தில் புகைத்துக் கொண்டும் நகைத்துக் கொண்டும் கொண்டை மயிரை அவிழ்த்து நீளமாக ஆற்றிக் கொண்டும்பகலில் சேர்ந்த சில்லறைகளை எண்ணிக் கொண்டும் எவரோ தானம் தந்த வறட்டுச் சோள ரொட்டிகளை உமிழ்நீரில் கொவர்த்துக் கொவர்த்து விழுங்கிக் கொண்டும் காவித் துண்டு விரித்துத் திருவோட்டைக் கவிழ்த்துத் தலைக்கு வைத்துப் படுத்துக் கொண்டும் ஆன்ம விசாரணையில் ஆவர்த்தனம் செய்து கொண்டும் கிடக்கும் பரதேசிகளின் கூட்டத்தில் உட்கார்ந்திருக்கலாம்.

சித்தனும் சிவனும் ஒரு சேரச் செய்யும் பயணம். சித்தனைச் சிவனும் சிவனைச் சித்தனும் களைய முடியாமல் தழைய முடியாமல் கொண்டு நடக்கும் நீண்ட நெடும் பயணம். தொடங்குவதற்காகவே பயணம், முடிப்பதற்காக அல்ல என்ற கொள்கையுடன்.

ஆறேழு நாட்கள் ஓடிவிட்டன. அண்ணாச்சிக்கு ஃபோன் செய்து கேட்க அச்சமாக இருந்தது. மோசமான செய்தியானால் தள்ளிப் போட்டே தெரிந்து கொள்ளலாம் என. சாவைத் தெரிந்து கொண்டு தள்ளிப்போட முயல்வது போலிருந்தது.

மொட்டையடித்துக் கொண்டு, முகம் வழித்துக் கொண்டு, முகம் மாற்றிக் கொண்டாலும் உள்ளே உழலும் குற்றச் சக்கரத்தைப் பிடுங்கி எறிந்துவிட முடியுமா என்ன?

பாண்டுரங்கன் பரிகசித்துச் சிரித்தான். மனிதனை ஏமாற்ற முயலலாம். மனத்தை ஏமாற்ற முடியுமா என்று. அவனுக்கென்ன? எந்தச் சொகுசும் குறையாத, குன்னாளி போட்டுத்துள்ளும் வாழ்க்கை. குற்றம் சுமந்த வாழ்க்கையல்ல.

பத்து நாட்கள் ஓடிவிட்டன. எஸ்.டி.டி. பூத்தில் நின்று அண்ணாச்சியின் தொலைபேசி எண்ணைச் சுழற்றுகையில் கை விரல்கள் நடுங்கின. எதிர் முனையில் அண்ணாச்சியின் குரல், வழக்கமான காட்டத்துடன், "போலோ!"

'ஒன்றும் பிரச்சினை இல்லை, புறப்பட்டு வா' என்றார். சற்றுத் தெளிந்தாற் போலிருந்தது. தற்காலிகத் தெளிவு. தெளிந்தது போலத் தோன்றும், சடாரெனக் கலங்கும். எதற்கு இந்தப் பாடு! கிடைக்கும் பணத்தைச் சேகரித்துக் கொண்டு, வேறேதும் நகருக்குப் போய், டாக்சி ஓட்டியோ, வேன் ஓட்டியோ பிழைத்துக் கொள்ளக் கூடாதா என்று தோன்றியது. மேலும் மேலும் உள்வாங்கிக் கொண்டு போகும் சுருளின் மையம் வேகம் கொண்டு இழுத்தது. கைகளை அடித்து, எம்பி எம்பி, எப்படியோ வெளியே வந்து, ஆற்றுப் போக்கில் நீந்த வேண்டும் போலத் தோன்றியது.

அதிகாலையில் வீட்டுக் கதவைத் திறந்ததும் பத்து நாள் தூசியின் படிவுகள் கலைந்தன. விடிந்து பார்த்துக் கொள்ளலாம் என்று பாயை விரித்துப் படுத்தான் பூலிங்கம். நீண்ட உறக்கம் நெடிய வளர்ந்தது.

விடிந்து நெடுநேரம் தாண்டி விழித்து, வீட்டைத் தூத்து வாரி, உடைகளைத் துவைத்துக் குளித்து, மேனோன் கடைக்குப் போன போது, காலைப் பலகார நேரம் தாண்டி, மதியச்சாப்பாட்டுக்கு நேரம் ஆகி இருக்கவில்லை. இரண்டு வடா பாவ் தின்று சாய் குடித்தான். யாரையும் போய்ப் பார்க்கப் பிடிக்கவில்லை. எத்தனை தேய்த்துக் கழுவினாலும் நகக்கண்களில் மங்கலாய் உறைந்திருந்த சாயம். சாயம் போய்விட்டால் கூட வாசம் போகாது.

பரமு என்ன ஆனான் என்று தெரியவில்லை. எவனும் என்னவும் ஆகட்டும் என்றுமிருந்தது. இந்த நேரத்தில் அண்ணாச்சியைப் பார்த்து விவரம் கேட்க முடியாது. அவர் தர்பாருக்கு வர முன்னிரவு ஆகும்.

செண்பகம் ஞாபகம் வந்தது. தன் துயர் தணிந்தால் தான் மற்றவர் துயர் ஞாபகம் வரும் போலும். பஸ் ஏறிப்போனான். கதவைத் தட்டிய போது, துவைத்துக் கொண்டிருந்த கோலத்தில் வந்து கதவைத் திறந்தாள். முழங்கால்களில் தண்ணீர்த் துளிகள் மணிகள் போல் கோர்த்திருந்தன. வெள்ளைச் சருமத்தில் லேசாகப் பரந்திருந்த பூனை முடிகள் நீர்த் திவலைகள் பட்டுப் பிரகாசித்தன. முழங்கைகள் ஈரம் சொட்டிக் கொண்டிருந்தன. காலையில் குளித்திருக்க மாட்டாள் போலும். கலைந்திருந்த கேசப்பிரிவுகள் நெற்றி வியர்வையில் ஒட்டிக் கொண்டு கிடந்தன.

"இன்னா வந்திட்டேன்" என்றாள்.

விரித்துக் கிடந்த மெத்தைமேல் உட்கார்ந்தான்.

களைந்து போட்ட சட்டையும் லுங்கியும் ஓரத்தில் கிடந்தன. அதை எடுத்துச் சுவரின் ஆணியில் மாட்ட இன்னும் நேரம் வரவில்லை போலும். துண்டால் முகத்தையும் கைகளையும் துடைத்துக் கொண்டு வந்தவள், சட்டையையும் சாரத்தையும் எடுத்துக் கொண்டு போனாள்.

''அண்ணைக்கு அடுத்த வாரம் வாறேன்னு சொல்லீட்டுப் போனே பொறவு ஆளே காணோம்...''

சற்று நேரம் மௌனமாக இருந்தான் பூலிங்கம்.

''பத்துப் பன்னிரண்டு நாளைக்கு முந்தி ஒரு நாள் ராத்திரி வந்திருந்தேன்''

'கதவு பூட்டீருந்தா?'

''இல்லே... உள்ளே உன் மாப்பிள்ளை சத்தம் போட்டு ஏசுகது கேட்டு... கொஞ்ச நேரம் கேட்டுக் கிட்டு நிண்ணேன்... பொறவு வரலாம்னு போயிட்டேன்...''

செண்பகம் ஒன்றும் பேசாமல் நகப் பூச்சைச் சுரண்டிக் கொண்டிருந்தாள்.

''என்ன விசயம் செண்பகம்? அண்ணைக்கு வரச்சிலே அழுதுக்கிட்டிருந்தே! அடுத்தாப்பிலே வரச்சிலே மாப்பிள்ளை சண்டை போட்டுக்கிட்டிருந்தாரு! நீ சந்தோசமா இல்லையா?''

குனிந்து கேட்டுக் கொண்டிருந்தவள், நிமிர்ந்த அவனைப் பார்த்தாள். கண்கள் நிறைந்திருந்தன.

''என்ன விசயம்? ஊரு ஓர்மையா?''

''நான் என்னண்ணு சொல்ல? இந்த அத்துவானத்திலே கொண்டாந்து தள்ளீட்டா...''

''அத்துவானம் என்னம்மா? ஊருலேருந்து தூரந்தான். அதுக்காக சந்தோசமா இருக்கக் கூடாதுன்னு உண்டுமா?''

''சந்தோசமா இருக்கலாம், கெட்டின ஆம்பிளை சரியா இருந்தா...''

சொல்லிவிட்டு எழுந்து உள்ளே போனாள். சாய் போடும்கடன் என்று தோன்றியது. வேண்டாம் என்று சொல்ல எழுந்து போனான் பூலிங்கம்.

''சாயா போடாண்டாம் செம்பகம், என்ன காரியம்ணு சொல்லு''

சற்று நேரம் அவன் கண்களைக் கூர்ந்து பார்த்து விட்டு நின்றாள். அழுகை 'குமுக்'கெனப் பொங்கியது. அழுகையும் கோபமுமாகக் கத்தினாள்.

''என்னத்தைச் சொல்ல? எல்லாம் உன்னாலதான். உன்னாலதான் எம்பேரு கெட்டுப் போச்சு. வந்த மாப்பிள்ளைத்தரம் எல்லாம் தட்டித் தட்டிப் போச்சு. கடைசியிலே இவன் தலையிலே கெட்டி அனுப்பினா. ஆம்பிளையா இவன்? இவன் கூட என்ன குடித்தனம் நடத்தட்டும்? எல்லாம் உன்னால வந்த வினை.''

குலுங்கிக் குலுங்கி அழுது கொண்டிருந்தாள். அவள் அழுவதைக் காணச் சங்கடமாக இருந்தது.

''நீ சங்கடப்படாதே. நான் பேசிச் சரியாக்குகேன். நீ காரியம் என்னண்ணு சொல்லு!''

''நீ என்னத்தைச் சரியாக்குவே? பாவி, சண்டாளா! நான் உனக்கு என்ன கெடுதல் செய்தேன்?''

வெறி வந்தவள் போல் உரக்கத் கத்திக் கொண்டு, பூலிங்கம் சட்டையைப் பிடித்து உலுக்கினாள். நெஞ்சில் 'படார் படார்' என அறைந்தாள். வெடித்துக் கதறி அழுதாள். பூலிங்கத்துக்கு என்ன செய்வதென்று புரியவில்லை. நல்ல வேளையாக வாசற்கதவு அடைத்துக் கிடந்தது. குலுங்கிக் கொண்டிருந்த செண்பகத்தை ஆசுவாசப் படுத்திக் கொண்டிருந்தான். நெஞ்சில் வெம்மை கிளர்த்திய கண்ணீர்ப் பாய்ச்சல்.

அழுகை, கேவலாக, விசும்பலாக ஒடுங்கிக் கொண்டிருந்தது.

''நீ சமானப்படு செம்பகம், என்னாண்ணு எங்கிட்டே சொல்லு. என்னாலதான் உனக்கு இந்தக் கதின்னா, நான் அதைச் சரியாக்கித் தருவேன். நீ மொதல்ல முகத்தைக் கழுவீட்டு வா...''

அழுகையை நிறுத்திய சிறுமி போல் ஏறிட்டுப் பார்த்தாள். சிறுமியல்லாமல் என்ன? கண்களிலிருந்தும் மூக்கிலிருந்தும் நீர் ஒழுகிக் கொண்டிருந்தது. உதடுகள் பிரிந்து கோணிக் கிடந்தன. சற்றுக் கனத்தாற் போலவும் இருந்தன. கண்ணீரைத் துடைத்தாள்.

''போ... போயி முகத்தைக் கழுவு... என்ன ஆனாலும் நான் உனக்குக் கூட உண்டும். பயப்படாதே! மொகத்தைக் கழுவீட்டு, சாயா போட்டுக்கிட்டு வா....''

போய் முன்னறையில் உட்கார்ந்த பூலிங்கத்துக்கு ஒன்றும் ஓடவில்லை. அறிந்தோ அறியாமலோ, தூரா தொலைவில் கட்டுப் பட்டுத் தனிமையில் உழலுவதற்குத் தானும் ஒரு காரணம்தான். காற்று உதறியதோ, குருவி அமர்ந்ததோ பனம்பழம் இனிப்போய் மேலே ஒட்ட முடியாது. இனிமேல் நாஞ்சில் நாட்டில் கல்யாணம் செய்து குடித்தனம் கொண்டு போக முடியாது. தாய் தந்தையர், உற்றார் உறவினர் அருகில் அடிக்கடி இருக்க முடியாது. ஆனால் அது அவ்வளவு பெரிய பாரமான காரியமா என்று தோன்றியது. பம்பாயில், டெல்லியில், கல்கத்தாவில், ஆமதாபாத்தில் கட்டுப் பட்டவர்கள் எல்லாம் துயரக் கடலில் நீந்துகிறார்களா என்ன?

முகம் கழுவி, பொட்டுப்போட்டு, இரண்டு தம்ளர்களில் சாய் கொண்டு வந்தாள்.

''ரெண்டு தோசை சுட்டுத் தாறேன் திங்கியா?''

''இப்பம் எதுக்கு? சாப்பாடு நேரத்திலே, வேண்டாம்!''

சாய் வாங்கி உறிஞ்சினான், ''சாய் நல்லாப் போடுகே...''

''ஆமா... பேசாமக் குடி.. உன் சட்டை எல்லாம் நாசமாக்கிப் போட்டேன் போலிருக்கு.... கழத்தித் தா, அலசித் தாறேன்''

குனிந்து பார்த்தான். சற்றுக் கசங்கி இருந்தது. சில துளிக் கண்ணீர், கறை போலப் பரந்திருந்தது.

''வேண்டாம், இருக்கட்டும்''

''ஏதோ, என் வெப்ராளத்திலே பேசீட்டேன், நீ மனசிலே ஒண்ணும் வச்சுக்கிடாதே! எல்லாம் என் தலையெழுத்து''

''செம்பகம், நீ ஒரு காரியம் மனசிலே வச்சுக்கோ... உன் மாப்பிள்ளைக்காரன் மோசமா நடத்துகாம்ணா சொல்லு. அதுக்கு என்ன மருந்து குடுக்கணும்ணு எனக்குத் தெரியும்''

''யேய்... அதெல்லாம் ஒண்ணும் இல்லே''

''பின்னே என்ன பிரச்னை சொல்லு. காசு பணத்துக்குத் தட்டுப்பாடா? ஊருக்குக் கூட்டீட்டுப் போக மாட்டம்ங்கானா?''

மறுபடியும் அவள் கண்கள் கலங்கின.

''நான் உங்கிட்டே என்னண்ணு சொல்ல? எங்க அம்மைக்கும் சித்திக்கும் கூட எழுதல்லே... விடு .... என் சங்கடம் என்னோட இருக்கட்டும்...''

''இன்ன பாரு, சங்கடம் சொன்னாத்தான் தீரும். நான் யாருகிட்டயும் சொல்லல்லே. என்னால முடிஞ்சதைச் செய்யலாம்ணு தான்... பயப்படாமச் சொல்லும்மா...''

''எப்படிச் சொல்லுகதுண்ணுதான் தெரியல்லே. சில சமயம் சொல்லாமப் பறையாம ஊருக்கு ஓடீரலாமாண்ணு இருக்கு. ஆனா தெரிஞ்சா அப்பாவாலே தாங்கிக்கிட முடியாது. சொல்லி என்ன செய்ய? எங்க சாதியிலே அறுத்துக் கெட்ட முடியுமா?''

''என்ன செய்யலாம்ங்கதைப் பொறவு ஆலோசிப்போம். நீ மொதல்ல காரியத்தைச் சொல்லு...''

மறுபடியும் செண்பகம் மெத்தையின் பரப்புக்களில் விரலால் உலவிக் கொண்டிருந்தாள்.

''எங்கிட்டே நம்பிக்கை இல்லேண்ணா சொல்லாண்டாம்...''

''நானும் ஒரு வருசத்துக்கு மேலாப் பொறுமையா இருக்கேன் பாத்துக்கோ. ஒரு குருவிகிட்டே மூச்சு விடல்லே... முதல்லே மருந்து குடிச்சா ஒண்ணு ரெண்டு மாசத்திலே சரியாகீரும்ணு நெனைச்சேன். வருசம் ஒண்ணரை ஆகு கல்யாணம் ஆகி. ஆரம்பத்திலே ஏதோ சின்னக் கோளாறுண்ணுதான் நினைச்சேன். ஒரு நிவர்த்தியும் தெரியல்லே... கலியாணம் ஆகியும் இன்னும் கன்னி கழியல்லே...''

முகத்தைப் பொத்திக் கொண்டு மறுபடியும் குலுங்கிக் குலுங்கி அழுதாள். வாழையின் பக்கக் கன்று ஒன்று ஆனியாடிக் காற்றுக்குக் குலுங்குவது போலிருந்தது. அழுகையில் சிதைந்த சொற்கள்.

''நான் இதை யாருகிட்டே போயிச் சொல்ல? மூணு வருசம் தேடித்தேடி, நாப்பது அம்பது தரம் பாத்து, ஒருத்தனும் திரும்பிப் பாக்காம இவுருக்குக் கெட்டிக் குடுத்தா... இங்க வந்தா இப்பிடி. எத்தனை நாளு ஒரு மனுசி பொறுத்துக்கிட்டிருக்க முடியும்? சொல்லு... என்ன சொன்னாலும் இப்பம் எரிஞ்ச எரிஞ்சு விழுகா... கைபட்டாக் குத்தம், கால் பட்டாக் குத்தம். நான் ஊரிலே போய்ச் சொல்லீருவேண்ணு, ஊருக்கும் கூட்டீட்டுப் போறதில்லே...''

பூலிங்கத்துக்கு அதிர்ச்சியாக இருந்தது. இதை அவன் எதிர் பார்க்கவில்லை. ஏமாற்றமாகவும் வெறுப்பாகவும் கூட இருந்தது. இதற்கென்ன ஆறுதல் சொல்வது என்று தெரியவில்லை. தோளைத் தட்டி இரண்டு வார்த்தைகள் சொல்லலாம். மடியில் போட்டுக் கொண்டு தட்டிக் கொடுத்துத் தூங்கச் செய்ய வேண்டும் போலிருந்தது.

''டாக்டர் கிட்டே காட்டல்லியா?''

''கொஞ்ச நாளு குளுசை எல்லாம் வாங்கித் திண்ணா... இப்பம் ஒரு எழவையும் காணோம்''

''உனக்கு இப்பம் ஊருக்குப் போணும்ணா சொல்லு. நான் ஏற்பாடு செய்வேன்...''

''மொதல்லே எல்லாம் அப்பிடித்தான் தோணிச்சு. நான் எங்கே சொல்லாமக் கொள்ளாம ஓடீருவேனோண்ணு, ரூவாயெல்லாம் பெட்டியிலே வச்சுப் பூட்டிக்கிட்டுப் போயிருவா... உருப்படி எல்லாம் பாதி ஊருலே இருக்கு. மீதி எல்லாம் பெட்டியிலேதான். நான் போட்டிருக்க தாலிச் செயினு, கம்மல், காப்பு எல்லாம் கவரிங் பாத்துக்கோ... அவ்வளவு நம்பிக்கை எம் பேர்லே...''

சிறுசிறு விசும்பல்களாக வெளிப்பட்டன.

''பணத்தைப் பத்தி விடு... எவ்வளவு வேணும்ணாலும் நான் தாறேன்''

''ஊருக்குப் போயித்தான் என்ன செய்ய? எனக்கு ஒண்ணும் மனசிலாக மாட்டங்குப்பா.. ஏன் என் பொறப்பு இப்பிடி ஆச்சுண்ணு

தெரியல்லே... எங்க அப்பன் செய்த பாவத்துக்கு எல்லாம் கடவுள் எனக்குக் கூலி கொடுத்திட்டான் போலிருக்கு...''

''நீ அப்பிடி எல்லாம் மனசு உடைஞ்சு பேசப்பிடாது. டாக்டர் கிட்டே செக்கப் செய்தார்னா அந்தத் துண்டுகள் எல்லாம் இருக்குமே...''

''எல்லாம் உள்ளே வச்சுப் பூட்டீருவா.... நான் ஊருக்கு எழுதக் கூடிய லெட்டர் எல்லாத்தையும் படிச்சுப் பாத்து அவ்வோதான் ஒட்டிப் போடுவா... அவ்வோளுக்குத் தெரியாம ஊருக்கு எழுதிப் போட்டா, ஓடுக ரயில்லே விழுந்து செத்திருவாளாம்... நான் நடத்தை கெட்டுப் போனேன், அதுனால தற்கொலை செய்துகிடுகேன்னு லெட்டர் எழுதி பாக்கெட்டிலே வச்சுக்கிட்டு செத்திருவாளாம்... நான் என்ன செய்யட்டும் சொல்லு?''

''நான் ஒரு ஆளைக் கூட்டீட்டு வாறேன். மொதல்ல பெட்டியைத் திறந்து, மெடிகல் ரிப்போர்ட் எல்லாம் எடுத்துக்கிட்டு ஒரு டாக்டர் கிட்டே போயிக் கேப்போம். பொறகு ஆலோசிக்கலாம், என்ன செய்யதுண்ணு?''

''எனக்கு எவ்வளவு கேவலமா இருக்கு பாரு? இது வெளீல தெரிஞ்சா என்னெல்லாம் பேசுவா? என்ன எளவாம் வாங்கித் திண்ணு செத்துப் போகலாமாண்ணு தோணுகு...''

''அதுபோல மண்டத்தனம் ஒண்ணும் காணிச்சிராதே! என்ன ஆனாலும் நானும் கூட உண்டும். இந்த ஃபோன் நம்பரை ஓர்மையிலே வச்சுக்கோ. எனக்குத் தெரிஞ்ச பலசரக்குக் கடை. என்ன தகவல் ணாலும் சொல்லு. எனக்குச் சொல்லி விட்டிருவாரு. ஒண்ணுக்கும் பயப்பிடாதே! எல்லாம் ஆலோசிச்சுச் செய்வோம். நீ தைரியமா இருக்கணும் பாத்துக்கோ. நான் நாளைக்கு பூட்டுத் தொறக்கக் கூடியனைக் கூட்டீட்டு வாறேன். ஒரு மாத்துச்சாவி செய்து வச்சுக்கிடலாம். நான் வரட்டா அப்பம்?''

''சாப்பிட்டுட்டுப் போயேன்!''

''வேண்டாம், இன்னொரு நாளைக்கு ஆகட்டும். உன் மாப்பிள்ளையை ஒரு நாளைக்குப் பாக்கணும். என்ன நினைச்சுக் கிட்டிருக்கான் மனசிலே?''

''ஐயோ அதெல்லாம் வேண்டாம், இருக்க உபத்திரவம் போரும். நீ நாளைக்கு வா. எட்டு மணிக்கு அவ்வோ போயிருவா... நீ இங்க காப்பி குடிக்க மாரி வா...''

சற்றுச் சிரிக்க முயன்றாள். சேர்த்தணைத்துத் தட்டிக் கொடுத்து உச்சியில் முகர வேண்டும் எனத் தோன்றியது. மனத்தில் பூட்டிய விலங்குகளை உளிபோட்டுத்தான் உடைக்க வேண்டும் போல.

மனதெல்லாம் கொத்தாகத் தைத்திருந்த பூச்சி முட் புதர்கள். சொருக் சொருக் என நினைவின் தடங்களிலெல்லாம் வலித்துக் கொண்டிருந்தது.

காசிநாத் பிங்க்ளே கச்சிதமாய் மாற்றுச் சாவி செய்து கொடுத்தான் இரண்டு நாட்களில்.

ஞாபகங்கள் புதைந்து கொண்டிருந்தன. அவனவன் தூண்டில் போட்டுப் பிடித்தால் உண்டு. அல்லது தானாக மேலேழும்பிக் கொண்டு வரும், எப்போதாவது தூர் வாங்கும் கிணறு போல.

காதர்பாய், சிவாஜி மந்திர் பக்கம் நல்ல பாலியல் டாக்டர் இருக்கிறார் என்றார். செண்பகத்தையும் கூட்டிக் கொண்டு போவதானால் முற்பகல் அல்லது பிற்பகலில்தான் முடியும். முதல் நாள் போய் நேரம் குறித்து வரவேண்டும். அவளை வீட்டில் போய்க் கூட்டி வந்தால் யாரும் பார்த்து சுகுமாரனிடம் சொல்லிவிடக் கூடும். டாக்டர் பன்னிரண்டு மணிக்கு நேரம் தந்தார். பதினொன்றே முக்காலுக்குள் கிங்சர்கிள் ஸ்டேஷன் பக்கம் நிற்கச் சொன்னான் செண்பகத்தை. காதர்பாயின் தம்பியின் டாக்ஸியை எடுத்துக் கொண்டு போனான்.

பார்ஸிக்கார டாக்டர் லோக்கண்ட் வாலா. கண்ணாடியை நெற்றிக்கு மேல் தூக்கி வைத்துக் கொண்டு, நுணுக்கமாக ரிப்போர்ட்டுகளைப் பார்த்தார். தலையை இடமிருந்து வலமாக இரண்டு முறை அசைத்தார்.

''பேஷண்ட் யாரு?''

''இவளுடைய புருஷன்''

''கல்யாணம் ஆகி எவ்வளவு நாள் ஆகு?''

''ஒண்ணரை வருஷம் போல...''

''ஒண்ணும் பிரயோஜனம் இல்லே ... இது நிரந்தரமான இம்பொட்டன்சி... வேற ஒரு வழியும் கிடையாது''

''டாக்டர், இவங்க...''

''ஐ யாம் ஸோ ஸாரி.. குச் நை கர் சக்தா ...''

செண்பகம் முகம் இறுகிக் கிடந்தது. ஒரு வேளை இதை எதிர் பார்த்திருப்பாள் போலும். டாக்டர் மிகுந்த தீவிரத்துடன் சொன்னார் -

''நான் சொல்லக் கூடாதும்மா. அது டாக்டருடைய வேலை இல்லே. இருந்தாலும் சொல்வேன். வேணும்னா செக்ஸை மறந்திட்டு பேஷன்டோட சேர்ந்து வாழலாம். இல்லே இந்தக் காரணத்துக்காக டிவோர்ஸ் எளிதாகக் கிடைக்கும். விஷ் யூ ஆல் த பெஸ்ட்...''

என்ன சொல்வதென்று தெரியவில்லை, பூலிங்கத்துக்கு. செண்பகம் என்ன யோசிக்கிறாள் என்று தெரியவில்லை. பாவமாக இருந்தது.

''நீ ஒண்ணும் கலைப்படாண்டாம். சுகுமாரன் கிட்டே நான் பேசுகனே. கோட்டக்கல் ஆர்ய வைத்திய சாலைக்குக் கூட்டீட்டுப் போறேன். ஒரு சமயம் நாட்டு மருந்திலே சரியாகும்...''

கைப்புடன் சிரித்தாள், எந்த நம்பிக்கையையும் பிடித்துக் கொண்டு தொங்கத் தயாராக இல்லை என்ற பொருளில்.

மணி ஒன்று தாண்டிவிட்டது. சாப்பிட்டு விட்டுப் போகலாம் என்றான்.

''இல்லே வீட்டுக்குப் போறேன்''

''வீட்டிலே என்ன வச்சிருக்கே? ராத்திரி தானே இனி வடியல்?''

''ரெண்டு சப்பாத்தி இருக்கு''

''நீயும் உன் காஞ்ச சப்பாத்தியும். அது கெடந்து காயட்டும், வா சாப்பிடலாம்...''

ஒரு சுவாரசியமும் இல்லாமல் சோற்றைப் பிசைந்து கொண்டிருந்தாள். டாக்ஸிக்கு நடந்து போகுமுன் மரத்து நிழலில் சற்று நேரம் நின்றான் பூலிங்கம்.

''செம்பகம், எனக்கு நீ ஒரு வாக்குறுதி தரணும்''

அவனை வியப்புடன் ஏறிட்டுப் பார்த்தாள்.

''என்னைக் கேக்காம நீ அவசரப்பட்டு எதுவும் செய்திரப்பிடாது..''

''உன்னைக் கேட்டா நீ என்ன செய்வே?''

''குதர்க்கம் பேசாதே! நான் சொல்லுகது மனசிலாச்சா? திண்டுக்கு முண்டு என்னவாம் காட்டீரப்பிடாது..''

''என்ன செய்திரப் போறேன்? எல்லாத்துக்கும் ஒரு தைரியம் வேணும்லா?''

அவள் வீட்டுக்குச் சற்றுத் தூரத்தில் இறக்கி விட்டுவிட்டுப் போனான். அவள் நடந்து போவது கண்ணில் நின்று கொண்டிருந்தது. இருபத்தோரு வயதில் சகலதும் வெறுத்ததன் சாரம் கால்களில் பின்னிக் கிடந்தது போல். சகலத்தையும் வெறுத்துவிட முடியுமா அப்படி? வெறுப்பது என்பது துறப்பது போலத்தானா? ஏன், வாழ்க்கை இப்படி முண்டும் முடிச்சுமாய்ப் போகிறது?

செண்பகத்துக்குத் தெரியாமல் சுகுமாரனிடம் பேசிப் பார்க்கலாம் எனத் தோன்றியது. எப்படிப்பட்ட மனிதனாக இருப்பானோ? அவளை வண்டியேற்றி ஊருக்கு அனுப்புவது என்பது பெரிய காரியமல்ல. ஆனால் களக்காட்டுக்காரன் காரியம் போல் ஆகிவிடக் கூடாது என்று அச்சமாகவும் இருந்தது.

ஒரு உலக அனுபவமும் இல்லாச் சிறுமி. திக்கென்ன புலப்பட்டு விடும் அவளுக்கு? ஊருக்கு சுகுமாரன் கூட்டிக் கொண்டு போனால் கூட ஆயிரத்தெட்டு நிபந்தனைகள் போடுவானாக இருக்கும். அல்லது பரோல் கைதியைப்போலக் கண்காணிப்பட்ட அசைவு களுடன். தொலைந்து போன மகிழ்வை செண்பகம் எங்கு, எப்படிக் கண்டெடுக்கப் போகிறாள் என்று எண்ணினான் பூலிங்கம். துணிச்சல் இல்லாவிட்டால் என்ன படித்து என்ன செய்ய?

அபாரமான வெக்கை அடித்துப் புழுங்கியது. சற்று நேரம் வீட்டில் போய்ப் படுக்கலாம் என்று தோன்றியது.

புலன்களை மறுத்துக் கெண்டு என்ன வாழ்க்கை? கேடு கெட்ட வாழ்க்கை? ஊருக்குப் போகச் சொல்லலாம். முறையாக ஒரு விவாகரத்து பெற்றுக் கொண்டு, வேறொரு கல்யாணம் செய்து கொள்ளச் சொல்லலாம். என்ன அவலம் இது? முதல் கல்யாணத்துக்கே எண்ணிக்கை மறந்து போன மாப்பிள்ளைத் தரங்கள், தரகுகள்...

இந்த அவஸ்தைகளில் சுசீலாவின் மகளின் பெயர் கேட்கக் கூட மறந்து விட்டது. ஊரில் இருந்து செய்திகள், கடிதங்கள் உண்டா என்று கூடக் கேட்கத் தோன்றவில்லை.

நேரங்கெட்ட நேரத்தில் எவளோ புகையிலை கருக்கிச் கொண்டிருந்தாள். வெயில் தாழ்ந்து வெளியில் போய் முட்டக் குடிக்க வேணடும் என்று தோன்றியது. தனக்கு இப்படித் தகிக்கு மானால் அவளுக்கு எப்படி இருக்கும் என எண்ணிப் பார்த்தான். எண்ணாமல் இருப்பதுதான் நல்லது. வெட்ட வெட்ட வளர்ந்து கொண்டிருக்கும். வெட்டிப் போட்ட வாழையின் பக்கக் கன்றின் குருத்து மூட்டுப் பக்கமாகக் கூடச் சில அங்குலங்கள் நீட்டிக் கொண்டு வருகிறது. எல்லாம் ஆசை சார்ந்து. வாழும் ஆசை.

முருகவேளிடம் பொருது கொண்டிருந்த சூர பத்மனுக்குப் படைபலம் அனுப்பிக் கொண்டிருந்த அவன் தாயின் யோனி போல், இடையறாது துயந்து இறங்கிக் கொண்டிருந்த எண்ணச் சரங்கள்.

இறங்கி நடக்கும்போது சாலையோரம் அந்திக் கடை போலக் கூட்டத் தலைப்பட்டிருந்தனர். சாக்கின்மீது பரத்தப்பட்டிருந்த ஓலை வாளைக் கருவாடு, கூனிப் பொடி, மாந்தேலிக் கருவாடு... உதிர்ந்த வாழைக்காய்களை கூறு கட்டிக் கொண்டிருந்தவள். கனிந்து முடிந்து அழுகத் துவங்கியிருந்த பச்சை வாழைப் பழங்கள். மடக்குக் கட்டில்மீது பப்படக் கட்டுக்கள், ஓரிழைத் துவர்த்து, ஏத்தங்காய் வத்தல், மரவள்ளிக் கிழங்கு கச்சவடம் செய்த மலையாளி. பீடி குடித்துக் கொண்டு யாசகம் கேட்ட மராத்திக் கிழவி, சாயாக் கடையில் இந்திப் பாடலில் சுதந்திரப் பருவ மழை பொழிந்து கொண்டிருந்தது. வேண்டியவர் அள்ளிப் பருகிக் கொள்ளலாம், விருப்பம் போல.

காரணமில்லாமல் கோமதி ஞாபகம் வந்தது. திம்மன் குழந்தை பெற்றுக் கொண்டிருப்பான். எல்லோர் காலமும் ஓடிக் கொண்டுதான் இருந்தது. சொல்லாமல் கொள்ளாமல் ஓடி வந்ததற்கு கோமதி என்ன நினைப்பாள்? ஒருமுறை போய்ச்சமாதானம் சொல்லி வர வேண்டும். கோபம் இருந்தால் கூட, அவள் மடியில் தலை வைத்துப் படுத்து, இடுப்பைக் கையால் சுற்றிக் கொண்டு, கண் மூடிக் கிடக்க வேண்டும் என்று தோன்றியது. சோள மாவும் வியர்வையுமாய்க் கலந்த நூதனமானதோர் மணம் மூக்கைக் கலைத்துக் கொண்டு வீசியது.

ஏன் அவளை விட்டு ஓடிப் போனான் கோமதியின் கணவன் அஞ்சியா, ஆற்றாமலா? ஒன்றும் புரிந்து கொள்ள முடியவில்லை. புரிந்து கொள்ள என்ன இருக்கிறது என்றும் தோன்றியது.

செண்பகத்துக்கு இந்த வாழ்வு வந்திருக்க வேண்டாம். அப்பன் கட்டிய பாவ மூட்டையை மகள் சுமக்கும் பரிதாபம் இது. தான் கட்டிக் கொண்டிருக்கும் மூட்டையை யார் சுமப்பது என்று தெரியவில்லை. புலியூர்க் குறிச்சிக் குளத்துக் களிமண்ணை அப்பா சுமந்தது போலச் சுமக்கச் சுமக்கத் தீராத பாவம்!

எங்கெல்லாமோ தேடிவிட்டு, சுப்பு சர்தார்ஜி பாருக்கு வந்தான்.

''ஏண்டா முகம் வாடிக் கிடக்கு?''

‘‘எங்கேயாம் ஓடிப் போயிரலாம் போலிருக்குடா சுப்பு!’’

‘‘உன்னை அந்தக் களக்காட்டுகாரனுக்கு ஆவி அடிச்சுப் போட்டாலே?’’

‘‘உனக்கு இளக்காரமாட்டு இருக்கு!’’

‘‘பின்னே என்னடே? உனக்க சிரிப்பும் உற்சாகமும் எங்கலே போச்சு? எல்லாம் களக்காட்டுக்காரன் கொண்டு போயிட்டான் போலிருக்கு! சொன்னா உனக்குக் கோவம் வரும்...’’

‘‘சரி, கெடக்கட்டும், வேற என்ன காரியம் சொல்லு?’’

‘‘கோவாவுக்கு ஒரு சிங்கிள் போயிட்டு வரணும். கூட வாறயா? உனக்கு அந்த ஏரியா எல்லாம் பழக்கம் உண்டு’’

‘‘நான் அஞ்சாறு நாளு எங்கேயும் வரல்லே! மனசு, சரியில்லே!’’

‘‘அதான் சொன்னேன், ஒரு ட்ரிப் அடிக்கலாம் அஞ்சாறு காசு கிடைக்கும். ஒரு திரில்லும் இருக்கும்...’

‘‘சரி வாறேன், ஆனா கோவாவிலே வேலை முடிஞ்சதும் எனக்கு லோண்டாவிலே ஒரு ஆளைப் பாக்கணும். நீ குறுக்கே நிக்கப்பிடாது. உன் பாட்டைப் பாத்துக்கிட்டுத் திரும்பீரணும் என்னா?’’

‘‘சரிப்பா... நாளைக்கு ராத்திரி வண்டி, மும்பை - மீரஜ் - வாஸ்கோ எக்ஸ்பிரஸ்... சோக்ரா, அவுர் ஏக் குவார்ட்டர்...’’

சுப்பு தொழிலுக்கு வந்து பத்துப் பன்னிரண்டு ஆண்டுகள் இருக்கும். எல்லா நெளிவு சுளிவும் தெரியும். ஆபத்தை அரை நொடியில் முகரும் மூக்கு. காக்கி வாசனைக்கென விசேடமான கூர்மை. நாயாய்ப் பிறந்திருக்க வேண்டியவன் என்று ஒரு முறை அண்ணாச்சி சொன்ன ஞாபகம்.

வேலை முடிந்து, பூலிங்கம் லோண்டாவுக்குப் புறப்பட்ட போது கேட்டான், ‘‘பழைய சரக்கா?’’

"சும்மாருடா.. சொந்தக்காரங்க மாதிரிப் பழகினோம். சொல்லாமக் கொள்ளாம ஓடி வந்தேன். பாத்துட்டு வந்தா ஒரு சமாதானம்.

"ம்.. சரி சரி.... வில்லங்கத்திலே போயி மாட்டிக்கிடாதே!"

நேற்றுப் பார்த்தது போலிருந்தது ஊர். சேட் சாலைகளில் தட்டுப்பட வாய்ப்பு இல்லை. பாண்டு பார்த்துவிடக் கூடும். பார்த்தால் என்ன என்று தோன்றியது. யார் முதலை யார் கொள்ளை போட்டார்கள், பயந்து சாவதற்கு?

மாலை பரந்து கொண்டிருந்தது. கோமதி வீட்டைத் தாண்டித்தான் திம்மன் வீட்டுக்குப் போக வேண்டும். கோமதி வீட்டில் பூட்டுத் திறக்கவில்லை. வேலை முடிந்து வந்திருக்க மாட்டாள். திம்மன் வீட்டில், அவன் அம்மா சற்று நேரம் கூர்ந்து பார்த்தாள். கண்கள் கரகரவெனச் சுரந்தன. ஓடிவந்து கையைப் பிடித்துக் கொண்டாள்.

"பாலா, எங்கே போனே இத்தனை நாளா?"

சொல்லித் தீரவில்லை வருத்தங்கள். திம்மன் மாமனார் வீட்டோடு போய் விட்டான். கழுதை மேய்த்தும் கஞ்சி குடிக்கலாம் என்று சொல்லிவிட்டார்கள். கோமதியின் 'மரத்' இன்னும் திரும்பிப் பார்க்கவில்லை. கலி முற்றிக் கொண்டு வருகிறது. கண்களில் உயிர் கிடக்கும் வரை உழைத்துத்தான் ஆக வேண்டும். கிழவனுக்கு இன்னும் கோவத்துக்குக் குறைச்சல் இல்லை.

நீனாவுக்குக் கண்டு மறந்தது போலிருந்தது.

ஏழு மணிக்குத்தான் கோமதி நீனாவைக் கூப்பிட வந்தாள். பூலிங்கத்தைப் பார்த்து அவளுக்கு வாயெழவில்லை. முகம் கோபக் குறி காட்டியது. எப்போது வந்தாய் என்று கூடக் கேட்கவில்லை. நீனாவைக் கூட்டிக் கொண்டு வீடு நோக்கிப் போனாள். பூலிங்கத்துக்குச் சங்கடமாக இருந்தது.

திம்மனின் அம்மா சொன்னாள் -

''அவள் அப்படித்தான். போகச்சிலே பாத்துக்கிட்டுப்போ ... ஆளுகள்னா உசிரை விடுவா. கோவம் வந்தா திரும்பிப் பாக்க மாட்டா!''

சாப்பிடச் சொன்னதற்கு இருக்காமல் கோமதி வீட்டிக்குப் போனான். வாவென்று சொல்லவில்லை. பாயை எடுத்துப் போட்டு உட்கார்ந்தான். ஒன்றும் பேசாமல் மாற்றுத் துணிகளுடன் குளிக்கப் போனாள். சுவரில் சாய்ந்து கொண்டு கூட்டிக் கழித்துப் பழங்கணக்குகள் போட்டான். எப்படிப் போட்டாலும் வழி தெற்றிப் போன விடை வராத கணக்குகள் எல்லாம்.

நீனா, கள்ளக்கண் போட்டுப் பார்ப்பதும் பாடங்கள் படிப்பதுமாக இருந்தது. அடுப்பில் ஏதோ வெந்து கொண்டிருந்தது. துவரம் பருப்பாக இருக்கும். வேகும் வாசனை, பொங்கும் நுரை உலை மூடியைக் கிளப்பிக் கொண்டிருந்தது.

உலர்ந்த துணிகளைச் சுற்றிக் கொண்டிருந்தாலும் ஈரம் சொட்டிக் கொண்டிருந்தது கோமதியிடம். உள்ளார்ந்த பதட்டம் அவளுக்கும் இருக்கும் போல. கோபம், கிழியக் காத்திருக்கும் கன்னித் திரை.

''அபி காய்க்கோ ஆயா ரே?''

''உன்னைப் பாக்கணும்ணு தோணிச்சு, வந்தேன், போகச் சொன்னா போயிருகேன்''

''அபி கிதர் ஹை தும்?''

''பம்பாயிலே இருக்கேன், ரெண்டு வருசமா! இங்கேதான் இருக்க விடாம ராத்திரி ராமானமே துரத்தீட்டானுகளே!''

''என்ன சொல்லுகே நீ?''

''உண்மையைத்தான் சொல்லுகேன், நம்புகதும் நம்பாததும் உனக்க விருப்பம்''

காற்று, பழைய புழுதி, குப்பை, உலர் சருகு எல்லாம் கிளப்பிக் கொண்டு போயிற்று.

''எத்தனை நாள் உனக்கு வழி பாத்தேன் தெரியுமா? ஸாலா, உனக்கு இரக்கமே கிடையாது!''

கோமதியின் கண்கள் கலங்கி அன்றுதான் பார்த்தான் பூலிங்கம். உள்ளார்ந்த தனிமையும் தவிப்பும் தொனித்த துளிகள்.

சாப்பிட்டு விட்டுப் படுத்துக் கொண்டது நீனா.

வெறும் பருப்பும் ரொட்டியும் கை கொண்டு சதைத்த பெரிய வெங்காயமும். சோறு கூட வைக்கத் தோன்றவில்லை அவளுக்கு.

"எனக்கும் சொல்லாமப் போனது மனசு கேக்கல்லே. அதான் வாய்ப்பு கெடைச்ச உடனே வந்திருக்கேன். இப்பவும் சொல்லுகேன் கோமதி, எங்கூட பம்பாய்க்கு வந்திரு...

"அந்தப் பேச்சை விடு நீ. நெஞ்சிலே நினைப்பிருக்கே, அது போரும். எப்பம் முடியுமோ அப்பம் வா. உன்னைக் கெட்டிப் போடதுக்கு நான் யாரு?"

"அப்பிடிச் சொல்லாதே கோமதி. நீ எனக்கு என்னண்ணு உனக்குத் தெரியாது. எனக்கே சரியாப் பிடிபடல்லே...

பூலிங்கத்துக்குத் தொண்டை அடைத்துக் கொண்டு வந்தது. முழிப்பு வந்த போது நன்றாக விடிந்து போயிருந்தது.

சாய் குடித்துக் கொண்டிருந்தபோது கோமதி கேட்டாள்.

"நீ ஏன் அவளைக் கல்யாணம் செய்து கொள்ளப்பிடாது?"

"எவளை?"

"ராத்திரி பூராப் புலம்பீட்டிருந்தேயில்லா?"

"என்ன நீ அர்த்தமில்லாமப் பேசுகே? ஏற்கனவே கல்யாணமான வளை நான் திரும்பக் கல்யாணம் செய்துக்கிடவா?"

"ஏன், எங்கிட்டே மட்டும் கேட்டையே? கூட ஓடியாந் திருண்ணுட்டு..."

"உன் கதை வேறே!"

"என்ன வேறே? உன்னைவிட வயசு கூட இருந்தாந்தான் பிடிக்குமா?"

"நீ இப்பிடிப் பேசீட்டே இருந்தியானா நான் எந்திரிச்சுப் போயிருவேன்"

''எப்பிடியும் எந்திரிச்சுப் போகத்தானே போற? இப்பம் இல்லாட்டா, கொஞ்ச நேரம் கழிச்சு! இங்கேயேவா இருக்க முடியும்?''

''அதுல்ல கோமதி, செம்பகத்துக்கு உதவ முடியுமாண்ணுதான் என் கவலை... அவளுக்கு மாப்பிள்ளை சரியில்லேண்ணா அதுக்குப் பதிலு நான் மாப்பிள்ளையா இருக்கேன்னா என்ன அர்த்தம்?''

''வேற நீ என்ன உதவ முடியும்? அவுளுக்கு சம்மதம்ணா கூட்டீட்டு எங்கேயாம் ஓடீரு...''

''என்ன நீ திரும்பத் திரும்ப? அவள் வீடும் குடியும் உள்ளவள். நான் பரதேசி. என் உடம்பிலேருந்து ஒரு பரதேசி வாடை வீச ஆரம்பிச்சாச்சு... ஊரை விட்டு நான் ஓடி வந்ததே அவள் அப்பன் ஏதுனாலே... நாலு வருமாச்சு. ஒண்ணு ரெண்டுல்லே... இண்ணைக் கில்லாட்டாலும் நாளைக்காவது ஊருக்குப் போயி அம்மையை, அப்பாவைப் பாக்கலாம்னு ஒரு ஆசையும் ஆவலாதியும் இருக்கு. உன் பேச்சைக் கேட்டா, நான் ஊருக்கே திரும்பிப் போக முடியாது, வெட்டிப் பூத்திருவானுக...''

''அதைப் பொறவு யோசிக்கலாம். முதல்லே நான் சொன்னதை நீ யோசிச்சுப் பாரு...''

''இதுலே நான் யோசிச்சாப் போருமா? அவுளுக்குச் சம்மதம் வேண்டாமா? ஊரை உறவை மறந்து, கட்டின மாப்பிள்ளையை விட்டுப் போட்டு, எம் பொறத்தால ஓடி வாறதுக்கு அவுளுக்குப் பிராந்தா?''

''நீ கூப்பிட்டுப் பாரு, அவ வருவா....''

''நீ இது என்ன கதை சொல்லுகே? ஏதோ ரெண்டு நாளு போயிப் பாத்தம்னுட்டு, எம்மேலே லவ்வுண்ணு சொல்லுவே போலிருக்கே?''

''லவ்வுண்ணா நீ என்ன நினைச்சுக்கிட்டு இருக்கே?''

''எனக்குச் சொல்லத் தெரியல்லே! உன்கிட்டே நான் வச்சிருக்கது கூட அதாத்தான் இருக்கும். நீதான் கூட்டாக்க மாட்டம்ங்கே!''

''அந்தப் பேச்சை மட்டும் எடுக்காதே!''

''என்னத்துக்கு அதை விடணும்? உன்னைக் கூப்பிட்டா நீ வரமாட்டே! வேறொருத்தியைக் கூட்டீட்டு ஓடுங்கே... எனக்குத் தெரியும் என்ன செய்யதுண்ணு...''

''உனக்கு ஒரு மண்ணும் தெரியாது. பொம்பளை மாதிரி புளுபுளுண்ணு அழத் தெரியும். உன அழுகைக்கு இரக்கப்பட்டது னாலதான், எங்கூட ஓடி வந்திருண்ணு சொல்லுக இப்போ... பத்மாஷ்...''

அன்று வார விடுமுறை கோமதிக்கு. நல்ல வெள்ளை வாவல் மீன் வாங்கிக் குழம்பு வைத்தாள். பூலிங்கம் போய் அரைக் குப்பி பிராந்தி வாங்கி வந்தான். சாப்பிட்டுப் படுக்கையில் மூன்று மணி ஆகிவிட்டது. முற்றிய போதையில் முகம் கன்னிப் போயிருந்தது.

கோமதிக்குப் பைத்தியம்தான் இப்படி எல்லாம் யோசிக்க என்று எண்ணினான். அடுத்தவன் மனைவியைக் கடத்திக் கொண்டு போன குற்றம் ஒன்றுதான் பாக்கி. பஞ்சசீலங்கள் முழுதாகிப் போகும். வெயில் கண்ணைக் கூசும்படிக் காய்ந்தது. இரவு வண்டிக்குப் புறப்பட்டுப் போகலாம் என்று தோன்றியது. கதவை ஒருச்சாய்த்து விட்டு கோமதி அம்மா வீட்டுக்குப் போனாள். மனதில், ஏவல் செய்து விட்டதைப் போல் கோமதியின் சொற்கள் சுற்றிச் சுற்றி வந்தன.

இல்வாழ்க்கை என்பது உடலுறவு மட்டும்தானா என்று தோன்றியது. ஆனால் அது மட்டும் இல்லாவிட்டால் அது இல்வாழ்க்கையாகவும் இருக்க முடியாது போலிருக்கிறது. மகாத்மா காந்தி நடத்தியது, இராமகிருஷ்ணர் நடத்தியது / அவை எல்லாம் இல்வாழ்க்கை என்று எப்படிக் கருத முடியும்? சாரைப் பாம்பின் தலையையும் வாலையும் பிடித்து நெட்டி இழுத்து எலும்புச் சங்கிலியை இற்றுப் போட்டு விட்டு ஊர்ந்து போ என்று சொல்வதைப் போல. ஒரு வேளை நகராமல், இருந்த இடத்தில் காற்றும் தண்ணீரும் உணவும் கிடைக்குமானால் உயிர் வாழ்வது சாத்தியமாக இருக்கக் கூடும். ஆனால் அது உயிர் வாழ்தல்தானா?

பம்பாய் போய்ச் சேர்ந்ததும் மறுபடியும் போலீஸ் கெடுபிடி கடுமையாக இருந்தது. அண்ணாச்சிக்கும் புதியதாய் வந்த போலீஸ்

கமிஷனருக்கும் இடையேயான பகையின் காரணம் புரியவில்லை. எப்போதுமே கள்ளனும் காவலனும் பகையாளிகள் அல்ல. ஒருவேளை மாற்றுக் குழுக்களின் நெருக்கடியாக இருக்கும். அரசியல் சுழல்கள் இருக்கும். எதிர்க்கட்சி ஒன்று அண்ணாச்சியைக் கொஞ்ச காலமாக ஈர்க்க முயற்சி செய்து வந்தது. ஆளுங்கட்சி முயன்று தோற்றுப்போன ஆங்காரமாக இருக்கும்.

'அட்டா'க்கள் எல்லாம் கடும் சோதனைகளுக்கு ஆளாகிக் கொண்டிருந்தன. சாராயம் விற்றுப் பிழைத்தவன் எல்லாம் 'நிம்புப் பானி' அல்லது 'கட்டா மிட்டா' விற்க வேண்டும் போல. அண்ணாச்சி எல்லோருக்கும் ரகசியத் தாக்கீதுகள் விட்டிருந்தார். அவரும் கூட, சென்னையில் பெரிய மருத்துவமனை ஒன்றில் ரகசிய ஓய்வில் இருந்ததாய்ச் சொன்னார்கள். பெருமாளே பைந்நாகப் பாய் சுருட்டிக் கொண்டால், ஆழ்வார்கள், அடியார்கள், அடியார்க்கு அடியார்கள், போய் ஒளிந்து கொள்வதெங்கே?

மறுபடியும் அரசாங்கச் சாராயம் 'மொசம்பி', 'சந்த்ரி' எல்லாம் அமோக விற்பனையாகிக் கொண்டிருந்தது. யோசித்துப் பார்த்தால், இது அரசுத் துறைக்கும் தனியார்த் துறைக்குமான போட்டி போலத் தோன்றியது. ஒருவேளை இந்தக் கெடுபிடிக்களுக்கெல்லாம் காரணம் சர்க்கரை ஆலை முதலாளிகளின், டிஸ்ட்டிலரிகளின் அழுத்தமாகக்கூட இருக்கலாம். பெரிய அளவில் கிடங்குகளில் சரக்கு தேங்கிப் போயிருக்கலாம். கோடிக் கணக்கில் பேரங்கள் நடந்து நன்கொடைகள், அன்பளிப்புகள் - என்ன மார்க்கம் இல்லை இந்தத் தவபூமியில்?

இதெல்லாம் அண்ணாச்சிக்குப் புரிந்து விட்டிருக்கலாம். இதுவரை உண்டாக்கிய காசு போதும் என்று நினைத்தாரோ அல்லது இனிமேல் பழைய செருக்குடன் வாழவிடமாட்டார்கள் என்று நினைத்தாரோ? அல்லது அரசு இயந்திரங்களின் கனரக அசைவு களுக்கு நின்று கொடுக்க முடியாது என்று அஞ்சினாரோ? இனி எங்கு எழுந்து அருளுவது என்று சிக்கல் கூட இருக்கக் கூடும். அல்லது திடீரென அரசியல் பிரவேசத்துக்கானதோர் ஒரு பதுங்கல். எந்தக் கமிஷனரும் எதுவும் செய்துவிட முடியாத பாதுகாப்பான கோட்டை.

மீன் பாரமோ, பட்டறைச் சாமான்களோ, பிவன்டியில் இருந்து துணி உருளைகளோ, நாசிக்கிலிருந்து வெங்காயமோ ஏற்றிக் கொண்டு ஓடினால்தான் நியாயமாய் இனிப் பிழைக்க முடியும் என்று எண்ணினான் பூலிங்கம்.

நியாயமாய்ப் பிழைப்பது ஒன்றும் தப்பில்லை, அநியாயமாய்ப் பிழைப்பது கூடத் தப்பில்லை என்றாகிவிட்ட பிறகு. என்றாலும் குடிசைத் தொழில்போல கடத்துவதும், வாற்றுவதும், விநியோகிப்பதும் எப்படிச் சடாரென நின்று போகும்? ஒரே நாளில் எப்படியோர் கதிர்வீச்சு அதிசயம் நிகழக் கூடும்? டிஸ்ட்டிலரிகளின் இருப்புக் குறைந்ததும் நிலமை சற்று நெகிழ்ச்சி அடையக் கூடும்.

தேவைப்பட்டால் சக்காராமுக்கு ஓய்வு கொடுத்துவிட்டுத் தானே டெம்போ ஓட்டலாம். பரமுவைக் கூட்டிக் கொண்டு ஊர் ஊராக ஓடிக் கொண்டிருக்கலாம், கையில் திருவோடும் காவியும் கமண்டலமும் இல்லாத பரதேசிகள் போல. தண்ணீர் கண்ட இடத்தில் குளியல், 'டாபா' கண்ட இடத்தில் சாப்பாடு. ஓய்ந்து போனால் மரக்கூட்டங்களின் நிழலில் உறக்கம். உற்சாகம் இருந்தால் ஓட்டம். நேஷனல் பெர்மிட் எடுத்துக் கொள்ள வேண்டும் விரைவில் என்று நினைத்தான் பூலிங்கம்.

ஆளுக்கொரு பெட்டியில் உடைகளை, உடைமைகளை வண்டியிலே வைத்துக் கொள்ளலாம். வீடெதற்கு? வீடென்பது கடுமையானதோர் ஒழுக்கத்தின் பாற்பட்டதுதான்.

பரமு தொழிலில் தோய்ந்து போயிருந்தான். சக்காராமைச் சும்மா சொல்லக் கூடாது. தனக்கென எதுவும் வைத்துக் கொள்ளாமல் தொழில் பழக்கிக் கொண்டிருந்தான். இன்னும் சில மாதங்களில் கனரக லைசென்ஸ் கூட வாங்கிக் கொள்ளலாம். இரண்டு பேரும் டிரைவர்கள், இரண்டு பேரும் கிளீனர்கள். இரண்டு பேரும் பாரம் ஏற்றுபவர்கள், பாரம் இறக்குபவர்கள், இரண்டு பேரும் பரதேசிகள், சுவாரசியமான கூட்டு நிறுவனமாக இருக்கும்.

மத்தியானம் சாப்பிட்ட பிறகு செண்பகத்தைப் பார்க்கப் போனான். பார்த்து ஆறேழு தினங்கள் ஆகிவிட்டன. சாப்பிட்ட பின் பகலுறக்கம் கொள்வாளோ என்னவோ? என்றாலும் கணவன் இல்லாத நேரம் பார்த்து, கள்ளக் காதலன் போலப் போக வேண்டியது இருந்தது. அக்கம் பக்கத்தவர் என்ன நினைப்பாரோ? அவரவர் வாசலை காற்றுப் புகாமல் நெருக்கி அடைத்துக் கொண்டு வாழ்ந்து கொண்டிருக்கிறது சனங்கள். மனங்களைக் கூடக் கொஞ்சம் கொஞ்சமாக அடைத்துக் கொண்டு விடுவார்கள்.

சாப்பிட்டுக் கொண்டிருந்த கையைக் கழுவிக் கொண்டு வந்து கதவைத் திறந்தாள். நெத்திலிக் கருவாடும் பிஞ்சுக் கத்தரிக்காயும் போட்ட புளிமுளம் மணத்தது. அவள் கையைப் பிடித்து முகர்ந்து பார்க்கலாம் போலத் தோன்றியது.

''ம்... நல்ல திருப்தியா கருவாட்டுக் கொழம்பு வச்சு சாப்பிட்டாச்சாக்கும்?''

''அதுக்குள்ளே மணம் புடிச்சிட்டியா? கொஞ்சம் முந்தி வந்திருந்தா ரெண்டு உருண்டை உனக்கும் தந்திருப்பேன்''

''ஏன், இப்பந்தான் ரெண்டு உருண்டை தாயேன்!''

''நீ இப்பிடி வருவேண்ணு கண்டேனா? தெரிஞ்சா கொஞ்சம் போல மீதி வச்சிருக்கப் பாத்தேன்''

''அப்பம் தீந்து போச்சுண்ணு சொல்லு, என்னத்துக்கு இந்த சம்பிராயப் பேச்சு?''

''எனக்கு சம்பிராயம் ஒண்ணும் தெரியாது. உனக்குத்தான் அது பழக்கம். ஏழெட்டு நாளா எங்கே போன?''

''ஏன்? என்னத்துக்குத் தேடினே?''

''இன்னா வாறேன்'' என்று சொல்லிப் போனாள். எச்சில் துடைத்து, பாத்திரங்களை ஒதுங்க வைத்துக் கழுவப் போடும் சத்தம்.

புதிய மண் சட்டியில் நெத்திலிக் கருவாடு புளிமுளம் வைத்து, சம்பாப் புழுங்கலரிசி பொங்கி, கொதிக்கும் சோற்றில் குழம்பு

ஊற்றி, மேலே நல்லெண்ணெய் ஊற்றிச் சாப்பிட வேண்டும் என்று நினைத்துக் கொண்டான் பூலிங்கம். நீண்ட நாட்கள் ஆகிவிட்டன. இனியும் ஆகும் நெடுங்காலம்.

செண்பகம் வந்து மெத்தையின் ஓரத்தில் உட்கார்ந்தாள், எழுந்தாள், ஒளித்து வைத்திருந்த கள்ளச் சாவி கொண்டு பெட்டியைத் திறந்தாள். டைரி ஒன்றை எடுத்து வெளியே போட்டாள். நிமிர்ந்து பார்த்த பூலிங்கத்திடம், 'இதைப் படி' என்றாள்.

ஒரு மனிதனின் கேவலப்பாடு அனைத்தும் பக்கம் பக்கமாய்ப் போய்க் கொண்டிருந்தது. 'நதியின் பிழையன்று நறும்புனல் இன்மை' என்றொரு வரி ஊடே ஓடியது.

பிழை அன்றுதான் என்று தோன்றியது.

செண்பகத்துடன் போட்ட சண்டைகள் எல்லாம் திரைக்கதை போல் எழுதப்பட்டிருந்தன. அவள் உறங்கிய பிறகு, விழித்திருந்து, மெனக்கெட்டு எழுதி இருப்பான் போலும். அவளை சந்தோஷமாக வைத்திருக்க, மேற்கொண்ட முயற்சிகள் இருந்தன. இந்தக் குறையைப் பொருட்படுத்தாமல், கலவரப்படாமல் தன்னுடன் சுமுகமாய் வாழ மாட்டாளா என்ற ஏக்கம் இருந்தது. வன்முறையிலேனும் அவளை வழிக்குக் கொண்டு வர வேண்டும் என்ற வேகம் இருந்தது.

செண்பகம் எல்லாவற்றையும் படித்திருப்பாள். இதெயெல்லாம் புரிந்து கொள்ளும் வயசும் அனுபவப் பொறுதியும் இருக்குமாவெனத் தெரியவில்லை. பூலிங்கத்தின் முக பாவங்களைக் கூர்ந்து பார்க்கும் பாவனையில் இருந்தாள். படித்து முடித்துவிட்டு டைரியை மடக்கி அவளிடம் நீட்டினான். பெட்டியில் வைத்துப் பூட்டிவிட்டு, சாவியை ஒளித்து வைக்கப் போனாள்.

"பாவமாக இருக்கு" என்றான்.

"பாவமாத்தான் இருக்கு எனக்கும்"

"ரொம்ப வசக்கேடான விசயமால்லா இருக்கு?"

செண்பகம் முகம் தாழ்த்தி உட்கார்ந்திருந்தாள். என்ன விடுதலை சாத்தியமாகும் என்று தெரியவில்லை.

‘‘வேணும்ணா நீ ஊருக்குப் போறையா? நான் டிக்கட் வாங்கி வண்டி ஏத்தி அனுப்புகேன். ஒரே வண்டிதானே! ஏறி இறங்கி மாறாண்டாம்...’’

‘‘ஊரிலே போய் நான் என்ன சொல்லுவேன்? எவ்வளவு கேவலம்? இந்த மனுசனுக்குப் பொறவு தலை நிமிந்து நடக்க முடியுமா?’’

‘‘கொஞ்ச நாள் போனா எல்லாம் ஆறித் தணுக்கும். பொறவு மாப்பிள்ளை வீட்டுக்காரரைக் கூப்பிட்டு பந்தம் ஒழிப்பிச்சுக்கிட்டு வேற கல்யாணம் செய்யலாம்லா?’’

‘‘அதெல்லாம் நடக்கக் கூடிய காரியமா? பந்தம் வேணும்ணா ஒழிப்பிக்கலாம். பொறவு? வீட்டிலே கெடந்து கண்ணீர் குடிக்கலாம். அதுக்கு இந்த மனுசன் கூடயே இருந்துக்கிட்டுப் போயிரலாமே!’’

‘‘ஆனா இப்பிடிப் போட்டுக் கொடுமைப் படுத்துகானே! அதை எப்படி சமாளிப்பே நாள் போகப்போக? ஊருக்கே அனுப்பாம வச்சிருக்கான். அதுக்கு என்ன செய்வே?’’

‘‘எனக்கு ஒண்ணும் தோணமாட்டங்கப்பா! போன பிறவியிலே என்ன பாவம் செய்தேனோ?’’

‘‘நான் தனியாட்டு அவன்கிட்டே பேசட்டுமா? உன்னை மரியாதையா வச்சிருக்கணும்ணு.... இல்லேண்ணா கையைக் காலைத் தட்டி முறிச்சுப் போடுவேன்ணு மெரட்டுகேன்’’

‘‘அப்பிடி எல்லாம் செய்திராதப்பா... மனப்பூர்வமாவா ஒரு மனிதன் இப்படி நடப்பான்? டைரியைப் படிச்சையில்லா? மனசுக்கு எவ்வளவு கஷ்டமா இருக்கு? எப்படி இந்த ஆளைக் காட்டிக் குடுக்கது, ஊரு உலகத்துக்கு?’’

‘‘ஆனா காலம் பூரா இப்படியே செல்லாக்க முடியும்ணு தோணுகா உனக்கு? இது ஒரு ஜெயில் வாசம்லா?’’

"எனக்கும் ஒண்ணும் மனசிலாகமாட்டங்கு. இதை நீ போய் ஊருக்கெல்லாம் எழுதீராதே! என் கஷ்டம் என்னோட போகட்டும். பாப்பம், கடவுளு என்னவாம் வழி வச்சிப்பான்..."

"உன் மாப்பிள்ளை இருக்கச்சிலே ஒரு நாள் வாறேன்"

"வேண்டாம், வீணா சம்சியம் வரும். அவரைச் சொல்லியும் குத்தமில்லே பாரு... நீ ஒனக்குத் தோணுக போது வா... மனசுக்கு ஒரு சமாதானமாட்டு இருக்கும்"

"ஆனா நீ தைரியமா இருக்கணும். சும்மா கண்ணீரு வடிச்சுக்கிட்டு இருக்கப்பிடாது"

ஒரு கைத்த சிரிப்புச் சிரித்தாள். எழுந்து சாய் போடப் போனாள். வேண்டாம் பிறிதொருநாள் வருகிறேன் என்றான். எழுந்து நின்றாள்.

"நான் எப்பவும் இங்கே வாறது உனக்கு சங்கடமா இருக்குமா?"

"சே... அதெல்லாம் ஒண்ணுமில்லே! என்ன இப்பிடிக் கேக்கே?"

"பக்கத்திலே யாரும் பாத்தா என்னவாம் நினைக்க மாட்டாளா?"

"நினைச்சா நினைச்சுக்கிட்டுப் போட்டும்"

"இல்லேண்ணா நீ ஒரு காரியம் செய்யேன்... புதன்கிழமை தோறும் சாயங்காலம் நாலு மணிக்கு தமிழ்மன்ற லைப்ரரிக்கு வாயேன். கொஞ்ச நேரம் உக்காந்து பேசலாம்..."

"சரி, பாப்போம்..."

இறங்கும் போது மெலிதாய் ஒரு சிரிப்புத் தோன்றியது அவளிடம். நாலு மணி ஆனதும் மலர்வதா வேண்டாமா என் யோசிக்கும் பிச்சி வெள்ளை போல.

'மச்சிவாலி'கள் கூடை மேல் மீன்களை அடுக்கிக் கொண்டிருந்தனர். வரிசையாய் அடுக்கப்பட்டிருந்த 'பொம்பில்'கள் உரித்து வைத்த பச்சை வாழைப் பழங்கள் போலிருந்தன. பீட் கிழங்கை குறுக்கே வெட்டி வைத்த நிறத்தில் சூரை மீன், இரண்டு

பாதியாய்க் கிடந்தது. 'அப்தா' பிரிப்பவன் வார்வைத்த ரெக்சின் பையைப் பிடித்துக் கொண்டு நடந்தான். சின்னதோர் அந்திக் கடை கலகலத்துக் கொண்டிருந்தது.

ஒரு தொழிலும் இல்லாமல் சலித்து நடப்பது வெறுப்பூட்டுவதாக இருந்தது. சுப்பு ஊருக்குப் போயிருந்தான். சுத்தமல்லி தாண்டி தேவர்களுக்கும் பள்ளர்களுக்கும் பொரிந்த அடி. மாட்டுத் தொழுவங்களின் கூரைகளில் தீ வைத்ததில் வயிறு ஊதிச் செத்து மலந்து கிடந்தன சினைப் பசுக்கள்.

வளர்த்த ஆட்டை அறுத்துத் தின்ன மனசு வராதவன்...

வயதான காளையை கறி மாட்டுக்கு விலைக்குக் கொடுக்க மனசு வராதவன்...

அவன்தான் இவன், இவன்தான் அவன். என்றாலும் அவனுக்கும் இவனுக்கும் கொலை வெறி.

எரிந்து போன தாய்மாமன் வீட்டை நல்லாக்கப் பணம் கொண்டு போயிருந்தான் சுப்பு. பட்டுக் கொள்ளாமல் திரும்பி வந்தால் நல்லது. யாருக்கும் யாரும் காவல் செய்ய முடியாது. பொங்கல் வீட்டுக்குப் போகப் பிடிக்கவில்லை. பொங்கல் வீட்டில் பரணில் போட்டு வைத்திருந்த ட்யூப் லைட் வைக்கும் அட்டைப் பெட்டியினுள்ளிருந்த ஆயுதங்களை ஒரு நாள் பார்த்தான் பூலிங்கம். இவை எல்லாம் இன்னும் புழக்கத்தில் இருக்கின்றனவா என்று நம்ப முடியவில்லை. எல்லாம் கொலைக் கருவிகள். மனிதனுக்கு எதிராக மனிதன் தாங்க...

அண்ணாச்சி வசம் என்னென்ன இருக்கும் என யூகிக்க முடியவில்லை. ஏ.கே.47 வரை இருக்கலாம்.

இறுதியில் எந்தக் காப்பும் ஒன்றும் செய்ய முடியாதபடி ஆகிவிட்டது. அதிகாரத்தின் ஆணவம் கொண்ட பெரிய ஆப்புக்கள் ஆங்காங்கே இறுகி விட்டன. இப்போது அசைத்துப் பார்க்க முடியாது. பிடிகள் தளரும் பலவீனமான கணங்களுக்கான அண்ணாச்சி காத்திருப்பார். எல்லாம் காத்திருக்கும். அறுகு போல் வேரூன்றி, ஆல் போல் தழைத்த தொழில்.

யோசனையில் நடந்து தமிழ் மன்றம் வந்திருப்பது தெரிந்தது. மாடியில் இருந்த நூலகத்தில் அமர்ந்து ஏடுகள் புரட்டினான். நாளை டோம்பிவிலிக்குப் போய் சாம்ராஜ் அய்யாவைப் பார்த்து வரலாம் என்று தோன்றியது. அவரைப் பார்த்துப் பேசி வந்தால் மனதில் கொஞ்சம் உறுதியும் தெளிவும் பிறக்கும். செண்பகம் காரியம் பற்றியும் பேசலாம். தன் மூப்புப்போல் ஏதும் செய்து அவளுக்கு மேலும் துன்பங்கள் சேர்க்கக் கூடாது. அய்யா ஏதும் வழிகள் சொல்வார்.

என்னதான் காய்ந்த பானை, சட்டி, குடங்கள் அடுக்கி, வைக்கோல் கூளங்கள் நிறைத்து, சுதம்பைகள் அடுக்கி, தென்னை மரத்தின் கீறிப்பிளந்த கட்டைகள் அடுக்கி, அர்த்த சந்திர வடிவில் சூளை பொதிந்து, தீ இடப் போனாலும் முன்னதாய்ச் சூளை மாடனுக்கும் பூசை செய்ய வேண்டியதிருந்தது. சுடலைக்கும் மாடன், சூளைக்கும் மாடன்.

பார்த்துக் கொண்டிருந்த வாராந்திரியை யாரோ கேட்டார்கள். எல்லாம் ஒரே போலத்தான் இருந்தன. வேறு வேறு அட்டைகள், வேறு வேறு வண்ணங்கள். தோசைக்கும் இட்டிலிக்கும் ஊத்தப்பத்துக்கும் பணியாரத்துக்கும் ஒரே மாவு போல.

இரண்டு பேர்கள் தமிழ்நாட்டு அரசியலைக் காரசாரமாக வாதித்துக் கொண்டிருந்தனர். எங்கும் குடலைப் பிடுங்கும் நாற்றம். சுடலைக் கரையில் பொசுங்கும் தசையின் வாடையல்ல. அழுகும் பிணங்களைக் காற்று அள்ளிக் கொண்டு வந்து உதறுவதைப் போல். எல்லாம் நாறிக் கொண்டிருந்தன.

எங்கு, எப்படித் தப்பித்து ஓடுவது என்று தெரியவில்லை. ஓடினாலும் நாற்றம் கூடவே ஓடிவரும்.

என்ன சுற்றிவிட்டு வந்து படுத்தாலும் உறக்கம் பிடிக்கவில்லை. பதினொன்று அடித்து ஓய்ந்துவிட்டது. மாடிப்படிகளில் தடதடவென யாரோ நடந்து வரும் ஓசை. சற்றுத் திகில் தோன்றியது. ஒற்றைக் காலடி. போலீசாக இருக்காது. பரமுவின் காலடியை மனதறியும்.

சரியாகக் கதவு முன் வந்து நின்றது. சற்று நேரத்தில் கதவு தட்டல். அனிச்சையான மனம் அறிவுறுத்த, விளக்கைப் போடாமல் கதவைத் திறந்தால், இருட்டில் புலப்படாத முகம்.

''கோன் ரே?''

''எண்ணேன், நான்தான், சொரிமுத்து''

சுப்புவின் பொங்கல் வீட்டில் வசிப்பவன். உடம்பை ஒருச்சாய்த்து உள்ளே வந்தான். கையில் பலசரக்குச் சாமான்கள் வாங்கும் சாக்குப்பை.

''குச் கட்பட் ஹை''

''ராத்திரி ரெய்டு இருக்கும்ணு தாக்கல் வந்திருக்கு. சுப்பும் ஊர்லே இல்லே. ஆயுதங்களை எல்லாம் 'தூத்வாலா' பையா வீட்லே மாத்தியாச்சு. இந்தப் பையை இங்கிண எங்கயாம் மறைவா வைங்க''

''என்ன மாலு? தூளா?''

''இல்லண்ணேன், அது ரெம்ப ரிஸ்க்குல்லா, பிஸ்கட்தான், கிஷோர் பாய்க்குப் போக வேண்டியது''

''இங்கேயும் செக்கிங் வந்தா?''

''வரமாட்டான்''

''உறப்புத்தானா?''

''எதுக்கும் வசமா எங்கிணயாம் ஒளிச்சு வைச்சிருங்கோ...''

''நான் கொண்டுக்கிட்டு ஊருக்கு ஓடீட்டா என்ன செய்வே?''

''நீங்க பொழைச்சுக்கிடலாம். ஆனா என்னை சோலியைத் தீத்திருவானுகோ...''

''இங்கிண படுக்கியா?''

''வேண்டாம், ரெண்டு கேனு சரக்கு இருக்கு. அதையும் சட்டுண்ணு மாத்தச் சொல்லீட்டு வந்தேன். போயிப் பாக்கணும்...''

பழைய துணிகளுக்குள் புதைந்து கிடந்தது. துணிப்பையில் சுற்றி வைத்திருந்தான். பேய்க்கனம் கனத்தது. அவிழ்த்துப் பார்க்கத் தோன்றவில்லை. காவலுக்கு இருப்பவனுக்கு எதற்கு கணக்கும் வழக்கும்? சொரிமுத்து இருள் பார்த்து ஒதுங்கும் மூஞ்சூறு போலப் பதுங்கிப் போனான். கதவை அடைத்துவிட்டு, அதை எங்கே ஒளித்து ஒதுக்குவது என்று யோசித்தான். மறுபடியும் வெளியே வந்து யாரும் கவனித்திருப்பார்களா என்று ஒற்றுப் பார்த்தான். வழக்கமாய், தாமதமாய் நடந்து வீடு திரும்புவோர். தூரத்து சாயாக்கடையில் சிகரெட் பொருத்திக் கொண்டு, நின்று மேலே பார்த்தான் சொரிமுத்து. தலையைத் தற்செயலாய், சுளுக்குக்கு வெட்டுவது போல் வெட்டி அசைப்பது தெரிந்தது. ஒன்றும் வேண்டியதில்லை.

துணிப்பை நல்ல கனமாக இருந்தது. எங்கு ஒளித்து வைப்பது என்று யோசித்தான். வீட்டில் அதிகம் பதவல்கள் கிடையாது. சமையல் கிடையாது. பண்டங்கள் பாத்திரங்கள் கிடையாது. பழைய பேப்பர்கள் கொஞ்சம் அடுக்கி வைத்திருந்தான். விதி போல் ஆகட்டும் என்று பழைய பேப்பர் அடுக்குக்கும் பழைய துணிகள் இருந்த ஏர்-பேக்குக்கும் நடுவில் வைத்தான். சந்தேகப்பட்டு ரெய்டு வந்தால் அவர்களுக்குக் கண்டுபிடிப்பது ஒரு காரியமா என்ன? சூளை மாடன் போல் இதற்கும் ஒரு மாடன் காவல் செய்வான். பகலில் யாரும் தெரியாமல் வந்து திருடிக் கொண்டு போய்விட முடியாது, நடமாட்டம் மிகுந்த கட்டிடத்தில். இரவில் படுத்துக் கொள்ள வேண்டியது இருக்கும். பரமுவை இனிமேல் வந்து தங்கச் சொல்லலாம். எதற்கும் சுப்பு வர வேண்டும்.

சற்றும் உறக்கம் வரவில்லை.

செண்பகம் விழித்துக் கொண்டிருப்பாளோ, இல்லை புதிதாய் மூண்ட சண்டைக்குப் பின் உறங்கிக் கொண்டிருப்பாளோ? மண் குடத்தில் பாம்போடு சேர்ந்து வாழும் வாழ்க்கை, உடன்பாடு இலாதவர் வாழ்க்கை.

புதன் கிழமை மாலை தமிழ்மன்ற நூலகத்துக்கு வருவாளா என்று தெரியவில்லை. எதற்கு வரச் சொல்லி இழுத்தடிக்க வேண்டும்

என்று எண்ணினான். தெரிந்தவர் யாரும் பார்த்தால் என்ன நினைப்பார்கள்? என்ன நினைத்து என்ன செய்ய? அடுத்தவர் நினைப்பதற்கெல்லாம் அஞ்சி வாழும் வாழ்க்கை...

தங்க பிஸ்கட் பொட்டலத்தைக் கொண்டு காலையில் செண்பகம் வீட்டில் ஒளிவு மறைவாய் வைக்கச் சொல்லலாம். பத்திரமாக இருக்கும். எதற்கு அவளையெல்லாம் இதில் சம்மந்தப்படுத்தித் துன்புறுத்த வேண்டும்? இருக்கும் நொம்பலம் போதாதென்று இனியொன்று கூடுதலாக...

எந்தத் துன்பம் இருந்தாலும் அதிகாலைகளில் உறக்கம் ஆட்கொண்டு விடுகிறது. எத்தனை மணி ஆயிற்று தெரியவில்லை. விழித்துப் பார்த்த போது ஒன்பதரை மணி ஆகிவிட்டது. கதவைத் திறந்தபோது வெயிலும் வெப்பமும் முகத்தில் அடித்தது.

காலையில் சக்காராமைப் பார்க்க வேண்டும். எப்படிச் சம்பாதித்திருந்தாலும் டெம்போ ஒன்றுதான் உறுதி இப்போது. அதுவும் இல்லாவிட்டால் மறுபடியும் அதுவும் சூன்யத்திலிருந்து தொடங்கலாம் வாழ்வை.

பரமு உற்சாகமாக இருந்தான். ஒட்டுவாரொட்டி போலத் தொற்றிக் கொள்ளும் அவன் உற்சாகம். மீன் பாரம் இறக்கிவிட்டு வண்டியைக் கழுவிக் கொண்டிருந்தான். மீன் உலும்பு வீசும் பேன்ட், சட்டை. தொழிலுக்கு நாற்றம் வாசம் எல்லாம் இல்லை.

சாயங்காலம் சாம்ராஜ் அய்யாவைப் பார்க்கப் போயிருந்தான் பூலிங்கம்.

''எதுக்கு இந்த மாதிரிச் சமயத்திலே இங்கே எல்லாம் வாறே? நான்தான் ஒரு விதமா ஒதுங்கிப் பொழைக்கேன்!''

''மன்னிச்சிக்கிடுங்க ஐயா... தப்புத்தான்.. நான் யோசிக்கல்லே...''

''சரி, பரவாயில்லே, ரொம்ப எச்சரிக்கையா இருக்கணும். நானே கொஞ்ச நாளு ஊரிலே போயி இருக்கலாம்னு பாக்கேன்.

இன்னும் எம்பேரு போலீஸ் ரெக்கார்ட்லே இருக்கும். என்னை நீ வந்து பாக்கது உனக்கும் நல்லதில்லே பாத்துக்கோ... சரி, போகட்டும், என்ன விசயம் சொல்லு?''

பூலிங்கத்துக்கு மேற்கொண்டு ஒன்றும் பேசப் பிடிக்கவில்லை. சற்று நேரம் உட்கார்ந்து விட்டு வந்தான். அவரவர் கட்டிய சுமை. அவரவர்தான் சுமக்க வேண்டும். மனம் தட்டழிந்து கொண்டிருந்தது.

ஏன் கொஞ்ச நாளாய்ச் சிந்தனை அவளில் நிலைத்திருக்கிறது? அவளைச் சுற்றிச் சுற்றி ஏன் வருகிறது? சுவரில் அறையப்பட்ட புகைப்படம் போல் அவள் முகம் மனதில் அறையப்பட்டு விட்டதா? சுற்றி ஒரு கொடி துளிர்க்கிறது, இலை விடுகிறது, பற்றிப் படர்கிறது, பூக்கிறது. ஒரு வேளை பூத்திருக்கும் போது இது வாடி விடுமோ என அச்சமாய் இருக்கிறது. அச்சமாய் இருப்பதாலேயே மனம் சிந்திக்க மறுக்கிறது. இந்த அவசம் அசிங்கமாய்த் தெரிகிறது. ஆனந்தமாகவும் இருக்கிறது.

ஆண்டொன்று போகும் யாரையும் கேட்கும் அவசியம் இல்லாமல். வயதொன்றும் வரும், புதிதாய் வாழ்விக்க வருவதுபோல். எல்லாம் களைப்புத் தருவதாய் இருந்தது. நெடுங்காலம் வாழ்ந்து விட்டதுபோல். இனியும் எத்தனை நாள் இப்படி வாழ வேண்டும் என்பதுபோல் ஒரு களைப்பு. காரணம் தெரியவில்லை. கண்ணுக்குப் புலப்படாமல், புலன்களுக்கு எட்டாமல், காரணம் இருக்கத்தான் வேண்டும்.

பாரில் ஏகப்பட்ட இரைச்சல். சொல்லொணா சிகரெட் புகை. இரைந்து இரைந்து பேசியவாறிருந்தனர். எல்லோருக்கும் எதை யெதையோ பேசி நிர்மாணிக்க வேண்டியது இருந்தது. இந்துஸ்தானி பாடகன் பாடிப்பாடி ராகத்தை நிர்மாணம் செய்வதைப் போல.

கோலிவாடா சர்தார்ஜி பார் போல இல்லை அந்த டோம்பிவிலி பார். ஒரு தெரிந்த முகமும் இல்லை. பம்பாய்க்குப் போகும் கடைசி ரயில் போய்விடக் கூடாது என்ற எண்ணம் எழுந்த போது, எழுந்து

நடந்து ஸ்டேஷனுக்கு வந்தான் பூலிங்கம். கடைசி ரயில் போயிருந்தது. மணி பன்னிரண்டு தாண்டி விட்டது. இனி அதிகாலையில் வரும் முதல் வண்டி மூன்றரை மணிக்கு.

மூன்று மணிக்கு பூனாவில் இருந்து வரும் பாசஞ்சர் பால் வண்டி டோம்பிவிலியில் நிற்காது என்றனர். மூன்று மணி நேரம் உட்கார்ந்து கழிக்க டோம்பிவிலியை விடக் கல்யாண் தோதான ஸ்டேஷன். வெளியூர் வண்டிகளின் வரவு பார்த்து, அதிகாலையில் உறவினரைக் கூப்பிட வந்தவர், காத்துக் கிடந்து, நடந்தும் இருந்தும் உறங்கியும் தென்படுவார்கள்.

வந்த வண்டியில் ஏறிக் கல்யாணில் இறங்கினான். நான்காவது பிளாட்பார சிமண்ட் பெஞ்ச். கொசுக்கள் மிரட்டும் வகையில் ரீங்கரித்தன. எழுந்து போய் தாகத்துக்கு சோடா குடித்தான். சிகரெட் பிடித்தான். கொசு அடித்தான், நடந்தான், இருந்தான்...

உறக்கம் வராது. ஒளித்து வைத்திருக்கும் தங்கம் நினைவில் புரண்டது. தங்கம் என்றாலே ஒளிக்க வேண்டிய உலோகம் என்றாகி விட்டது. 'மயிரே போச்சு' என்றும் தோன்றியது.

முதல் வண்டி பிடித்து சயானில் இறங்கி நடக்க ஆரம்பித்த போது நாலு மணி. இதமான குளிர், நடப்பதற்கு நன்றாக இருந்தது காற்று. நடந்து கொண்டே இருக்கலாமா என்றும் தோன்றியது. கால்கள் பொடிந்து விழும் வரை, திசையை மறந்து நடக்க வேண்டும்.

மேனோன் சாயாக்கடை திறந்து விட்டார்.

''சமயம் ஒட்டும் சரியல்லா.... நிங்கள் எவிடப் போய்க் கெடந்து?''

பால்கனியில் சற்று நேரம் நின்றான். வானம் புல்வெளியாய்ப் பரந்து கிடந்தது. நட்சத்திரப் பூக்கள். வாசம் கூடத் தெரியும் போலிருந்தது. மெதுவாய் இருட் சாயம் வெளிறுவது புலப்பட்டது.

உள்ளே போய்ப் படுத்ததும் மறுபடியும் வெறுமை கவிந்த மனம். தண்ணீர் வற்றிச் சேறு நாறும் குளம். தாராக் கோழிகள்

மேய்ந்த வயற்காடுகள் போல். இந்த வறட்சியும் உலும்பு வாடையும் ஏன் என்று தெரியவில்லை. எந்த வேலையும் செய்ய உற்சாக மில்லாமல், ஏன் இந்த வதைப்பாடு! கற்பனை இல்லை, கனவுகள் இல்லை, இலக்குகள் இல்லை. பின் எதற்காகத்தான் இந்த வாழ்வு? எழுந்து, வேலை பார்த்து, உண்டு, உறங்கி....

ஈரமும் சாரமும் இல்லாமல் நகரும் வாழ்வு. பேறும் இழப்பும் இன்றி. கூடலும் பிரிதலும் இன்றி. 'கறட்டு முறட்டு' என்று சப்தம் எழுப்பி அசையும் கிழட்டு இயந்திரமாய். இந்த நடைமுறை மீது வெறுப்பாக வந்தது பூலிங்கத்துக்கு.

சக்காராம் நின்று கொண்டான். வேறு மூன்று பேர் கூட்டாகச் சேர்ந்து வாங்கிய புதிய வண்டியில் அவனும் ஒரு பங்காளி. சந்தோஷமாக இருந்தது. பரமுவுக்கு காலுறைத்து விட்டது. பகலில் ஓட்டம் சரியாக இருந்தது வண்டிக்கு. விரைவில் பரமுவுக்கு லைசென்ஸ் எடுக்க வேண்டும். மாநகரம் எல்லோரையும் வாங்கி உள்ளே போட்டுக் கொள்வது, என்றாலும் தீராப் பசி கொண்டது.

காலையில் இரண்டு சிங்கிள் மீன் பாரங்கள் பதிவான ஏற்பாடு. வீடும் குடியுமாக இருந்தால், சசூன் டாக்கிலிருந்து வீட்டுக்குத் தினமும் ஐஸ் கட்டிகளில் ஊற வைக்காத புதிய மீன் எடுத்துக் கொண்டு வரலாம். மீன் பாரம் இறக்கிக் கழிந்த பின், வண்டியைக் கழுவி நிறுத்தி வந்த வாடகைக்குப் போவது என்பது ஒரு வசதியாகி விட்டது. பரமுவும் கூட வந்துவிட்டான் தங்குவதற்கு.

யார்க்கும் வேண்டாத சின்னஞ்சிறு சாம்பல் ஊர்க்குருவி யானாலும் அதுவும் ஒரு பறவைதான். பறவைக்குண்டான எல்லா மோகங்களும் கொண்டுள்ள பறவை.

போன புதன்கிழமை செண்பகம் நூலகத்துக்கு வந்திருந்தாள். அங்குமிங்கும் பார்த்துக் கொண்டு அஞ்சியஞ்சிப் பேசினாள். பழைய தொடர்கதையைத் திரும்ப வாசிப்பது போலிருந்தது. அடுத்த

புதன்கிழமை வரக்காணோம். முந்தினம் வந்து விட்டுப் போய் விட்டாளா, அல்லது மறுநாள் வருவாளா என்று தெரியவில்லை.

ஏன் மனம் கிடந்த பெடைத்துக் கொள்கிறது? ஒன்றும் வசப் படவில்லை. இது வெறும் சக மனித துன்பத்தில் கொள்ளும் அனுதாபமா இல்லை விசேடமான ஈர்ப்பு கிளைத்துக் கொண்டிருக்கிறதா அடிமனத்தின் ஆழத்தில்? என்ன தப்பென்று கேட்டது உட்குரல். உட்செவி திறந்து கேட்கும் போலிருந்தது.

எதற்கு இந்த வம்பு? மறுபடியும் ஏன் புகுந்து எல்லாவற்றையும் சிக்கலாக்கிக் கொள்ள வேண்டும்? தான் யார் விசாரணை செய்வதற்கும் தீர்ப்பு வழங்குவதற்கும்? அவள் வழியில் அவள் தீர்மானித்துக் கொள்ளட்டும். கூடையில் கணவனை வைத்துச் சுமந்தவர்களும் வாழ்ந்த நாடுதானே இது?

என்றாலும் மனது கேட்கவில்லை.

டெம்போவைக் கழுவி எடுத்துக் கொண்டு, வீட்டில் போய் உடை மாற்றிக் கொண்டு போனான் பூலிங்கம். வெளிப்பக்கம் கதவு பூட்டிக் கிடந்தது. ஊருக்குப் போய் விட்டாளா, இல்லை அக்கம் பக்கம் கடைக்குக் காய்கறி வாங்கப் போயிருப்பாளோ என்று தெரிய வில்லை. இல்லை, வீடு மாற்றிக் கொண்டு போய் விட்டார்களோ? ஒன்றும் புரியவில்லை. எதிர் வீட்டில் கேட்டால் தகவல் தெரியும்.

கதவைத் தட்டினான். மராத்தித் தாயார் ஒருத்தி கதவைத் திறந்தாள். ''ஸாம்னே வாலா மதராஸி லோக் கிதர் கயா?''

''அந்தர் ஹோகா...''

''கதவு பூட்டியிருக்கு..''

''அது அப்பிடித்தான். காலம்பற பூட்டிக்கிட்டுப் போவான். சாயங்காலம் வந்துதான் திறப்பான். பாவம் அந்தப் பொண்ணு... கியா ஆத்மி ஹை?''

பூலிங்கத்துக்கு அதிர்ச்சியாக இருந்தது. இது என்னஅராஜகம்? சட்டையைப் பிடித்து, செவளையில் அறைந்து, பல்லைப் பெயர்க்க வேண்டிய ஆள் இவன் என்று தோன்றியது.

மராத்தித் தாய் கேட்டாள்.

''நீ அவளுக்கு ஊருக்காரனா?''

''ஆமா... ஆயி, இது என்ன அநியாயமா இருக்கு? நீங்களெல்லாம் கேக்க மாட்டேளா?''

''சரியா யாரோடும் பேச மாட்டான். கேட்டாலும் முகம் குடுத்துப் பதில் சொல்ல மாட்டான். ஆம்பிளை இப்பிடி இருந்தா எப்பிடி? சோக்ரி சாது ஹை...''

விடுவிடென இறங்கிப் போனான் பூலிங்கம். வண்டியை எடுத்துக் கொண்டு போய்க் காசிநாத்தைக் கூட்டி வந்தான். அவனுக்கு இது போல் அனுபவம் இதற்கு முன் ஏற்பட்டதில்லை போலும். வாயாறாமல் புலம்பிக் கொண்டிருந்தான்.

கைவசம் இருந்த சாவிகளில் ஒன்றில் பூட்டு 'சடக்'கெனத் திறந்து கொண்டது. நடந்த உரையாடல்களை எல்லாம் கேட்டுக் கொண்டு இருந்திருப்பாள் போலும் செண்பகம். மெத்தை மேல் உட்கார்ந்து கால் முட்டின் மேல் முகம் புதைத்து அழுது கொண்டிருந்தாள். சாவியைக் கழற்றிக் கொடுத்துவிட்டுக் காசிநாத் போனான்.

மராத்திக்காரி முதுகைத் தட்டி சமாதானம் சொல்லி விட்டுப் பூலிங்கத்திடம் சொல்லிப் போனாள்.

''ஏதாம் வழி செய்யப்பா... இது என்ன வேலை?''

கதவை மெல்லச் சாத்திவிட்டு, செண்பகத்தின் அருகில் வந்து உட்கார்ந்தான் பூலிங்கம். சிறிய கூச்சத்துடன் அவள் முதுகில் தட்டினான்.

''எந்திரிச்சு மொகத்தைக் கழுவு செம்பகம். இதை இப்படியே விட்டா ஆகாது.. ஸாலா... இவனை ஒரு வழி பண்ணுனாத்தான் சரிப்படுவான்... ஒண்ணுக்கும் கவலைப்படாதே!''

மெல்லிய விசும்பல்கள் வந்து கொண்டிருந்தன. அடுக்களையில் போய்ப் பார்த்தான். காலையில் அவித்த இட்டலிகள் மூடி வைக்கப் பட்டிருந்தன. தின்ற கோளாறு இல்லை. பால் இருந்தது குக்கரில். ஸ்டவ் பொருத்தி பம்ப் செய்த போது எழுந்து வந்தாள்.

"என்ன செய்யப் போறே?"

"சாய் போடுகேன் செம்பகம். நீ மொகங் கழுவீட்டு வா...."

"வேண்டாம், நில்லு, நான் போடுகேன்..."

"இரம்மா... எனக்கும் போடத் தெரியும்...."

பாத்ரூமில் முகங்கழுவும் சத்தம் கேட்டது. முகம்துடைத்து விட்டு வந்தாள். இரண்டு தம்ளர்களில் சாய் டிகாக்‌ஷனை வடிகட்டி, பால் கலந்து, சீனி போட்டு ஆற்றினான். ஒரு தம்ளரை அவளிடம் நீட்டி விட்டு, மெத்தையில் போய் உட்கார்ந்தான்.

"சொல்லு, என்ன ஆச்சு திடீர்னு உன் மாப்பிள்ளைக்கு? கிறுக்கு புடிச்சிற்றோவ்?"

"கிறுக்குத்தான் புடிச்சிற்று போலிருக்கு, சவத்துக்கு. இப்பிடியும் உண்டா மனுசன்?"

"ஏதாம் சம்சயம் உண்டா, நான் வந்து போறது பத்தி.."

"என்ன எழவோ? யாரு கண்டா?"

"இப்பிடி நீ எவ்வளவு நாள் சமாளிக்கப் போற செம்பகம்? ஊருக்குப் போ நீ. நான் வண்டி ஏத்தி அனுப்புகேன்..."

"ஊருக்குப் போயி நான் என்ன செய்ய? இதுவரை பட்டது போராதா?"

"அதுக்காச்சுட்டி, இப்பிடி எவ்வளவு நாள் பொறுத்துக் கிட்டிருப்பே?"

"என்னை என்ன செய்யச் சொல்லுகே? எனக்கு ஒண்ணும் மனசிலாக மாட்டங்கு..."

மூக்கு விடைத்துக் கொண்டு வந்தது அவளுக்கு. சாய் தம்ளர்களை எடுத்துக் கொண்டு உள்ளே போனாள். உள்ளே மறுபடியும் விசும்பல் சத்தம் கேட்டது. நீண்ட நேரம் மௌனமாய் உட்கார்ந்திருந்தான். எழுந்து அடுக்களைக்குப் போனான்.

''இன்னா பாரு செம்பகம், சும்மாச் சும்மா அழுது பிரயோஜனம் இல்லே. ஒண்ணு ஊருக்குப் போயி உடைச்சுப் பேசு, உங்க அம்மை கிட்டே. ஒரு 'ஒழிமுறி' வாங்கீட்டு வேற மாப்பிள்ளை பாக்கச் சொல்லு. அதுக்கு உன்னைக் கொண்டு முடியல்லேண்ணா நான் லெட்டர் எழுதிப் போடுகேன். உங்க சித்திக்கு. அவங்க யாராம் வந்து கூட்டீட்டுப் போட்டும். இல்லே இவனோட கெடந்துதான் மாரடிப்பேன்ணா, தைரியமா நிமிந்து நிண்ணு பேசு. ஒரு நாள்ளே கையைக் காலை முறிச்சுத் தூக்கி வீசிருவேன் செறுக்கிவிள்ளையை. எனக்கொண்ணும் பெரிய காரியம் இல்லே. பொறவு கெடத்திப் போட்டுப் பண்டுவம் பாரு நீ... சவம் அடங்கிக் கெடப்பான். இல்லாம இந்தக் கொடுமையைச் சகிச்சுக்கிட்டு நீ இன்னும் எவ்வளவு காலம் கெடப்பே, சொல்லு...''

''நான் என்ன செய்யட்டும்? என் விதி இப்பிடி ஆயிப் போச்சே? யாரிட்டே போயி நான் சொல்ல?'' என்று பெருங்குரல் எடுத்து அழ ஆரம்பித்தாள்.

''நீ சமானப்படு. என்ன காரியம் அழுது? தைரியமா நிண்ணு சமாளிக்கணும்'' என்று தோளைத் தொட்டுச் சொன்னான் பூலிங்கம்.

அவன் முகம் ஏறிட்டுப் பார்த்தாள். சட்டெனத் திரும்பி அவன்மீது சாய்ந்து கொண்டு குலுங்கி குலுங்கி அழுதாள். அவன் சட்டையை கையால் நனைத்த வெம்மை மார்பில் உறைத்தது. இடது கையால் செண்பகத்தின் முதுகைத் தடவியவாறு வலது கையால் தலையைக் கோதினான் பூலிங்கம். பள்ளிச் சிறுமி பராதி சொல்லி அழுவது போலிருந்தது. சற்று நேரத்தில் அழுகையில் குலுங்கல்

நின்று சிறு கேவலாயிற்று. அதுவும் மெலிந்து கொண்டிருந்தது. மஞ்சள் பூச்சின் வாசனை மெதுவாகப் பூலிங்கத்தைத் தாக்கிக் கொண்டிருந்தது.

மெதுவாக அவள் முகத்தை நிமிர்த்தி கண்களை உற்றுப் பார்த்தான்.

''நீ ஒண்ணுக்கும் பயப்பிடாதே! நானிருக்கேன்'' என்று சொல்லிக் கொண்டே நெற்றியில் முத்தமிட்டான். மெல்லக் காமம் கிளர்ந்தது. அவள் நிராதரவைத் தான் முதலெடுக்கலாகாது என உட்குரல் ஒலித்தது. மெல்ல அவளை விடுவித்தான். மறுபடியும் முன்னறையில் போய் உட்கார்ந்தான். மெதுவாக நடத்து வந்தவள் பக்கத்தில் அமர்ந்து கொண்டாள். அவன் தொடை மீது தலை சாய்த்துப் படுத்தாள்.

தலையைக் கோதிக் கொண்டே பூலிங்கம் கேட்டான்.

''செம்பகம்''

''ம்....''

''நான் ஒண்ணு கேட்டா தப்பா எடுத்துக்கிட மாட்டயே?''

''என்ன கேக்கப் போறே?''

''நீ எங்கூட வந்திருகையா?''

''இங்கேருந்து எங்கயாம் போயிருவோம். உன்னைக் காலம்பூரா நான் வச்சுக் காப்பாத்துகேன்''

''.... ....''

''நீ நல்லா யோசிச்சிப் பாரு... அவசரமில்லே. உனக்கு இரக்கப்பட்டு மட்டும் நான் இதைச் சொல்லல்லே. ரெண்டு மூணு நாளா நானும் யோசிச்சுப் பார்த்தேன். எனக்கு உம்மேலே ஆசையாட்டு இருக்கு...

''.... ....''

''உனக்கு கஷ்டமாட்டு இருக்கும்ணா வேண்டாம். நீ வெள்ளாடிச்சி. வசதி உள்ளவ. நான் கொசவன். பாவப்பட்டவன். ஊரு உலகத்தைப் பத்தி எல்லாம் யோசிச்சா மனுசன் சந்தோசமா வாழ முடியாது. ஆனா நான் உன்னை நிர்ப்பந்தப் படுத்தல்லே. என்னை நம்புனா நம்பு, எனக்கே இதெல்லாம் இப்பந்தான் தோணுகு. எங்கூட வந்தா இனி ஒரு நாளும் அழவேண்டியது இருக்காது. அதுக்கு நானாச்சு...''

பேசிக் கொண்டிருக்கும் போது, அவன் கை அவள் தலையைத் தடவிக் கொண்டிருந்தது. இன்னொரு கையை எடுத்துச் செண்பகம் தன் கன்னத்தோடு சேர்த்து வைத்திருந்தாள். அவள் கண்கள் 'கரகர'வெனச் சொரிந்து கொண்டிருந்தன.

''இனி நீ அழப்பிடாது, நான் நாலஞ்சு நாள் கழிச்சு வாறேன். தீர்மானமா யோசிச்சுச் சொல்லு. வேண்டாம்ணா வேண்டாம்''

மௌனமான நீண்ட நொடிகள். மொழி பின் தங்கிப் போய்விட்ட வெற்றிடத்தில் மனங்கள் கூடிக் கலந்து அலைந்து சோர்ந்து கொண்டிருந்தன. மேக மூட்டம் கூடுவது போலவும் மேக மூட்டம் பிரிவது போலவும்.

மெதுவாக எழுந்து நின்றான் பூலிங்கம். கூடவே எழுந்து நின்ற செண்பகத்தின் முகத்தை இரு கரங்களினாலும் செவ்விளநீரைத் தாங்குவது போல் தாங்கிப் பிடித்தான். மெதுவாக முத்தமிட்டான்.

''வெளீல பூட்டீட்டுப் போட்டா?''

'*சரி*' எனத் தலையசைத்தாள்.

''சாவியை எதுத்த வீட்டிலே குடுத்திரவா?''

''இல்லே, நீயே கொண்டுக்கிட்டுப் போ...''

வீட்டைப் பூட்டிக் கொண்டு, எதிர்த்த வீட்டுக் கதவைத் தட்டினான்.

''ஆயி, தர்வாஜா கோலோ...''

''காய் ரே?'' என்றாள் கதவைத் திறந்தபடி.

''நான் வந்து கதவைத் திறந்ததை அவன்கிட்டே சொல்லாண்டாம்... இதுக்கு நான் சீக்கிரம் ஒரு ஏற்பாடு பண்ணுகேன்...''

''அவளையும் கூடக் கூட்டீட்டுப் போ... அந்த மூர்க்கன் அவளை அடைச்சு வச்சே கொண்ணுருவான். எந்நேரமும் சண்டையும் அழுகையும் தான்.''

பெண்ணுக்கு இரங்கும் பெண்ணின் கம்மிய குரலில் இயல்பான வருத்தம் தொனித்தது.

டெம்போவை எடுத்துக் கொண்டு போன போது சிந்தனையில் தீவிரம் குடி கொண்டிருந்தது.

மூன்று நாட்கள் போனது புரியவில்லை. பரமு கூடக் கேட்டான், சாப்பிடும் போது.

''ஏண்ணேன், மனசு சரியில்லையா? 'பாங்' குடிச்சவன் மாதிரி இருக்கே?''

இரண்டு நாட்கள் பொறுத்துச் சொல்கிறேன் என்றான் பூலிங்கம்.

இடையில் சனி, ஞாயிறு இரண்டு நாட்கள் மனப் பொறுதி இல்லாமல் கழிந்தன. ஒரு வேளை காதல் கொள்வதென்பது இதுதானோ என்னவோ?

திங்கட் கிழமை பத்தரை மணிக்கு மேல் போனான். காசிநாத்தின் கள்ளச்சாவி போட்டுக் கதவைத் திறந்தான்.

''இண்ணைக்கு நீ வருவேண்ணு தெரியும்'' என்றாள்.

''எப்பிடித் தெரியும்?''

''அதெல்லாம் தெரியும்''

முகம் சற்றுத் தெளித்தாற் போலிருந்தது. வழக்கமான கசங்கல் இல்லை. கண்ணீர் ஓடிய வரைகள் இல்லை. உமி போட்டு விளக்கிப் பின்பு திருநீறு போட்டுத் துலக்கிய திரு விளக்குப் போலிருந்தாள்.

''கொஞ்சம் சந்தோசமாட்டு இருக்கது போலத் தெரியி''

''உங்களுக்கெல்லாம் ஒருத்தி எப்பம் பாத்தாலும் அழுதுகிட்டே கெடக்கணுமாக்கும்... அந்த மனுசனுக்கும் சிரிச்சுக்கிட்டிருந்தாலும் கோவந்தான் வருகு..

''ஏன்? என்னாச்சு?''

''நான் இப்பம் ரெண்டு மூணு நாளா அழுகதில்லையா? அவுருக்கு ஒரு சந்தேகம்''

''அதுக்கும் ஒரு சண்டையா?''

'இன்னா பாருங்கோ' என்று முந்தானையை ஒதுக்கித்

தோள்பட்டைச் சதையைக் காண்பித்தாள். இலேசாக வாடிய ரோஜா இதழ் ஒட்டியிருந்ததைப் போல் கன்னியிருந்தது.

''முந்தா நாள் திருவி வச்சது. எந்த சின்னாமக்கனைத் தேடீட்டு சிங்காரிச்சுக்கிட்டு நிக்கேண்ணு, வந்த உடனே... நகம் எப்பிடிப் பதிஞ்சிருக்குப் பாரு... நேத்தைக்கு எதுத்த வீட்டு மராத்திக்காரர் ஜாதவ் சத்தம் போட்டாரு.. இப்பிடிப் பொண்டாட்டியைப் பூட்டி வச்சுக்கிட்டுப் போறதானா, வேற இடம் பாத்துக்கோ, இந்த பில்டிங் சரிப்படாதுண்ணு...

''அதுக்கு என்ன சொன்னான்?''

''என்ன சொல்வாரு? எருமை மாட்டு மேலே மழை பெய்த மாதிரிதான்''

ஒரு கிண்ணத்தில் கடலைப்பருப்பு பிரதமன் கொண்டு வந்தாள்.

''இது என்னத்துக்கு?''

''இண்ணைக்கு அவ்வோளுக்குப் பொறந்த நாளு''

அழுவதா சிரிப்பதா என்று தெரியவில்லை. அவன் எண்ண ஓட்டத்தைப் பின் தொடர்ந்திருப்பாள் போலும்.

''நான் உங்கூட வாற வரைக்கும் அவ்வோ பொண்டாட்டிதானே?''

பூலிங்கத்துக்குச் சற்றே உடல் சிலிர்த்தது. மிகப் பெரிய வரம் ஒன்று கூடிக் கிடைத்தது போல.

''எப்பம் வாறே சொல்லு?''

''ஊருலே அம்மை அப்பாவை நினைச்சாத்தான் கவலையா இருக்கு...''

''அதெல்லாம் காலம் சரியாக்கும்...''

''இது ஆடி மாசம். ஆவணி பொறக்கட்டும்''

''அது எப்பம் பொறக்கும்?''

''வாற ஞாயிற்றுக் கிழமை மாசப் பொறப்பு''

''அப்பம் திங்கக்கிழமை, இந்த நேரத்திலே வண்டி கொண்டுக்கிட்டு வாறேன்...''

''எனக்குப் பயமா இருக்குப்பா...''

''ஒண்ணுக்கும் பயப்பிடாதடா... கொஞ்ச நாளு கஷ்டப்படணும். பொறவு எல்லாம் சரியாப் போகும். எம் பேர்லே நம்பிக்கை இருக்குல்லா உனக்கு?''

''அதுக்கில்லே... நாலு பேரு என்ன சொல்லுவா?''

''நல்ல படியா வந்தா ஒண்ணும் சொல்லமாட்டா... நாசமாப் போனா நாலு விதமாப் பேசுவா...''

''இந்த மனுசனை நினைச்சாத்தான் என்னுண்ணோ இருக்கு''

''அந்த ஆளு ஒண்ணும் செத்துப் போக மாட்டான்''

''சரி, அப்பம் உன்னைத்தான் மலைபோல நம்பி வாறேன். நீயும் ஏமாத்தினேண்ணா அடுத்தது சாக்காலம்தான்.''

''ஏன் அப்பிடி எல்லாம் பேசுகே? ஊக்கமாக இருக்கணும்...''

''நான் என்னத்தை எல்லாம் எடுத்துக்கிட்டு வர?''

''நீ ஒண்ணும் கொண்டாராண்டாம். பையிலே ரெண்டு மூணு செட் டிரெஸ் மட்டும் வச்சுக்கோ. பின்னே, அந்த மெடிகல் ரிப்போர்ட் எல்லாம் ஜெராக்ஸ் எடுத்து வச்சுக்கோ. நாளைக்கு உபயோகப்படும்...''

''அப்பம் உருப்பிடி எல்லாம்?''

''அது என்னத்துக்கு நமக்கு?''

''ஆங்... அது கொள்ளாம். எல்லாம் எங்க அப்பா நல்லாக்கிப் போட்டதில்லா?''

''சரி, உன் இஷ்டம். அவுனுக்கு வெவரமா ஒருலெட்டர் மட்டும் எழுதி வையி... எங்கே போறே, யாரு கூட போறே, ஒண்ணும் எழுதாண்டாம்.

''ரூவா என்னவாம் எடுக்கணுமா? பெட்டியிலே அவுரு ரூவா நாலாயிரம் போல இருக்கு...''

''அவன் ரூவா நமக்கு என்னத்துக்கு? நீயே எனக்குக் கோடி ரூவா கெடைச்சது மாதிரி...''

செண்பகம் முகத்தில் சின்ன நாணம் செங்குழம்பு பூசியது.

உண்மையில் பூலிங்கத்துக்கு சங்க நிதி, பதும நிதி இரண்டும் கிடைத்தது போலிருந்தது. வாழ்வுக்குத் திடீரென ஒரு பொருள் பூத்தது போல்.

பம்பாயில் மூன்று மாதமாய் மழைக் காலம். பெய்வதும் ஓய்வதுமாய். தீராக் கறையைக் கழுவிக் கழுவி விடுவது போல். கட்டிடச் சாய்வுகளில் பாசிப் பச்சைப் படுதாக்கள் மினுங்க ஆரம்பித்தன.

நாலைந்து நாட்கள் நிறையவேலை இருந்தது அவனுக்கு. சில்லறைக் கடன்கள் அடைத்தல். நின்ற கடன்களை அவசரக் காரணங்கள் சொல்லி வசூலித்தல்.

ஊருக்குப் போன சுப்புவுக்குக் கல்யாணம் தீர்மானம் ஆகிவிட்டது. இனி வரநாளாகும். பரமுவிடம் மெதுவாகச் சொன்னான்.

"என்ன வந்தாலும் நானும் கூட உண்டும்ணேன். ஒண்ணுக்கும் கவலைப்படாண்டாம்" என்றான்.

காதர்பாயின் தம்பி தனது காரில் கீழே காத்திருந்தான். காலையில் இருந்தே மனது பரபரப்பாக இருந்தது.

செண்பகம் உறுதியான முகத்துடன் இருந்தாள். அடுக்களை மேடை மீது எழுதப்பட்ட கடிதமும், காகிதம் பறந்து விடாமல் இருக்க மேலே பவுடர் டப்பாவும்.

மற்றெல்லாம் இருந்தபடி இருந்தது. ஒரு பெட்டி மட்டும் கதவோரம் நின்ற வாக்கில்.

"போகலாமா?" எனும் போது செண்பகம் கண்கள் கலங்கின. நாத்தழுதழுத்தது. பூலிங்கம் அவளை இலேசாக அணைத்துக் கொண்டான்.

முருகன் படத்தின் முன்னால் நின்று கும்பிட்டாள். குங்குமச் சிமிழை எடுத்து அவனிடம் நீட்டினாள். குங்குமத்தை எடுத்துப் பொட்டு வைத்தான்.

அவனுக்கும் குரல் அடைத்தது. இறுக்கி அணைத்துக் கொண்டான்.

"வா, போகலாம்" என்றான்.

வீட்டைப் பூட்டிச் சாவியை வெளியே எறிந்துவிட்டு, பெட்டியை எடுத்துக் கொண்டு நடந்தான் பூலிங்கம். அப்போது கல்யாணமாகிப் புறப்பட்டதைப் போன்ற மிரட்சியுடன் குனிந்து இறங்கினாள் செண்பகம். பெரிதாக யாரும் கண்டு கொண்டதாகத் தெரியவில்லை. கவனித்தாலும் ஊருக்குப் போகிறாள் என்றெண்ணிக் கொள்வார்கள்.

எட்டுத் திக்கும் மதயானை

டெம்போ நிறுத்தி வைத்திருந்த சயான் ஆஸ்பத்திரிக்கு எதிர்த்த சாலையில் காதர்பாயின் தம்பி இறக்கி விட்டுப் போனான். வாடகைகூட வாங்கிக் கொள்ளவில்லை.

"இன் ஷா அல்லாஹ் நல்லாரு பாய்" என்றான்.

பரமுவுக்கு முகத்தில் வியப்பு எழுதி இருந்தது.

பெய்து ஓய்ந்த மேகம் மறுபடியும் இருண்டு கூடிக் கொண்டிருந்தது. வெயில் உறைக்காமல் காற்றின் சீதளம். இலேசாக மழை பொசுங்க ஆரம்பித்தது.

பரமு பெட்டியை வாங்கி டெம்போவின் உள்ளே வைத்தான்.

"ஏறுங்க மைனி" என்றான்.

செண்பகத்துக்குக் கொஞ்சம் வெட்கம் பிறந்தது.

வண்டியைச் சுற்றி வந்து டிரைவர் சீட்டில் ஏறிக் கொண்டான். பரமுவைப் பார்த்து, "ஏறுடா" என்றான்.

பரமு ஏறி, கேபினுள் ஓரமாய் உட்கார்ந்து கதவை இழுத்துச் சாத்தினான்.

கியர் மாற்றி, திருப்பி, சயான் மேம்பாலத்தில் ஏறி, தாராவியைக் குறுக்கு வெட்டும் நெடுஞ்சாலையில் டெம்போவை ஓட்டினான் பூலிங்கம்.

மழை தீவிரமாய் அடித்துப் பெய்தது. பரமு கண்ணாடியை ஏற்றினான். வைப்பர்கள் வேகத்துடன் இயங்கிக் கொண்டிருந்தன.

மேற்கு விரைவு நெடுஞ்சாலையில் வண்டி வேகமாய் ஓட ஆரம்பித்தது.

நாஞ்சில் நாடன் நூல்கள்

1. கவிதைகள்

மண்ணுள்ளிப் பாம்பு	2001
பச்சை நாயகி	2010
வழுக்குப் பாறை	2014
அச்சமேன் மானுடவா	2021

2. நாவல்கள்

தலைகீழ் விகிதங்கள்	1977
என்பிலதனை வெயில் காயும்	1979
மாமிசப்படைப்பு	1981
மிதவை	1986
சதுரங்கக் குதிரை	1993
எட்டுத்திக்கும் மதயானை	1998

3. சிறுகதைகள்

தெய்வங்கள் ஓநாய்கள் ஆடுகள்	1981
வாக்குப் பொறுக்கிகள்	1983
உப்பு	1990
பேய்க்கொட்டு	1994
பிராந்து	2002

நாஞ்சில் நாடன் கதைகள் (முதல் ஐந்து நூல்களின் தொகை)	2004
சூடிய பூ சூடற்க	2007
கான்சாகிப்	2010
தொல்குடி	2014
கறங்கு	2018
அம்மை பார்த்திருந்தாள்	2021

4. தேர்ந்தெடுத்த சிறுகதைத் தொகுப்புகள்

முத்துக்கள் பத்து	2007
நாஞ்சில் நாடன் சிறுகதைகள்	2011
சாலப்பரிந்து	2012
காலக் கணக்கு	2014
கொங்குதேர் வாழ்க்கை	2013
வல்விருந்து (கும்பமுனிக் கதைகள்)	2014
கனகக்குன்று கொட்டாரத்தில் கல்யாணம்	2015
சங்கிலிப் பூதத்தான் (விகடன் கதைகள்)	2017
நாஞ்சில் நாடன் தேர்ந்தெடுத்த சிறுகதைகள்	2019

5. கட்டுரைகள்

நஞ்சென்றும் அமுதென்றும் ஒன்று	2003
நாஞ்சில் நாட்டு வெள்ளாளர் வாழ்க்கை	2003
நதியின் பிழையன்று நறும்புனல் இன்மை	2006
காவலன் காவான் எனின்	2008
தீதும் நன்றும்	2009
திகம்பரம்	2010
பனுவல் போற்றுதும்	2011
கம்பனின் அம்பறாத் தூணி	2013

சிற்றிலக்கியங்கள் *2013*

எப்படிப் பாடுவேனோ? *2014*

கைம்மண் அளவு *2016*

விசும்பின் துளி *2016*

சொல்லாழி *2018*

கம்பலை *2019*

பாடுக பாட்டே *2020*

கருத்த வாவு *2020*

பிஞ்ஞகன் *2022*

பொலியோ பொலி! *2022*

6. தேர்ந்தெடுத்த கட்டுரைத் தொகுப்புகள்

அஃகம் சுருக்கேல் *2014*

அஃகம் சுருக்கேல் (மாணவர் பதிப்பு) *2015*

நவம் *2017*

நாமமும் நாஞ்சில் என்பேன் *2019*

இன்று ஒன்று நன்று *2019*

7. நேர்காணல்கள்

நாஞ்சில் நாடன் நேர்காணல்கள் *2015*

8. மொழி பெயர்ப்புகள்

Against All Odds *(எட்டுத்திக்கும் மதயானை)* *2009*

A New Beginning *(சூடிய பூ சூடற்க)* *2018*

சூடிய பூவு சூடரது (மலையாளம்).... *2021*

✧